தென்னம்படல் மறைப்பு
அழியாத நினைவின் தடங்கள்

தென்னம்படல் மறைப்பு
அழியாத நினைவின் தடங்கள்
நபீல் (பி. 1967)

தென்கிழக்கின் கல்முனை இவரின் சொந்த ஊர். தந்தை உமர்கத்தாப். தாயார் பல்கீஸ் உம்மா. கொழும்பு பல்கலைக்கழகத்தில் இதழியல் கற்கை நெறியில் டிப்ளமோ பட்டம் பெற்றார். இலங்கை துறைமுக அதிகார சபையில் இலிகிதராகவும் இலங்கை ஒலிபரப்புக் கூட்டுத்தாபனத்தின் பகுதிநேர அறிவிப்பாளராகவும் பணிபுரிந்துவரும் இவர் சுதந்திர இலக்கிய விழா, விபவி படைப்பிலக்கியம், உலக இஸ்லாமியத் தமிழ் இலக்கிய மாநாடு போன்றவற்றில் விருதுகளும் பாராட்டுகளும் பெற்றுள்ளார்.

இதுவரை 'காலமில்லாக் காலம்' (2010இல் கிழக்கு மாகாண சாகித்திய விருது பெற்றது) 'எதுவும் பேசாத மழைநாள்' (2011) என்கிற இரு கவிதைத் தொகுப்புகள் வெளிவந்துள்ளன.

தொடர்புக்கு : nafeelum@gmail.com
+94772858095

நபீல்

தென்னம்படல் மறைப்பு
அழியாத நினைவின் தடங்கள்

காலச்சுவடு பதிப்பகம்

அன்பார்ந்த வாசகருக்கு,
வணக்கம்.

காலச்சுவடு நூலை வாங்கியமைக்கு நன்றி.

நூலின் உள்ளடக்கம், உருவாக்கம், அட்டைப்படம் இன்ன பிற அம்சங்கள் பற்றிய உங்கள் கருத்துகளையும் ஆலோசனைகளையும் காலச்சுவடு வரவேற்கிறது. தகவல், எழுத்து, வாக்கியப் பிழைகள் தென்பட்டால் கட்டாயம் தெரிவித்து உதவுங்கள். நூல் தயாரிப்பில் கடும் குறைபாடு இருப்பின் மாற்றுப் பிரதி உங்களுக்குக் கிடைக்கக் காலச்சுவடு ஏற்பாடு செய்யும்.

மின்னஞ்சல்: publisher@kalachuvadu.com

காலச்சுவடு நாகர்கோவில் அலுவலகத்துக்குக் கடிதம் அனுப்பலாம்.

தங்கள்
எஸ்.ஆர். சுந்தரம் (கண்ணன்)
பதிப்பாளர் — நிர்வாக இயக்குநர்

தென்னம்படல் மறைப்பு ✦ அனுபவம் ✦ ஆசிரியர்: நபீல் ✦ © யூ.எம். நபீல் ✦ முதல் பதிப்பு: டிசம்பர் 2023 ✦ வெளியீடு: காலச்சுவடு பப்ளிகேஷன்ஸ் (பி லிட்., 669 கே.பி. சாலை, நாகர்கோவில் 629001

காலச்சுவடு பதிப்பக வெளியீடு: 1236

tennampaTal maRaippu ✦ Experience ✦ Author: Nafeel ✦ © U.M. Nafeel ✦ Language: Tamil ✦ First Edition: December 2023 ✦ Size: Demy 1 x 8 ✦ Paper:18.6 kg maplitho ✦ Pages: 288

Published by Kalachuvadu Publications Pvt. Ltd., 669, K.P. Road, Nagercoil 629001, India ✦ Phone: 91-4652-278525 ✦ e-mail: publications@kalachuvadu.com ✦ Printed at Mani Offset, Chennai 600077

ISBN: 978-81-19034-92-5

12/2023/S.No. 1236, kcp 4830, 18.6 (1) ass

மாமனார் அப்துல் கபூர் அப்துல் லத்தீப்

சஹ்நூன்

சஹ்ரப்

சஹ்பா

குழந்தைகளுக்கும்

என் ஜனூவுக்கும்

பொருளடக்கம்

என்னுரை	13
முன்னுரை: இளவெயில்	15
மூத்தப்பாவும் வண்டில் மாடும்	21
கிணற்றுக் குளியல்	25
அத்தர்	29
பள்ளிக்கூடம்	34
உம்மாவின் கைமருந்து	39
தோணிச்சட்டை	43
ஈர்க்கில் மிட்டாய்	47
கறுப்பு – வெள்ளை	51
வெள்ளம்	55
மிதிவண்டி	60
நைனார் மாமா	64
புள்ளிம்மா	68
சோத்துக் களறி	72
"கலியாணம் வாங்க..."	76
இரவு வந்தது	80
ஔவியம்	84
கடிதங்கள்	88

பழைய பேப்பர்	93
கிழங்குப் பொரியல்	97
பணியாரம்	101
பூணாரம்	106
வயல் வாசனை	110
மணக்கும் கப்பல்	114
பழமொழிகள்	118
களிசான் காலம்	122
வானொலி மாமா	126
இலங்க மஸ்தார்	131
ஆலாத்திக்காரி	136
குழந்தம்மா	141
கஞ்சிக் கிடாரம்	146
கடற்கரைப் பள்ளி	151
மீனும் நானும்	156
புள்ளக்கூடு	160
பாய்	164
செருப்பு வெறும் கதையல்ல	168
கொத்திருக்கா கொத்து	172
சுதந்திர வானம்	177
பறக்கும் வடை	181
பறவை ஆனேன்	185
என் களிப்பின் பழங்கள்	189
மாடப்புறா	194
ஒலிவாங்கி ஆசை	198
முறுக்கு மீசை	203
பிச்சிப் பிலாவடி...	207
காலண்டர் என்பது...	211

மாப்பிள்ளட கார்	216
புள்ள லெக்கா	220
சலூன் கடை	225
பஸ் போகுது	229
பேய் வரும்	233
பீங்கான்	238
குஞ்சுச்சோறு	243
சந்தை	247
கனவின் ஒளி	251
கிடுகு வேலிகள்	255
கிறுக்குச் சித்திரம்	260
தேநீர்க் கடை	264
கக்கூஸ்	269
லக்ஸ்பிறே பசு	273
திரையின் கரையில்	277
கடல்வாடி	283

என்னுரை

ஒவ்வொரு எழுத்தாளருக்கும் அவருடைய இளமைக் காலம்தான் எழுத்துக்கான ஊற்றுக் கண். இன்றைய வாழ்க்கையின் நெருக்கடிகள்தான் நேற்றைய வாழ்வை முக்கியத்துவம் வாய்ந்ததாக மாற்றுகின்றது. கலைஞருக்கு நினைவுகளே பெரும் சொத்தாக இணைகிறது. அதுவே வாழ்வதற்கான ஆதார சக்தியாகவும் ஆற்றலாகவும் சேர்கிறது. ஒரு பனிவனம்போல் நம்மை அது போர்த்தியிருக்கிறது.

அந்த வகையில் ஏழு கடல், ஏழு மலை தாண்டி இருக்கின்ற அற்புதங்களையும் அது குறித்த கற்பனைகளையும் நான் இங்கு காண்பிக்க வரவில்லை. நமது முகத்தை நாமே பார்க்கும் ஒரு புகைப்பட ஆல்பத்தை விரித்துப்போடுகிறேன். என்னை என்னிடமே மீட்டுத் தந்த என் பால்யகால நினைவுகளை உங்களிடம் ஒப்புவிக்கிறேன்.

இன்றைய தலைமுறை காணாத காலத்தையும் அறியாத மனிதர்களையும் முன்னிறுத்தும் இந்த வேலை துணிச்சலா, அப்பாவித்தனமா, வேட்கையா எதுவோ தெரியாது.

நதி நீரின் சிலிர்ப்பில் சத்தமில்லாமல் அடி ஆழத்தில் புரளும் கூழாங்கற்கள்போல் நமது மரபிலிருந்துதான் நமக்கான எழுத்து மொழி தோன்றுமென்று நினைத்து அதனைச் செயற்படுத்திப் பார்த்திருக்கிறேன். இது எனக்கு மிகப் பெரும் ஆத்ம வசீகரிப்புத்தான். இந்த நூலைப் பலமுறை படித்துச் சரிபார்த்து ஆலோசனை வழங்கி

முன்னுரையும் தந்த நான் நேசிக்கின்ற எழுத்தாளர் உமா வரதராஜன், காலச்சுவடு தோழர்கள், பதிப்பாசிரியர் கண்ணன், தினகரன் உதவி ஆசிரியர் வாசுகி சிவகுமார், உயிர் எழுத்து, வியூகம் இலக்கிய இதழ்கள் நண்பர்கள் அனைவருக்கும் எல்லையற்ற நன்றி.

264, காசிம் வீதி,   **நபீல்**
கல்முனை 11
5, ஏப்ரல் 2023

முன்னுரை

இளவெயில்

அல்புனைவுகள் அல்லது புனைவிலி இலக்கியம் தமிழில் அவ்வளவாக வளரவில்லை எனக் கூறப்படுவதுண்டு. புனைவிலி அல்லது அல்புனைவு என்பது புனைவைத் தவிர்க்கும் ஓர் இலக்கிய வகையென்றாலும்கூட அது முற்றிலும் வெறும் தகவல்கள், புள்ளிவிவரங்களை அடுக்கிச் செல்லுமெனில் சலிப்பையே தரும். கையாளும் மொழி, விவரிக்கும் விதம் என்பவற்றால் அல்புனைவுகளையும் ஈர்ப்புக்குரியதாக்கிய எழுத்தாளர்கள் தமிழில் இருக்கவே செய்கிறார்கள். அசோகமித்திரன், கு.ரா., எஸ்.பொ., விட்டல்ராவ், சுகுமாரன், பி.ஏ. கிருஷ்ணன், பாரதிமணி, சுஜாதா, என்.எஸ். ஜகன்நாதன், சச்சிதானந்தன் சுகிர்தராஜா, அரவிந்தன், வாஸந்தி, பெருந்தேவி, மாலன், அ. முத்துலிங்கம், ஷாஜி, பொ. கருணாகரமூர்த்தி, டி.சே. இளங்கோ, சோலைக்கிளி, கலாப்ரியா, வண்ணதாசன், இசை, தஞ்சாவூர்க் கவிராயர், தேவிபாரதி, செல்வம் அருளானந்தம், ஜான் சுந்தர், ஓட்டமாவடி அறபாத், தெய்வீகன் ஆகியோர் உடனடியாக என் நினைவுக்கு வருபவர்கள்.

நினைவுகளைப் பதிவுசெய்வதும் அல்புனைவின் ஒரு வடிவம். நினைவுகளை முற்றாக இழந்துவிடும் ஒருவர் இறந்தவர் போலாகிவிடுகிறார். நிகழ்வுகள் நம்மை இயக்குவன; நினைவுகளோ உயிர்ப்புடன் நம்மை வைத்திருப்பன. ஒரு கலைஞரை நினைவுகள் எப்போதும் மொய்த்திருக்கின்றன. இந்த ‘ஒருவழிப் பாதை’யில் அவர் கடந்த காட்சிகள்தான் எவ்வளவு!

கண்ட மாந்தர்கள்தான் எவ்வளவு பேர்! எல்லா நினைவுகளும் இறுதிவரை நம் நிழலாக வந்துகொண்டேயிருக்குமா? ஒரு மனம் அனைத்து நினைவுகளின் பாரத்தையும் தாங்குமா? நீர்ப்பரப்பில் கற்களாய் அமிழ்ந்தவை எத்தனை? நீரோட்டத்தில் பூக்களாய் மிதந்தவை எத்தனை?

காற்றில் கரைந்த புகையையும், கடல் அரித்துத் தன்னுள்ளே எடுத்துச்சென்ற மணல்துகளையும் ஒரு கலைஞரின் மனம் மீட்டெடுக்கும் என்பதற்கு இந்த நூலின் 61 கட்டுரைகளும் சாட்சி. இறந்தகாலத்தை நிகழ்காலத்துக்கு இழுத்துக் கொணர்ந்து மீளுருவாக்கும் ரசவாதத்தை இந்தக் கட்டுரைகளில் நபீல் சாத்தியப்படுத்தியுள்ளார்.

நபீல் தன் பால்யகால நினைவுகளைப் பத்தி எழுத்துகளாக வாராவாரம் ஞாயிறு *தினகரனில்* எழுதிக்கொண்டிருந்தபோது ஆர்வத்துடன் படித்தவன் நான். வாசிப்பின் வழியாக விரிந்த நினைவுச் சித்திரங்கள் என்றும் தூசு விலகித் துலக்கமடைந்த பழைய படங்கள் என்றும் அவற்றைக் கூறலாம். அவருடைய நினைவுச் சக்கரத்தின் கடையாணியும் அச்சாணியும் பால்யகால நினைவுகள் எனலாம். எங்கு சென்றாலும், எவ்வயதானாலும் நம் மனங்களில் நிலைத்திருக்கும் அந்நினைவுகளை எந்தத் திரைச்சீலை கொண்டு மூடுவது? மனக்குரங்கு இறுகப் பற்றிய மரக்கிளைகளை அவ்வளவு எளிதில் கைகள் நழுவவிடுமா? அதனாலல்லவா சின்னச் சின்ன வீடு கட்டி... சிங்கார வீடு கட்டி (மருமகள்), ஏதோ நினைவுகள் மனதிலே... (அகல்விளக்கு), நான் எண்ணும் பொழுது (அழியாத கோலங்கள்), ஆத்தோரம் வீடு கட்டி (வாழ்க்கை வாழ்வதற்கே), ஓ... தேவதாஸ்... (தேவதாஸ்), அந்தநாள் ஞாபகம்(உயர்ந்த மனிதன்), ஞாபகம் வருதே (ஆட்டோகிராப்) போன்ற படப்பாடல்களைக் கேட்கும் போதும், அழியாத கோலங்கள், *Cinema Paradiso, Now and Then, Summer of 42, Malena* போன்ற படங்களைப் பார்க்கும்போதும் இன்னோர் உலகுக்குள் நுழைந்துவிடுகிறோம். நினைவின் தடம் அழிந்திருந்தால் அங்கு மீண்டும் சென்றிருப்போமா?

நபீலின் சிறுவயது உலகம் எவ்வளவு ஆசீர்வதிக்கப்பட்டது. ஒரு குறிப்பிட்ட காலகட்டத்தின் பிரதேசம், அதன் மாந்தர்கள், ஒரு சமூகத்தின் வேரும் விழுதுமான நிகழ்வுகள், பாரம்பரியத்தின் சாராம்சங்கள், வழக்காறுகள், வட்டார வார்த்தைப் பிரயோகங்கள், விதவிதமான பறவைகள், மீன்கள், மரம், செடி, கொடிகள், பூக்கள், கிழங்குகள், தெருக்கள், விளையாட்டுகள், பலகாரங்கள், நகைகள், பண்டிகைகள், திருவிழாக்கள், வானொலி, தொலைக்காட்சி, சினிமா என

அவர் தத்தித் தத்தி நகர்ந்த தடங்கள் எல்லாம் இந்த நூலிலே வருகின்றன. அவர் கையில் நினைவின் சீட்டுக்கட்டு! அந்த அடுக்கிலிருந்து அநாயாசமாக ஒவ்வொன்றாக எடுத்துப் போடுகிறார்.

நபீலின் மொழியழகு பல இடங்களில் கிறங்கவைப்பது. ஆலமரங்களில் தொங்கும் பொடி விழுதுகளை விலக்கி, பூவலில் நீரள்ளித் தந்து வயல்வெளிகளுக்கு அழைத்துச் செல்கிறார். கீழே ஹரிக்கேன் லாம்புகள் ஆடியபடியிருக்கும் மாட்டு வண்டிகள் கடைச்சுவரிலும், அறிந்த சில முகங்களிலும் தழுவியும் விலகியும் நகர்கின்றன. காட்டின் ரகசியங்களை மூக்கின் ஆழம்வரை தாழம்பூ அத்தர் இழுத்து வந்துவிடுகிறது. வீட்டின் மூலையில் அப்பாவின் அத்தர் பெட்டிகள் இப்போது அடங்கிக் கிடக்கின்றன. நீரோடையின் காட்டுப் பூக்களின் வாசனைகளையும் அப்பாவினது பேரன்பு வெளியையும் உருவையும் அவை என்றும் நிலைநிறுத்திக்கொண்டேயிருக்கின்றன.

நிலத்தில் படிந்த செங்கற்புழுதியை மெத்தென்று மென்மையாய் உணரும் பாதங்கள். நீர் வற்றிய ஆற்றில் மணல் தோண்டியதில் அம்மைத் தழும்புகள்போல் ஆங்காங்கே தெரியும் கும்பிகள்.

தூக்கத்தில் குழந்தை முகம் மலர்ந்து சிரிக்கும்போது வானவர்கள் பூக்களைக் காட்டுவதாகக் கூறும் உம்மா. (என் அம்மா 'நரி வெருட்டு'வதாகச் சொல்வதுண்டு.)

சதை திரண்டு, பின்னொரு காலத்தில் தளர்ந்துபோன தன் வெண்ணிறத் தொடை சிவக்கும் விதத்தில் எண்ணெய் விளக்கொளியில் திரியை அழுத்தி உருட்டிக்கொண்டிருக்கும் மூத்தம்மா.

அடைமழை கொஞ்சம் கொஞ்சமாகப் பெய்து தாழ்வாரமெங்கும் தோன்றிக் கொப்பளித்துக்கொண்டிருக்கும் குமிழிகள்.

இளவெயிலின் மிருதுவும், நுரை ததும்பும் அலைகளின் மெல்லோசையும் எவர் மனதையும் சாந்தம் கொள்ளச்செய்யும் அந்தக் கடற்கரை. அங்கிருந்து தோண்டியெடுக்கப்படும் பட்டு மணல்.

நெடு உயரம் வளர்ந்து பூவெடுத்துக் காய்க்கத் தயாரான கமுகைச் சுற்றிப் படர்ந்து நிற்கும் மலை வெற்றிலைக் கொழுந்து. அதை ஆய்வதற்குத் தயாராக அதனருகே சாத்தப்பட்டிருக்கும் கிளீசரியா துரட்டிக்கம்பு.

பூப்பெய்திப் பாளை தள்ளுகின்ற கமுகு மரங்கள். அப்போதெல்லாம் வீடு முழுக்கப் பரவிப் பல நாட்கள் மிதந்துகொண்டிருக்கும் மணம். அதன் சிறகுகளாக ஒடிந்து தொங்கும் கோப்பத்தம் பட்டை.

ஈரமணலில் குத்தி நடப்பட்ட பளபளப்பான வாள் போல முன்றிலில் நிற்கும் மல்லிகை மரம். வெள்ளைக் குதிரைகளைப் போல் வானத்தில் பாய்ந்து செல்லும் மேகங்கள்.

நெருங்க நெருங்கக் கேட்கும் நீரோட்டத்தின் சலசலப்பு. நிலவொளியில் ஆற்றில் மிதக்கும் மயங்கிய மஞ்சள் பூக்களின் புன்முறுவல். தட்டிவிடப்பட்ட செம்பிலிருந்து வழிந்தோடும் பாலைப் போன்ற நீர்நிலையின் தகதகக்கும் விண்ணான காட்சி.

இருமருங்கும் அடர்ந்த நிழல்மரங்கள். வேம்பு, புன்னை, புளி வரிசையில் தன்னையும் கோத்திருக்கும் குருவிச்சைபோலப் பாடல்களோடு ஒட்டிக்கிடக்கும் சிறுவன்...

இத்தகைய இளந்தலைமுறை மொழியழகனைக் கண்டு எவ்வளவு காலமாகின்றது?

இவற்றுள் பல பத்திகளைப் படித்துவிட்டுத் தொலைபேசியில் நபீலை அழைத்துக் கருத்துகளை நான் உடனுக்குடன் பரிமாறிக்கொண்டதுண்டு. ஒருநாள் அவரைத் தேடி வீடு சென்றபோது சாய்வு நாற்காலியில் இளவயது வைக்கம் முகம்மது பஷீரின் தோற்றத்தில் ஆகாயத்தை வெறித்துப் பார்த்த நிலையில் தோன்றினார். அவர் தலைமுடியைச் சரியாக வாராமல் விட்டாலும், அவர் முகம் தாடி, மீசை என்ற வனாந்தரத்துக்குள் மறையாவிட்டாலும்கூட, வாராவாரம் யானைக்குத் தீனி போடும் அவசரத்தில் அவர் கிட்டத்தட்ட ஒரு வேற்றுலகவாசி போலாகிவிட்டார். அவரைத் தொந்தரவு செய்யாமல் கிளம்பிவிட்டேன்.

இன்னொரு நாள் தன் மகனை மோட்டார் சைக்கிளில் ஏற்றிக்கொண்டு என் வீட்டுக்கு வந்திருந்தார். செல்லும்போது சாவியையோ கைப்பேசியையோ விட்டுச் செல்வதைப்போல மகனை மறந்து தனியே கிளம்பிவிட்டார். அவர் பின்னால் ஓடோடி வந்து, வீட்டு வாசலில் நின்று நானும் அவர் மகனும் எவ்வளவு சுூப்பாடு போட்டும் அவர் காதில் அது ஏறவில்லை. அப்படி விழாததற்கு மோட்டார் சைக்கிள் எஞ்ஜினின் இரைச்சல்தான் காரணம் என்பதை நானும் அவர் மகனும் நம்பவில்லை. அன்று வியாழக்கிழமை; மாலைக்குள் அவ்வாரத்துக்குரிய பத்தியை

அவர் அனுப்பியாக வேண்டும். அந்த நினைப்பில் மகனை மறந்ததில் வியப்பில்லை. இந்தப் பத்தி வெளிவந்துகொண்டிருந்த காலத்தில் நாடெங்கும் கொரோனா பீதி. நபீல் கோவிட்–19 தடுப்பூசிகூடப் போட்டுக்கொள்ளாமல் இந்தப் பத்தியெழுத்துக்கு முன்னுரிமை கொடுத்துக்கொண்டிருந்தார். அந்த அர்ப்பணிப்புக்கும் உழைப்புக்கும் தினகரன் பத்திரிகை நபீலுக்கு ஆயிரம் பொற்காசு வழங்கியதாக ஒரு கனவுகூடக் கண்டிருக்கிறேன்.

வாராவாரம் பத்திரிகைகளுக்குத் தீனி போடும் இத்தகைய பந்தயத்தில் சில விபத்துகள் நிகழ்ந்துவிடுவதுண்டு. வலிந்தெழுதுதல் அதிலொன்று. ஆனால் நபீலின் பத்திகள் தன்னெழுச்சியுடன் உருவானவை. தன் கவித்துவமான மொழியைப் பெரும்பாலான பத்திகளில் மிகவும் கவனத்துடன் கையாள்கிறார். காலண்டர் என்பது / பழைய பேப்பர் / கறுப்பு–வெள்ளை / களிசான் காலம் / வானொலி மாமா / திரையின் கரையில் ஆகிய பத்திகளை அவர் மேலும் சிறப்பாக்கியிருக்க முடியும் என்பது என் நம்பிக்கை. உணர்வுகள் பின்தள்ளப்பட்டு வெறும் விபரங்கள் இவற்றில் முன்னிலை பெறுவதுபோல் உணர்ந்தேன். ஒரு தேர்ந்த துடுப்பாட்டக்காரர் மைதானத்தின் எண்திக்குகளையும் நோக்கிப் பந்துகளை விரட்டாமல் ஒற்றை ஆட்டமாகப் பொறுக்கிச் சேகரித்துக்கொண்டிருக்கும்போது ஏற்படும் ஏமாற்றமாகவும் பதற்றமாகவும்கூட அந்த உணர்வைக் கொள்ளலாம்.

சில பத்திகள் சிறுகதையின் எல்லைக் கோட்டுக்குச் சென்று திரும்புபவை. மூத்தப்பாவும் வண்டில்மாடும், அத்தர், புள்ளிம்மா, கலியாணம் வாங்க, வெள்ளம், ஔவியம், கடிதங்கள், பூணாரம், பஸ் போகுது என்பவை தரும் வாசக அனுபவம் அருமை. சிறுகதைக்குரிய புள்ளிகள், கோடுகள் எல்லாம் அவற்றிலுண்டு. கோலங்கள்தான் பாக்கி.

'தென்னம்படல் மறைப்பு' என்பது இந்நூலின் தலைப்பு. படலை என்பது ஒரு நுழைவாயில் மட்டுமல்ல; வெளியேறவும் அது அனுமதிக்கிறது. குடிப்பரம்பல் குறைந்த, நாகரிகம் மேவாத ஒருகாலத்தில் பனையோலைகளாலும் தென்னை மட்டைகளாலும் முட்களாலும் உருவாக்கப்பட்ட அத்தகைய 'அடைப்பு'கள், 'மறைப்புத் தட்டிகள்' அநேகமாக இப்போது அருகிப்போய்விட்டன. ஊரெங்கும் கோட்டை மதில்களும், எலிசபெத் மகாராணியின் அரண்மனை 'கேற்றுகளும்' எழுந்து விட்டன. வாகனத்தில் வரும் இரவுப் பயணியொருவர் தன் வீட்டை அடையாளம் காணவே திணறிக்கொண்டிருக்கும் காலம் இது.

மெல்ல மெல்ல ஒரு நினைவுச் சின்னம்போல ஆகிக்கொண் டிருக்கும் 'தென்னம்படல் மறைப்பை' நபீல் ஒரு பொருத்தம் கருதி நூலின் தலைப்பாகத் தேர்ந்தெடுத்திருக்கக்கூடும்.

பாரதியின் 'அழகுத் தெய்வம்' கவிதையின் வரிகள் இவை.

'...ஞாலத்தில் விரும்பியது நண்ணுமோ? என்றேன்

நாலிலே ஒன்றிரண்டு பலித்திடலாம் என்றாள்...'

நபீலுக்கு நாலிலே ஒன்றிரண்டல்ல, 61இல் முக்காற்பங்குக்கு மேலே பலித்தவைதான்.

வாழ்த்துகள்.

கல்முனை, உமா வரதராஜன்
இலங்கை.
13.05.2023

1

மூத்தப்பாவும் வண்டில் மாடும்

மையறு மரத்தில் ஓணான் தனித்து அமர்ந்திருந்தது; தூரத்தில் ஆட்டுக்கடாக்களின் கனைப்புச் சத்தத்துடன் மாடுகளும் சண்டித்தனமாய் மேய்ந்தன; எங்கள் புற வளவில் பருத்தி மரமொன்று இப்போதுதான் காய் பிடித்திருக்கிறது; வெடிக்க நாளாகும்; அதற்காகக் காத்திருக்கும் பருந்துகள், எலிகள், மைனாக்கள்; கிழக்கே திரும்பினால் கீரைக் கன்றுகள் நூற்றுக்கு மேல் இருக்கும்.

இடையிடையே வளர்ந்திருக்கும் காட்டாமணக்குச் செடிகளில் காய் சஞ்சாரமாய்த் தொங்கியது; தடித்த வரப்பில் சின்ன வெங்காயம், கத்தரி, தக்காளி, சீனி அவரைக்காய் சிலிர்த் திருந்தது; வடக்கு வாசல் முழுவதும் மிளகாய் துளிர்விட்டுப் பச்சை பரப்பி வெயில் மிதந்து கொண்டிருக்கும்; அதன் பாத்தி எங்கிலும் பெரும் பூசணி, சுரைக்காய், பீர்க்கங்காய் போட்டிருப்பர்; பசளி, துவரை என்றும் துளிர்த்திருக்கும்; தான்தோன்றியாய்த் தும்பிகள் தாழப் பறந்து திரியும்.

மூச்சை இழுத்துவிட்டால் நெஞ்சுக் கூட்டுக்குள்ளிருந்து ஆவி பறப்பதை அந்த அதிகாலையில் நான் உணர்ந்திருக்கிறேன்; கை கால்கள் காய்ந்து உப்புப் பரிந்ததில் நசநசப்பு வேறு; பெனியன்கூடப் போடாத பருத்தித் துணியால் தலைப்பாகை மட்டும் அணிந்து நாலாப்புறமும் திரும்பித் திரும்பிப் பார்க்கும் மூத்தப்பா. ஒல்லியான தேகமென்றாலும் அவர்

தன் மாட்டு வண்டியைக் கிறுக்கிச் சவட்டி எடுக்கும் வடிவும் பூமியில் படியும் வண்டித் தட ஈரமும் ஒரு சித்திரம்தான்.

அம்பாறையின் மேற்கே எங்களுக்கு ஒரு வயல் இருந்தது; பளவெளிக் கண்டம் பிரதான வீதியிலிருந்து மல்வத்தைச் சந்தி வழியில் இறங்கிச் சற்றே நிமிரும் தறுவாயில் நேரே செல்லும் ஒற்றையடிப் பாதை; இறங்க ஒரு துரிசு தெரியும்; அதனோடொட்டிய சிற்றாறு; அது கழிய வரும் தூரத்தில் ஆல மரங்கள், அதில் தொங்கும் பொடி விழுதுகளை விலக்கித்தான் வயலுக்குப் போக வேண்டும்; மூத்தப்பாவின் மாட்டுவண்டியில் வால் மூட்டில் கைகளால் செருகுக் கம்பில் பிடித்தவாறு நானிருப்பேன்.

கிழக்குப்பக்கம் எட்டும்வரை கரும்பச்சை போர்த்திய வயல்வெளிகள் தோன்றும்; உளுந்துச் செடிகள் தவிர வேறு ரூபங்களில்லை; முன்னால் திரும்பிப் பார்த்தால் பால் வெயிலின் மயக்க ஒளியில் வீதி உருள்வதுபோல் அசையும்; புற மருங்கில் இபுறா கடையில் கிடக்கும் வாங்கில் காத்திருந்து சர்பத்தும் சவ்வு முட்டாசியும் தேங்காய் மஸ்கத்தும் வாங்கிக் கொடுத்து அழைத்துச் செல்வார்.

இந்தக் காட்டுக்கும் வயலுக்கும் லெக்குப் பிடிப்பதென்றால் மிகக் கஷ்டம்; இந்த வெளி வெறும் மேடு; போதாக்குறைக்குக் காட்டுக் கருவேலி படர்ந்து வளர்ந்து பூவலை மூடியிருந்தது; வண்டிலை விட்டும் இறங்கிய அவர் கொடிகளைப் பிடுங்கி எறிந்து பூவலில் நீரள்ளித் தந்தார்; நடுவயலில் ஒரு ஒத்தாப்பு, அங்கு என்னை அமர வைத்துவிட்டு, நீண்ட அரிவாளோடு காட்டைச் செருக்கும் உச்சி நேரம் மரத்தில் பதுங்கிய குக்குறுப் பச்சான் கத்தி மறையும்; பொங்கி அலையடித்தது வெயில்; நான் பச்சைக் கடலுக்குள் நிற்பதாகவே உணர்வேன்.

மூத்தப்பா மீண்டும் வண்டிலைக் கட்டி எடுக்க மசண்டையாகி விடும்; வரம்பில் ஒரு கண்ணோட்டுவார்; பெரிதாக எதுவும் தோன்றாது ஒன்றிரண்டு பூசணிக்காய்களைத் தவிர; மாட்டின் வாலை முறுக்கி "இக்யோ..." என்று பெரிய சத்தம் போடுவார்; வண்டில் வளத்தாப்பிட்டியில் போய் நிற்கும்.

நைனா காடு, மூத்தப்பாவின் காலை அமைந்த இடம்; எப்படியும் ஊரிலிருந்து பன்னிரண்டு மைல் தொலைவு இருக்கும்; மாதத்தில் ஒரு முறையாவது என்னையும் அங்கு அழைத்துப் போவார்கள்; மூத்தப்பா தனது திறந்த வண்டிலின் மேல் கிடுகினால் மேய்ந்த கூடாரமொன்றைக் கொழுவி விடுவார்; நாங்கள் குடும்பத்தோடு எங்கேயாவது பயணிப்பது அந்தக் கூட்டு வண்டிலில்தான்; உள்ளே பாய், தலையணை,

ஓலைப் பெட்டி, உமல் என்பன கட்டித் தொங்கும்; தளுக்குப் புளுக்கென்று காலையில் சென்றடைந்த எங்களுக்கு மூத்தப்பா மாட்டைப் பிரித்து வைக்கோல் தளவாயில் கட்டிவிட்டுச் சூரியகாந்தி வேணுமா, பச்சை இளநீர் செவலை, செவ்விளநீர் என்று கேட்டுக் கேட்டுப் பறித்துத் தருவார்.

பசுமையாய் ஊர்ந்து மண்ணை மூடிவிட்டிருக்கும் அறுகு, அடிபுல், மத்தங்காய், தேங்காய்ப்பூக் கீரை, குப்பைமேனி, மொடக்கொத்தான், தூதுவளை, பாலாட்டன் குலைகள், நெட்டியுடன் சுரைக்காயும் இலைகளுக்குள் ஒளிந்து தெரியும்; அதிலும் தந்திரம் நிறைந்த காய்தான் சுரைக்காய்; செடி மாதிரியே பதுங்கி ஏப்புக் காட்டும்; சில நேரங்களில் கண்ணுக்குத் தோத்தவே தோத்தாது.

ஒவ்வொரு நாளும் அவற்றை மேற்பார்வை செய்வது அங்கிருக்கும் ராசம்மா மச்சிதான்; லாம்பெண்ணைச் சீத்தையால் முக்காடு போட்டு, ஒரு கையில் சில சாக்குப் பைகள் வைத்திருப்பார்; சீய்த்துச் சீய்த்து ஆய்ந்து அந்தக் கோணிகளில் ஒவ்வொரு இலைக்கறியாய் தரம் பிரித்துப் போடுவார்; ராசம்மா எழுந்து நின்றால் அவர் உருவம் பந்தல் இழுத்த கொள்ளைக்குள் மறைந்துவிடும். லேசான கூன் விழுந்த முதுகு.

ராசம்மாவுக்கு வசவு ஒன்றும் புதிது இல்லை; பக்கத்துக் காலையில் வேலை வெட்டிக்குப் போகாமல் பச்சைத் தண்ணீர் பல்லில்கூடப் படாமல் அங்கேயே நின்று ராசம்மாவைத் தனகுவதற்கு ஒரு கூட்டம் இருக்கிறது; “அப்பச்சிர காலைக்க பேய்டோ...” என்றால் போதும், ராசம்மா இனிப் புட்டுப் புட்டு வைப்பா; அந்த வேளைகளில் கொடுங்கைக்குள் கை போட்டு மூத்த வாப்பா என்னை வேறு இடமொன்றுக்கு அழைத்துப் போய்விடுவார்.

முதல் முதலில் ஆத்து மீன் சாப்பிட்டது மூத்தப்பாவின் காலைக்குள்தான்; வாசல் சமையல்; மண் சட்டியில் நின்று பரவும் கொறட்டை மீன் சொதியின் வாசனை; சுரைக்காய்க் கடையல் காதுக்குள் சில்லூறு வீ... யென ஏறும்.

கோடை, பின்னிரவுக்கே உரிய உலை உறுத்தாத மென் குளிர் காற்றில் புதைந்து கிடந்தது; அந்த விடியற் கருக்கலின் இயல்பை மீறித் துடிப்போடிருந்தது பேச்சும் விவாதங்களும். எங்களூர் மந்திரி ஒருவர் பதவியும் கையுமாக ஊர் வருவதாகப் பேசிக்கொண்டார்கள்; வீட்டிலிருந்து கிழக்காய் மூத்தப்பாவின் மாட்டு வண்டில் நிறுத்தப்பட்டிருந்தது. மாடுகளின் கொம்புகளில் செம்பு மோதிரங்கள், கழுத்துகளில் பச்சை சிவப்பிலான கனக மணிக் கோர்வைகள், மாலைகள், இரண்டு சட்டகங்களிலும்

வர்ணநிறக் கோடுகள், வண்டில் சில்லுகள் எங்கிலும் பூக்குத்திச் சோடனைகளால் வழிந்தது.

மூத்தப்பா பட்டுச் சால்வையோடு நின்றிருந்தார்; ஹனீபாச் சாச்சா அவர் பக்கத்தில் நெருங்கி “மந்திரி உன் செலவுக்கு ஏதும் குடுப்பாரா, இல்ல வெறும் பால் டீக்கும் சோத்துக்கும்தான் இப்படி அலையுறியா.” என்று கேட்டுச் சென்றது இப்போதும் எனக்குள் நிழலுருவாகத் தெரிகிறது; எப்போதும் அரசியலில் மூத்தப்பா வெள்ளையென்றால் அவர் கறுப்புத்தான்.

அன்று பெருகிச் செழித்திருந்த புதரும் கொடிகளும் என மருங்குகள் அடர்ந்த வேங்கை மரத்தடியில் இரட்டைக் கொப்பில் வண்டில் நிறுத்தப்பட்டிருக்கும். அரைக்கண்ணில் நின்றும் படுத்தும் கொண்டிருந்த மாடுகளை ஆற்றுப் படுகைக்கு மூத்தப்பா கழுவச் சாய்த்துக்கொண்டு போகும் அரவம் கேட்டதும் நான் “கூ...” எனக் கத்த ஆரம்பிப்பேன். அது கேட்டு என்னோடு கூடித் திரியும் தோழர்கள் குதித்தோடி வருவார்கள். இனி வண்டில் மேல் தட்டில் ஒவ்வொருவராக ஏறி அமர்வோம். மொத்தம் நான்கு பேர்; அங்கே ஈ குந்தி எழுவது போலான “ஈ காசு” விளையாட்டு ஆரம்பிக்கும். ஒவ்வொருவரும் அவரவர் காசை வைக்க முதன்முதலில் யார் காசுமீது ஈ அமர்கிறதோ அவருக்கே அதிலுள்ள முழுப் பணமும்; நாணயத்தின் ஐந்து சதம் சதுர வடிவில் செம்பு உலோகத்தில் வந்த கடைசிக் காலகட்டம்.

இப்படி விளையாடிய ஒருநாளில் முட்டுக்கம்பு விலகி ‘மளார்’ என்ற சத்தத்துடன் வண்டில் கழுத்து முடிச்சு முட்டி, நிலம் அடிபட விழுந்திற்று. இனி எங்கள் வீட்டில் நான் இருந்த பாடுதான். விளையாடி வண்டிலைச் சரித்ததற்காக உப்புத் தடவிய பிரம்போடு ஊரில் பாதித்தூரத்துக்கு வாப்பா அடிக்கத் துரத்தியிருக்கிறார்; அடியும் போட்டார்.

“இண்டைக்கு எத்தனை உருப்படி போகுது மாமா?” ரசாக் காக்கா தேத்தண்ணிக் கிளாஸை ஏந்தியவாறு வருகிறார். இந்த முறை நல்ல பம்பல். பத்து மையறுச் சாக்குகள்; விடிவதற்குள் சந்தையில் காத்திருக்கும் வியாபாரிகளிடம் கொடுத்துவிட வேண்டும். அந்த நிலவு ஒளியில் நகரும் மூத்தப்பாவின் மாட்டு வண்டிலில் நானும் போகிறேன். அதன் கீழே தொங்கும் ஹரிக்கேன் விளக்கின் மஞ்சள் ஒளி கடைச்சுவரில் பட்டு அவர் அறிந்த முகங்களையும் தழுவிச்செல்கிறது.

2

கிணற்றுக் குளியல்

வயல்வெளிகள் சூழ நடுவே குளம். மழை சற்றுப் பலமாகத் தூறினாலே போதும் குளத்தோடு அண்டியிருந்த வயல் நிலங்கள் எல்லாம் நீர் தேங்கி நாசியை ஒருவிதக் கூழான் வாசம் துளைத்தெடுக்கும். தூக்கம் இல்லாமல் புரண்டு கிடக்கும் முதல்நாள் ஏதோ வயிற்றுப் பிரச்சினை என்று நினைப்பார்கள். ஒத்துக்கொள்ளாத எதையோ தின்றுவிட்டால் சில நாட்கள் உண்பதில், உறங்குவதில் கோளாறு காட்டி நிற்கும். அடுத்த நாள் படுக்கப்போகும் முன்னிரவில் சுடுதண்ணீர் பருகுவதும் அதனை மேலெங்கும் ஊற்றிக் கழுவிவிடுவதும் வழக்கமாகிவிடும்.

சுடுதண்ணீர் அந்நாளில் சகல வருத்தங்களுக்கும் மருந்தாகவே இருந்தது. ஒவ்வொரு வீட்டிலும் வாத்துவாளி என்கிற அகன்ற வாயுடைய நீர்ப்பாத்திரம் கொழுகித் தொங்கும். "வெந்து கிடக்கிற உடம்பில இந்த மனிசன் சுடுதண்ணி வாக்குது" மாமியின் நச்சரிப்புக்கு "எருமைக்குச் சேத்துத் தண்ணிதான் விருப்பம். இந்தச் சுகம் எங்க விளங்கப்போகுது." என்று மாமா சொல்லிச் சிரிப்பார்; ஓலைக்குடிலுக்குள் கயிற்றுக் கட்டிலைப் போட்டுப் படுப்பது அவர் வழக்கம். வெயில், மழை, காற்று எதுவென்றாலும் உசும்பாமல் தூங்குவார். இப்படித் தூக்கம் கொள்ள ஏதுவாக இருப்பதே இந்தச் சுடுதண்ணீர் குளியல்தான். தூக்கத்தை வரவழைக்கும் சக்தி குளியலுக்கு எப்போதும் உண்டு. உடம்பைத் துவட்டியதும் ஒரு தூக்கச் சடைவு தோன்றும். என்ன செய்கிறோம்

என்பதுகூட நினைவிருக்காது.'உடலைப் பாயில் நீட்டி விடலாம்' என்றே தோன்றும்.

காலையில் கண்கள் கோவைப் பழமாகிப் பிதுங்கித் தெரிந்தால், எல்லோரும் விசாரிப்பார்கள். தண்ணீர் சரியாகத் தலையில் படாத கோலம் இதுவென்று பேசுவார்கள். பெரும்பாலும் இந்த நிலைமை சரிவரச் சுடுதண்ணீரைத் தவிர்த்துப் பச்சைத் தண்ணீரையே ஊற்றச் சொல்வார்கள். வாப்பாவின் கீழ் நின்று குளிப்பதில் கிடைக்கும் பெருமிதம் சொல்லில் அடங்காது. அவர் ஒவ்வொரு பட்டையாக நீரள்ளி வார்க்கும்போது, அக்குள் குத்துவதுபோல் நெளிவேன்; சிறு பிராயத்தில் உம்மா இரு கால்களுக்கிடையேயும் என்னை இடுக்கி வைத்துக்கொண்டு நீரள்ளிக் குளித்துவிடுவார்; சில நேரங்களில் நெல்லுப் பானையில் நீர் நிரப்பி, உள்ளே என்னை இருத்திக் குளிப்பாட்டும்போது நாசிக்கு நீர் நேரே சென்றுவிடக் கூடாது என்ற அக்கறையில் நெற்றியோடு சேர்த்து வாழையிலை மடல் பிடிப்பார். அந்நேரம் வழிகின்ற நீரை நாக்கில் வாங்கித் தும்பி விட்டு* மகிழ்வேன்.

வெயில் எரிக்கும் மொட்டை மத்தியானத்தில் குளிப்பது கூடாது என்று சொல்வார்கள். "மாட்டுக் கட்டுத்தரைச் சாணமும் அடுப்புப் புகையும் தவிர அவளுக்கு வேறென்ன தெரியு"மென்று பொன்னப்பா திட்டுவது கேட்கும். அந்த நேரத்தில் தண்ணீர் வார்க்கும் பொன்னும்மாவுக்குத்தான் என்று யூகித்துக்கொள்வோம். முன்பு ஒருபோதும் வெளியூருக்குப் போய்த் இவர்கள் தங்கியதில்லை. அப்படிக் கட்டாயமாய்த் தங்க நேர்ந்த ஓரிரு சந்தர்ப்பங்களில் என்னையும் அழைத்துக் கொண்டு சென்றிருக்கிறார்கள். ஏறாவூரில் இருக்கும் சொந்த உறவுகளின் வீட்டுக்குத்தான் போயிருந்தோம். பொன்னும்மா அன்று தூங்கவே இல்லை. பிசாசு குடிவந்து படுத்த இடத்தில் அயர்ந்தால் தூக்கம் வராது. இதற்குப் பிராயச்சித்தமாக ஏழு கிணற்றில், மூன்று மூன்று வாளிகள் குளிக்க வேண்டுமென்று விடிந்தும் விடியாத பொழுதில் எழுந்திருந்து புலம்பிக்கொண்டு ஆயத்தமானார். அப்போதே பொன்னப்பாவுக்கும் இவருக்குமிடையே தோன்றிய முறுகல் நிலை, வீடு போய்ச் சேர்ந்த பிறகும் நீடித்தது.

துலாந்து** போடும் அசைவு யாரோ ஒரு பெண் கொட்டாவி விடுவதுபோல் இரண்டு மடிப்பாக மடிந்து ஓசையாக வெளிவரும்; "அன்னா ராபியா ராத்தா குளிக்கிறா"

---

* காற்றை வெளிவிட்டு உதடுகளை அசைத்தல்.

** கிணற்றிலிருந்து நீரள்ளப் பயன்படும் பொறி.

என்பார்கள். அவர் குளிக்கின்ற கிணறு வெட்டிய நாள் இப்பொழுதும் ஞாபகத்தில் வருகிறது. இரவு ஒன்பது மணியளவில் ராபியா ராத்தா தந்த வெற்றிலைத் தட்டங்களை வீடு வீடாகப் பகிர்ந்து சென்றவன் நான். அதில் வெற்றிலை, பாக்கு அடங்கலாகக் கொழுக்கட்டை ஒன்றும் இருந்தது. மருதோன்றித் துளிரும் பூவும் ஓரத்தில் மணத்தோடு வைத்திருந்தார். தட்டத்தின் மேல்பகுதியை ஒரு வெள்ளைத் துணியால் மூடி, ஒவ்வொன்றாய் அடுக்கிச் சரியாதபடி தருவார். "திரவு வெட்டுதல்" என்றாலே பெண்களும் ஆண்களும் குழுமி விடுவார்கள்.

வீட்டின் முன்றலில் பாய்களைப் பரத்தி அமர்ந்து, குடும்பம் குடும்பமாய்ப் பலகாரம் உண்பார்கள். சிறுவர்கள் துள்ளி ஓடுவர். பெண்கள் வெற்றிலைச் சிவப்பு வாயால் குரவை இடுவார்கள். நெடுகிலும் நெருக்கமாய் அகல் விளக்குகள் கம்பங்களில் கட்டப்பட்டுத் திரவின் வாய் ஓரங்களில் ஒளிரும். நிலவு தென்னை மரக் கொண்டைகளுக்கு மேலேறி வரும்போது, குழி ஆழத்தை அடைந்துவிடும். மொத்து மொத்தென்று, வித்தை இடிவதும் மீண்டும் மண்ணை அள்ளி அணைப்பதும் வயதில் முதியவர்கள் சிலர் முக்கி, முனகிக் குனிந்து மண்வெட்டியால் சிராய்ந்து அள்ளுவதும் கிணறு தோண்டுபவர்கள் படுகின்ற பாடு, பெரும் உழைப்பாக வெளிப்படும். ஆனாலும் ஒரே பாட்டும் கவியும் தளர்வை அகற்றித் தெம்பை ஊட்டி நிற்கும். படி வெட்டி அதன் வழியாகவே ஏறி இறங்குவர்.

இதற்கிடையில் தேநீர், சாப்பாடு என்று ஆரவாரமாகக் கொடுப்பார்கள். 'பொழு பொழு'வென்று விடியும்நேரம்தான் ஒரு கைப்பிடி ஈரமண்ணை அள்ளி மேலே எறிவார்கள். நின்றிருந்தவர்கள் தண்ணீர் கண்டுவிட்ட ஆனந்தத்தில் ஒருவர் முகத்தை ஒருவர் பார்த்தவாறு சத்தம் போடுவார்கள்; "ஏர்றத்துக்கு முன்னாலேயே இந்த வளையத்தை வைச்சிரணுமப்பா..." என்பார்கள். கொட்டுக் கட்டுவதற்கு முன்னாடி காட்டிலிருந்து தறித்துக் கொண்டுவந்து கிணற்றின் வடிவில் செய்யப்பட்ட மரவுரி வளையம் நீருக்கடியில் பதிக்கப்படும். அந்தக் கிணற்றிலிருந்து கிடைக்கும் நீர் எப்போதும் குளிர்ச்சியாக இருக்கவே அவ்வாறு செய்வார்கள். அந்த வளையம் ஒருபோதும் இற்றுப் போனதாக யாருமே சொன்னதில்லை.

கால் விரல்கள் வெளியில் தள்ளும் பீத்தச் செருப்புகள்தான் கிணறடிச் செருப்புகளாகப் பயன்பட்டன. அதனைத் தரையில் இழுத்துத் தேய்த்துக்கொண்டே லெக்கப்பா பயிர்களுக்கு நீர் இறைப்பார்; மின்னிய கண்களும் வாய்வெட்டும் அவர்

நகைச்சுவைப் பான்மையை அறிவித்தன. அன்னாசி, பப்பாளி என்பன பயிரிட்டிருந்தார். அவர் கூட்டாளிமார் பெயர்களுக்குப் பதிலாக நாவன்னா பாவன்னா, காவன்னா கூனா, சாவன்னா என்று தமிழில் இரண்டிரண்டு எழுத்துகளைக் கூட்டிச் சுருக்கமாகப் பெயர் வைத்திருந்தார். சவ்வன்னா மருவி ஒருவருக்குச் சொக்கேனாப் போடி என்றும் பெயரானது. "நாவன்னாதானே, இப்போதான் போறார்." என்பார். "மண்ணுயிர்க்கெலாம் புத்துயிர் ஊட்டவே நீர் வார்க்கிறேன்." என்று வாளிக் கணக்கில் நிலமெல்லாம் நீர் தெளிப்பார். தேய்ந்து மினுங்கும் இரு வவ்வி*களுக்கிடையே அங்கும் இங்குமாய் அசையும் கிடைப்பொல்**லில் கப்பியை முடிந்திருப்பார். நீரள்ளும்போது, கீச்சுப் பூச்சுச் சத்தம் கேட்டவண்ணமிருக்கும்.

---

* 'V' வடிவில் இருக்கும் மரக் கொப்பு.

** குறுக்காகப் போடப்பட்ட கம்பு.

3

அத்தர்

சல்லி ஓடுகள் வேயப்பட்ட எங்கள் வீட்டின் கூரைகளின்மேல் அணில் கீச்கீச்சென்று ஓடிக்கொண்டிருந்தது. பழுத்த காய்ந்த வேப்பம் கொட்டைகளைத் தின்று ஓடும் அணிலைப் பார்த்தவண்ணம் உள்ளே நுழைந்தேன். உம்மா ஒரு செம்புக் குடத்தைக் குப்புறக் கவிழ்த்து அதன் மேல் சுறுமாக் கல்லை அரைத்து அதிலிருந்தே நீர் வெற்றிலையின் அடிப்பாகமான குழந்தண்டால் ஒற்றிக் கண்ணின் இமை ஓரங்களில் பூசிவிடுவார். சுறுமா விழிகளை எந்நேரமும் குளிர்ச்சியாக வைத்திருக்கும். அப்போது கண்களுக்கு மென்மையான சமநிலை கிடைத்தாற்போல் உணர்வேன்.

புகையின் கிளர்ச்சிமிகு வாசம் இளகிப் பரவி, எங்கள் வீட்டை உயிர்ப்பாக்கி உணரச் செய்தது. புல் கே ராணி சந்தன ஊதுபத்திகளின் ரம்மியம் அது. புகை மேலாகிக் கிளைகளாகி விரிந்து படர்ந்து பார்ப்பதற்கு வலிமையற்ற கால்களுடன் வீடெங்கும் சுற்றித் திரிந்தது. மிக எளிதில் உடைபடும் ஒரு தாவரத்தைப்போல உம்மா மண் அடைந்த பேணியொன்றில் பத்திக் கற்றைகளை நட்டு வைத்திருப்பார். யானை மார்க் பத்திகளுடன் ஊதா, மரகதம், அண்ணா, விஜயா, பொபி, மதன், கஸ்தூரி என்ற பெயர்களில் கிடைத்தாலும் இங்கு செந்தாமரை ஊதுபத்திகள் நல்ல அறிமுகம். இதனைப் பட்டுவாடா செய்த ஒரு கறுத்த மனிதர் இப்போதும் ‘செந்தாமரை’ என்றே அழைக்கப் படுகின்றார்.

அடுத்தடுத்த வீடுகளில் வசிப்பவர்கள் "உங்கள் வீட்டுப் பக்கமிருந்து ஒருவித சுகந்தம் வருகிறதேன்?" என்பார்கள்; இதில் ஒன்றும் அதிசயமில்லை. என் அருமைத் தந்தையின் தொழில்தான் அது. அத்தர் வியாபாரம். வகை வகையான அத்தர்கள் அவரிடமிருந்தன. மஜ்மா யாருக்குத்தான் பிடிக்காது? ஒருவருக்கொருவர் 'ஸலாம்' கூறிப் பிரியும்போது கமகமக்கும் வாசத்தை என்னவென்று கேட்காமல் நகர மாட்டார்கள். ஊரில் யாராவது மரணித்துப் போனால் விடிகாலைப் பொழுதில் கதவைத் தட்டிக்கொண்டு நிற்பார்கள். அத்தர், சுறுமா, பன்னீர், ஊதுபத்தி என்று வாங்கிச் செல்வார்கள். இன்று யார் மரணித்திருக்கிறார் என்பதை இதனை வைத்தே அறிந்துவிடலாம்.

வாப்பாவுக்குக் கொழும்பு அத்தர் மஹாலிலிருந்து வி.பி.பி. ஓடர் மூலம் பார்சல் வருவதுண்டு. அது தவிரவும் இந்தியத் தபால்தலைகள் ஒட்டித் தஞ்சை அப்துல் றஹீம் அத்தர் கடையிலிருந்தும் பொதிகள் அனுப்புவார்கள். அதன் மேலுறையில் நான்கு பக்கங்களிலும் இறுக்கிக் கட்டியிருக்கும் நூலை உறை மெழுகால் வார்த்திருப்பார்கள். அது கன்னங்கரேலென இருக்கும். மரவேலைத் தச்சர் பள்ளங்களை ஓட்டைகளை அடைக்கவும் இம்மெழுகைத்தான் பயன்படுத்துவர்.

அத்தர் போத்தல்கள் ஒன்றோடொண்டு உரசி உடையா திருக்க மஞ்சள் மெழுகால் காப்பீடு செய்திருப்பர்; முழு உளுந்தில் எண்ணெய் தடவியதுபோல் மேனி நிறமுடைய ஆடவரைக் குறிக்க "நல்ல கருமெழுகுபோல இருக்கான்..." என்றொரு பதப்பிரயோகம் உண்டு..

ஆற்றோரங்களில் தாழ் நிலப் பகுதிகளில் கூனிப் பெத்தா போல் நின்றிருக்கும் இளம்பச்சை நிறத்திலான கிண்ணம் மரத்தின் வேர்தான் கிண்ணஞ்சிட்டு; மரம் கண்ணுக்கெட்டிய தூரத்தில் நிற்கும்; வேர் நூறுஅடிகளுக்கும் அப்பால் படர்ந்து ஆற்றுப் படுக்கையின் ஓரத்தில் கொத்துக் கொத்தாகச் சிலிர்த்திருக்கும்; இதன் வேர்களை வெட்டி எடுத்துச் சீவித் தோல்நீக்கி அளவுக்குத் தறித்துக் காயவைத்துப் பெரிய பெரிய போத்தல்களின் வாய்களுக்குக் குடுதி போடுவார்கள்; குறைந்த பாரமுடையதால் சின்னச் சின்ன அத்தர் குப்பிகளுக்கும் தக்கை அவைகள்தான்...

அத்தர் கீசா போத்தல்களின் வடிவங்களும் வேறுபாடானவை. உருண்டை, சதுரம், சப்பட்டை, குள்ளம், உயரமென்று அதன் தலையிலும் அடிப்பாகங்களிலும் சுருண்டும் நெளிந்துமிருக்கும். சில போத்தல்கள் பெண்களின்

இடைக்கு ஒப்பீடாகச் சிறுத்திருக்கும். பெரும்பாலான அத்தர் நாகப்படம் அடையாளமிட்டு 'கோப்ரா' பிராண்டாகவே வருவன. சிலவற்றின் லேபல்களில் ஒரு பெரும் வெளியில் சட்டம் செய்யப்பட்ட ஓவியம் அல்லது புகைப்படம் பொறிக்கப் பட்டிருக்கும். தோலா, அவுன்ஸ் என்ற அளவுகளில் நிறுத்துத்தான் தருவார்கள். பல ஆண்டுகள் கடந்தும் அத்தர் தீர்ந்த வெற்றுப் போத்தல்களில் வாசம் அப்பிக்கொண்டு மணக்கும். இதில் சந்தன அத்தர் விலையில் கூடியது. புற்களில் படிந்திருக்கும் பனித்துளி போல் வெளீரென்று மின்னும். கொஞ்சம் பசைப்பிடிப்பானது. சில நெய்போலும் பிசுபிசுக்கும். உடல் சூட்டைத் தணிக்க வல்லது. ஒரு பெரிய தண்ணீர் தம்ளரில் சிறு துளியை விட்டுக் கலக்கிக் குடித்தால்போதும், வயிறு குளிர்ந்து அதன் மெல்லிய வாசம் பறிகின்ற ஒவ்வொரு ஏவரையிலும் மேவி வெளிவரும். காற்று போனால்கூட மணம் கலந்திருக்கும்.

"காட்டு மரங்களில் இருந்து உதிராத பூக்களைப் பறித்து அதன் இயற்கைத் தன்மையில் ஒரு சிறு மாற்றங்கூட நிகழாது அப்படியே வார்த்தெடுப்பதுதான் அத்தர்." என்று வாப்பா அதற்கு வியாக்கியானம் சொல்லுவார். ஐம்பது கிராம் அத்தர் எடுக்க ஐம்பது கிலோ ரோஜா மலர்களைப் பிழிய வேண்டும் என்பார்; அது முற்றிலும் உண்மையான கதைதான். வாப்பாவின் அத்தர் பெட்டிக்குள் சிறு மலைக்குன்று போலிருக்கும் மரிக்கொழுந்துப் போத்தல் இதற்கு நல்லதொரு சான்றாகும். வெப்பம் அதிகரிக்க அதிகரிக்கத்தான் அதன் மணம் பரவ ஆரம்பிக்கும். "மரிக்கொழுந்து காயக் காயத்தான் மணக்கு"மென்று கூறுவார். இன்னுமொன்று இலாமிச்சை அத்தர். இது சுத்த இலாமிச்சைப் பற்றையின் வேர்போல் மணக்கும். வெள்ளை ஆடைகளில் பூசினால் கசறு படியும்.

அன்று அதிகாலையிலேயே பெரியப்பா பக்கத்து வளவிலிருந்து வெட்டிவேர் பிடுங்கிவந்து கந்தல்பார்த்து ஓர் அவியல் போடுவார். அதனைக் குளிக்கின்றபோது இறுதிப் பட்டையாக நீரில் கலந்து மேனியில் ஊற்றிக்கொண்டு இளம்வெயிலில் நின்றிருப்பார்; உடலுக்கும் மனதுக்கும் ஆரோக்கியம் தருவதாகப் பிரசங்கமே நிகழ்த்துவார். அந்த இடைவெளியில் வாப்பா வெட்டிவேர் அத்தரைக் கொணர்ந்து "இனி இதனைப் பாவியுங்கள்." என்று நீட்டிவிட்டுப் போவார்.

திமிங்கிலம் எனும் மீனில் சுரக்கும் ஒரு வகையான திரவம்; அது ஜெல் உருவில் துப்பும் வாசனைதான் அம்பர் அத்தர்; திருக்கை, சுறா போன்ற பெரு மீனினத்தின் எண்ணெயிலிருந்தும் வாசனைத் திரவியங்கள் வடித்தெடுக்கிறார்கள்; புல்லெண்ணெய்

அத்தர் வகை. நுளம்பு, கொசு இவற்றின் தொல்லைகளிலிருந்து நம்மைப் பாதுகாப்பன. அவை நோய்களை நீக்கி முயல் குட்டியின் மென் தோலைப்போல் நம் உடலை மிருதுவாக்கும் வல்லமை பெற்றவை.

மரங்களை விலக்கிச் சூரியன் மெல்ல இறங்கி வாப்பாவின் செம்பினால் ஆன அத்தர் பெட்டியை மேலும் பொன்னிறமாக்கியது. எப்போதும் பெட்டிக்குள் ஒரு சைக்கிள் கம்பி வைத்திருப்பார். அதன் ஒரு முனையில் பஞ்சைச் சுற்றி அத்தரில் தாட்டு எடுத்து மேலுமொரு பஞ்சுத் தினுசை அதன்மேல் உருட்டிக் காதின் உள் மடலில் சொருகிவிடுவார்; ஒரு அத்தர் பஞ்சின் விலை ஒரு ரூபாய்தான்; பிடித்தமான வாசனையைக் கண்டறிய அத்தரைப் புறங்கையில் பூசி மறுகையால் கசக்கி முகர்ந்து அறிவார்கள்.

மழை, வெயில், பனி, பூக்கள் மலரும் காலம், இலை உதிரும் காலம் என எல்லாக் காலநிலையிலும் நுகரும் புதுப் புது வாசத்தை நம் நாசிக்குள் கொண்டுநிறுத்தும் வகை வகையான அத்தர்கள் அங்கே நிரம்பியிருந்தன. நைட் குயீன் அத்தர் மெல்லிய வாடை; இதை அநேகம் பேர் விரும்பிப் பூசுவர். குட்டிக்குரோ கம்மென்ற சுகந்தம். அன்பும் மேன்மையும் கலந்த உறவை மல்லிகை *(Jesmin 74)* அத்தர் சாட்சி சொல்லும்; நூறாயிரம் பூக்களைக் கோர்த்து வெள்ளைநிற அங்கியில் அணிந்து வருவதுபோல் இனம் புரியாத வண்ண மணமாய் கிளியோபெற்றா கூர்மையான வாசம் நல்கும்.

பெறுமதி கூடிய ஸ்வாஹ் என்னும் அத்தரைப் பிரபல வீணை மேதை தனம்மாள் என்பவர் வீணையின் நரம்புகளில் தடவி மீட்டுவாராம். தாழம்பூ அத்தர், காட்டின் ரகசியங்களை மூக்கின் ஆழம்வரை இழுத்துவரும். ஹீனா நட்பின் அளவற்ற மென்மையில் கரையும் வாசம் கொண்டது. மும்தாஜ் பூசியவர்களுடன் கதைத்துப் பிரிகின்ற பொழுதில் துயரம், அடர்ந்த பனிபோல் மூடிக்கொள்ளும்; யாரும் அறியாத காதலைப் பிர்தவ்ஸ் அத்தர் போட்டாலே புரிந்துகொள்ளலாம்; ஷராரத் *(6686)* காற்றின் தூதன்; ரோஸ் அடுத்தவரை நிலைகுலைய வைக்கும்; பெண்டெஷியா விட்டுப் போனவரை இழுத்துவரும் மணம்; புரூட் ஆறு பழங்களின் வாசம் ஒரே நொடியில் பரவும்; மாஸ்க் *(6563)* உச்சபட்சத் தனிமையின் துணைபோல் அணைக்கும்; மஸ்கட் வாசம் வெளிக்காட்டிக்கொள்ளாமல் நம் மேனிக்குள் மட்டுமே வீசும்; டூம், ஷா எப்போதும் அதிரடிகள்தான்; மிட்நைட் வற்புறுத்தி அழைக்கும்.

மலை உச்சியில் தூரமாக மேயும் மாடுகளைக் கூடச் சில அத்தர்கள் வசீகரித்துக் கீழே இறக்கிவிடுமாம்; நீண்டநேரம் நிற்கும் உச்ச வாசம் கொண்டவை.

ஆன்மாக்களின் பரந்த வெளியெங்கும் சுற்றித் திரிந்த வாப்பாவின் அத்தர் பெட்டிகள் இப்போது எங்கள் வீட்டின் ஒரு மூலையில் அடங்கிக் கிடக்கின்றன. பூமியில் எனக்காக உருவாக்கப்பட்ட அன்பின் நீண்ட வெளியாக இருந்தவர். ஒளி படிந்த அத்தர் நீரோடையில் காட்டுப் பூக்களின் வாசங்கள் எழும்போதெல்லாம் மனம் அவர் உருவை என்றும் நிலை நிறுத்திக் கொண்டிருக்கும்.

4

பள்ளிக்கூடம்

எட்டு மணிக்கு 'டொணங்'கென்று மணி அடிக்கிறது. நான் முதலாம் வருடம் பள்ளிக்கூடம் போன காலத்திலிருந்தே அந்தக் கைமணி அதிபரின் மேசையின் ஓர் ஓரத்தில் ஒட்டிவைத்தது போல் இருக்கிறது. வடக்கு முகமான சுவரில் மரத்திலான நீண்டதொரு மணிக்கூடு; அதன்கீழ் ரோசாப் படம் போட்ட தேதிக் கூட்டுக் கலண்டர் 1973 ஆவணி மாதம் புதன்கிழமையென்று காட்டுகிறது. அதிபர் வருவதற்கு முதல் குப்பையைப் பெருக்கி அள்ளி, மண்பானையில் தண்ணீர் வைத்து நாற்காலியில் ஏறிக் கடிகாரத்துக்குச் சாவி கொடுத்து இடாப்பை வகுப்பறைக்குள் கொண்டுசேர்க்க வேண்டும்.

எங்கள் பாடசாலை எப்போதும் காவி நிறமாகவே இருக்கும்; சல்லி ஓடுகள் போட்ட கூரைகளைத் தாங்கிய பெரும் சதுரத் தூண்கள்; புள்ளடி போட்டதுபோல் கிடையாக விட்டத்தில் கைமரங்கள். இடையில் காகங்கள் நின்று எச்சமிட்டிருந்தன. பாடசாலைத் தோட்டத்தில் சித்திரைக் காலத்தில் மரவள்ளித் தடி நட்டு அதன் பாத்தியில் கடலை விதைத்திருந்தோம். மறையாமல் தெரியும் கடலைப் பருப்பிற்காகக் காக்கைகள் பீலிக் கம்பியில் உட்கார்ந்திருந்தன.

கருங்குருவி கூடுகட்டி முட்டை வைத்து அடைப்படுக்கும் மோட்டுவளையில் வைக்கோல் இழுத்து நீண்டிருக்கும். சிலேட்டும் அதன் கருநிறப் பென்சிலும் என் மடியில்

அமருகின்றபோதெல்லாம் இன்னுமொரு தோழன் என்னோடு ஒட்டிக்கொள்வான். அவனுக்கு என் சிலேட்டின்மீதுதான் கண். உடைத்துவிடுவானோ என்ற பயத்தில் ஏதாவது காரணம் சொல்லி அவனை அங்கிருந்து நகர்த்திவிடுவேன். என்னை எப்போதும் காரணம் ஏதுமின்றிப் பயமுறுத்தும் ஆசிரியரின் முகத்தை அதில் வரைந்து கவிழ்த்து வைத்திருப்பேன்.

கரும்பலகையில் ஆனா ஆவன்னா எழுதிக் கிடக்குது. யாருமே கொஞ்ச நேரம் பேசவில்லை. அப்படியுமில்லை சற்று அதிக நேரம்தான்; துளைபோடுகின்ற மாதிரியான அந்த மௌனம் வகுப்பறையை என்னவோ செய்தது. சக மாணவனின் தகப்பனார் திருதிருவென்று முழித்துக்கிட்டு நின்றார். "ஏப்பா கூடமாட ஒத்தாசையா தூக்கிற சாத்திற வேலைக்கு இவன வைச்சுக்காம எதுக்குப் படிப்புக்கிடிப்புன்னு இங்க கொண்டாந்து சேக்கிற?" சுரக்கா வாத்தியின் உபதேசம் இப்போதும் ஒலிக்கிறது; அந்தச் சிறிய வயதில் அப்படியென்ன பெரிய குற்றம் செய்தான்? இன்றுவரை அது எனக்குப் புரியாத கேள்விதான்...

விபரீதம் புரிந்து போச்சு. அந்தநேரம் பார்த்து ஒரு பெருக்கல் கூட ஞாபகத்துக்கு வராது கணிதப் பாடம், வாய்ப்பாடு பாடமில்லாதவர்கள் முட்டுக்காலில் நிறுத்தப் படுவார்கள். வலது கையைத் தலைக்கு மேலே வைத்து இடது காதைத் தொடச் சொல்லுவார். சிரமப்பட்டுக் காதைத் தொடுவோம். அப்படியே நூறு தடவைகள் தோப்புக் கரணம்; அடிவிழும் என்ற பயத்தில் குந்தி எழுவோம். சட்டைக் கொலரில் ஊத்தை ஒட்டாமல் கைலேஞ்சை மடித்து வைத்துக் கொண்டு சாவகாசமாக அமருவார் ஐப்பார் வாத்தி. அவருதான் அங்கு எல்லாமே. "இன்றைக்கு ஆர்ர முறை..." என்பார். பின்வரிசையில் இருக்கும் மூன்று தடிப்பயல்கள் ஆளையாள் முந்திக்கொண்டு கை உயர்த்துவார்கள்.

வாரத்துக்கு இரண்டு நாட்கள் விறகு பொறுக்க வேண்டும். ஸ்கூலுக்குக் கிழக்கே அது வெறும் கிறவல் பாதை. மணல், செங்கல் வண்டிகள் போய் நடுவில் பள்ளம் வேறு. அதில் கால் வைக்கும்போது புழுதி மெத்தென்றிருக்கும்; அந்த வழியின் தொங்கலில்தான் அவரின் வீடு இருக்கிறது. வாசலில் கட்டியிருந்த ஒற்றைக் கொம்பு வெள்ளாடு இரட்டைக் குட்டி போட்ட அழுக்கு அப்படியே தெரிந்தது. இரண்டு குட்டிகளும் குடித்தது போக பின்னேரத் தேநீருக்கு ஒரு கிளாஸ் பால் கறக்கலாமா என்று அவர் மனையாள் மடியைத் தடவித் தடவிப் பார்த்தபடி குந்தியிருப்பது தெரிந்தது, அங்குதான் நாங்கள் சுமக்கின்ற விறகுகளை இறக்க வேண்டும்.

ஆசிரியர் இல்லாத நேரத்தில் கதைக்கிறவங்க பெயர் எழுதி வைப்பது என் வகுப்புச் சட்டாம்பியின் உத்தியோகமாய் இருந்தது. ஆசிரியரைக் கண்டதும் விரலை உயர்த்திக் காண்பித்து விட்டு ஒன்டுக்குப் போவோம். அங்கே உடைந்த நிலையில் கூரையில்லாத மலசல கூடங்கள் மூக்கைப் பீறுவதாக நெடி பரப்பிக்கொண்டிருக்கும். சில இடங்களில் பித்தளைத் தூக்குவாளியும் சுரைப்பேணியும் தொங்கவிட்டிருப்பார்கள்.

மத்தியானம் மணி அடிப்பதற்குள் விஸ்கற் பாடம்; அமெரிக்க அரசு இலவசமாக இலங்கை மாணவர்களுக்கு வழங்கிய கெயர் பிஸ்கற்றுகள், தலைக்கு ஆறு அல்லது ஏழு வீதம் கிடைக்கும். அதனை வைத்து ஒருவருக்கு ஒருவர் சீட்டுப் பிடிப்போம். நேரத்துக்குக் காகங்கள் குழுமிவிடும். அதன் வருகைதான் பிஸ்கற் பகிரும் நேரமென்று அறிவோம். திடுமலையான மாணவர்கள் அதற்குத் தேர்ந்தெடுக்கப் படுவார்கள். அதில் தெரிந்தவர்கள் இருந்தால் பத்துக்கும்மேல் பிஸ்கற்றுகள் விழும். சிறு சிறு துண்டுகளாக உடைத்து உள்ளே பிளேட் தகடுகளைச் சொருகிக் காகங்களுக்கு வீசுவதும்தான். அவை கொறளிபோலப் பாய்ந்து தகடுகளைக் கொத்தி நீக்கி, விஸ்கற்றை மட்டும் விழுங்கிவிட்டு லாவகமாகக் கைவிரித்துப் பறக்கும்.

வெயில் பூச்சிகள் எங்கள் ஸ்கூல் கேற்றுக்கு வெளியே சுற்றிக்கொண்டிருந்தன. நண்டும்மா வறுத்த பயறு, கொண்டைக் கடலை, கச்சான் என்று வியாபாரத்தில் திளைத்திருப்பார். கச்சான் கொட்டைகளை ஒரு டின்னின்மேல் குவித்திருப்பார். ஐந்து சதத்துக்கு ஒரு சோடா மூடியால் பயறு தருவார். பத்துச் சதத்துக்கு கொஞ்சம் பெரிய மூடி; இருபத்தைந்து சதத்துக்கு எவரடி டோச்லைட் பின்மூடி இப்படி அளவுகள் அவர் கைவசம் வைத்திருப்பார். பக்கத்தில் ஒரு கறுப்புப் பூனை இவரையே பார்த்துக்கொண்டிருக்கும்.

தண்ணீர் குடிப்பதென்றால் வெள்ளம்மா லாத்தாவின் கிணற்றடிக்குப் போவோம். ஒரு சிறிய குடிசை பாதியில் ஒரு சுவர்; அதனோரம் வாழை மரங்கள், முட்டை வடிவிலான கிணறு, தரையில் வல்லாரைக் கன்றுகள் கால்களில் மிதிபடும். பத்திக்கையை ஒருவர் பிடித்திருக்க இன்னுமொருவர் வாளியில் வாய்வைத்துக் குடிக்கின்றபோது நீர் பன்னீர்மாதிரி இறங்கும்.

ஆறாவது பெல் அடித்து ஓயும் மைதானத்துப் புளிய மரத்தடியில் விளையாடுவோம்; முன்னே நிற்பவர் கண்டபடியெல்லாம் கேள்விகள் தொடுப்பார்; வாயைத் திறக்காமல் தலையை மட்டும் ஆட்டிக்கிட்டே பதில் சொல்ல

வேண்டும். அப்போது கொடுப்புக்குள்ள அடைந்திருந்த சிரிப்பு வெளியாகிவிட்டால் அந்த விளையாட்டிலிருந்து விலக்கிவிடுவார்கள். இதற்குள் லாலாமி நிசார் அவன் போட்ட தூஷண வார்த்தை கேட்டுத் தலைமை சேர் பிரம்புடன் வெளியில் வருவார்.

பூனைக்கொசுக்கள் ரீங்காரமிட்டபடி கண்களைச் சுற்றி மொய்த்தன. வகுப்பறையிலிருந்து எட்டிப் பார்த்தால் அப்துல் டீ ரூம் தெரியும். இளையம்பி மாஸ்டர் அந்தக் கடையில்தான் டீயும் வடையும் சாப்பிடுவார். எங்கள் வகுப்பாசிரியரும் அவர்தான். எல்லாம் கடன்தான். கடைக்காரர் அப்துல் வேலிக்குமேல் தலையைப் போட்டு ஓர் அரட்டு அரட்டுவார்; அப்போது எங்களுக்கு இவர் ஒரு பாட்டுச் சொல்லுவார்:

ஆரப்பா இடையில
அப்துல் புள்ளட கடையில
போடப்பா தேயிலை
பூப்போட்ட கிளாசில...

இதனை நாங்கள் எல்லோரும் ஒருமித்துப் பாடுவோம். இந்த விளம்பர உத்தியால் கொடுத்த கடனைக் கேட்டுக்கொண்டிருந்த அப்துல் மெல்லத் தலையைப் பணித்துக்கொள்வார்...

இவருக்குத்தான் இன்னுமொரு கதையும் இருக்கிறது; ஒருமுறை பாடம் நடத்தும்போது ரவுசரின் பின்பக்கம் கிழிந்து விட்டிருப்பதைக் கண்ட பக்கத்து வகுப்பு ஆசிரியை மெதுவாகச் சென்று “உங்க ரவுசர் பிஞ்சிருக்கு சேர்.” என்றார்; “ஓஹ்! உங்கட புடவையில பூவிருக்கு, பிஞ்சிருக்கு, காயிருக்கு நாங்க சொல்றோமா? எங்கட ரவுசர்ல பிஞ்சிருந்தா மட்டும் நீங்க பெரிசாத் தூக்கிட்டு வாரிங்க.” இப்படி மோதிக்கொண்டாலும் டீ குடிப்பதென்றால் பின்னர் உருவான எங்கள் கெண்டினுக்கு இருவரும் ஒன்றாகத்தான் போவார்கள்.

நல்ல படம் வந்தால் அந்த வகுப்போடு கூட்டிப்போய்க் காட்டுவார்கள். எனக்கு அவ்வாறே ‘அன்னை வேளாங்கண்ணி’ படம் பார்க்க ஹரிசன் தியேட்டருக்கு அழைத்துப்போன ஞாபகம். அந்தப் பட மாளிகையின் உட்சுவரில் பொழுது மலைக்கு மேலே தெரிவதும் அதிலிருந்து தண்ணீர் பாயும் ஓடைக் கரையில் குருவிப் பட்டாளம் வட்டமடித்துப் பறப்பது போலவும் சித்திரமொன்று கீறியிருப்பார்கள். இதைவிட என்னைப் பாதித்தது அங்கு வாழ்ந்திருந்த முதலைதான். அங்கே முன்றிலில் இருந்த நீர்த் தடாகத்தில் உயிரோடு வளர்க்கப்பட்ட முதலை வலுவாக என் நெஞ்சை ஊடுருவிவிட்டது. அதைக் கண்ட கணத்திலிருந்து அன்று ராத்திரி தூக்கமே வரவில்லை.

எந்தப் பொருளைப் பார்த்தாலும் அந்த முதலைதான் தெரிந்தது. காலையில்தான் கோழி மாதிரிக் கண்ணை மூடினேன்.

கைப்பையைத் தோளில் போட்டுக்கொண்டு வீதியைக் கடந்து வெளியேறுகையில் "தம்பி படிக்கிற புள்ளைக அந்தக் கடைப் பக்கமே போயிரக் கூடாது; என்னா சரியா." என்றபடி குத்தூசி மாமா எங்களைக் கடந்து செல்வார். சிரிப்பும் அதிர்ச்சியுமாய் இருக்கும். தூர நின்று பார்த்தால் கடை நல்ல இருட்டாகத் தெரியும். யானைக் கிடுகினால்* வேயப்பட்டிருந்த படல் பிரண்டு கிடந்தது. காடாவிளக்கு இரண்டும் இருளை முடிந்த அளவு விரட்டிக்கொண்டிருந்தது. கஞ்சாப் புகை தள்ளும் அந்தக் கடைக்குச் 'சமாதான ஹொட்டேல்' என்று 'பெயர் போர்ட்' சாத்தியிருந்தார்கள்.

---

* ஒரு முழுத் தென்னோலையினால் இரண்டு பக்கங்களும் பின்னப்பட்ட கிடுகு.

5

உம்மாவின் கைமருந்து

ஆறுமாதக் குழந்தை போன்று சட்டையெல்லாம் அணிந்து, தொப்பி வைத்த மொட்டைத்தலைப் பொம்மையொன்று எப்போதும் என் கையில் தங்கியிருக்கும். பள்ளி விட்டு வீட்டுக்கு வந்தவுடனேயே திண்ணையில் ஊஞ்சல்போல் தொங்கும் தொட்டிலில் பொம்மையை வளர்த்தி வைப்பேன். ஊஞ்சலின் மேல் சிறு சிறு மணிகள் நிறைந்த நட்சத்திரப் பட்டமொன்றைக் கட்டி ஆட்டி விடுவேன். எந்தவிதக் குறுக்கீடுகளுமற்ற ரம்மியமான சூழலில் மணிகள் மாத்திரம் ஒன்றையொன்று தழுவிக்கொள்ளும் சத்தம் மனதை நிரப்பின.

சில நாட்களில் உடைமாற்றிப் படுக்க வைப்பேன். அப்போது எனக்கும் பொம்மைக்குமிடையே ஒரு தம்பி வந்துவிட்டான். பின்னர் எல்லாமே மாறிப்போய்விட்டது. இருள் கவியும் காலத்தில் லேசாகப் பெய்துகொண்டிருந்த மழையில் இருவரும் நனைந்துகொண்டே கடைவீதிக்குச் செல்வோம். பாதைகள் மழைநீர் சுமந்து தேங்கி நிற்கும் வெள்ளத்தில் கால்கள் நனைப்போம். அன்றிலிருந்து மூன்றாம் நாளில் கால் விரல் இடுக்குகளில் சேற்றுப்புழு கடித்துப் பொக்குளங்கள் போட்டு விரல்கள் சொறிச்சலால் வீக்கம் கண்டிருக்கும். உம்மா விளக்கெண்ணெய் தடவி அடுப்பில் சூடு பிடிப்பார். கடி இருந்த இடம் தெரியாமல் மறையும்.

இரண்டு பக்கமும் தள்ளித் தள்ளி ஓடு போட்ட வீடுகள். இடையிடையே கிடுகு வேய்ந்த உயர்ந்த இல்லங்கள். அதிலொன்று எங்களுடையது. கிழக்கு முகட்டில் கிணற்றுக்கு வலது பக்கம் குளியலறையும் இடது பக்கம் கழிப்பறையும் பின்பக்கம் நெடிதுயர்ந்த நொக்ஸ் மரமும் அமைந்ததால் பெரும்பாலும் சூரியன் நட்டுக்க நிற்கையில் மட்டுமே வெயில் பாளம் கிடைக்கும். "இந்த வெயில் சீராகப்படாததால்தான் உனக்குக் கூகக்கட்டு வந்திருக்கிறது" என்று உம்மாவை நோக்கி மூத்தப்பா வியாக்கியானம் பேசுவார்; பூமித்தம் இலை வேண்டுமென்பார். நான் ஆய்ந்துகொண்டு கொடுப்பேன். அதனை அம்மிக்கல்லில் வைத்துக் கூடவே சந்தனக் குழம்பும் சேர்த்து அரைத்தெடுத்து வீங்கிய பகுதியெங்கும் பூசுவார். பின்னேரமாகும்போது வீக்கம் அமர ஆரம்பிக்கும்...

தரையில் உட்கார்ந்திருந்து சம்மணம் போட்டு அல்லது குத்துக்கால் வைத்து இருந்தபடியே சமைத்தார்கள். "ஐந்தில் வளையாதது ஐம்பதில் வளையுமா" என்ற பழமொழியைப் பெண்களுக்கே உரித்தாய் ஆக்கியிருந்தது அடுப்பு. சமையல் கட்டில் மறதியாய்த் திறந்து கிடந்த கதவு வழியாக நுழையும் தெருநாய் சட்டி பானைகளை இழுத்துச் சென்ற சம்பவங்களும் நடந்தன. சோத்துப் பானையை அடுப்பிலிருந்து இறக்கும் தறுவாயில் வழுகிப் பானை அடுப்புக்குள் பாய்ந்தால் நெருப்புச் சிலாகித்துக் கைகளில் எகிறிவிடும். சுதந்திரமாய்ச் சிறகடித்துப் பறந்த கைகளைப் பார்க்கப் பரிதாபம் வரும். எந்நேரமும் சொதசொதவென்று வேர்த்து ஊற்றிக்கொண்டிருக்கும் நீர்ப் பூசணிக்காயை உடைத்து அதற்குமேல் கையை வைத்துக் கட்டிவிட்டால் குளிர்ந்து, அழத்துதல் மாறி, எரிதல் அடங்கிப் போகும்.

கறுப்புக் கட்டம் போட்ட வெள்ளைச்சட்டை அணிந்து வறாந்தாவில் கிடக்கும் ஸ்ட்டூல்மீது அமர்ந்திருந்தேன். வாசலில் உம்மா அழுகை தெறிக்கப் பேசிக்கொண்டிருப்பது காதில் விழுந்தது. மிச்சமிருந்த கதையை இடையில் நிறுத்திவிட்டு, "மாமா விழுந்திட்டாராம்." நானும் உம்மாவும் அவர் வீட்டை நோக்கி நடந்தோம். அறுத்த வாழையாய் அப்படியே தரையில் சரிந்து கிடந்தார். முழுக்கைச் சட்டையெங்கும் நிறையப் புழுதி படிந்திருந்தது. வரும்வழியிலேயே இணுங்கிக்கொண்டு வந்த உம்மா, நொச்சி இலைகளைத் தண்டுடன் நெருப்பில் வாட்டி எடுத்தார். மரிக்கொழுந்துத் துளிரும் வெற்றிலையும் பறித்தார். இம்மூன்றையும் ஒன்றாகச் சேர்த்து அடிபட்ட இடுப்புப் பகுதியில் அணைத்து வரிந்தார். இரண்டு தினங்களில் மாமா எழுந்து நடக்கத் தொடங்கினார்.

“இந்த வன்னியனார் றோட்டாலே அரைக்கட்டை உள்ளுக்க இறங்குங்கோ. வலதுபக்கம் ஒரு மலை வேம்பு நிற்கும். அதுக்குப் பக்கம் நீலக்கலர் கேற்றுப் போட்ட வீட்டில்தான் பூனை மீசை நிற்குது” இப்படி மூலிகைகளைத் தேடிச் செல்பவர்கள் எங்கள் கிராமங்கள் தோறும் இருந்தார்கள் நாட்டுவைத்தியத்தில் பிரசித்தி பெற்ற தம்பிக்கண்டுப் பரிகாரி மதிய உணவை முடித்துக்கொண்டு ஒரு குட்டித் தூக்கம் போடுவார். மாலை நான்கு மணிக்கெல்லாம் அவரிடம் பொதுமக்கள் தேடிவர ஆரம்பிப்பார்கள்.

நெறி, பால்கட்டு, நரை மயிர், ஈறு, மலச்சிக்கல், எலும்பு நோ, மூட்டுவலி, படைத்தேமல், சிலந்தி – தேள் கடி, வாதம், பித்தம், பேதி, வயிற்றுக் கடுப்பு, மூலம், அரையாப்பு, பாலுண்ணி, நகச்சுத்து, கல்லடைப்பு, தலைப்பொடுகு, படர்தாமரை, செருப்புக்கடி, காதுக்குத்து, ஆனைக்கால், முடியுதிர்வு என்று வருபவர்கள் குறைந்தளவு ஒரு மாத்திரையாவது பெற்றுச் செல்வர். காணிக்கையாக ஐந்துமுதல் பத்து ரூபாய்வரை பெற்றுக்கொள்வார். மருந்து தீர்ந்து, நோய் தீராதவர்கள் மீண்டும் தம்பிக் கண்டைத் தேடிவந்து மீதித் தவணைக்கு மருந்து வாங்குவர்.

இவருக்குச் சோதிட சாஸ்திரமும் பார்க்கத் தெரியும் என்பார்கள். திருமணப் பொருத்தங்கள், குழந்தைப்பேறு, தொழில் பலன், பரீட்சைச் சித்தி, பெயர் நட்சத்திரம், சுபதினங்கள், மனிதர்கள் – மாடுகள் காணாமல் போனால் திரும்புதல், களவு கொடுத்தவர்கள் மை வெளிச்சம், சூனியம் வைப்பவர்களும் இரகசியமாகத் தேடிவருவதும் வழமையில் இருக்கும். ஆறரை ஏழு மணியாகி விளக்கு வைக்கும் வேளை வரும்வரை தொழில் நடக்கும்.

ஐந்து, ஆறு தசாப்தங்களுக்கு முன்னர் வயல்வெளிகள் சூழ நடுவே குளம்; அருகிலேயே “கரவட்டப் பிட்டி” அப்பிரதேசம் மிக அழகாக இருந்ததாம். ஓரிரு கை வைத்தியர்கள்கூட அங்கு குடிசை அமைத்து வாழ்ந்திருக்கிறார்கள். இந்த மூலக்கதையின் பல நூறு கிளைக்கதைகள் பல்வேறு பரிமாணங்களோடு அப்பச்சி சொல்ல வீட்டில் எல்லோரும் முன் விறாந்தைத் தூணுடன் ஒட்டிப் போய்ச் செவிமடுத்துக்கொண்டிருப்போம்.

ஆற்றில் தண்ணீர் வரவில்லையென்றாலும் நிறைய மாற்றங்கள். அங்கங்கே மணல் தோண்டியிருந்ததில் அம்மைத் தழும்புகள் நிறைந்ததுபோல், கும்பி தெரிந்தன. உடைந்து பாதியான கல் ஓரங்களில் புற்கள் முளைத்து மறைந்திருந்தன. நீளநீளமான கோரைகளின் மீது, சரிந்து இறங்கினேன். அப்பச்சி

கூடவே வந்தார். நண்பர்களோடு வந்து தூண்டில் போட்டு விளையாடிய இடங்கள் இப்போது குழிகளாய்த் தெரிந்தன.

வயலை அண்மிக்கத் தூரம் அதிகமில்லை. திறந்திருந்த இமைகளுக்குள் விழிகள் உருள்வதை உணர்ந்தேன். மனம் தாளாது வலதுகை உயர்த்தி அப்பச்சியை அருகில் அழைத்தேன். காலில் முள் ஏறி முறிந்த அடையாளமாய் கெட்டித்துப்போய் இரத்தம் கசிந்தது. விரல்களால் வருடிக் குவித்து நகம் பதித்துச் சுண்டி இழுத்தார். வாயில் கிழிந்து ஈட்டிபோல் முள் சடக்கென்று வந்தது ஓடிப்போய் அருகிலிருந்த பச்சிலை ஒன்றைப் பறித்து வாயில் இட்டுக் கொதுப்பி அந்தக் காயத்தின் மேல் உமிழ்ந்தார் விசம் இறங்கியபோது அப்பச்சியின் மெல்லிய குரல் காதில் விழுந்தது; "வலிக்குதா மன?"

6

தோணிச்சட்டை

வெயில் கொளுத்துகிறது. செம்பட்டை முடிக்குள்ளிருந்து வியர்வைக்கோட்டு நெளிவுகள் வடிந்து நாசி நுனியில் தொங்குகின்ற துளிக் கண்ணாடி மாதிரித் தெரிகின்றது. அரைக்கைச் சட்டையின் தொளதொளப்பு. நான் மிக மிக லட்சணமாயிருந்தேன். முதலில் பருவம் தெரிந்து அணிந்த ஆடை இப்போது நினைவிலில்லை. என்றாலும் எனக்கு அந்தத் தோணிப் படம் போட்ட சுருக்கம் வைத்துத் தைத்த சட்டை நல்ல ஞாபகம்; அதனை அணிந்துகொண்டு சின்னம்மாவுடன் சிங்கம்'ஸ் ஸ்டூடியோவில் வாயிற் திரைச்சீலை மறைத்திருந்த உள்ளறையின் ஒரு பிரம்புக் கதிரையில் இருந்து பிடித்த படம் இன்றும் என்னிடம் இருக்கிறது.

வேகவைத்த சீனிக்கிழங்குதான் என்னோடு விளையாட வரும் இளையம்மா. எந்நேரமும் நெல்லுப் பாய்க்குக் காவல் பார்க்கும் பெண்ணாகவே அவர் எனக்குத் தெரிகின்றார். வீதி நெடுகிலும் தோட்டுப்பாய்* விரித்து அதில் பூராக அவித்த நெல்லைக் கொட்டிப் பரவி இருப்பார்கள். காக இறகு ஒன்று அதன்மேல் கிடக்கும். கையில் முகம் பார்க்கும் கண்ணாடித் துண்டொன்று வைத்திருப்பார். காகம் நெல்லை இறைக்க வருகின்ற போது ஒளியை அதன் கண்ணுக்கு அடித்தால் பறந்துவிடும். கந்தலான சாயம்போன பாவாடையும் எண்ணெய் பார்த்தறியாத செம்பட்டைத் தலை முடியும் காற்றில் அசைந்துகொண்டே இருக்கும்.

---
* பெரிய பாய்.

அருகில் மஞ்சணத்தி மரத்தின் கொப்பில் சொருகியிருக்கும் ஒரு வெள்ளைக் கொழுக்கிலிருந்து அடிக்கடி நீர் பருகிக் கொள்வாள்; "சாப்பிட்டியா.." இந்தக் கேள்வியை அந்தச் சின்ன வயதில் என்னால் கேட்க முடியவில்லை.

சின்னக் குடிசை நாற்சதுரமான ஒரே வீடுதான். இளையம்மா, அவர் தாய் இரண்டு சகோதரிகள். வாழ்வின் சகலதும் அந்த இடத்தில்தான். இவர் தாய் எனக்கு உடுப்புத் தைக்கும் நவீன மோஸ்தர்களின் சொந்தக்காரி. எனது களிசான் கீழே இறங்காதிருக்க முதுகில் புள்ளடிபோட்டு, இடுப்பிலிருந்து தொடங்கும் வார்ப்பட்டியை இரண்டு தோள்களிலும் போடுவித்தவர். கழுத்துப் பகுதியிலிருந்து எப்பொழுதும் ஒழுகிக் கொண்டிருக்கும் வியர்வை அவரின் தீராத உழைப்பையும் பொழுதுகளையும் மிக வலிமையுடன் வெளிப்படுத்துவது போலவே இருக்கும். கட்டியிருக்கும் பாவாடையை முழங்கால் வரை உயர்த்திக்கொண்டு குழந்தைகள் ஒவ்வொருவரையும் இருபுறங்களிலும் இருத்தி அந்தச் சிங்கர் மெசினை மிதிக்கின்ற போது ஏதுமறியாமல் பார்த்து நிற்பேன்.

நம்பவே முடியாத வகையில் அங்கிருந்த எல்லாச் சிறுவர்களுமே – மிகவும் இனிமையானவர்களாக இருப்பார்கள். ஒரே நிற ஆடை என்றில்லாது, பல வர்ணங்களில் அணிந்திருப்பார்கள். அந்நேரம் கூடுதலாகப் பொலிஸ்டர் துணிகள்தான் வரவு. பிடித்தால் கை வழுக்கிக்கொண்டு செல்லும். அந்தத் துணியில் சேர்ட் உடுப்போம்; காக்கி நிறத்திலான நீளக் காற்சட்டை, அதில் இன்றுள்ளதுபோல் 'சிப்' இராது. பெரிய கபிலநிறத் தெறிகள்தான் காணப்படும். சேர்ட்டுக்கும் 'ஐலட்' பிடிப்பார்கள். பெண் பிள்ளைகள் கொசுவச் சட்டையை விரும்புவதும், சிலர் பாவாடை தாவணி அணிவதும் வழக்கம். கொடைவெட்டுப் பாவாடையும் சுருட்டை முடியும் கருநீலக்கண்களும் கொண்ட ஒரு சிறுமி பாலர் வகுப்பில் என் பக்கத்து ஆசனத்தில் அமர்ந்திருந்தாள். அவளிடம் ஆச்சரியத்தை வரவழைக்கும் இயற்கையை ஆராதிக்கும் படங்களோடு கூடிய புத்தகங்கள் இருந்தன. ஆறு வயது நிரம்பிய அவள் சித்திரப் பாவையைப் போலிருப்பாள். அங்கேயிருந்த அவளோடொத்த குழந்தைகள் செய்த குறும்பு அவளைப் புண்படுத்தியிருக்க வேண்டும். அதனாலேயே என் பக்கத்திலிருந்து விலகி அந்த வகுப்பறையின் மூலையில் தன் பொம்மைகளோடு தனியாகச் சென்றுவிட்டாள். தொடர்ந்து படங்கள் போட்ட புத்தகங்கள் நின்று, ஒரு பெரிய எழுத்திலான கதைப் புத்தகம் மட்டுமே எனக்குக் கிடைத்தது.

தலையில் டொபித் தாளை இருபுறமும் திருகியதுபோல் அவளுக்குத் முடியை வார்ந்து முடிந்திருப்பார்கள். ஒரு ரப்பர்

நாடாவில் இரண்டு கறுப்பு மணிகளும் தலையை மேலும் அழகாக்கும். மயிர் மாட்டியைப் பல்லில் இடுக்கி விரித்து முடி கிளம்பிப் பறக்காமல் மாட்டுவார்கள். 'அலிஸ்பெண்ட்' முடியின் மேல் வளையமாக அமர்ந்திருக்கும். அதனைப் பெருவிரலில் தேய்த்து முகர்ந்து பார்த்தால் ஐஸ்கிரீம் மணக்கும்.

இரட்டைப் பின்னல், நடு வகுப்பு, உச்சிக் கொண்டை, குடுமி என்று சிகை அலங்காரங்களில் திளைத்திருப்போம். உயரமாக மெலிவாக இருந்த செய்யது மாமி, தலையில் எப்போதும் சீப்பொன்றைப் பதித்து வைத்திருப்பார். தீவிர முக பாவனையுடன் காணப்படும் சீப்பார் மாமா, பெல்போட்டன் பெல்ஸ் உடுத்திருப்பார். அவர் காலைச் சண்டிச் சண்டி நடக்கின்றபோது வீதியின் தூசி துகளையும் 'பெல்ஸ்' கூட்டிப் போகும். கூடச் செல்லுகின்ற எனக்குத் தார்வீதியில் நடை போடுகின்ற மாடுகளின் சாணக்கழிசல் செருப்புகளில் அப்பி விடும். செருப்புக் கனத்தால் வீதி ஓரத்தில் இழுத்துக்கொள்வேன்.

அன்று இரவு எனக்குச் சோறு இறங்கவில்லை. உம்மா புலம்புறா "அவனோட நெனப்பு அவன்கிட்ட இல்ல; மிதிவடிக் கட்டையில போயிருச்சி." சரிதான் கொழும்புக்குப் போன வாப்பா வாங்கிவரும் மிதிவடியைப் போட்டுக்கொண்டு 'பராக் பராக்'கென்று இந்த எலுகையெல்லாம் நடந்து திரியும் கனவுகள் இப்போதே துளிர்விட, வாசல் படலையைத் திறந்து பார்ப்பேன். நிலவு மாட்டுக்கொம்பு சைசில் மோக்கையாகத் தெரியும். சாமத்தைத் தூண்டியதற்கு அடையாளமாக விடிவெள்ளி கிழக்கே தலை காட்டும். கார்த்திகை மாதத்துக் குளிருக்குள் இரவு நேரப் பறவையாக வாப்பா வந்துசேர்ந்தார். அவர் கையில் கொண்டுவந்திருக்கும் மிதியடிகள் பொதுவாகப் பாதவடிவில் செய்யப்பட்டு காலில் உள்ள பெருவிரல்களுக்குள் பொருந்தி நிற்கக்கூடியவை.

இதில் பல ரகங்கள் இருக்கின்றன. குமிழ் வடிவில் கட்டை செய்து பதிக்கப்பட்டிருக்கும். உயரத்திற்காக அடியிலும் இரு குற்றிகள் பொருத்தியிருப்பார்கள். மான், மரை, மாடு, ஆடு போன்ற மிருகங்களின் தோலினால் ஆனவை. ஒற்றைவார், இரட்டைவார் என்றிருக்கும். ஆணிகளை அணியணியாய் அடித்து அழகு செய்யப்பட்டவைகள் குதிரைப் பாய்ச்சல் கட்டைகள் எனப்படுகின்றன. கூடவே சீலைத் தொப்பிகளும் பொம்மைகளும் இருந்தன. இதில் நூல்தொப்பி எனக்குக் கிடைத்தது; சம்மான் தொப்பியும் துருக்கித் தொப்பியும் கண்ணாடி அலுமாரிக்குள் போய் அமர்ந்துகொண்டன. உலகத்தின் எந்த மூலையிலுமே ஏதாவது ஒரு குழந்தைகள் விளையாட்டை "நான்தான் கண்டுபிடித்தேன்." என்று சொன்னால் அது குழந்தை விளையாட்டே இல்லை.

குழந்தைகள் தங்களுக்கான விளையாட்டுகளைத் தாங்களே உருவாக்கித் தங்களுக்குள் பரப்புகிறார்கள். அவர்களிடமிருந்து பெரியவர்கள் கற்றுக்கொண்டு மற்றவர்களுக்கும் சொல்லிக் கொடுக்கிறார்கள். அதுபோல் பந்து விளையாடாத எந்தச் சிறுவனும் இருக்க முடியாது; நானும் விளையாடினேன்.

வயிற்றில் காது வைத்துக் கேட்கும்போது பலவித சத்தங்கள் தோன்றுமாம். அது பசியின் உந்துதல் என உணர்ந்து கொள்ளும் உம்மா தூக்கத்துக்குப் போகும்வரை சீலைத் தொட்டிலில் வைத்து என்னையும் அசத்தியிருக்கிறார்; எங்கள் பழைய வீட்டின் மோட்டுவளையில் நான் தூங்கப்போட்ட தொட்டில் கயிற்றின் அடையாளம், வீடு உடைக்கும்வரை இருந்தது. அதன் பக்கத்துக் கைமரத்தில் ஊஞ்சல் தொங்கும், அதில் பால் டின்களை முடிந்து நிலத்தில் அரைக்கவிட்டு எழும் ஓசையில் தூங்கியிருக்கின்றேனாம். அந்த வீட்டின் சுவர்களில் ஊஞ்சல் பலகை முட்டி முட்டிக் காலப்போக்கில் பல்லு விழுகின்றமாதிரி கல்லுகளும் விழுந்து தொங்கித் தெரிந்தன. அப்போதும் என் அழுகை அடங்காத நிலையில் கால்களை நீட்டி என்னை மேலே வளர்த்தி இரு கைகளிலும் ஏந்தி இடமும் வலமுமாக ஆட்டி நித்திரைக்கு வழிசெய்வார். அவர் ஒவ்வொரு அசைவிலும் ஓர் இயல்பான நிதானமும் நேர்த்தியுமிருந்தது. பின்னாளில் என் உடல் குறிப்புணர்ந்து ஆரோக்கியம் பேணி யிருக்கிறார். உம்மாவை விடப் பெரியம்மாவின் கம்மிய குரல் எழுப்பும் தாலாட்டில் நான் கண் அயர்வதாக அறிந்து வைத்திருக்கிறேன். மூன்று நான்கு வயதுகளில் நாயோ நரியோ எங்கிருந்தோ அவை எழுப்பும் ஊளைச் சத்தத்தில் உடம்பு பதைபதைத்து, அதற்கு இணையாகச் சில வண்டுகள் விட்டுவிட்டு ரீங்காரமிடும் அமானுஷ்யத் தன்மையை உணர்ந்திருக்கிறேன்.

சந்தோஷம் மிகுதியானால் எனது வலது கைவிரலின் சுட்டுவிரலை உம்மா தன் நாசியின் அருகே வைத்துக் கதை கேட்பதாகக் கூறுவார். தூக்கத்தில் முகம் மலர்ந்து சிரிக்கின்ற போது வானவர்கள் பூக்காட்டுவதாகப் பேசிக்கொள்வார். எனக்கு முதன்முதலில் மல் துணியில் தைத்து அணிவித்த கையில்லாச் சட்டையைப் பாதுகாத்து வைத்திருந்தார். பால் வகையிலும் கௌ அன்ட் கெட், நெஷனல் றை மில்க், க்ளிம், சன்சைன், புரோட்டின் மில்க் என வந்தாலும் அன்று பால் முடிந்துவிட்டதால் வாப்பா அவசரத்துக்கு நூறு ரூபாய் பெறுமதியான மரிக்கொழுந்து அத்தரை வெறும் இருபது ரூபாய்க்குக் கொடுத்துவிட்டுப் பால்மா வாங்கி வந்ததாக ஒரு கதை சொல்லுவார்.

7

ஈர்க்கில் மிட்டாய்

மூத்தம்மா எங்கே கிளம்பினாலும் ஒரு குழந்தையை எடுத்துக் கக்கத்தில் இடுக்கிக் கொள்வதுதான் வழக்கம்; கல்யாண வீடு, பிள்ளைப்பேறு, கூப்பன் கடை, ஹதீஸ் களரி இப்படி.

நினைத்துப்பார்த்தால் ஒருகாலத்தில் பெருநாளைக்கு அல்வா மஸ்கத் செய்ய மாமாவின் குக்கிராமத்திலுள்ள வீட்டுக்குச் சின்னப் பெண்களுடன் என்னையும் காவிச்சென்றது இப்போதும்கூட நிழலாடுகிறது.

பெருநாளைக்கு முந்தைய நாள் காலையிலேயே தொடங்கி வாசலில் சிறு பந்தல் போட்டு இடி உரல்களைத் தேடி அரிசியை இட்டுப் பொடி செய்வார்கள். இடித்த மாவுடன் இனிப்பும் சேர்த்துப் பெரிய தாச்சியில் 'பறக்குப் புறக்'கென்று கெண்டியெடுக்கும் அந்த மஸ்கத்தும் அதன் வாசமும் 'உம்மோய்' நா நுனி துடிக்கிறது.

அதன் சட்டி அடியில் பிடித்திருக்கும் தீய்ந்த கடுகு, சவலாள் மளித்து ஒரு இலையில் கிடைக்கும். எடுத்துக்கொண்டு நிழல் கட்டிக்கிடக்கும் தெற்கு மூலை வேலியோரம் போய் அமர்வேன். பாம்பேறி வேப்பஞ்சிரலுக்கிடையே உடும்பு அசைந்து அசைந்து மேலேறிக்கொண்டிருந்தது. ஈரத் துண்டை முறுக்கி மாமி முதுகுக்குக் கொடுத்து ஊத்தை தேய்த்துக்கொண்டிருப்பார்; மாமாவின் துண்டும் வேஷ்டியும் கிணற்றின்மேல் அசையும்.

வீடுகளுக்குள் சீமெந்துத் தரைகள் தாராளமாக வராத காலத்தில் இரவிலேயே சாணம் தெளித்து வீடு மெழுகுவதாகவும் கிடுகுகளைக் களைந்து வசதி படைத்தவர்கள் சல்லி அல்லது சீமை ஓடுகளை வேய்வதாகவும் சொல்லக் கேட்டிருக்கிறேன். மாமாவின் வீட்டிலிருந்து அதன் தென்புறத்தில் பயிர்களினூடே காற்றுப் புகுந்து உராயும் ஓசை "சுர்." என்று எழுந்தது; காவலுக்கு நாட்டிய விரட்டியின் கோவணம் விலகி விரை வெளியே தொங்கியது; புடை தள்ளிய சோளக்காடுகளும் தெரிந்தன.

ஓலைச்சாய்ப்பின் கீழே செத்தை வீட்டில்தான் அன்று நாங்கள் உறங்கியது ஞாபகம். மஞ்சள் வெயில் படர்ந்துவிட்டது; ஒரு பின்னேரமளவில் மஸ்கத் சட்டியுடன் வீடு வந்து சேர்ந்தோம்.

வெள்ளைச்சேலைப் பெண்மணி ஒருத்தி குரல் தொனி மாறவே இல்லை. ஏற்றம் இறக்கம் ஏதுமில்லை. "நைஸ், சிங்கப்பூர் நைஸ்." என்று கூறுவது பாடுவது போலவே கேட்கும். இனியென்ன உம்மாவின் முன் என் பேயாட்டம் ஆரம்பிக்கும். எப்படியும் அந்த நைஸ்காரியை அழைத்து வந்துவிடுவேன். நாவின் பின் புறத்தே வட்டமான நைஸ் ஒட்டிக்கொள்ளும். பிறை, வட்டம், முக்கோண வடிவங்களிலும் இருந்தன. யானை, முயல், மான், கிளி அடையாளங்கள் மேலே பதிந்திருக்கும். இளம்பச்சை நிறத்திலான யானைப் படம் போட்ட நைஸ் என்றால் எனக்குக் கொள்ளை விருப்பம். அதனை மடக் மடக்கென்று நான்காக மடித்து உடைத்து வாயில் கொதுப்புவதென்றால் கேட்கவும் வேண்டுமா?

வானத்தே முகில்கள் ஏறிக்கொண்டிருக்கும் பகல் பொழுதில்தான் அந்த மணியோசை கேட்கும். நீண்ட உலக்கை மேல் இந்த முட்டாசி சுற்றியிருக்கும். பாலும் பழமும் என்று பெயர். கண்டால் சீவன் போறதுபோல் கத்துவேன்; என்ன மணிக்கூடு வேணுமா... மாலையா... கண்ணாடி... மயில்... மோதிரம் வேணுமா என்றபடி அந்த மிட்டாசி வியாபாரி மணியை விட்டுவிட்டு ஒலிக்கச் செய்வார். அந்தப் பெயர்களுக்கொப்ப நீள அகலத்தில் அது கிடைக்கும். மணிக்கூடு வேண்டுமென்றால் இழுத்துப் பட்டிபோல மூவர்ணத்தில் நீட்டுவார்.

"நேரமாகியும் உன் வாயிலிருந்து கணக்கு வரவில்லையே." என்று வகுப்பறையில் ஆசிரியர் வினவும்போதெல்லாம் வாயினுள் பாலும் பழமும் அடைந்திருக்கும். இனியென்ன அதை வெளியில் கக்கும்வரை பிரம்பினால் பின்னியெடுப்பார்.

நோன்புக் காலங்கள் என்றால் மூத்தம்மாவின் முந்தானையும் நானும் பட்டதுபாடுதான். அதோடு நிற்பதா எறவானத்தில்

நபீல்

சொருகியிருந்த ட்ரங்குப்பெட்டியின் சாவிக்கோர்வை அடிக்கடி காணாமல் போவதும்தான். பள்ளியில் நடக்கும் ஹதீஸ் களரி முடிந்து வருகின்ற வழிகளெல்லாம் விதம்விதமான முட்டாசிகள், சக்கர விளையாட்டுகள், லொத்தர் கார்ட்டுகள் பழங்கள், பொம்மைகள், பூக்கள், பீங்கான்கள் விற்பனையில் பரபரக்கும்.

எனக்கு ஈர்க்கில் மிட்டாயும் லொசஞ்சருமென்றால் மூத்தம்மாவின் முந்தானை முடிச்சவிழும்.

காஞ்சி மிட்டாய், கரி, கொளுக்கு, சூப்பி, ஆள், மூலை, பசு அடையாளமிட்ட சமர துங்காவின் புளூட்டோ, ஸ்டார், வேணி, மொப்பி, ஜால், கொச்சி, மயில் என்றெல்லாம் டொபிகளுக்குப் பெயர்கள் இருந்தாலும் இரு சிறுமிகளின் முகங்கள் பொறித்த டெல்டா டொபியை மறக்க முடியாது. விமானத்தில் பறந்து ஆகாயத்தில் மறைந்துபோன உபாலி விஜயவர்த்தனவின் செய்தியை அந்நாளில் வானொலி அறிவிப்புச் செய்தபோதெல்லாம் அவரோடு டெல்டா டொபியும் காணத்து விடுமோ என்று கவலைப்பட்டவர்களில் நானும் ஒருவன்.

அலன்ஸ் என்று யாருக்குத் தெரியும்? அதிஅற்புத மதுரச் சுவை கொண்ட மிட்டாய் இது. வெள்ளைக்காரர்கள் மத்தியிலும் பிரபல்யம்; மாமா திருகோணமலையிலிருந்து கொண்டுவந்திருந்தார். டொக்யாட்டில் தொடர்புடைய வெளிநாட்டவர் கொடுப்பதாகச் சொல்லுவார். நாவில் அதை உணர்த்தும்போதே தலையில் விறுவிறுவென்று குளிரேறும். மூக்கில் விடும் சுவாசம் உடலிலும் மணக்கும்.

இந்த மிட்டாய்களில் சிலதைத் தன்வசப்படுத்தி வைத்திருந்த அவர் மகன் எனது மச்சானுக்கு, எங்கள் வாப்பா வைத்திருக்கும் ஓர் ஆங்கில அகராதிமீது நீண்ட நாள் விருப்பம். ஒரு சமயம் அதனை நான்தான் நிறைவேற்றி வைத்தேன். வாப்பா தூங்கியபொழுதில் தலைமாட்டில் பாதுகாத்து வைத்திருந்த மிகப்பழமையான ‘ஆங்கில ஆசான்’ என்ற அகராதியை அப்படியே எடுத்துக் கொடுத்துவிட்டு அதற்குப் பகரமாக மச்சான் கொடுத்திருந்த அந்த அலன்ஸ் மிட்டாய்கள் என் களிசான் பொக்கட்டை வீங்கச் செய்தன.

காற்றோடிக் கிடக்கும் மணல்வீதியில் உருட்டிக் கொண்டோடும் சைக்கிள் டயர் சிலவேளை என்னையும் புரட்டித் தள்ளியிருக்கிறது. ஓதற்பள்ளிக்குக் களவடிக்கும் நாட்களில் வாப்பாவின் பூசைக்குப் பயந்து, எழுந்து நேராக வீட்டுக்குச் செல்லாமல் கிளிமா லாத்தாவின் மிட்டாசி இழுக்கும் காலைக்குள் நுழைவேன். இனிப்பை உண்ட கொசுக்கள் அங்கே போதையில் அலையலையாய் மிதக்கும்; தென்னை மரத்தில்

அடிக்கப்பட்டிருக்கும் நீட்டிய ஆணியில் திரண்ட இறுக்கமான பாவினைச் சொருகி ஒருவர் இழுத்துக்கொண்டிருப்பார். அதே இடத்தில் அகன்ற மேசையில் பாக்குவெட்டியினால் தாரை தாரையாக நீண்டிருக்கும் கம்பி போன்ற பாவினை நறுக்கிப் பெட்டியில் போடுவார்கள். அஸ்தமன மஞ்சள் வெளிச்சத்தில் கிளிமா லாத்தா ஆத்திரம் அடங்காதவர்போல் தெரிவார். இன்னும் கொஞ்ச நேரத்தில் வெளியூர்களுக்கு மிட்டாய்கள் அனுப்ப வேண்டுமென்ற துடிப்புத்தான் அது.

சாம்பல்நிற இருள் கவிழ்ந்து புறவொலிகள் சட்டென அடங்க வாய் முணுமுணுக்கச் சத்தம் வராமல் மூத்தம்மாவின் அறைக்குள் அடைக்கலமாவேன். ஒருபக்கம் எண்ணெய் விளக்கொளியில் சதை திரண்டு தளர்ந்த தன் வெள்ளைத் தொடை மேலே அழுத்திச் சிவக்கத் திரி உருட்டிக்கொண்டிருக்கும் மூத்தம்மாவைப் பற்றிப் பிணைத்துக்கொள்வேன். விளக்குக் கூண்டுக்குள்ளிருந்து கட்டெறும்புகளும் சாரை போட்டு ஊர்ந்துகொண்டிருந்தன. மண் விளக்குகளில் எண்ணெய்ப் பிசுபிசுப்புடன் இருக்கும் திரியை அவ்வெறும்புகள் மொய்த்தபடியும் இருந்தன. மறுமுனையில் வாப்பாவின் ஏச்சு மழை அரியும். அடிக்குத் தப்பிய கொண்டாட்டத்தில் மனம் மூழ்கிவிட்டிருக்கும். ஒருபோதும் வாப்பா மூத்தம்மாவின் அறைக்குள் நுழைந்ததே இல்லை. அந்தளவு பயமும் மரியாதையும் நிறைந்த காலமது.

அடுத்த நாள் பாடசாலை விட்டு வந்து உடுப்பு மாற்றும் முன்பே பம்பாய் மிட்டாய் வாங்கும் எண்ணம் வந்துவிடும். நாற்சதுர வடிவிலான கண்ணாடிப் பெட்டியும் அந்தப் பெரிய வட்டமான மூடியும் அதன் பக்கத்தில் சைக்கிள் கம்பியில் தொங்கும் வெட்டிய கடதாசிக் கட்டும் இன்னும் மனக்கண்முன் வருகிறது. பம்பாய் மிட்டாய் வாங்கும் எண்ணத்தில் மணி ஒலிக்கும் திசை நோக்கி ஓடுவேன். பூவரச மரத்தின் வெளிர் மஞ்சள்நிறப் பூக்கள் மரத்தைச் சுற்றிச் சில இடங்களில் உதிர்ந்துகிடந்தன. அதன் அடியில் ஒரு காலை ஊன்றி மிட்டாய்ப் பெட்டியைத் தொடையில் வைத்து ஒரு ரூபாய்க்குத் தரும் தும்பு மிட்டாய் தின்று முடிந்தும் திரும்பத் திரும்ப அதே நினைவு ஊறும்.

பத்துச் சதத்துக்குப் பல்லி மிட்டாய் ஒரு கும்பம். எகனையரின் புளியடிக் கடைக்கு மழையென்றும் பாராமல் காற்றுக்குப் படபடக்க உடுத்த சாறன் கரையைத் தலைக்கு மேலே உயர்த்திப் பிடித்தவாறு ரசம் முடுக்கிப் பறக்கின்ற நேரங்காலம், தெரியாமலே கழிந்திருக்கிறது.

8

கறுப்பு – வெள்ளை

பக்கத்து வீடுகளில் ராஜாக்களின் மிடுக்கோடு வீற்றிருக்கும் தொலைக்காட்சிப் பெட்டிகளை “சூரியன் தள்ளி நின்று, சூரியகாந்தியை மையலுறுவதாக” அந்தக் காலங்களில் நான் அதனை அப்படித்தான் பார்த்தேன்.

கல்சுவர்களும் இரண்டடுக்கு மாடிகளும் மிகைக்காத காலமது.

கிடுகுவேலிகளும் சரிந்த மாவிரைக் கம்புகளும் அயலவர்கள் தொலைக்காட்சியைத் திறந்திருக்கிறார்கள் என்றறிய மிகவும் துணை போயின.

முதலில் சுயாதீன (ITN) தொலைக்காட்சி மட்டுமே வான்அலைகளோடு கை குலுக்கியது. பல வருடங்களுக்குப் பிறகே ரூபவாஹினி வந்தது. மூன்று மொழிகளுக்கும் பொதுவாக ஒரே அலைவரிசையே இருந்தது.

வெறுந் திரையில் புள்ளிகள் விழுவதைச் செக்கப் பணிவில் கிடந்து மிக நீண்டநேரம் ரசிப்பதே ஓர் அலாதிதான்.

அந்தத் தேன்பூச்சிப் புள்ளிகளில் நினைக்கின்ற உருவங்கள் நம் கண்களில் தோன்றுவதை உணர்ந்திருக்கிறீர்களா.

நிலையம் திறந்ததும் முதல் நிகழ்ச்சியாக ஒரு பெண் பியானோ வாசித்துக்கொண்டிருப்பாள்.

பின் 'மப்பட்சோ', தொடரும் சிங்கப்பூர் கலைஞர்களின் ஒளி – ஒலிப் பாடல்கள்; அப்போது ரூபவாஹினி ஓர் அதிசயம்தான்.

பின்னேரம் *Woody woodpecker* ஒளிபரப்பாகும்; அது ஒரு நகைச்சுவைக் கார்ட்டூன்; ஆறு முப்பது மணிக்கு தமிழ்ச் செய்திகள்; அதில் விஸ்வநாதன், கமலா தம்பிராஜா, மனோகரி சதாசிவம், மதியழகன், ஆயிஷா பைரூஸ் செய்திகள் வாசிப்பார்கள்.

ஏழுமணிக்கு *Little house on the prairie, Blake seven, Star Trek, Bugrogers, Battlestar Galactica, The Time Tunnel, Green Hornet, MacGyver, Manimal, 240- Robert, knight Rider* என எண்ணற்ற சயன்ஸ் பிக்சன் விஞ்ஞானப் புனைவுத் தொடர்கள்; விக்பூட் அன்ட் வைவல் போய், துன்கிந்த அத்தரே, திமுத்து முத்து, எல்ல லங்க வலவுவ, நந்தன விந்தன என நாடகம், மற்றும் அதிசய நிகழ்ச்சிகள் வாரம் தோறும் ஒளிபரப்பாகும்.

எட்டுமணிக்குச் சிங்களச் செய்தி; அதில் பாலித சில்வா, ரொக்ஸ்மன் டயஸ், சுனேத்ரா கால்லகே, பிரம கீர்த்தி த அல்வீஷ் எனப் பலர் செய்தி வாசிப்பார்கள். எட்டு முப்பதுக்கு *The Cosby Show* அதில் *Bill Cosby* யின் நகைச்சுவை இடம்பெறும்; தொடர்ந்து ஒன்பது மணிக்கு ஆங்கிலச்செய்தி; எரிக் பெர்ணான்டோ, நொய்லின் ஹொன்ரர், சொய்சா ஆகியோர் அதில் பிரபலம்; ஒன்பது முப்பதுக்கு *Charlie's Angels, The A Team, Dynasty* போன்ற தொடர்கள் ஒளிபரப்பாகும்.

இரவு பதினொரு மணிக்குமேல் சில படங்கள் வரும். ஆலமரங்களில் தலைகீழாய்த் தொங்கும் வௌவால்கள் எச்சமடித்து அணுகும் சத்தத்துடன் யாருமே இல்லாத தெருவில் நடந்துபோய் என் ஒடாவிச் சின்னப்பாவின் கதவுகளைத் தட்டித் தொலைக்காட்சிப் பெட்டியினைத் திறந்துவைத்துப் பார்த்து விட்டுத்தான் வருவேன்; அவ்வேளை சின்னப்பாவின் வீட்டிலிருந்த அனைவரும் என்னை விநோதமாகப் பார்க்கத் துவங்கினார்கள்; அதன்பிறகு இதுமாதிரிப் படங்கள் தொலைக்காட்சியில் வந்தால் "நானா உங்க படம்" என்று தங்கைகள் நகைப்புடன் எழுந்து செல்ல நான் மட்டும் தொலைக்காட்சியில் இருந்தேன்.

அப்போதுதான் *Deep Focus, Life Is Beautiful, Mind Your Language,* சார்லி சாப்ளின் எனத் தொடர்ந்த அறிமுகங்களும் எனக்குள் இருந்த ஒரு கேள்வியை இன்னுமின்னும் வளர்த்துக்கொண்டே வந்தன.

தமிழில் ஏன் இதுபோல் ஒரு தொடர் படம்கூட இல்லை.

ஏன் யாருமே இதுமாதிரிப் படங்கள் எடுப்பதில்லை?

அன்றிருந்த தொலைக்காட்சிச் சேவையின் வகிபாகம் இப்போதுள்ளதைவிடக் கனதியானது; செவ்வாய்க்கிழமை 6.30க்கு 'கலையரங்கம்' எனும் நிகழ்ச்சி ஒளிபரப்பானது. அதில் பல்வேறு இயல், இசை நிகழ்வுகள் இடம்பெற்றன.

பின்னாளில் ப. விக்னேஸ்வரன் தயாரித்த 'மலையோரம் வீசும் காற்று' நாடகம், அருணா செல்லத்துரை தொகுத்தளித்த 'உதயகீதம்', எழுத்தாளர் உமா வரதராஜன் சேகரித்து வழங்கிய 'ஊர்கோலம்', 'சங்கமம்' என்பனவும் மிக முக்கியமான நிகழ்ச்சிகளாகும். கவிஞர் அன்பு முகையதீன் தொகுத்தளித்த 'வளர்பிறை' இவ்வாறான பல்வேறு நிரல்கள் அரங்கேறி முடிவுறும்.

ஆனாலும் இங்கே வாரத்தில் வரும் ஒவ்வொரு புதனிலும் லலிதா ஜுவல்லர்ஸ் ஆதரவில், எம்.ஜி.ஆர் தவிர்ந்த ஏனைய பழம்பெரும் நடிகர்களின் திரைப்படம் ஒன்று ஒளிபரப்பாகும். அன்றைய தினத்தில் வீட்டுக்குவீடு கச்சான் வறுவலும் கடலை அவியலும் மூக்கைப் பீறும்.

அத் தினத்தில் படம் பார்க்கும் பார்வையாளர் கூட்டத்தின் முன்வரிசையில் அமர்ந்திருப்பேன்.

விடிந்ததும் அன்றைய சினிமாப் படத்தில் விழுந்த பாடல்களை 'ஹம்' பண்ணிக்கொண்டு குளிப்பதே தனிச் சுகம்தான் மனதில் விதையாய் விழுந்து மரமாய் எழும் அந்தப் பழைய பாடல்கள் இன்னும் காதில் ஒலிக்கின்றன.

"ஞாயிறு ஒளி மழையில் திங்கள் குளிக்க வந்தாள்..."

"அம்மாப் பொண்ணு சும்மா சொல்லு ஆசை இல்லையா..."

"செல்லக்கிளிகளாம் பள்ளியிலே..."

"அம்மாவும் நீயே அப்பாவும் நீயே..."

"உன்னிடத்தில் என்னைக் கொடுத்தேன் என் உள்ளமெங்கும் அள்ளித் தெளித்தேன்...",

"பொண்ணுக்குத் தங்க மனசு..."

அது ஒரு கனாக்காலமானாலும் இனிமை குறையவில்லை.

அடுத்த நாள் பாடசாலைக்குப் போனாலும் முதல் நாளிரவு ஒளிபரப்பான படம் பற்றிய கதைதான் ஒவ்வொருவர் வாயிலும் மீதமிருக்கும்; படம் பார்த்த களைப்பில் வகுப்பறையில் எனக்குத் தூக்கம் இழுத்தபோது, பாடத்துக்கு வந்த ஆசிரியர் என்மேல் வெண்கட்டியால் எறிந்து விழிப்பாட்டியிருக்கிறார்.

தென்னம் படல் மறைப்பு

எல்லா வீடுகளிலும் தொலைக்காட்சிகள் இருப்பதில்லை. சற்று வசதிபடைத்த அல்லது வெளிநாடுகளில் தொழில் புரிபவர்களிடமே அவை இருந்தன. அதிலும் அநேகமாகக் கறுப்பு – வெள்ளை, 14", 20" அங்குலங்களே.

கலர் டீ வி என்றால் எங்கேயோ ஒன்றுதான். அதனோடு தொடர்ந்ததே டீ வி, டெக் காலம். இதனை வீடுவீடாக வாடகைக்கு விடுகின்றவர்களும் தோன்றினர். இதன் ஓட்டுநர்கள் புழுதி நிறத்திலான சாறமும் ஃபுல்சிலிப் சேர்ட்டும் கருநீலக் கண்ணாடியும் தொப்பியுடனும் சிறிய மொட்டை லொறியில் வந்து இறங்குவார்கள்.

இனியென்ன இரவு முழுவதும் படங்கள்தான்; டீ வி க்கும் டெக்குக்குமான கூலி ஒரு நாளைக்கு அன்று நூறு ரூபாய்தான். படம் தொடங்கும்போது, மேலும் இரண்டு படக் கொப்பிகளை என் இளைய மாமா தன் எக்குக்குள் (இடுப்பு மடிப்புக்குள்) கொண்டு வந்திருப்பார். என்ன படம் மாமா என்று கேட்டால் ராணி யார் குழந்தை, அரசிளங் குமரி என்று சொல்லுவார். நள்ளிரவைத் தாண்டியும் படங்கள் காக்கைகள் கரையும் ஓசையுடன் ஓடி முடியும்.

ஊரில் சில படக்கொட்டகைகளும் முளைத்துக் குஞ்சித் தியேட்டர்களாகின. ஐந்து ரூபாய் கொடுத்தால் அங்கு போய் அமரலாம்.

இவ்வாறே ஒருபுறம் வளர்ந்துகொண்டிருக்க, அந்த நாட்கள், தொலைக்காட்சி நிகழ்ச்சிகள் உலகநாடுகளின் கதவுகளை எமக்காகத் திறந்ததோ இல்லையோ உறவினர்களின் வீடுகளையும் வாசல்களையும் அலங்கரித்தே வைத்தன.

9

வெள்ளம்

பெரும்பாலும் கார்த்திகை மார்கழி கன மழையில்தான் எங்கள் வாசல் நிரம்பும். அடைமழை கொஞ்சம் கொஞ்சமாகப் பெய்து தாழ்வாரமெங்கும் குமிழிகள் தோன்றி நீர் கொப்பளிப்பதை அடிக்கடி எட்டிப் பார்த்துக் கொள்வோம். மண்வாசனை காற்றில் பரவ எந்நேரமும் மூக்கு அதனை உறிஞ்சி இழுத்துக் கொள்ளும். மேற்குக் குளம் வழிந்து நீர் வீதியெங்கும் உலாத்தி வாருகால்* வழியாக வெள்ளம் குளுகுளுவென்று நுங்கும் நுரையுமாய் நடராசா வாய்க்கால் கண்மாய்க்குள் நுழைவதை ஒவ்வொரு வருடமும் வேடிக்கை பார்ப்போம். முக்கியமாக ஏராளமான பாம்புகள் எதிர்நீச்சல் போட்டபடி வெள்ளத்தில் வரும். சிறுவர்கள் வெகு எளிதில் கல்லெறிந்து கொன்றுவிடுவார்கள். இத்தனை நாளும் காணாத தவளைகள் பெரும் இசைக்கச்சேரி போல் இரவெல்லாம் இரைந்துகொண்டே இருக்கும். வளவு நிறைந்து வேலிகள் கால்சட்டைகளை உயர்த்திப் பிடித்து வெள்ளம் பக்கத்து வளவிலும் விரைந்தோட தண்ணீர்ச் சண்டைகள் ஆரம்பித்து விடும். பீத்தரோல் ராணி வாழை மரங்கள் வெள்ளத்தில் சாய்வதாகப் புடவையை மன்னிக் கட்டிக்கொண்டு மல்லுக்கு வருவார். வன்றோலும் எகனையரும் மண்வெட்டியை ஓங்கிக்கொண்டு நிற்பார்கள். ஒருவர் பாதையில் உடைந்து தரித்த

---

* வாருகால் – வடிகால்.

முற்றிய குரலில் கத்துவார். வீதியை நடுவாகப் பிளந்து நீரை மறுபக்கம் மேவிவிட எங்கும் ஆட்கள் ஓடித்திரிவார்கள்.

எனக்கு எட்டு வயதாக இருந்தபோது அந்தத் தோட்டத்தைக் கடந்துதான் மாமியின் வீட்டுக்குச் செல்வேன். குடுக்கையர் அவரால் நட்டு வளர்க்கப்பட்ட சுமார் நூறு தென்னை மரங்கள் வளர்ந்து ஒரு பெரிய சோலையாகி விட்டது. குடுக்கையர் பிரமாண்டமான மண்பானையில் நீர் மொண்டு முறைவைத்து மூன்று நாட்களுக்கு ஒருமுறை எல்லாத் தென்னம் பிள்ளைகளுக்கும் நீர் கிடைப்பது மாதிரி முட்டி முட்டியாக தலைச்சுமையாகச் சுமந்து அந்தத் தென்னைகளை வளர்த்தார் என்று பாட்டி சொல்லுவார். அந்தக் குடுக்கையரின் தோட்டம் தொலைவிலிருந்து பார்த்தால் தென்னை ஓலைகள் குவிந்த ஒரு மேட்டுநிலமாகத் தென்படும். நெருங்கினால் தொட்டில் போன்ற பள்ளம் அது; அங்குதான் மழைக்காலங்களில் தோணிகள் போட்டுச் சிறுவர்களை ஏற்றிச் சுற்றிவருவார்கள்; சந்தோஷம் நிரம்பிய கதகதப்பான உரையாடல்களும் தொனி சீவிய கூர்மையான ஒலிகளும் அந்த வட்டாரத்தையே நிறைத்திருக்கும்.

என்னைப் பாசமுடன் அழைத்து மடியில் இருத்தி மழைக் கதைகள் பேசும் எங்கள் அப்பச்சி கண்களை மூடிப் படுத்தபடி பறவைகளின் சத்தங்களைக் கேட்டு, “செம்போத்தும் குயில்களும் ஒரு மணித்தியாலம் எத்தனைமுறை தொடர்ந்து கூவுகிறது? எண்ணிச் சொல்” என்றுவிட்டுத் தூக்கத்தில் வாய் இராவுவார். நானும் எங்கள் முன் வறாந்தையில் ராட்ஷதக் கரப்பத்தான் போல் சுவரில் ஒட்டிக்கொண்டிருக்கும் கடிகாரத்தைப் பார்த்து எண்ணி எண்ணிக் கணக்கு வைப்பேன். எழுந்திருக்கும்போது அதனை அவரிடம் ஆர்வமாய் ஒப்புவிப்பேன். அப்போது அவர் சும்பு மீசை குத்த ஒரு முத்தம் தருவார். அவ்வளவுதான்; வசந்தகாலத்துக்குப் பிறகு ஒவ்வொரு நாளும் கரகரப்புக்கூடிக் கடைசியாக மழைக் காலத்தில் குயில் கூவுவது நின்றுவிடும்.

அடை மழை மாதத்தில் தண்ணீருக்கு வருகின்ற மந்தை ஆடுகளின் நகர்வும் செருமல்களோடு இணைந்த சிறு குளம்போசையும் புழுக்கை வாசமும் எனக்கு எப்போதும் பிடிக்கும். தாழ்ந்த கொப்புகளில் கால்வைத்து அந்தக் காரல் மரத்தின் கிளைகளை உரசிக்கொண்டு எட்டி மிக எளிதாக ஏறி நிற்கும் என்னைத் தைத்துக்கொண்டிருக்கும் குளிரையும் மறந்து நானும் ஓர் ஆட்டுக்குட்டியாக மாறிவிடுவேன்.

மழையின் கனதியைப் பொறுத்து அப்பச்சி எங்கள் புறவளவில் ஒரு பரண் அமைப்பார்; அந்தப் பரணின்

எறவானத்தில் சொருகி வைத்திருக்கும் மழைப்பாட்டுப் புத்தகங்களை விரித்துவைத்துப் பாடத் தொடங்குவார். கொக்குப் பரிகாரியின் வங்கிசத்தில் வந்த தாசிம் அகமதுவின் தந்தை மீரா சாஹிபு அகமதின் மழைக்காவியம், பிறக்கும்போதே தன் பார்வையை இழந்த சேகு மதார் புலவரின் பெரும்புயற் காவியம், எலும்பு வைத்தியர் இஸ்மாயிலின் மழை, புயல் பாடல்கள் உறைகள் கழன்று இவர் கைவசம் இருக்கும்; எவரடி லைட்டைப் பரணுக்குள் அடித்துப் பார்ப்போம். ஒரு சிறு மண்ணெண்ணெய் விளக்கின் குருட்டு வெளிச்சத்தில் முதுகை ஆட்டி ஆட்டிப் பாடுவது தெரியும். பரணில் பின்பக்கச் செத்தையில் அப்பச்சியின் சிக்கின சால்வை தேசியக்கொடி மாதிரிக் காற்றிலே படபடத்துப் பறக்கும்.

விவசாயத்தை மட்டும் நம்பிக் காலம் தள்ள அவரால் முடியவில்லை. ஆடு மாடுகளையும் மேய்த்து வாழ வேண்டிய சூழ்நிலை. அப்பச்சிக்கு எழுபதுக்கு மேலாகுது வயது. ஆள் கருவேலக் கட்டை; வைரம் பாய்ந்த உடம்பு; அவரை எந்தக் கெட்ட பழக்கமும் தொத்திக்கல்ல. மேல், கால் வலி வந்தால் மட்டும் பனங் கருப்பட்டியும் மலை வாழைப்பழமும் கொஞ்சம் கஞ்சாவும் போட்டுக் கரைத்துக் குடிப்பார். சொடக்கு எடுத்தமாதிரி வலி போன இடம் தெரியாது.

அவரது பாட்டன் சிலம்பாட்டத்திலே வாத்தியாராய் இருந்தவராம். எனக்கும் சிலம்பாட்டத்தில் பதினாறு அடி பழக்கித் தருவதாகச் சொல்லுவார். நான் துண்டாக்காரனாக இருந்ததால் அது கடைசிவரையும் நடக்கவில்லை. எந்நேரமும் பக்கத்தில் அவர் நெஞ்சளவிலான மூங்கில்தடி வைத்திருப்பார். தடியக் கையில் எடுத்துக்கிட்டு நடந்தாரென்றால் நாலு பேர்கூட வாற தைரியம் பிறக்கும்; ‘பிலசாலி’ என்ற இணைப் பெயரும் இவருக்கு இருந்தது; அப்பவும் பரணின் குடுசுக்கடியில் கைத்தடியை மறைத்து வைத்துக்கொண்டே படுத்திருப்பார். மழைக்காலத்தில் திருடர்களின் நடமாட்டம் அதிகமென்று முழிப்பாக இருப்பார்.

பாதையால் ஓடிய நீர் எங்கள் வளவிலும் பாய்ந்து வெள்ளம் போட்டிற்று. போட்டி வளவிற்குக் கிழக்கால ஒதுக்குல ஆட்டுப் பட்டியின் நாற்காலித்தட்டையில் தண்ணீர், ஓரம்கட்டத் துவங்கியது; தூக்கம் வராமல் கும்மிப் பாட்டு பாடிக்கொண்டிருந்த அப்பச்சி விடிந்ததும் புழுதிக்காட்டு வட்டானையிடமிருந்து ஏத்து வாங்கி வந்து ரோட்டுப் படலோரம் ஊஞ்சல்போல் வளை வைத்துக் கட்டி வெள்ளம் இறைக்கத் தொடங்குவார்; “மோட்டுக் காட்டுக்க இந்த

வெள்ளம் போனா வெள்ளைச் சோளமும் கம்பும் நாட்டிப் பயிர் வளர்த்தா மாட்டுக்குத் தீனியும் மனிசனுக்குத் தானியமும் கிடைக்கும்; இஞ்ச வந்த வெள்ளத்துல என்ன ஒரு பூழலும் செய்ய ஏலுதில்ல...” அப்பச்சி தன்னைத்தானே திட்டிக்கொள்வார்...

கீழே விழுந்து எழுந்திருந்து ஓடும் நீரில் கால் நனைத்து, முருங்கை மரத்தோணி செய்து ஓடவிட்டு மகிழ்வோம்; அந்தத் தோணியை வடிவமைத்து அதில் பூ வேலைகள் செய்து கலர் பண்ணித் தன் வர்ணக் கைக்குட்டையால் கூரைப்பாய் சமைத்துத் தருவது என் சின்னப்பாவின் மருமகன் நயீம்தான். இவர் ஒலுவில் கிராமத்திலிருந்து வந்திருப்பார். வெயில் அடிச்சாய்ந்து ஆள் நிழல் வெள்ளத்தின் மேல் இழுத்துத் தெரியும். அந்த அந்திப் பொழுதில் தோணி மின்னி மின்னி ஆடும். போன கோடைக்கு இறுங்கு நட்டு* அறுத்த அடிக்கட்டை பரவலா நீட்டி நிற்கும்; அதில் எங்கள் தோணியும் தங்கித் தங்கி நகரும்.

பெரிய மழை பெய்து தண்ணீர் வெள்ளமாக நுழையும் பொழுது எங்கள் கொலனி வயலில் எதிர் ஏறும் மீன்களைத் தூரி வலைகொண்டு பிடிப்பார்கள். எனது நண்பன் சலீமின் வாப்பா அவர்தான் விலாங்கர். தூரி போடுவதில் சூரர். ஊரடங்கிப் போகும் பத்து மணிக்கு மேலேயும் தெக்கத் தெக்கப்** பெட்டி கட்டிச் சைக்கிள் மிதித்து அங்கு போய்விடுவார். இரவோடு இரவாக அணை கட்டி, மீன்பிடித்து வந்து அதிகாலையில் கேட்பவர்களுக்கெல்லாம் கொடுத்துவிடுவார். எங்கள் அயலக வீடுகள் எல்லாமே அன்று மீன் வாசத்தில் மூழ்கித் திளைக்கும். அடுத்தநாள் மீன் பிடிக்க வாங்க என்று ஊசாட்டிவிடுவார். இதற்கென்றே எல்லோரது வீட்டிலும் பத்திரமாக வருடம் முழுவதும் தூங்கிக்கொண்டிருந்த வலைகள், அத்தாங்குகள் பழுது பார்க்கப்பட்டு, அன்றே களமிறங்கிவிடும்.

நானும் உம்மாவின் சேலைத் துண்டங்களை நண்பர்களோடு சேர்ந்து இடுப்பில் சுற்றிக்கொள்வேன். எங்கள் அப்பச்சிக்குப் பின்னால் ஒரு சிறுவர் பட்டாளமே திரளும். எங்களை ஏற்றிச் செல்லும் கரத்தை வண்டி ஒரே சகதியும் சுரியும் நிறைந்த வயல்களில் சிக்கிக்கொள்ளும், நாங்கள் இறங்கிச் சில்லுப்போட்டு மீளவும் குதித்து ஏறிக்கொள்வோம்.

பக்கத்துக் கிராமங்களிலும் செய்திகள் பரவிப் பல ஊர்க் காரர்களும் வந்து நிற்பார்கள். ஏகத்துக்கு நீரில் வலைகளும் தலைகளும்தான் காட்சிகள். கரையில் நின்றபடி, நாங்கள்

---

* இறுங்கு எனும் தானியப் பயிர் நடல்.

** இளைக்க இளைக்க.

கொண்டுசென்ற சீலை மடிப்புகளை விரித்து இரண்டிரண்டு பேராய் மூலைகளைப் பிடித்து மீன் வடிப்போம். வாலாந் தவக்கைகள், தலைப்பிரட்டைகள், நீர்ப்பூச்சிகள், நண்டுகள் என்பன எங்கள் வடி சீலையில் சிதறி விழும். மறுபுறம் வலை கவிழ்த்துக் கொட்டும் மீன்களைப் பெண்களும் முதியவர்களும் பொறுக்கி அண்டாக்களுக்குள் நிரப்புவார்கள். அங்குமிங்கு மாக ஊரிகள் நழுவ அவைகளில் கண்வைத்துப் பருந்துகள் வட்டமடித்துக் காவிப் பறக்கும்; இன்னொரு புறத்தில் களிச்சேற்றில் புரண்டு ஆடிக் களித்திருக்கும் சிறுவர்கள்மீது பெரியவர்களால் அடியும் வசவுகளும் விழுவது கேட்கும். வானம் இருட்டி வருவதைப் பெரியவர் ஒருவர் துண்டை உயர்த்திக் காட்டுவார். அப்போது எல்லோரும் மொள்ளென்று கூடிக்கலைவோம்.

10

மிதிவண்டி

தூசியின் படலம் விரிந்திருந்த அப்பகலில் வீட்டில் இயல்பாய்க் கிடக்கும் பொருள்களிலிருந்து சற்றே வேறுபட்டிருப்பதே அந்த நடை வண்டிதான். ஒரு சிறு பறவையின் உயிரதிர்வு அதற்குள் நிகழ்ந்துகொண்டிருப்பதாகவே உணர்ந்தேன். ஓடாவிச் சின்னப்பா தன் கைப்படச் செய்துதந்த நடைவண்டிதான் என் முதல் வாகனம். மூலையோர மண்குடத்தின் பாசி படர்ந்த அதன் அடிப்பாகத்தில் வண்டியைக் கொண்டுசேர்த்து மோதி உடைத்திருக்கிறேன; அவ்வப்போது வேறு சிறுவர்கள் என் வண்டியைச் சீண்டும்போது உரக்கக் கத்துவேன் வாசலில் வண்டியைத் தள்ளித் திரிகின்ற பொழுதில் பக்கவாட்டுக் குந்திச் செடியில் வண்ணத்துப்பூச்சியொன்றைக் கண்டால் பிறகு வண்டியை நிறுத்தி விட்டு மிகுந்த ஜாக்கிரதையுடன் இரு விரல்களை அதன் சிறகை நோக்கி நகர்த்த அது அரவம் அறிந்து திடுமெனப் பறப்பதை வியந்து பார்த்திருப்பேன்.

உடையற்ற மேலுடம்பில் முதுகுப் பரப்பெங்கும் சிறு மணற்துகள்கள் ஒட்டிக் கிடந்தன. நைந்த தலையணையில் நிறமுற்றிருந்த பூக்களனைத்திலும் தலையில் குதப்பித் தடவிய தேங்காய் எண்ணெய் வழிந்து கறுப்பாய் விரவியிருந்தது. என்னையறி யாது அதில் முகம் பதியுமாறு படுத்திருந்தேன். இன்று பின்னேரம் நண்பர்கள் கூடிவிடுவார்கள். நான்தான் பஸ் கிளீனர். முடிச்சுக் கயிறை விரித்து முடிந்து நீள்வளையமாக ஒருவர் முன்னும் மற்றவர்

பின்னாலுமாகக் கயிற்றை இடுப்பில் போட்டுக்கொண்டு, முன்னுள்ளவர் சாரதிபோல் கையைச் சுழற்றிச் சுழற்றி ஓடுவார். நான் பின்னால் இழுபட்டுக்கொண்டு ஓடுவேன். இடையில் பிரயாணிகள்போல் கைகாட்டி ஏறிக்கொள்வார்கள். ராகமற்ற விசிலோசையுடன் நான் கயிற்றை இழுத்து மணி அடிப்பேன். பஸ் இரைந்தபடி இறக்கத்தில் நிற்கும். அழுக்குச் சீருடையுடன் ஒழுங்கற்ற முடி பொங்கக் காற்றில் மிதப்போம்.

எங்கள் வீட்டுக்கும் மாமி வீட்டுக்கும் இடையில் கிளிசரியாக் கம்பு வேலிதான் இருக்கும். வேலிக்கு இந்தப் பக்கம் நின்றுகொண்டே மாமாவின் சைக்கிள் இருப்பதைப் பார்க்க முடியும்; அங்கங்கே நிறங்கள் உதிர்ந்து துருப் படரத் தொடங்கியிருக்கும். அந்தக் காலத்து ரலே சைக்கிள். எப்படியோ அதனைப் பாதுகாத்து வைத்திருக்கிறார். என்றாலும் அதன் ரிம் கம்பிகள் கறுக்காமல் நல்ல வெள்ளை வெளேரென்று பளிச்சென்று தெரிந்தது. அது எழுப்பும் கரகர ஒலியைக் காற்றில் சிதற விட்டபடி பயணிப்பதில் அவருக்கு ஒரு தனிச்சுகம்தான். ஒழுங்குசெய்து பதியப்பட்ட ஓர் இசைத்தட்டைப்போல ஒரே சுருதியில் தப்பாத தாளத்துடன் கசிந்து ஒழுகும். அவர் வயிறு பெருத்த தொழுதொழுவென்ற கட்டை உருவம். ஏறி அமர்ந்தாரென்றால் அவர் சைக்கிள் சீற் பின்புறச் சதைகளுக்குள்ளே ஒளித்துக்கொள்ளும். போதாக் குறைக்குத் தெறி சீற் போட்டிருப்பார்.

சைக்கிள் சாத்தி வைத்திருக்கும் இடம் பார்த்து மெல்லத் தள்ளிக்கொண்டு பாதையில் வைத்துக் கவட்டுக்குள் கால் போட்டு ஊன்றி மிதிப்பேன். “சரார்” என்ற சத்தத்துடன் சைக்கிள் நகரும். அது கேட்டு மாமா வீதிக்கு ஓடிவருவார். நான் அவ்விடமே சுற்றிக்கொண்டிருப்பேன். அந்நேரம் பார்த்து மாமியும் ஒரு வயதுக் குழந்தைக்குச் சோறு ஊட்டிக்கொண்டிருப்பார்; அந்தக் குழந்தை சாப்பிடாமல் அழுதுக்கிட்டே இருக்கும்; மாமியின் கையிலிருந்த சோறு அப்பப்ப தட்டுப்படும்; அப்போதெல்லாம் எனக்குள் பொங்கிவரும் சிரிப்பைக் கொடுப்புக்குள் அடக்கிக் கொண்டு மாமியைப் பார்ப்பேன். அவர் சிரிக்காமல் “ஒழுங்காச் சாப்பிடு இல்லன்னா இந்தச் சைக்கிள் புடிச்சிட்டுப் போயிடும்” அப்படிச் சொல்லித்தான் சோறு ஊட்டுவார். ஒவ்வொரு சுற்றுக்கும் நறநறவென்று பெருவில் சத்தம் எழும்போதும் குழந்தை அழுவதை நிறுத்திவிட்டு மாமி ஊட்டும் சோற்றைச் சாப்பிட ஆரம்பிக்கும். பின் சைக்கிள் குறித்த எந்தவொரு பேச்சுகளும் இல்லாது நின்றிருப்பார். என் பாட்டுக்குச் சுற்றிச் சுழன்றடித்துக் கொண்டுபோய் அவர்கள் வாசலில் நிற்கும் மல்லிகை மரத்தில் சாய்த்துவிட்டு வருவேன்.

வீட்டுக்குத் தென்புறத்தில் வருடத்துக்கு ஒரு தடவையோ இரு தடவையோ கிணற்றுக்குள் சைக்கிளோடும் சர்க்கஸ் வந்துபோகும். அவற்றுக்கு எங்கள் வீட்டிலிருந்து மின்சாரம் எடுப்பார்கள். கிராமபோன் தட்டின் பாடல்கள் அங்கே என்னைக் கவர்ந்திழுக்கும். வேகமாக ஓடி ஓர் நெருஞ்சிமுள்ளை உள்ளங்காலில் வாங்கிக்கொண்டதுதான் மிச்சம். இருப்பினும்கூட முள்குத்திய இடத்தை முள் களைந்து தடவிக்கொடுத்துவிட்டுச் சுற்றும் முற்றும் பார்க்கையில் சைக்கிளோட்டம் காண நிறையப்பேர் திரள்வார்கள்.

குன்றா வளத்துடன் வடை – கேக் வாழைப்பழம் ஐட்டங்களுடன் பதமான தேநீரும் கிடைக்கும் கெய்ரோ ஹோட்டலின் முன்னே செல்லும் பொலிஸ் வீதியில்தான் தாஹிராஸ் சைக்கிள் கடை திறந்திருக்கும். வாப்பாவோடு கல்முனைக்குப் போனால் அங்கு எழிலாக அடுக்கப்பட்டிருக்கும் சைக்கிள்களை வைத்த கண் மூடாது ரசித்து நின்றிருப்பேன். ஹம்பர், றோட் மாஸ்டர், ஆசியா பைக், ஈஸ்ட்ரன், ஏவோன் என முதல் அணியில் வீற்றிருக்கும். அதில் ஒரு வகையான வாசம் எழும். அதன் நுகர்ச்சியில் மூச்சுக் காற்றை மேலும் உள்வாங்கி விடுவேன். பக்கத்தில் சாந்தி றேடியோ ஹவுஸ், எந்நேரமும் அங்கே, “ஆசையுள்ள மாப்பிள்ளைக்குத் தூது செல்ல யாருமில்லை”, “மயிலே மயிலே உன் தோகை எங்கே”, எனப் பாடல்களை ஒலிக்கவிட்டிருப்பார்கள்.

முதலாம் வகுப்பில் சேருகையில் பள்ளிக்கு வெளியே இலவ மரத்தடியில் ஐஸ் விற்கும் மிதிவண்டிகள் வரிசையாக நின்றிருக்கும். காலை மாலை இடைவேளைகளில் இடையிடையே “பாபு பாபு பாபு” என்று ஓசையெழுப்பும் ஹோர்ண் குழல் அதன் ஹெண்டிலில் நீண்டு தெரியும். அதே மரத்தின் பக்கத்தில் அந்நேரம் சாவல் நெய்னாரின் தேநீர்க் கடை இருந்தது. எப்போதும் ஈ மொய்ப்பதைப்போல் வெகு ஜோராக அவர் தேநீருக்கு நாவை அடிமைப்படுத்தி வைத்திருந்த ஆட்கள் குவிந்திருப்பர். தேநீர் போடும் சாவல் காக்காவை உள்ளூர நான் மிகவும் நேசித்தேன்; ஏனென்றால் அவர் ஒரு தீவிர கமல்ஹாசன் ரசிகர். ‘வாழ்வே மாயம்’ பாடலில் வரும் “பிறந்தாலும் பாலை ஊற்றுவார் (இங்கே இறந்தாலும் பாலை ஊற்றுவார்)” என்றபடி தேநீரை உயர்த்தி, மீண்டும் பணித்துவிடும்போது, “நாடகம் விடும் நேரம்தான் (உச்சக் காட்சி நடக்குதம்மா)” என்ற அடிகளை அச்சொட்டாகப் பாடுவார்; அவருக்கும் ஏதும் காதல் தோல்வியோ தெரியவில்லை. கமல்மீது கொண்ட பற்றில் அவரின் விதவிதமான புகைப்படங்களைக் கடை முழுவதும் ஒட்டிவைத்திருந்தார். இவரிடம் ஒருமுறை அட்டைக் கேக் வாங்க வந்தபோது சைக்கிளை அவர் கடையின் வலப்புறம் கிடந்த மரக்குற்றியில் நிறுத்திவிட்டு உள்ளே போய் விட்டேன்.

திரும்பும்போது அது காணாமல் போயிருந்தது. இளம் பச்சை நிற ப்ளையின் பிஜன் பறக்கும் புறாச் சைக்கிள். விரல்களால் ஒவ்வொரு ரூபாயாகக் கிள்ளிக் கிள்ளி உண்டியலில் போட்டுச் சேமித்த எழுநூற்று ஐம்பது ரூபாய் பணத்தில் வாங்கியது. எந்த ஊருக்குச்சென்றாலும் யாரைக்கண்டாலும் என் சைக்கிளின் அடையாளங்களை உடனுக்குடன் தெரிவித்துவிடுவேன். என் மனதிலிருந்த அந்தச் சுந்தர மிதிவண்டி மாறாத முகத்துடன் சிரிப்பதுபோல் இப்போதுமுள்ளது.

வட்டானைக் காக்கா மிதிவண்டிக்குப் போட்டிருந்த ஸ்டாண்டைக் காலால் தள்ளிவிட்டேன். அது "டங்" கென்று பாய்ந்து மண்ணையும் கெல்லிக் குதறி எழுந்தது. கோபா கெரியல் அதன் இருபுறங்களிலும் சிறிய சிக்னல் "பல்ப்"கள், மில்லர் பிராண்ட் டைனமோ, ஹெட் லைட்டில் மஞ்சள் கைலேஞ்சு கட்டி, இருக்கைக் கிடை பாருக்கு பச்சைநிற வயர் சுற்றி வெள்ளிக் கிளிப்பும் அணிவித்திருப்பார். முதலில் ஹேர்கியூலர்ஸ் வைத்திருந்ததாகவும் பின்னர் ரஜ், மினிஸ்டர், வீ எஸ் ஏ மார்க்குகளுக்கு மாறியதாகவும் பெருமையாகச் சொல்லுவார். பிரேக்கை அமர்த்தும்போது "ஹம்" எனும் சத்தத்துடன்தான் சைக்கிள் நிற்கும். அதனை ஹப்பிரேக் என்பார்கள். வருடா வருடம் அதற்கு லைசன்ஸ் எடுக்க வேண்டும். ஆண்டு பொறிக்கப்பட்ட ஒரு தகடு அது. சைக்கிளின் முன் பிரேக் கீழ்க் கட்டையின்மேலே பொருத்தியிருப்பார். இவர் நெடுநெடுவென ஒட்டகம்மாதிரி நெட்டை உருவம்; சீற்றில் பின்புறம் மாறி இருந்து முன் ஹெண்டில் பிடியில், கைகளை வளைத்துப் பிடித்து மிதிப்பார். சைக்கிள் முன்னே நகரும். ஆள் பின்னே பார்க்க அமர்ந்து பஞ்சு மெத்தையில் தவழ்வதுபோல் வலம் வருவா.

அக்காலத்தில் தம்பி லெவ்வைப்போடி, குதிரைக்காரர், பணிக்கர் குடும்பம் என வாழ்ந்ததுபோல் கொடிகட்டி வாழ்ந்த அவர்களுக்குப் பெயர் "சைக்கிள்காரர்". மரபுவழிச் சொத்தாய் அமைந்த ஒரு பழைய ஓரியல் சைக்கிளை இரண்டு தலைமுறையாகப் பேணிப் பாவித்ததாகத் தாத்தா சொல்லக் கேட்டிருக்கிறேன். திருமணத்தின்போது உடுப்புப் பெட்டியை அதில் வைத்துக்கொண்டு வந்ததாக வாப்பம்மா ஒரு மிடறுத் தேநீரை உறிஞ்சி உள்ளே இறக்கிக்கொண்டு சொல்லுவார். அதற்குப் பழுது ஏதும் நேர்ந்துவிட்டால் புளியந்தீவுக்குச் சென்று திருத்துனரை அழைத்துவர வேண்டுமாம். சைக்கிள் வருகிறது என்றால் பார்க்கும் சனம் கூடி விடுமாம். சைக்கிள் ஓட்டி வருபவர் ஒரு சிறிய புன்னகையை உதிர்ப்பாராம் அவ்வளவுதான். இவர்கள் உச்சி குளிர்ந்துபோவார்களாம்.

11

நைனார் மாமா

குளிர்காலம் முடிந்து வேனிற்காலம் தொடங்கியிருந்தது. சரக்கொன்றை மரங்கள் செம்பூக்களால் நிரம்பிக் கிடந்தன. தண்ணீர் நிறுத்திவிட்டார்கள். சிற்றோடைபோல மிச்சத் தண்ணீர் வந்துகொண்டிருந்தது; வாய்க்காலைப் பார்த்தபடியே நான் நடந்து வருவேன்முன்னே செங்காளைக் கற்கள் பரவியிருந்த பள்ளத் தெருவில் நைனார் மாமாவின் தேங்காய் வண்டில் அடி போட்டு ஆடி ஆடி நகரும். எனக்கு நினைவு தெரிந்த நாள் முதலாகவே இவர் சிறுவால் ஒன்றைத்தான் உடுத்திருக்கிறார். என்றைக்குச் சாறன், சட்டை போட்டுவந்தார் என்று யோசித்தால் என் சுன்னத்துக் கலியாண நாளன்று முழு ஆடைகள் உடுத்திருந்தார். என்மீது இவருக்கு மிகவும் பிரியம். “மருமகன் மருமகன்” என்று சொல்லிக்கிட்டே இருப்பார்; நைனார் மாமா எப்பொழுதும் கையில் ரேடியோ வைத்திருப்பார்; ஓயாமல் அதில் ஏதாவது ஒலித்துக்கொண்டே இருக்கும்; ‘சொந்தங்கள்’னு சொல்றதுக்கு, அதிகம் யாரும் இல்லை; இந்தக் கரத்தை மாடும் இரண்டு ஆடுகளும் மட்டும்தான்.

வீட்டின் முன்னுள்ள பாதாம் மரத்தின் காய்களைத் தின்ன இரு வாரங்களுக்கு ஒரு முறையாவது குரங்குக் கூட்டம் வரும். தெரு நாய்கள் கூடித் தலைதெறிக்கக் குரைத்து எங்கள் வீட்டைச் சுற்றி ஓடினால் வானரங்கள் வந்துவிட்டதென்று அர்த்தம். அவைகளுக்கு எட்டாத உயரத்தில் அந்த மரக்கிளையில் ஊஞ்சல் ஆடி நாய்களுக்கு எரிச்சல் ஊட்டும். இந்த அமைதிக் குலைவின்

நடுவே வாசலில் நைனார் மாமாவும் நின்றிருப்பார். ஒரு நாளைக்குள்ளேயே இந்தக் குரங்குகளின் அழிச்சாட்டியத்தை அடக்கிவிடலாம், ஆனால் பின் நாட்களிலும் தொடரவே செய்யும் என்பதை உணர்ந்துகொண்டார்.

கடற்தாழைகளும் நீர்ச்செடிகளும் மணலெங்கும் வளர்ந்திருந்தன. அதன் புதர்களுக்கிடையே மிகச் சிறிய கபில நிறத் தவளைகள் எழுப்பும் மெல்லிய ஓசை விக்கல் எடுப்பது போன்று கேட்டது. தாடைபோலத் துருத்திக்கொண்டிருக்கும் அதன் திட்டில் உட்கார்ந்துகொண்டு தரையில் ஒரு குச்சியால் கோடு கிழித்தபடி மாமா என்னவோ யோசிப்பது புரிந்தது. தனது செம்பட்டை படிந்த தலையை அடிக்கடி அசைத்துக் கொண்டார்; உடனே ஒரு கைப்பிடியளவு மண்ணை அள்ளிக் காற்றில் பறக்கவிட்டு எதனையோ தனக்குள்ளாக முணு முணுத்தார். பாதாம் மரத்தின் கிளைகளில் கிளம்பியடித்த குரங்குகளில் ஒன்று அசையாமல் இவரையே பார்த்தபடி இருந்தது. கொதி எழுந்தவர்போல் மரத்தில் புறம்கையால் பலம் கொண்ட மட்டும் தட்டித்தட்டி அசைத்தார். குரங்கு அம்மரத்தைத் தழுவிக்கொண்டு கீழே விழுந்தது. அப்படியே பிடித்துத் தனது கூடாரத்துக்கு இழுத்து வந்து, மணலில் பாதி உடம்பு தெரியும்படியாகப் புதைத்து வைத்து அவருக்கு முன் எந்தக் குரங்காவது வந்து நிற்கும்வரை விடப் போவதில்லை என்று கொசுவைத் துரத்துவதுபோல் கைகளை ஆவேசமாக வீசிச் சத்தமிட்டுக் கத்தினார். தலையில் தொப்பி போட்டதுபோல் மயிர் அமைந்திருப்பதால் அதன் முடிகளை வருடி நீர் பருக்கினார். பழங்களைத் தின்னக் கொடுத்தார். அன்றிரவு நைனார் மாமா தூங்கியிருக்கவே மாட்டார். குரங்குகள் தரையில் உலாவும் போதெல்லாம் வாலை மேலும் கீழுமாக ஆட்டிப் பின் புறத்தை அசைத்துக்கொள்ளுமாம்; ‘தன்னைப் பூமி தாங்குமா என்ற தலைக்கனம்’ மிகுந்த ‘குண்டியாட்டிக் குரங்குகள்’ என்று திட்டுவார்.

இப்படி ஒரு இரவும் பகலுமாய் வைத்திருந்து. பின்னர் அதன் வழியே இறக்கிவிட்டார். சில வருடங்களுக்கு எந்த வானரமும் இங்கு வருவதில்லை. நைனார் மாமாவின் இந்தத் துணிகரச் செயலால் எந்தப் பயமும் கொள்ளாமல் வீட்டின் முன்புறத்தில் பூச் செடிகளும் பின்புறம் காய்கறித் தோட்டமும் போட்டிருந்தோம்.

இங்கு எப்போதும் ஒரு பறவையின் குரல் கேட்டுக் கொண்டே இருக்கும். காலையில் முரசு கொட்டுவதுபோல் பும் பும் பும் என்ற செம்போத்தின் ஒலி தவழ்ந்து வரும். முன்னிலவு நாட்களில் இரவின் அமைதியைக் கிழித்துக்கொண்டெழும் ஆள்காட்டிக் குருவியின் குரலைக் கேட்டாலே பயத்தில் நான்

தூங்கிவிடுவேன். நைனார் மாமா எங்கும் தூர இடங்களுக்குச் சென்று வந்து இரவில் விளக்குத் தூண்டுவது எங்கள் பாழ் வளவில் அழிந்து கிடக்கும் வேலி வழியே தெரியும். மின்மினிப் பூச்சிகளின் ஒளி மின்னல்களுக்கு நடுவே ஒரு நரி போவதைக் காண முடிந்தது. மழை பெய்து ஓய்ந்த குளிரென்பதால் நரி ஊளையிடும் சத்தம் தூரக் கேட்டது. தாமரை இலைகள் போன்ற சேம்புக் கன்றுகளின் அகன்று விரிந்த இலைகள் அவர் வளவெங்கும் வியாபித்து வளர்ந்திருந்தன. காற்றில் சேம்பு, வாழை இலைகள் ஒன்றோடு ஒன்று பட்டு எழுப்பும் ஓசைகள் யாரோ கையால் அடித்துத் தாளமிசைப்பது போன்றஓர் அதிர்வை உருவாக்கும். அங்கிருந்து நாள் பட்டுப்போன சாணத்தின் வாசனை காற்றில் எந்நேரமும் தங்கியிருக்கும்.

இளவெயிலின் மிருதுவும் நுரை ததும்பும் அலைகளின் மெல்லோசையும் எவர் மனதையும் சாந்தம் கொள்ளச்செய்யும். கடல் நண்டு ஒன்று அவசரமாக நடந்து மணலேறிச் சென்றது. முன்பு ஒருபோதும் இவ்வளவு நெருக்கமாகக் கடலை நான் அறிந்ததில்லை என்பது போலிருந்தது. கடல் எதுவோ சொல்வது போல் தோன்றியது. இங்குதான் பட்டு மணல் எடுப்போம். நைனார் மாமா கோடானு கோடி மணல் துகள்கள் வார்த்த கும்பி மணலோடும் கரத்தை மாட்டோடும் மல்லுக்கட்டிக் கொண்டிருந்தார். ஒருவாறு சில்லைக் கிறுக்கி, நேராக்கி வண்டி மணலோடு நகர்ந்தது. போகும்போது ஏறிச் சென்ற என்னால் வரும்போது மணல் குவிந்த வண்டி என்பதால் ஏறமுடியாமலே போனது; ஏறுவெயிலுக்கு வண்டியில் ஏற்றிய குருத்து மண் கம்பளிப்பூச்சிகள் அப்பிக்கொண்டிருப்பதுபோல் பளபளத்தது.

இடுப்போடு சேர்ந்து சொர்ணம் நகை மாளிகை என்றுதான் அந்தப் பையில் பெயர் எழுதியிருக்கும்; உற்றுப் பார்த்தால்தான் அது தெரியும். பையின் நிறம் நீலம். அந்த நிறத்தில் முன்பு இருந்திருக்கலாம். இப்போது அடர்த்தியான தவிட்டு நிறம். வண்டி மசைக்கறை திப்பி திப்பியாய் ஒட்டியிருக்கும். இந்தப் பைக்குள் இருக்கும் சாதனங்கள் இரண்டு; வெற்றிலை இடிக்கும் உரல், உலக்கை; மற்றொன்று துணியால் திரித்த நாடா; அதன் முனையில் சட்டை ஊசி ஒன்றைக் குத்தியிருப்பார். ஒருவேளை சிறுவால் நாடா தெறித்துவிட்டால் முடிந்துகொள்ள அது உபயமாக இருக்கலாம். 'கல்யாணப் பரிசு' படத்தில் ஏ.எம். ராஜாவும் பி. சுசீலாவும் பாடும் இனிமையான பாடலொன்று இருக்கிறதே "ஆசையினாலே மனம் அஞ்சுது கெஞ்சுது தினம்" இதை நைனார் மனசுக்குள் பாடி மிகத் தாமதித்து வெளிக்காட்ட ஆரம்பிப்பார்.

வெவ்வேறு தருணங்களில் மாமாவுடனான உரையாடல்கள் அந்த வயதில் எனக்கு வாசகமாகவே இருக்கும். தும்புக்கட்டு

வியாபாரம் செய்துவந்த ஓர் ஏழைத் தகப்பனின் மூன்று பிள்ளைகளின் கடைக்குட்டி. பதின் பருவத்தில் தந்தை இறந்துவிட அதே தொழிலைத் தானும் செய்தபோது பொருள் விற்பனையில் ஒரு பெண்ணுருவம் அவருக்குப் பித்தேற்றியது. அவளைத் திருமணம் செய்யும் வேட்கையில் ததும்பினார். அவளைக் கவரும்படியான தோற்றம் அவருக்கில்லை; "மோரும் கொள்ளும் மாதிரியான காதல் என்னுடையது; ஏறத்தாழ எழுபது வயதுவரை இப்படியே கலியாணமில்லாமல் அவளையே நினைத்து வாழ்ந்துவிட்டேன்" என்பார்; மேலும் இதனை விடுத்து விடுத்துக் கேட்டால் அவர் கழுத்தின் ஒற்றை நரம்பை இழுத்து நீட்டி ஒரு விமர்சனக் கச்சேரியை நடத்தி முடிப்பார்.

சிலவேளை, அவரைக் கடுப்பேற்ற வேண்டுமென்று நினைத்துச் சில்வாண்டுப் பையனாக நானும் மாறியிருக்கிறேன். கூட்டமாகச் சென்று அவரின் குடிசைக்குள் நுழைந்தால் நிறைய இடங்கள் பொத்தல் பொத்தலாகத் தெரியும். அதன் வழியே வெயில் கசிந்து அங்கங்கே வட்டம் போட்டிருக்கும். அதை வைத்தே கதையைத் தொடங்குவோம். சிறுவாலில் பின்பக்கம் வலதுபாகத்தில் சரியாகச் சூத்தாம்பட்டைக்கு அருகே கிழிந்திருக்கும். தினமும் அதே சிறுவால்தான். அதைப்பற்றி அவர் கவலைப்படுவதே இல்லை. ஓடும் ஆயத்தத்தோடு, அந்த ஓட்டையைப் பார்த்து "ஏ... போஸ்ட் ஒபீஸ்." என்றானே ஒருவன். அவ்வளவுதான்; நண்பனின் முதுகு பழுத்துவிட்டது.

ஒரு சனிக்கிழமை மத்தியானம் என் பெயரை எப்படி ஆங்கிலத்தில் எழுதுவது என்பதைப் பரீட்சார்த்தம் செய்வதற்கு நைனார் மாமாவின் வண்டிதான் கிடைத்தது; கரியால் என் பெயரை அந்த வட்டில் பலகையில் எழுதிப் பார்த்தபோது, சரியாக வரவில்லை. இந்தக் குமைச்சலில் ஒரு வட்டம், கண், காது, மூக்கு, குச்சிக் குச்சிக் காலு, கை வரைந்தேன்; அதற்குக் கீழே நைனார் மாமா என்று எழுதினேன்; இன்னும் கொஞ்சம் தள்ளி நீளமாக அம்புக்குறி மாதிரி ஒரு கோடு காட்டி அவர் சிறுவால் கவட்டைக்குள் நீட்டி விட்டிருந்தேன்; அவ்வளவுதான். எனக்குப் 'படக்'கென்று நெஞ்சு அடித்துக்கொண்டது. பிறகு ஒரே ஓட்டமாக வீட்டுக்குச் சென்றேன். அங்கு நைனார் மாமா என் சித்திர ஆற்றலை மெச்சிக்கொண்டிருந்தார். நான் வரைவதை அவர் கண்டதாகவும் அதனைத் தடுக்கக் கூடாது என்றே விட்டு விட்டதாகவும் சிரித்துச் சிரித்துப் பேசிக்கொண்டு நின்றார். நடுங்கிக்கொண்டே களிசானை உயர்த்திக்கொண்டு வராந்தாப் படி ஏறினேன். வீட்டில் இருந்தவர்கள் எதுவும் பேசவில்லை. நைனார் மாமா மேல் கசிந்த பேரன்பு, அவருடைய ஓவிய ரசனை இந்த விநாடியிலும் சுருளவிழ்ந்து நினைவில் ஓடுகிறது.

12

புள்ளிம்மா

நீலநிறச் சிறகுகளின் ஓரங்களில் வெண்ணிறச் சிதறல்கள் கொண்ட பறவை புள்ளிம்மாவின் கூரையில் வந்தமர்ந்தது. உடல் வண்ணம் சாம்பலும் கறுப்பு நிறமும்போலத் தெரிந்தது; சிறகுகளை மெல்ல மூடியபடியே வெடுக்வெடுக்கென்று தலையைத் திருப்பிக் கண்களை உருட்டிப் பார்த்தது; ஓசைப்படாமல் அதன் கவனம் சிவந்து இனிப்பாகக் கனிந்த பப்பாசிப் பழம் மீதே இருந்திருக்க வேண்டும். அப்படிப் பறவைக்கு முன்னமே நான்தான் அந்தப் பழம்மேல் கண் வைத்திருந்தேன்.

எனக்கு எப்போதும் புள்ளிம்மாவின் மேல் பொறாமையும் விருப்பமும் ஒருசேர இருந்தன. நான் போக நினைத்த நேரத்தில் வளவுக்குள் கட்டில் கிடக்கும் செவலை உறுமிக்கொண்டு படுத்திருப்பதுதான் காரணம்.

கமுகு மரம் இன்னும் நெடு உயரம் வளர்ந்து பூவெடுத்துக் காய்க்கத் தயாரானபோது அதனைச் சுற்றிப் படர்ந்திருக்கும் மலை வெற்றிலைக் கொழுந்து ஆய்வதற்கான கிளிசறியாக் கொரட்டிக் கம்பு அருகில் சார்த்திக் கிடந்தது. அதன் தொங்கலில் பிளேடுத் துண்டொன்று சொருகி வைத்திருப்பார். கம்பை மெல்ல உயர்த்தி ஒவ்வொரு வெற்றிலையாக வெட்டி வெட்டிக் கீழே விழும்போது பொறுக்கிக் கூட்டம் பண்ணுவேன். அந்நாளில் ஒரு வெற்றிலையின் விலை ஐந்து சதம்தான். இப்படி வெற்றிலை இணுங்கப் போய்

இளகிச் சலித்த காலடிமண் சரேலென்று நழுவ நொடியில் தடுமாறி நான் சரிந்ததை உணரவில்லை. களிசான் கிழிந்து உடம்பெல்லாம் மண்ணும் சுரியுமாக எழுந்தேன். நல்ல காலம் யாரும் காணவில்லை. கை சிக்கிக் கிளை உடைந்தது மட்டும்தான். தொங்கிய அந்தக் கிளையைப் பக்கத்து மிளாறின்மேல் படர விட்டு நழுவினேன்.

வறட்சியைத் தாக்குப் பிடிக்கச் செம்மண் கரிசல் நிலங்களிலும் கடற்கரைப் பகுதிகளிலும் பரவலாகக் குறுஞ்செடி ஆவாரை வளர்ப்பார்கள். ஆவாரையின் பூக்கள் பொன் மஞ்சள் நிறமாய்க் கண்களைக் கவர்வதாய் இருக்கும். இச்செடியை ஆடுமாடுகள் தின்பதில்லை. எனவே அழிவின்றி இது வளரும். காலத்துக்கேற்ற பயிர் புள்ளிம்மாவின் அகன்ற வளவில் எப்போதும் நிறைந்து ஆடும்.

மழை பொய்த்துப்போய்க் கடுமையான பஞ்சம் ஒன்று அக்காலத்தில் வந்ததாகவும் தண்ணீரும் புல் பூண்டும் கிடைக்காமல் பலரது ஆடுகள் இறந்துபோயின. ஆனால் புள்ளிம்மா தனது ஆடுகளுக்கு ஆவாரஞ் செடியைத் தின்று வாழப் பயிற்சி கொடுத்து அதில் வெற்றி கண்டதால் உயிர் பிழைத்ததாகவும் மூத்தம்மா அடிக்கடி கதைப்பது வழக்கம். ஆவாரம் பட்டைகள் உரித்துப் போட்ட நீரில் செருப்புகளை நனைத்தெடுத்தால் கால்களுக்கு அவை மெருதுவாக இருக்கும். நீரில் ஊறிய செருப்பின் மணம் நாய்களையும் ஈர்க்காதாம். ஒரு முக்கிய 'உறுமி' என்ற தோல் இசைக்கருவியை இயக்கப் பயன்படுத்தும் குச்சிகளுள் ஒன்றாக ஆவாரம் குச்சி அமைகிறது. இடப் பகுதியில் நொச்சிக்குச்சியாலும் வலப்பகுதியில் ஆவாரம் குச்சியாலும் ஓசை எழுப்பப்படும். வாப்பாவுக்கு ஆவாரம் பொடியென்றால் உயிர். ஆவாரம் பூவை நிழலில் உலர்த்திப் பொடி செய்து அப்பொடியுடன் பனங் கற்கண்டு சேர்த்துக் கொதிக்க வைத்து வடிகட்டிக் காலையில் வெறும் வயிற்றில் பருகுவார்.

எந்த நேரமும் தூள் மணமும் அது இடிக்கின்ற சத்தமும் புள்ளிம்மாவின் வீட்டினை அடைத்து நிற்கும்; ஆளை அடித்துப் போடுவதுபோல் "சிங்... சிங்" கென அவர் வளவில் ஆட்கள் ஆர்த்துத் திரிவர். மாலைக் கருக்கலில்கூட நடக்க முடியாதவர்கள் நொண்டி நொண்டி வந்து அந்த வீட்டின் முன் கட்டுத் தாழ்வாரத்தில் ஓலை விசிறியால் வீசிக்கொண்டு அமர்ந்திருப்பர். தூள் கிடைத்ததும் அதை மூக்கின் துவாரம் வழி வைத்து ஒரு இழு இழுப்பார்கள். சில நாழிகைக்குள் எல்லாம் சுகமானதுபோல் விலையை நீட்டிவிட்டு நகர்வார்கள்.

சிலவேளை புள்ளிம்மாவின் "ஹோ" வென்ற சத்தம் பயத்தை ஏற்படுத்தினாலும் அந்த இடத்தில் சுற்றியிருக்கும்

வைத்தியம் பார்க்க வந்தவர்களின் விசும்பல் தனிமையைப் போக்குவதாக இருந்தது. சாம்பிராணி வைத்து, ஊதுபத்தி கொளுத்தி, மடை அடித்துப் போடுகின்ற ராகம் நடு நிசியில் படுத்த பாயோடு சுருட்டிக் குந்தியிருக்க வைக்கும். இதுபோன்ற நாட்களில் படுக்கையில் மூத்திரம் பாயத் திடுதிடுத்து எழுந்திருக்கிறேன்.

எனக்கு ரொம்ப நாளாக ஒரு சந்தேகம். அன்றைக்கு அதை அவரிடமே கேட்டேன்; “ஏன் புள்ளிம்மா உங்களில் ஒரு புள்ளியும் காணல்லியே உங்களப் புள்ளிம்மான்னு கூப்பிடுறாங்க?” “இந்தப் புள்ளைக்கு வேற வேலையே இல்லை” என்று செல்லமாகக் கடிந்துகொண்டே மணிக்கட்டுவரை அணிந்திருந்த சீத்தைச் சட்டையைப் பிடித்து இழுத்துக் காட்டினார். பள்ளிக்கூடம் போகாததால் வாப்பா வைத்த சூட்டுக்கோல் அடையாளம் மணிக் கட்டுக்குமேல் பொட்டுப் பொட்டான மருபோல் தெரிந்தது. இவர் செய்யும் கைப்பு வெற்றிலைக்கு நல்ல ரசனையாக இருப்பதாக சின்னம்மா இரு விரல்களையும் உதட்டில் ஊன்றிச் சாற்றைத் துப்பும்போது சொல்லுவதுண்டு. இவர் கச்சான் தகட்டில் சுற்றி விற்கும் வெள்ளைப்பூடு லேகியம் நல்ல பேமஸ்; “கறுத்த டொபி ஒன்று தா புள்ள” என்று வயது முதிர்ந்தவர்கள் கேட்டு வாங்கி வாயில் போடுவார்கள். சில நடுத்தர வயதினர் மோதிர விரலை மேலும் கீழும் அசைத்துக் காட்டி வாங்கிப்போவார்கள்.

அன்று வீட்டில் யாரும் நிம்மதியாக இல்லை. ஒரே சண்டையும் சச்சரவுமாக இருந்தது. வாப்பா பின்னேரம் தூங்காமல் வாசல் படியிலேயே உட்கார்ந்திருந்தார். “பிள்ளை மிஞ்சி இஞ்சிப் பணியாரம் கேட்டானாம்,” என்று உம்மா சத்தம் போடுவது எனக்கு நித்திரை கலைந்ததிலிருந்து கேட்கிறது. என்னை அழைத்துச்சென்று சின்னப்பா விசாரித்துக் கொண்டிருந்தார். நான் எழும்புவதும் மீளவும் தூங்குவதும் இப்படி ஓர் இரவும் ஒரு பகலுமாக இருப்பதாக அப்போதுதான் எனக்கும் தெரியவந்தது; நானும் சில நண்பர்களுமாகச் சேர்ந்து புள்ளிம்மாவின் லேகிய டப்பாவை உண்டு தீர்த்த கதை எங்கள் அல்லசல் பூராகப் பரவியபோது, வெட்கத்தில் ஒருவாரமாக வெளியிறங்காமல் வீடே தஞ்சமானேன்.

புள்ளிம்மா நல்லா எண்ணெய் காய்ச்சுவதும்தான்; அதனை விறுக்கு விறுக்குத் தைலம் என்று அபிமானிகள் அழைத்தாலும் ‘விர் விர் தைலம்’தான் அதன் இயற்பெயர். கடுப்புக்கும் மேலுளச்சலுக்கும் நல்ல சாமான் என்று மூத்தப்பா கால் கையெல்லாம் பூசி வளவளப்பாக இருப்பார்.

கொடும் காந்தலுக்குப் பிறகான மழைபோல் இருந்திருந்து விட்டு வயிற்று வலிவரும். குந்தினால் இழுத்துக்கொண்டு கீரைப் பூச்சி விழும். அந்தவேளை வயிற்றைப் பிடித்தவாறு சுருண்டு சுருண்டு கத்தினால் முத்துக்குமார் டாக்டரிடம் என்னைக் கூட்டிப் போவார்கள். இல்லையென்றால், புள்ளிம்மாவின் கசாயம்தான் மருந்து. அதைக் கலந்து அந்தச் செத்தை வீட்டில் கொளுகி விட்டிருக்கும் பெரியதொரு நுளம்புப் படத்தைக் காண்பித்து "மருந்து குடிக்கவில்லையென்றால் இரவில் இது வந்து உன்னைத் தூக்கிச் சென்றுவிடும்." என்று பயம் காட்டுவார்கள்; நான் அந்த நடுக்கத்திலேயே மருந்தை உள்ளிழுத்துவிடுவேன்.

ஒரு வெள்ளிக்கிழமை கருகருவென்று அடர்த்தியான முடிகளும் உயர்ந்த கொண்டைகளும் புள்ளிம்மாவின் வேலிக்கு மேலே வந்து வந்து போயின. என் வாசலில் கிடக்கும் ஊஞ்சலில் ஆடினால் அதை முழுமையாகக் காணலாம்; யாருக்கும் சுகமில்லையோ என்று நானும் நினைத்திருந்தேன்.

அன்று வழமைக்கு மாறாகப் புள்ளிம்மாவின் சொந்தக்காரப் பெண்ணொருவர் எங்கள் உம்மாவின் காதுக்குள் ஏதோ சலசலத்து விட்டுப் போக, உம்மா நின்ற இடத்துக்கும் விசளம் சொல்லாமல் நகர்ந்திருந்தார்.

உரலொன்றில் வெள்ளைச்சீலை விரிக்கப்பட்டிருந்தது. புள்ளிம்மா ஒரு குழந்தையின் தொடைகளிரண்டையும் சிக்காறாக அமர்த்திப் பிடித்தபடி நின்றிருந்தார். எங்கள் உம்மாவை அழைத்துச் சென்ற பெண்ணின் கையில் சவரக்கத்தி பளபளத்தது. அவர் ஒருமுறை குனிந்து எழுந்ததுதான் தாமதம் பிள்ளை வீறிட்டு அழுதது; உம்மா கையில் சாம்பிராணித் தட்டினைப் புகை மேலிட அசைத்துக்கொண்டிருந்தார். எனக்குச் "ஜில்" என்றது. ஆடிக்கிடந்த ஊஞ்சலை நிறுத்திக் கீழே இறங்கினேன். மனம் உழன்று சோர்ந்து முகம் வொப்பென்றிருந்தது.

எருக்கல் சாணிகளும் குழம்புத் தடங்கலும் கசங்கி நசிந்த வைக்கோல் கூளங்களும் எங்கள் பாதைகள்தோறும் இழுத்துக் கிடக்கும்; அந்த வண்டலும் வறண்டு பிளந்த காலத்தின் நிலங்களில் தாளாத சமூகக் கட்டுமானங்களும் தம்மை ஒழுக்கவியலாளர்களாகத் தக்கவைக்க ஒவ்வொரு கிராமங்களும் அன்று முழுப்பாடு கண்டிருக்கின்றன. எனக்கென்ன தெரியும் அந்தச் சின்ன வயதில் "ம்ம்ம்... புரியாமல் கேள்வி கேட்கிறான்" என்றுதான் எல்லோரும் நினைத்திருப்பார்கள்.

13

சோத்துக் களறி

முதிர் பச்சையில் அடர்வன மழைக் கொடிகள் தாழ வளர்ந்துகிடந்தன. முற்றத்தைச் சூழ்ந்திருந்த தென்னை ஓலை மறைப்பில் முருங்கை மர நிழலில் அடுப்பு எரிந்துகொண்டிருந்தது; கொத்திப் பிளந்த கொள்ளி, நிறம் மாறிக் கருநிழலாய் அடுப்பின் பின்னால் கிடக்கிறது. விளக்குமாறின் சத்தமும் மண்வெட்டியின் ஓசையும் தொலைவில் மாறி மாறிக் கேட்கிறது.

தேயிலையின் நறுமணம் படுக்கையின் சுகங்களை மீறிப் பரவும்போது, காலையிலேயே சாய்வு நாற்காலிக்கு வந்துவிட்ட வாப்பா, எப்போதும்போல் என்னை மடியில் கிடத்தி வருடிக்கொண்டிருப்பார்.

அடுக்களைச் சீலையால் அடுப்பின் வெப்பத் தகிப்பைத் தக்கவைத்துக்கொள்ளும் உம்மாவின் சாதுரியம், சூடு தாவிப்பிடிக்க டக்கென்று அவர் தன் கையைப் பின்னிழுத்துக்கொள்ளும் துடிப்பு என் கண்களே ஆச்சரியத்தில் ஈசலாக, அக்காட்சி அரைத் தூக்கத்திலும் பலவண்ண நிறத்தில் கலவையாகத் தெரிந்தது.

மீளவும் தூக்கத்துக்குப் போய் எழுந்து கதவைத் திறந்து வெளியே வரும்போது, உம்மா கால் நீட்டி அரிசியில் கல் பொறுக்கிக்கொண்டிருப்பார், வாழைப் பாத்தியில் சாய்ந்திருந்த தண்ணீர் குடத்தைக் கெழித்து நீர் வார்த்து நிதானமாகக் குடிக்க ஆரம்பித்தார்; "எனக்கு அங்க சோலி கிடக்கு நீங்கதான் இந்த அடுப்பைக் கொஞ்சம் பார்த்துக்கணும்" வாப்பாவின் மேல் பாரம்

சுமத்திவிட்டு, வேறு அலுவல்களைக் கவனிக்க உம்மா குசினியில் போய்ச் சம்மணமிட்டு, அகன்ற தடித்த பன்தட்டைத் தன் மடியில் அமுக்கி அமர்ந்துகொள்வார்; இஞ்சியும் வெள்ளைப்பூடும் அம்மியில் வைத்துத் தட்டும்போது சில நிமிடம் ஏதோ தயக்கமும் யோசனையுமாகப் பார்வையைத் தூரமாக வெறிக்கவிட்டுச் சேலையை லேசாகத் திருத்துவார். வியர்த்து மேலும் கறுத்திருந்த அவர் முகத்தை முந்தானையால் அழுந்தத் துடைத்தபடி, புறவளவில் திரும்பும் ஒரு மூலையில் நடந்துவரும் ஆள் அரவத்தைக் கூர்ந்து கவனித்துக்கொண்டே எழுந்து நிற்பார்.

என்றைக்கும் உம்மாவின் காலோடு ஒட்டி நிற்கும் மஞ்சளில் வெள்ளைப் புள்ளியிட்ட பூனை இறவானக் காலுக்குள் எட்டிப் பார்த்தது; காதை உயர்த்திக் குரைத்துக் கொண்டு நாய் திரும்பி ஓடியது; சங்கிலியை எட்டிப் பிடித்த படியே வாப்பா அதனை இழுத்துச் சென்று கோடிப்புறத்தில் கட்டிவிட்டார். சந்துக்குள்ளிருந்து ஆடுகளை ஓட்டிவந்த பரட்டை அவ்வாம்மா, எங்கள் முன் வாசலையே பார்த்து நின்றாள். “உனக்கென்ன பரட்ட ஆட்டக் கூட்டிட்டு மேய்ச்சலுக்குப் போனா நாலு பணமாவது வாங்கிற, என்னப் பாரு, விட்ட விடியங்காட்டில எழுந்து அப்பச் சட்டியோட மல்லுப்பொருதி நாலு வூட்டுக்குக் கொடுத்து இன்னும் முடியல்ல...” மூலைவீட்டு மைனா மாமி, நின்றிருக்கும் பரட்ட அவ்வாம்மா முன்னே பார்த்துக் கதைத்துவிட்டுப் போவது எங்கள் காதில் விழுகிறது.

பழம் படியாத சேலையொன்றை அப்போதே உம்மா அணிந்துகொண்டார். வட்ட மூக்குத்தியைச் சுரை திருகி அழுத்தமாகப் பதியவைத்தார். அந்தக் காத்திருப்புத் திண்ணை யில் தலுகா மச்சியின் வருகைக்காக வெகுநேரமாகவே சாயக் கோடிட்ட பாய்கள் போடப்பட்டிருந்தன. உரத்த வெயில் அன்றும்தான் ஊமைச் சூடாக உருமாறி விழுந்தது. மாமியோடு குடும்பத்தினர் சேர்ந்து எட்டுப்பேருக்கு மேல் வந்திருந்தனர். எங்கள் வீடு குரல்களால் சளசளத்துக் கிடந்தது. நினைத்ததைக் கதைத்துப் பேசிக்கொண்டிருக்கும் அந்தக் கூட்டத்தில் நானும் ஒருவனாக அவர்களோடு அமர்ந்திருந்தேன்.

நடந்திருந்த நல்ல விஷயங்களை அசைபோடுவதற்குப் போதுமான நேரத்தை உம்மா செலவளித்திருக்கிறார். அவர்களோடு கதைத்திருந்தபடி நிலையில் கை ஊன்றி, மிகவும் சிரமப்பட்டு எழும்போது தன் இடுப்புத் தொடைப் பகுதிகளில் தோல் இழுத்துக் கட்டப்பட்ட எலாஸ்ட்டிக் நாடாபோல் அழுத்தியிருப்பதை உணர்வார். அன்றைய அதிகாலை சிறு குத்துவலியோடு தொடங்கினால், ஒரு சில மணி நேரத்துக்குள் உடல் உபாதைகள் மெல்ல மெல்லக் குறைந்து மதியத்துக்குள்

பழைய உடம்புக்குள் தான் மீண்டும் போய்ச் சேர்ந்துவிடுவோம் என்று அவருக்குத் தெரியும்.

புதரிலிருந்து சிறகடித்து வெளிக்கிளம்பும் பறவைபோல, இடையைச் சுற்றி வாப்பாவின் பழைய சாறனொன்றை இறுக்கக் கட்டிக்கொண்டு சமையல் சாதனங்களுடன் பரபரப்பாகுவார். சருமத்தின் கீழ் அவரது தாடைமூட்டுச் சற்றே அசைந்தால் சோற்றின் பருக்கையை வாயில் போட்டுப் பதம் பார்க்கிறார் என்று புரிவோம்.

"பொலிஸ் செய்திகள் கேட்டீர்கள்" வானொலியில் கனத்த ஆண் குரல் ஒலித்து முடிந்ததும் விவசாய நேயர் விருப்பம் தொடர்ந்துபோனது. "கல்யாண வளையோசை கொண்டு, காற்றே நீ முன்னாடி செல்லு" எம்ஜிஆர், லதா சோடியென்றால் ஒரு கசனாக் கதை பொங்கி வருவதுபோல் சொல்ல முடியாமல் மனதுக்குள் சிரித்துக்கொண்டே வெங்காயத்தை உரித்து நறுக்கத் தொடங்குவார். "நான் உரிக்கிறேன், நீங்க போய் அடுத்தடுத்த வேலையப் பாருங்க..." வந்தவர்களோடு உறவாடிக் கலந்திருந்த சின்னம்மா, வளையல்களை மேலேற்றிக்கொண்டு இப்படிச் சொல்ல, உம்மா வாளியிலிருந்த நீரில் கைகளை அலம்பியபடி சட்டென எழுவார்.

பளபளக்கும் தங்க வண்ணப்பூச்சு தடவிய பீங்கான் கோப்பைகள் கை தவறி விழுந்துவிடாமல் கவனமாகப் புரட்டிப் புரட்டிச் சும்பில் சாம்பல் சேர்த்துக் கழுவி அடுக்குவார். உயரமான இரண்டு இரும்புக் கம்பிகளுக்கிடையே கட்டித் தொங்கி இருக்கும் குண்டாலப் பானைகள் கீழே இறக்கப்படும். குழம்புச் சட்டியும் ஊறுகாய் போத்தலும் மூடிகள் திறக்கப் பட்டு அருகருகே இருக்க, அதிலிருந்து மெல்லிய புளி வாசம் கிளம்பும். வேசன் நிறையவும் நொறுநொறுப்பான எண்ணெய் தோய்ந்த பப்படங்கள் குவிந்து இருந்தன. அதிலொன்றையெடுத்துக் கடித்துப் பார்ப்பேன். அப்போது வயிறு சுருங்கி விரியும். இன்றைய சோத்துக் களரியில் ஆட்டுக்கறியின் மணத்தை, என் பீங்கானில் விழும் துண்டுக் கறியை நினைத்தபடியே வாயில் நீர் வடியக் காத்திருப்பேன்.

விருந்தாளிகளுக்கு வீட்டு மண்டபத்தின் இருபுறமாக உணவு படைத்து வைத்திருப்பார்கள். குழம்பு ஊற்றப்பட்டவுடன் கைகளால் வேகமாகக் கிளறி யாருமறியாமல் புறங்கையால் கண்ணீரைத் துடைத்துக்கொண்டு, குழைத்து அள்ளியள்ளித் தின்பார்கள். அவர்களது குழந்தைகளின் வாயோரங்கள் துடைக்கப்படாமல் சோற்றுப் பருக்கைகள் ஒட்டிக் கொண்டிருக்கும்.

உம்மாவின் கைவண்ணம் இப்படித்தான். அவர், எலும்புகள் போட்டுப் புளியாணம் காய்ச்சினால் அகப்பை

தாளாமல் சிறு மண் ஜொக் பானைக்குள் கிடக்கும். பசி இல்லாமல் சுருண்டு படுப்போரையும் அதன் மணம் எழுப்பி விடும். புளியாணப் பானையின்மீது மொய்க்கும் ஈக்களை விசிறியவாறே நான் காவல் இருப்பேன்.

தாளிப்பென்றால் நெய்க்குத்தான் முதலிடம். கருகிச் சுருளும் கருவேப்பிலையின் வாசம், மூச்சுக் காற்றில் அடர்ந்து ஏறும். முந்திரிக் கொட்டை, நிலக்கடலை வறுத்துப் பிரியாணிச் சோற்றுக்குள் அமுக்கி விடும்போது கொஞ்சம் ருசி பார்க்கத் தருவார். அந்நாளில் கல்யாணச் சோறு என்றுதான் அதனைச் சொல்வோம். கூடவே பச்சடியும் இருக்கும். பூண்டையும் வெங்காயத்தையும் துவைத்துக் கடையலாக்கி நெற்றியைச் சுருக்கி அவர் விரும்புவாரென்று பிரத்தியேகமாகச் செய்துவைப்பார்.

கையில் காசு புழங்கும் தினங்களில் எண்ணெய் மினுங்கும் மீன்களை வாப்பா வாங்கிவருவார். சிலதை உறிபோல் தட்டில் போட்டு அடுப்பின் மேல் கட்டிவைப்பார். சூட்டில் வெந்து தணிந்ததும் உம்மா இலகுவாக முள் நீக்கிப் பிட்டு, மரக்கறியில் சேர்ப்பார். கீரைகளைக் கட்டோடு பிரித்துக் கால்களை நீட்டித் தொடையில் வைத்துப் பூச்சி, புழு நீக்குவார். பொன்னாங்கண்ணியென்றால் விரல்களால் தெறித்துக் கந்தல் பிடுங்கி உள்ளங்கையால் பொத்திப் பட்டுப்போல் அரியும் கலை அவருக்கே உரியது.

அது இரவாக இருக்கும் பட்சத்தில் எருமைத் தயிர் சட்டியோடு நடுவில் இருக்கும். வாப்பா மூச்சின் ஏற்ற இறக்கத்துக்குத் தயிர் கரைத்து இறக்குவார். ஒருவாரத்துக்கு முன்பே உறவுக்காரர் ஒருவரிடம் சொல்லி வைத்து, எருமைகள் கட்டும் காலையிலிருந்து கொண்டுவந்த பாலை முறுகக் காய்ச்சிப் பானையிலிட்ட தயிர் இன்னும் உறையாததால் தலைமாட்டிலிருக்கும் மண் நிரப்பிய தேங்காய் சிரட்டையில் கோழையைத் துப்பிவிட்டு எச்சிலை விழுங்கிக்கொண்டு ஏதேனும் உளறியபடி தூங்குவார். “ஆணிக்காலி, இரண்டு நாளாகுது இவளுக்கு இன்னும் தயிர் வார்த்து முடியல்ல.” மழைக்காலமாதலால் பாத்திரங்களை நகர்த்துவதும் நிரம்பியவற்றைக் கொட்டிவிட்டு மீண்டும் அவற்றைப் பழைய இடங்களில் வைப்பதுமாகவே நேரம் கழியும். அதற்குள் தரை முழுவதும் ஈரம் பரவிவிடும். வீட்டுக் கூரையின் பொத்தல்களுக்கு மழை நீர் பிடிக்கச் சிலவேளைகளில் இருக்கின்ற பானைகளும் பாத்திரங்களும் போதாமலிருக்கும்போது எப்படி, எதில் தயிர் உறைபோடுவது? சேலைத்தலைப்பால் வாயைப் பொத்திய படியே, வாப்பாவின் பேச்சுக்கு உம்மா தேம்பி அழுவார். அவரது கண்களைத் துடைத்துவிடுவேன் நான்.

14

“கலியாணம் வாங்க...”

ஒருவாரத்துக்கு முன்பே பகிரத் தொடங்கியபோதும் உறவினர், ரத்த சொந்தங்களென்று ஏறி இறங்கியும் அந்த ஊரிலிருக்கும் ஆறேழு தெருக்கள் இன்னும் முடியாத பாடாகவே தெரியும். கல்யாண அழைப்பிதழ் என்பதே ஒரு பட்டோலைதான். ஊர்ப்பட்ட நிறைய விடயங்கள் அதில் பொதிந்திருக்கும். பெண்டுகள் வருகை, ஆலாத்தி எடுப்பு, பஜனை, பொல்லடி, மீரா உம்மா கவிகள், விருந்து, சிற்றுண்டி நிகழ்வு, காணிக்கை என்று தொடராக நான்கு நாட்களாக நீடிக்கும் வைபவங்களின் இறுதித் தினத்திலேயே திருமண நாள் வருகிறது. அக்கம்பக்கம் நடமாட்டத்தை நோட்டமிட்டு யாருக்கும் கேட்காத குரலில் “மனசில ஒரு குறையும் வச்சிராதீங்க; உங்க கையிலிருக்கும் அழைப்பிதழில் உள்ள எல்லா விஷயத்துக்கும் வந்திடுங்க...” இப்படிச் சொல்லுவது அன்று வழமையாக இருந்தது.

நேரில் சென்று அழைப்பு வைக்கையில் மாப்பிள்ளைப் பிரிவினருக்கு வெள்ளித் தாம்பாளத்தில் வெற்றிலை பாக்கு, பாதாம், முந்திரி, கிஸ்மிஸ் பழங்கள், பன்னீர் செம்புகள், எவர் சில்வர் தட்டு, அழைப்பிதழும் நிகரமதிப்பு நூறுரூபாயும் இன்னொரு வடிவில், ஓர் அரசிலை வட்டாவில் டின் பால், புகையிலை, நாணயக் குற்றிகள், ஊது பத்தி, அத்தர், ஒரேஞ்ச், டொபி, மணிமாலை என்று வைத்துக்கட்டித் தலையில் சுமந்து செல்வார்கள்; பின்னே தொடருபவர்கள் சொக்லேட், பிஸ்கெட், மிட்டாய் எனக் கையில் எடுத்துக்கொள்வார்கள்.

மருதோன்றி அணிந்து, மலைப் பூவரசு இலை போன்று கைகளை விரித்து வைத்துக்கொண்டு சிறுமிகள் அங்குமிங்கும் ஓடி விளையாடுவர். பெரியவர்கள் உள்ளங்கைகளில் மணம் குத்திக்கொள்வர். ஓலைப் பெட்டிகள் தட்டு வேலிக் கம்பங்களில் கழுவிக் காயும். பாக்குச் சீவல் தட்டங்களில் மலை மலைபோல் குவிந்திருக்கும்.

அவரவர் வசதிக்கேற்ப திருமண வீடுகள் அலங்கரிக்கப் பட்டன. கமுகுமரத் தூண்கள், பச்சை மூங்கில், குறுக்குத் திரைகள், தென்னோலைக் கட்டுகள் வெளி ஊர்களிலிருந்து வண்டியில் வந்து இறங்கும்; தோரண வாயிலில் கமுகம் குலை, நுங்குக் குலை, உலத்திக் குலை, இவற்றோடு கூந்தற்பனை ஓலைகளும் நிரை நிரையாய் எங்கும் சளவோலை மடிப்புகளும் வரிந்து வரிந்து செருகப்பட்டன. மிக உயரமாக நீரை விட்டு எம்பி இரண்டு வேளா மீன்கள் அந்தரத்தில் முத்தமிட்டுக் கொள்வதுபோல் ஒவ்வொரு பந்தல் கால்களுக்கிடையிலும் தென்னங் குருத்தோலைகள் எழுந்து சவண்டு தெரியும். கம்பங்களில் நிறச்சேலைகள் சுற்றப்பட்டுச் சிப்பம் சிப்பமாகக் கொசுவி விசிறிபோல் வடிவமைத்திருப்பார்கள். பந்தல் வெள்ளைத் துணியால் இழுக்கப்பட்டிருக்கும். ஒவ்வொரு பந்தல் காலிலும் இளநீர்க் குலைகளைக் கட்டியிருப்பார்கள். மாப்பிள்ளை பந்தலுக்குள் நுழைகின்ற போதில் ஒரே வெட்டில் இளநீர் தெறிக்கும்.

நெடும் வீதியில் இருந்து கல்யாணவீடுவரை இரு மருங்கிலும் வண்ணக் குழல் விளக்குகள், தலைக்குமேல் முல்லை – மல்லிகைப் பந்தல்போல் சர விளக்குகள்; எங்குமே பன்னீர் மணம்; ஒருவர் திரிரோஸ், கெப்ஸ்ட்டன், பிரிஸ்ட்டல் என்று சிகரெட்களுடன் கையில் அடுக்கி இன்முகத்துடன் சிரித்தபடி வழங்கிக்கொண்டிருப்பார். மணமேடை என்பதற்குப் பெரிதாக எதுவுமில்லை. மணப்பெண்ணை வீட்டின் கதவு மூலைக்குள் அலங்கரித்து உரல் அல்லது பின்னல் கதிரையில் இருத்தி வைத்திருப்பர். அவள் நாணத்தில் சுருண்டு, எடை மிகுந்த ஒரு மூட்டையை முதுகில் சுமந்திருப்பதுபோல் வளைந்திருப்பாள்.

அன்றைய இரவு விடிவதாகத் தோன்றாது. அமைதி காத்திருந்த பனித் துளி கரைந்துகொண்டிருக்கும். தம்முள்ளிருந்தும் நள்ளிரவைக் கடந்து சேவல் கூவும் நேரம்தான் மாப்பிள்ளையின் வருகை அமையும். ஆலாத்திச் சுற்று, கொழுக்கட்டை எறிதல், பந்தம் சுழற்றல், பறை என்பதுடன் வாணவேடிக்கை கொஞ்ச நேரம்தான்; ஆனால் முடிந்தபிறகும் கண்ணுக்குள்ளே வண்ணம் ஆடும்.

மின்சாரம் இல்லாத காலத்தில் பெற்றோமேக்ஸ் தூண்டி எரியும்போது அதன் "ஸ்"னு சத்தத்தைக் கேட்டால் யாரோ பக்கத்தில் தூங்கிக்கொண்டு, பாட்டுக்கு ராகம் இழுக்கிற மாதிரிக் கேட்கும். மாப்பிள்ளை சிவப்புத் தொப்பி அணிந்திருப்பார்; 'கோர்ட்' மாட்டி வெள்ளைச் சாறன் உடுத்திருப்பார்; ஒருவர் குடை பிடிக்க வாலிப வயோதிக அன்பர்களின் 'பைத்' வாழ்த்து ஒலியுடன் மாப்பிள்ளை ஊர்வலம் அன்னக் கூட்டம்போல் அசைந்து செல்லும்.

எப்போதும் கிளை படர்ந்து குடை நிழல் போர்த்திய ஈரம் சொரியும் நிலம். விதம்விதமான மரம், செடிகொடிகளோடு அமைந்திருக்கும் வீடு. உள்ளே காலெடுத்து வைக்கும் மாப்பிள்ளையின் பாதங்களில் சொல்லிவைத்தாற்போல் கையில் பன்னீர் செம்புடன் நின்று மணப்பெண்ணின் தம்பி முறையானவர் மணம் தெளிப்பார். இதோ இக்கணமே பரிசு கொடுத்துத் தாவரம் வேர் கொள்வதைப்போல் அவரையறியாமல் வியர்த்த முகத்தோடு பெண்ணை நெருங்குவார். தாலி கட்டி முடியும்வரை பெண்டிர் குரவை ஒலி நான்கு திசைகளிலும் கேட்கும். அப்படியே வெள்ளித் தம்ளரில் பாலும் பழமும் கொடுப்பார்கள். ஒருவர் மாறி ஒருவர் அதையே மிடறு மிடறாய்க் குடித்து இருவரின் கன்னங்களும் சிவக்க, உதடு சுளிப்பர்.

சிற்றுண்டி நிகழ்வாகப் பலகாரங்கள்தான் அங்கு முதலிடம். வட்டம், தட்டம், மாவு சம்பு, சாரி, சொடக்கு என்றெல்லாம் பெயர்கள் இருந்தாலும் சவ்வு, கல்லு இவை இரண்டுக்கும்தான் இங்கு மவுசு அதிகம்,; சவ்வுப் பலகாரம் நறிச்சென்று சாப்பிடுவதைப்போல கல்லுப் பலகாரம் பல் விழுந்தவர்களைக் கவர்ந்திழுத்தது. முழங்கை ஊன்றி ஒரு கையைத் தலையில் பிடித்த வண்ணம் மறுகையில் விசிறி பிடித்து அலுக்குமட்டும் காற்றை விசிறுகையில் மணமகன் ஒரு பெரும் மகிழ்ச்சியை உற்பவித்துக் கொண்டிருப்பார்.

உரித்து உண்ட வாழைப்பழத் தோல் வீடெல்லாம் கிடக்கும்; பரிமாறிய பால் தேநீர் தளம்பிய இடங்களில் கொசுக்கள் வட்டமிட்டு அமரும். நடுவில் பந்துபோல் 'டிஷ்யு' பேப்பர் உருண்டை கட்டிச் சுற்றிவரக் 'கிறே' பேப்பர் தாரை தாரையாய் மோட்டிலிருந்து இறக்கி அருகு வளைகளில் ஒட்டியிருப்பார்கள். அது மெல்லிய விசும்பலுக்கு யாரோ இழுத்து இழுத்துவிடுவதுபோல் சிணுங்கலாகத் தெரியும்; இடையிடையே பலூன்கள் தொங்க விட்டு நேர நகர்வில் 'தப் தப்'பென்று வெடிக்கும்; வீடே கலர் கலராய் மின்னும். சுவர்களின் பெயின்ட், நிலை, கதவு, ஜன்னல்களின் வார்னிஷ் மணம் பரவிய அந்தக் கல்யாண வீடு தேன்மெழுகுதான்.

அழகு வண்ணப் பறவைகளிலொன்று எப்படியோ தவறிச் சுவரோரம் வந்திருப்பதுபோல் உம்மா தெரிவார். உடை உடுத்துவதிலும் பிரமாதமான ரசனை கொண்டவர். பச்சைப் புல் அறுபட்ட வாசனை எங்கள் அலுமாரியெங்கும் ஏறியிருந்தது. உள்ளே ஒட்டப்பட்டிருக்கும் தாளை நினைத்தாலே சுகந்தம்தான். ஆறு அடுக்குகளில் பட்டு, வெள்ளை, நைலெக்ஸ், ஒயில், சிருங்காரம், மணிப்புரி, மாங்காய் சேலை, சாந்திப்பூர், நெசவு எனச் சிரத்தையோடு பராமரிக்கப்படும் சேலைகளில் சில பரம்பரைக் கால எல்லைகளையும் தாண்டிவிட்டிருக்கும். ஆட்காட்டி விரலால் மெல்லத் தொட்டுப் பார்த்தால் பொடிப் பொடியாய் உதிரும் வெண் துகள்கள் கண்டு, "இது பழசாயிற்று" என்று வேறு சேலை பூணுவார்.

திருமணப் புடவையென்று ஓர் அடுக்கு இருக்கும். சிகப்பு, நீலம், பச்சை என்ற வர்ணங்களில் கண்டாங்கி போட்ட நூதன நூல் வேலைப்பாடுகள் அதில் இழையோடி நீண்ட முகத்தலையில் குஞ்சம் கட்டியிருப்பார். அதிலும் கூறைச்சேலைக்குத்தான் முன்னுரிமை. அதை மென்மையாக எடுத்து முகர்ந்து வருடிக் கொடுத்துவிட்டு மீளவும் அதே இடத்தில் வைத்துவிடுவார். மகன் அல்லது மகளின் திருமண நாளில் அதை உடுத்துக் காட்ட வேண்டுமென்பதே அவர் எண்ணமாக இருந்தது.

பேச்சின் சுவாரசியத்திலிருந்து விடுபட, "சும்மா எப்படிக் கல்யாணத்துக்குப் போவது" என்று கூச்சப்பட்டு உம்மா நிற்பதும், பின்னர் வாப்பாவின் தயவில் ஒரு கூடைப் பொருட்கள் நிறைத்துத் தூக்க முடியாத பாரமாய் வளைந்து வளைந்து நடந்து கொண்டு சென்றதும் இன்னும் என் பால்யத்தின் ஞாபகங்களாய் வருகின்றன. வழிகளில் யாராவது உற்றுப் பார்ப்பதைக் காண நேர்ந்தால் "என்ன விடுப்பப் பார்க்கா" என்பார்.

"அங்கும் இங்கும் மேலே பார்த்து என்னது என்னமோ யோசிச்சிக்கிட்டு இருக்கே, இந்தா வாய்க்க போடு மச்சி." வெற்றிலை வட்டா அருகே இழுபடப் படிக்கமும் நகரும். கொதுப்பி வாய் கழுவி முடியும் தறுவாயில் கதைகள் தொடரும். கலியாண வீடென்றால் நேரம் கடந்தாலும் சினேகிதம் கலந்து உறவாடும் உம்மாவுக்குப் பெரிய ஆறுதல் அது. எனக்கு அங்கு தரும் கேக்கும் வாழைப்பழமும் பால்தேயிலையும் உண்டு குடித்து முடிந்தால் உடனே கிளம்பிவிட வேண்டும். நேரம் போகவே மெல்லச் சிணுங்குவேன். "மாமா உனக்கு மாம்பழக்குருவி பிடிச்சிட்டு வருவார். நீ அதோட விளையாடலாம் சரியா? அழாத மன." இப்படி முன்னே இருக்கும் முக்காட்டு மாமி சமாதானம் பேசுவார். நான் எதுவும் சொல்லாமல் உம்மாவின் கையைக் கட்டிக்கொண்டு நீண்ட நேரம் அழுவேன். அங்கேயே உட்கார்ந்தபடி மூத்திரம் போவேன்.

தென்னம் படல் மறைப்பு

15

இரவு வந்தது

நிலவு வெண்மேகங்களுடன் உறங்கிக் கொண்டிருக்கும் இரவு அது. அந்த ஆழ்ந்த அமைதிக்கிடையே வாசலில் சுருண்டுகிடக்கும் தோட்டுப்பாய் விரித்து அமர்ந்துகொள்வோம். வானத்தை அண்ணாந்தால் பலவண்ண மலர்களும் ரோஜாக்களும் ஏதேதோ மொழி பேசி அலைவது போலவும் ஒன்றித் தோயும்போது மேகங்கள் காதணி, மூக்கணி, கையணி என்று பொன்ஆபரணங்கள் அணிந்து மின்னிக்கொண்டு கொத்துக் கொத்தாக இன்னும் அழகாகத் தோன்றும். கை நழுவவிட்ட நாணயங்களோ நட்சத்திரங்கள். சீறும் ஓடையாகவும் அகண்ட ஆறாகவும் ஈரமும் சதுப்புமாக மனதில் உருவான ஆகாய வெளி, ஏற்றமும் இறக்கமுமாகத் துலங்கும்.

அந்நேரம் அதே அரக்குப் பட்டுத் துண்டுடனும் திறந்த மார்புடனும் எழுந்துவந்து எங்களுடன் உட்காரும் மக்காப்பா, மெல்ல மெல்லப் பேசும் போதே பாடல் கேட்பதுபோல் அவரில் இசைவாகிவிடுவோம்; தளர் நடையில் அப்படியே ஒலி வடிவமாக மாறும் அவர் உரையாடல் ஊரைச் சுற்றி வந்து வழியில் குடித்த நீர்மோரும் பானமும் நெஞ்சில் நெட்டி முறிக்கும்.

எவ்வளவுதான் உடல்வலி இருந்தாலும் சுற்றிலும் இருக்கும் எங்களைப் பார்த்து நோவை மறைத்துச் சிறு புன்னகை உதிர்ப்பார். குடும்பத்தில் மக்காவுக்குச் சென்று புனித ஹஜ்ஜுக் கடமையை முடித்த முதல் மனிதர் அவர்தான். அதனால்தான்

அவருக்கு மக்காப்பா என்று பெயர் வந்திருக்கிறது. அந்நாளில் தண்ணீர்க் கப்பலில் பயணித்தவரும் அவரே. "ஆறு மாதங்கள் பிடிக்கும் மக்காவுக்குப் போய் வர" என்பார். அவருக்கு அடிக்கடி நடுக்கக் காய்ச்சல் வருவதுண்டு. அப்போதெல்லாம், தன் முந்தானையை அவருக்குப் போர்த்தி அவர் உள்ளங்கையை நன்றாகத் தேய்த்து அச்சூட்டை முகத்திலும் அப்பிவைக்கும் மறைந்துபோன துணைவியை எப்போதும் நினைத்தழுவார்.

அக்காலம், வருடத்தின் நடுப்பகுதி, காற்றும் வெயிலும் கலந்து ஊர் மஞ்சளாக வெம்மை கொண்டுவிடும்; விசிறிகள் தோலை இராவ முற்றத்தில் குழுமிவிடும் மனிதப் பட்டாளம் அதிகமே. மழை ஓய்ந்தும் ஓயாமல் குளிர் தொடங்கியும் தொடங்காமலும் இருக்கும் பருவம் பார்த்துக் கச்சான், பயறு விதைத்து மரவள்ளி நடுவோம். இவை அறுவடை செய்யும்போது கோடை மறையத் தொடங்கும். இதில் எண்பது வயதிலும் அதுவும் சற்று அறிவு மழுங்காமல், "நான் கொஞ்சம் ஏமாந்து போனால் இந்த ஊரை விட்டுப் பச்சைப் பயிர்களும் மரங்களும் கழனியும் கரைகளும் காணாமலே போய்விடும்." இப்படி மக்காப்பா அடிக்கும் குறும்பு எப்போதும் அவரை விட்டு அகன்றதில்லை.

கரடுமுரடான பாதை வழியே இறங்கிச் சென்று, எதிரில் கோட்டை மதில்போல எழுந்து நிற்கும் காட்டுமரங்களை அகழிதோண்டி வீழ்த்திக் கழனி வெட்டிய கதையைத் திளைக்கத் திளைக்கச் சொல்லுவார். குதிரை லாடம் போன்று அமைந்த ஒரு பள்ளத்தில், ஒரே படலமாக உறைந்து நின்ற வெள்ளநீரைச் சுமார் கால் மைல் தூரத்துக்கு இரு கிளை ஓடைகளாகத் திருப்பிவிடத் தெம்பிழக்காமல் மண்வெட்டியும் ஆளுமாய் சமர் செய்ததை, என் சிறுவயதில் கண்டிருக்கிறேன். ஒவ்வொரு சொற்களுக்கும் அவரின் முகச்சுழி புதைந்து புதைந்து எழும். ஒருவர் கதைசொல்ல, மற்றவர் சிந்தனையைக் கிளற, இனியொருவர் நாளையைப் பற்றிக் கனவு கண்டு பொழுதைப் பொன்னாக்கிக்கொண்டிருப்போம். நேரம் நகர நகர ஆளில் ஆள் சாய்ந்துகொள்வோம்.

ஆழமும் அன்பும் மிகுந்த வெளிப்பாடு. ஊசிமல்லியின் கிறக்கும் மணமும் இருண்ட வெளியில் ஊடுருவும் கண்களும் தொற்றுப்போல் யாவரையும் வியாபித்திழுக்கும் உம்மம்மாவின் சிரிப்பும், எதேச்சையாக வரும் நகைச்சுவைக்கு அதிலுள்ள வாக்கியத்தின் எழுவாய் பயனிலைகளைப் பொறுக்கியெடுத்து மீளமீட்டும் பெரியம்மா. தேவைப்பட்டால் தன் முகத்தையே கோணலாக்கும் கடைசித் தங்கை சுல்பிக்கா. குழந்தைபோல் மூச்சு வாங்கிக் கிரகித்ததைத் தடங்களுடன்

ஒப்புவிக்கும் சுலைஹா மாமி. கேள்விக் குரலுடன் ஆண்பாலைப் பெண்பாலாய் மாற்றித் தேநீர் கொண்டுவரும் உம்மா; தடம்பதித்துப் புரண்ட உயிரோட்டங்களை ஞாபகத்தில் ஊன்றி நிகழ்வின் சாரத்தை அலாதியான கதையாகப் பின்னிக் கசந்த அனுபவங்களைச் சுவாரஸ்யமிக்க துணுக்குகளாக்கிப் பரிமாறும் பக்கத்து வீட்டு லைலத்தும்மா; வாழ்க்கையில் தாக்கம் ஏற்படுத்தியவர்களை நினைத்துப் பெருமூச்சுவிடும் வாப்பா; வண்ணப்பீலிகளை மறைத்துப் பதுங்கும் மயில்குட்டிபோல் சதா முக்காடிட்டிருக்கும் மருமகள் ராபியா என்று எங்கள் வாசல் நிரம்பி வழியும்.

இடையிடையே வாலைத் தூக்கிக்கொண்டு திரியும் தேள்கள்; காதுகளுக்குள் கின்னாரம் பாடும் நுளம்பு இவை அண்டாதிருக்க மக்காப்பா உரிமட்டை விரித்துத் தீ மூட்டிப் புகைகாட்டுவார். கல்லூரியில் ஒன்றாகப் படித்து அரச உத்தியோகம் வேண்டாமென்று வீட்டிலேயே ஒதுங்கியிருக்கும் கரீம் சாச்சாவுக்கு வேறு வேறு வர்ணிப்புகளில், ராகங்களில் வாத்தி மாமா கவலைகளை வெளியிடுவார்.

ஈர மணலில் குத்தி நடப்பட்ட வாள்போல் மல்லிகை மரம் பளபளப்பாக முன்றலில் நிற்கும். கண்களைத் திறக்க முடியாமல் காகிதங்கள் ஓரத்தில் மண்ணெண்ணெய்ப் படுத்தி விறகின்மீது போடப்பட்டது புகையாக வெளிப்படத் தட்டுரொட்டியின் அடுக்கு உயர்ந்துகொண்டிருக்கும். சின்னம்மாவின் கை ருசி என்று ரசம் தட்ட உண்போம். எதிர் வீட்டின் சதுர வடிவ ஜன்னல் மட்டும் திறந்து கிடக்கும். அவர் உள்ளங்கையிலிருக்கும் சில ரொட்டிகள் அந்த ஜன்னல் வழியே பரிமாறப்படும். கோடி வீட்டின் புறத்திலிருந்து நள்ளிரவையும் தாண்டி, ஓயாது இயங்கிக்கொண்டிருக்கும் தையல் மெஷினில் மைமுனா ராத்தா அமர்ந்திருப்பார். நவீன மோஸ்தர் கொண்ட அவரது தையலுக்கு ஆட்கள் மொய்க்காத நாட்களில்லை; சேமிப்பை முதலாகக் கொண்ட வருமானத்திலேயே அவர் பிள்ளைகள் வாழ்வதாகக் கூறுவார். புற்களைக் குவித்து அடியில் வைக்கப்பட்ட தீபோல் "சரசர சரசர" என்று, நின்று நின்று சத்தம் வரும்போது அந்த வீட்டின் பக்கம் ரொட்டித் தட்டங்களோடு சின்னம்மா புறப்படுவார்.

அந்தச் சுற்று வட்டத்தின் வழிகள் ரேகைகள்போல் கலைந்து தெரியும். அடுத்தாற்போலுள்ள தோட்டங்களிலிருந்து, தூரவுள்ள சந்தைகளுக்குக் கொண்டுசெல்லும் தேங்காய் மூட்டைகள் நிறைந்த மாட்டு வண்டிகள் வளவுகளுக்குள் புகுந்து புறப்பட்டு நகரும். இருட்டுக்குள் ஹரிக்கேன் லாம்பொளி சிதறி விழும். செடிகளுக்கிடையில் கிடக்கும் காய்ந்த முட்கள் வண்டிச்

சில்லுகளிடையே பட்டுச் சுள்ளிபோல் ஓடியும் சத்தம் நெட்டி முறிவதுபோல் கேட்கும்.

சில் வண்டின் ஒலி ஒவ்வொரு மரவேரிலிருந்தும் மாறி மாறி வீறிடும்; தென்னோலைகளின் சன்னமான கீறல்கள் வழியாகப் பனி இறங்கி நிலம் குளிரும். அங்கே கூடி இருப்பவர்களின் முகம் சற்றே சுருங்கிப் பின் சரியாகிவிடும். “நிலா நிலா ஓடி வா, நில்லாமல் ஓடி வா, மலை மேலே ஏறி வா, மல்லிகைப்பூக் கொண்டு வா ...” கை தட்டலோடு மடியிலிருக்கும் தம்பியின் திறந்த அவனது வாயினுள் பாட்டி சோறூட்டிக்கொண்டே பாடுவார். அவனுக்கென்று வைத்திருந்த முட்டையொன்றை எடுத்து வைத்து அவர் ஆட்காட்டி விரலைத் தட்டோடு அழுத்துவார். பதிலுக்கு அவன் கால் பெருவிரலால் தட்டினை உதைத்துவிடுவான். பிடித்துத் தீத்திய சோற்றைத் துப்பிவிட்டு “ஹோ” என்று குதித்துப் பெருஞ்சத்தத்தோடு சிரிப்பான். கோபப்படாமல் அவர் சுருங்கிய முகத்தில் வைத்துப் பரிசளித்த முத்தம் பிடிக்கவில்லையோ தெரியாது. நீரையள்ளிப் பாட்டி மீது எறிவான்.

புறங்கழுத்தில் முத்தியபடியே இடுப்பின்மீது ஊர்ந்து சென்ற தங்கையின் கை, வாப்பாவின் கால் ரோமமொன்றைப் பற்றி இழுக்கையில் “ஆ” என அனைவருக்கும் கேட்கும்படி அலறிக்கொண்டு திரும்பிப் பார்த்தார்; அவளின் காரியம், இரவின் ஈரத்தையும் குளிர்ச்சியையும் கடந்து அவரைச் சூடாக்கியது; “எருமை! எருமை! பாரு, இந்த ராவையிலும் புல்லுத் திங்குது.” என்பார்; கன்னத் தசையில் ஊசிகள்போல் குளிர் குத்தத் தொடங்கும் போதே மக்காப்பா நடுவிரலை வாயில் வைத்து “ஊ ஊ” என்று சமிக்ஞை காட்டுவார்; உம்மாவின் தலைமுடியை இறுகப் பற்றிக்கொண்டிருந்த நான் பிடரியை நிமிர்த்துவேன்; நிலா வானத்தின் ஓர் ஓரத்தே மொக்கையாகப் பெருத்திருக்கும்.

16

ஔவியம்

அது வினோதமான அலாரம்தான்; இருந்திருந்துவிட்டு, ஒலி காதுகளில் அலைமோதக் கண்விழித்தல் என்பதும் அற்புதம் நிறைந்ததுதான். அயல்வாசிகளின் கொதுகொதுப்பு, எல்லாக் காலைகளிலும் வீதிச்சண்டை என்ற பெயரில் கொப்பளித்துத் தெறிக்கும் கடுப்பம் கூடிய கெட்ட வார்த்தைகளின் கூச்சல் சிலருக்குச் சங்கடம்; பலருக்குப் பழகிப்போன மழைச்சாரல்; 'தீ'க்கு முகத்தைக் காட்டாமல் திரும்பிக்கொண்டே கடப்பதுபோல், அந்த இடத்தைவிட்டும் நகர்வதில், வேகத்தை அதிகப்படுத்தி அவசரம் காட்டும் மனிதர்களும் அன்று வாழ்ந்திருக்கிறார்கள்.

பொருட்களைத் தூக்கிவந்து வெளியில் போட்டு எரிப்பதிலும் சுவரை ஒட்டி அடுக்கி வைப்பதிலும் குழுவாக இயங்கி வாய்த்தர்க்கத்தில் வசைமாரிப் பொழியும் நபர்களைப் பாடசாலை போகும் காலங்களில் கண்டிருக்கிறேன். எப்போதும் அங்கு முழுக்கப் பெண்களையும் பெண் உறுப்புகளையும் முதன்மைப்படுத்தியே மோதல்கள் தொடரும். கூடிக் கிடந்தவர்களின் கண்களில் ஒருவித ஆர்வமும் பின் அர்த்தபூர்வமான சலிப்பும் மாறி மாறி வெளிப்படும். அந்த ஓசை கேட்டுக் குழுமிய பெண்கள் முகம் வெலவெலத்து மறுபுறம் திரும்பி நிற்பார்கள். ஓரிருவர் துணிவோடு "நாறப் பயலுகள்","சாளவாய் நாம்பனுகள்","பிச்சைப் புண்ணணுகள்." என்று நேரே பார்த்துத் திட்டவும் செய்வார்கள்.

மாறிப்பேசும் ஆண்கள் பெண்களின் நெஞ்சுக்கு நேரே கை நீட்டி, “அறுப்பன் ஓ!” என்பார்கள். பால் கொடுத்த உறுப்பை எதற்காக அறுக்க வேண்டும்? அவை என்ன பாவம் செய்தன? பிறப்புக் கொடுத்த கருப்பையை அறுத்தெறியச் சாத்தியமில்லை என்பதாலா? குளிப்பாட்டிய, மலம் துடைத்த, எண்ணெய் வைத்துத் தலை வாரிய, சோறு சமைத்து ஊட்டிய கரங்களை வெட்டி இருக்கலாம் அல்லவா? முத்தம் கொடுத்த உதடுகளை, உச்சிமுகர்ந்த நாசியைத் துண்டித்திருக்கலாமே? பெண்ணின் மார்பகங்கள்மீது மனிதனுக்கு இத்தனை பகை ஏன் வந்து சேர்ந்தது என்று தெரியவில்லை; இதனை முன்னிறுத்தி நமது கிராமங்களிலும் நகரங்களிலும் ஒட்டப்பட்டிருக்கும் திரைப்படச் சுவரொட்டிகளில் முலைப்பாகம் கிழிக்கப்பட்டோ, சேதப்படுத்தப்பட்டோ, கரி பூசப்பட்டோ காட்சி தருகின்றன.

பெண்களுக்குள்ளும் சண்டைகள் மூண்டன; தமக்குள் மல்லுப் பொருதும்போது, எதிர்தரப்புப் பெண்ணைக் கூசச் செய்யும் மொழிப் பயன்பாடுகள் உண்டு; “வாடி என் சக்களத்தி” என்பது; அதாவது, எனது கணவனுக்கு மற்றுமொரு பெண்ணாக இருப்பவளே என்று அர்த்தம் கொண்டனர். மற்றொன்று, “கொண்டையை அறுத்திருவேன்” என்பது; இது மானபங்கப் படுத்துவதன் முகாந்திரம்; இன்னொன்று “வாறா பாரு, ஆனைத்தலை போல முலைய ஆட்டிகிட்டு” என்று பெருந் தனங்கள் உடையவளைக் கேவலப்படுத்துவது. இது கிராமப் புறங்களில் வாழும் பெண்களின் அறியாமை மூடத்தனம் எனச் சமாதானம் சொல்லலாம்தான். என்றாலும் நமக்குள் பதிந்துள்ள நாட்டுப் பாடல்களும் இலக்கிய இதிகாசங்களும் இதனைப் பேசாமலில்லையே. பட்டினத்தடிகள் “கறந்த இடத்தை நாடுதே கண்” என்கிறார். உமறுப்புலவர் பாடிய சீறாப்புராணம், “வார் அறுத்து எழுந்து வீங்கும் வன முலை மடந்தையும்” என்கிறது.

முதலில் அகலமான சால்வை ஒன்றை இடதுதோள்மீது சார்த்திக்கொள்வர்; குழந்தையை இடது மார்பில் அணைத்துப் போர்வையால் மூடி மேலாடையைத் தூக்கிப் பால் கொடுக்கத் துவங்குவார்கள். பாலூட்டத் தோதான உடை, பழைய ரவிக்கையும் சேலையும்தான். தாய்மாருக்கு இது தெரியும்; பாலூட்டும் பாசமுள்ள உறுப்பு என்று புரிந்துகொள்ளாமல் தலை நீட்டி யாராவது பார்த்துவிட்டால் அவனைக் கண்டு சரியான “முலை கொத்திப் பாம்பு” என்று திமிறுவார்கள். கிறுகிறுப்புக்கு ஆளாகிச் சிலர் வதனம், நாசி, கண்கள், நெற்றி, இடை, கால்கள் என அவற்றில் குறை வைத்து ஆழ்மன வஞ்சத்தில் எதிர்தரப்புப் பெண்களைக் குலையச்செய்யும் புனைவுகளுடன் முன் நிற்பர்.

வெற்றுடலில் அலட்சியமாகச் சுற்றிவிடப்பட்டிருந்த பழைய சாறமோடு துள்ளிப் பாய்ந்தார் வாணம் சுட்டார்; மர வேர்கள் போல் கைகளில் நரம்புகள் படர்ந்து தெரிந்தன; நரையோடிய ரோமங்கள் மார்போடு ஒட்டிக்கிடந்து வயோதிகத்தைக் காட்டின. விரியத் திறந்திருந்த கண்கள் அர்த்தமற்று வெறித்திருந்தன. பக்கத்து வீட்டுக் கோழி காணாமல் போனதற்கு, "இவர்தான் அறுத்து உண்டிருக்கிறார்" என்ற குற்றச்சாட்டுப் பலத்ததை உள்ளுணர்வால் விளங்கிக்கொண்டவர் கிளம்புகிறார். இவரோடு மல்லுக்கு நிற்க வேலிக்காலுக்குள் ஒருவர் தயாராகி வருகிறார் என்று தெரிந்ததும் அவர் வாயிலிருந்து அழுகிய புழுப்போல வார்த்தைகள் வந்து வெளியே விழுந்தன. மனைவி கதவைச் சாத்திக்கொண்டு கத்தினாள்; ஊர் கூடிப் புதினம் பார்க்க ஒரு பகல் முழுக்க இந்தச் சண்டை தொடரும்.

எங்கள் வண்டுப் பெரியப்பாவின் அறை எந்நேரமும் சாத்தியே கிடக்கும். முனகல் மட்டும் மிகத் தெளிவாக ஒலித்துக்கொண்டிருக்கும். எல்லாப் பொழுதுகளிலும் வீட்டுக்குள்ளேயே தன்னை இருத்திக்கொண்டு நாள் முழுக்க யாரையாவது சபித்துக்கொண்டும் திட்டிக்கொண்டும் ஔவிய வார்த்தைகளைப் பொரிந்து தள்ளுவார்.

இரவில் எல்லோரும் வரிசையாகப் படுத்து ஆழ்ந்த உறக்கத்தில் இருக்கும்போது, சீனத்துப் பெரியம்மாவுடன் போராடிக்கொண்டு தூஷண வார்த்தைகளை அள்ளி இறைப்பார். வாப்பா ஒருக்களித்துப் படுத்தபடி குறட்டை ஒலியில் தொலைந்திருக்கும் தருணத்தில் எனக்கு விழிப்புத் தட்டிவிடும். எழுந்ததும் வீட்டின் கூரையை வெறித்துக் கொண்டு வண்டுப் பெரியப்பாவின் இரவு இராவலைக் கேட்டுக்கொண்டிருப்பேன்; "பகல் கள்ளன் வந்து போறானே; என்ன சொன்னாய்." என்பார்; அவர் கள்ளன் என்று சொல்வது, கடன்காரனைத்தான் என்பது சீனத்துப் பெரியம்மாவுக்கு நன்றாகவே தெரியும். "அவருக்கு நரம்புத் தளர்ச்சி பேச்சு வராது." என்று பதிவுசெய்து வைத்த வானொலிபோல சொல்லிக்கொண்டிருப்பார்;

சுருட்டை எரித்து வாயில் வைத்து ஒரு இழுவை இழுத்துவிட்டு, வேலி ஓரங்களுக்கு காலால் மண் சாத்திக் கொண்டிருப்பார் சங்கிலியர். சுருட்டுத் தணலாகிப் புகைந்து பழுப்பாகி இருப்பதை அறியாதவர்போல் கையைப் பின்னிழுத்து வேலைகளோடு ஊறியிருப்பார். சுருட்டின் நுனி அவரின் சாரனின் பின்புறத்தை நோக்கி வருவதைக் கண்டதும் கையைத் தட்டிவிட்டு ஓடியது இன்னும் மறக்காமல் நினைவிருக்கிறது.

சுருட்டுக் கீழே விழுந்ததும் எதற்கென்று புரியாமல் சொல்லச் சொல்ல மிரட்டிக்கொண்டு வருவார்.

சங்கிலியருக்கு நிறையத் தென்னை மரங்கள் அவர் வீட்டைச் சுற்றி நின்றன. அவற்றின் வட்டுகளில் காகங்கள் அலகில் பற்றிக் கொண்டுவரும் மீன்களைக் கால்களுக்கிடையே வைத்து வயிற்றைக் கிழித்துக் குடலை வெளியே இழுத்துப் போடும்போது வயிற்றைப் புரட்டும். கையில் சிக்கிய கல்லை எடுத்து எறிந்ததும் பறப்பதுபோல் பாவனை காட்டி, ஒரு வளையம் அடித்து விட்டுத் தத்தித் தத்தித் மீளவும் வந்து மீனின் பிரிந்த பாகத்தைக் கணக்குப் பார்க்கும். இப்படித்தான் நண்பர்களுடன் சேர்ந்திருந்த ஒரு நாளில், எறிந்த கல் தரையை அடையவும் சங்கிலியர் வரவும் சரியாகயிருந்தது. அவருடைய வழுக்குத் தலை தப்பிற்று என்றுதான் எண்ணினோம். இல்லை; அவர் புட்டுப் புட்டு வைக்கும் செய்யுள்களில் அட்சரம் சுத்தமாவே வந்துவிழுந்தன. ஐந்தாறு அறுப்பு வசனங்களுடன் வசவுகளும் கேட்டன; "ஹராமிகள், ஹராமிகள் உம்மா வாப்பா அதவா வளக்கல்ல."

சாயங்கால நேரமாயிற்று, நான்கு மணிவாக்கில் எனக்குத் தூக்கம் தெளிந்தது. கண் விழித்தபோது எவரோ கதவைத் திறந்துகொண்டு உள்ளே வந்தது போலிருந்தது. சட்டென்று எழுந்து பார்த்தால் எதிரில் சங்கிலியர் அழுக்கடைந்த உடுப்புகளுடன் இடுப்பில் மாற்றுத்துண்டைச் சுற்றிக்கொண்டு நின்றார். குனிந்து வளைந்த இடுப்பு, வாரிவிடப்படாத தலை, வெயிலில் அலைந்துவிட்டு வந்தார் போலிருக்கிறது. ஏன் வந்தாரென்று யாருமே கேட்கவில்லை. விஷயம் புரிந்தவர்கள்போல் வீட்டார் நின்றிருந்தனர். சீலையால் தலையில் கட்டுப் போட்டிருந்தார்; எனக்கென்றால் உடம்பெல்லாம் வியர்வை ஒழுகியது; "உருப்படாத பயலுகள்; அக்கச்சாட கொல்லையில எறியுறானே..." ஆனாலும் அந்த ஆத்திரத்தை அடக்கிக்கொண்டு என்னையே ஒரு கணம் உற்றுப் பார்த்தார்; துண்டை உசத்திக் காலை நீட்டி அருவருப்பு மிகைக்க "அவனுகள்ர உறுப்பு இருக்காது" என்றார். விரிந்த கால்களுக்கிடையே அப்படியே தெரிந்தது அவரின் பத்தியச் சுருட்டும்; கோப்பி வறுத்த ஓடும்; அதில் ஒரு உதை கொடுத்துவிட்டு, "உலுசுருவால் போடாத கிழவா. " என்று கத்திவிட்டு வெளியே ஓடுவதற்கு, வலுவான உடலை அன்று நான் அடைந்திருக்கவில்லை.

17

கடிதங்கள்

பிரதான வீதிக்குக் கிழக்கே மரங்களால் சூழப்பட்ட கடப்பாக் கற்களாலான செம்மஞ்சள் கட்டிடம்; தபால் கந்தோர் என ஒரு பலகையில் எழுதப்பட்டிருக்கும். கஜூரா மரங்களிலிருந்து மதிய வெயிலுக்கு இலைகள் உதிர்ந்துகொண்டிருக்கும். எந்நேரமும் வாய் திறந்து தூங்கும் காவலர்கள் போல் சீமெந்துத் தூண்கள் தாங்கிய இரண்டு தபால் பெட்டிகள். அந்த ஓட்டு வீட்டின் உள்ளே மூன்று நான்கு பேர் சிதறி நின்றிருப்பார்கள்; புதிதாக வருகை தரும் ஒவ்வொருவரையும் காக்கி உடையணிந்த அவர்கள் திரும்பிப் பார்ப்பார்கள். கழுத்தில் சைக்கிள் டயர் பதிந்ததுபோல் அங்குள்ள தபால் பைகளில் நூல் தடங்கள் தெரியும். வெளியிலிருந்து ஒரு சந்து வழியே பிரியும் பாதை. நேரே நடந்தால் கடல்தான் நேரிடும். இடையிடையே சில பனைமரங்கள். 'ரெஸ்ட் ஹவுஸ்' என்ற பிரபல ஓய்வு விடுதிகளும் அதனருகில்தான்; அங்கங்கே வேப்பமரங்களின் நிழல் அந்தத் தபாலகத்தின் மேல் ஊசலாடும்.

அந்தந்தக் கடித மேலுறையின் முத்திரைத் தலையில் ஒரே குத்து; பட்டுவாடாவாகும் கடிதங்கள் மரமேசைகளின்மேல் நெருக்கமாகக் கிடந்தன என்னையறியாமல் அவற்றின்மீது எனக்கு எப்போதும் ஒரு பரிவு பெருக்கெடுக்கும்; பலரின் எதிர்பார்ப்புகளும் அழுகைக் குரல்களும் மன்றாட்டங்களும் வீறிடல்களும் அந்தக் காகித வெளிக்குள்ளே ஆட்டுவித்து அமர்ந்திருக்கும்;

இல்லையென்றால் அழகான உறவில் யாரோ மகிழ்ந்திருப்பார்கள்; குழந்தைகள் உட்கார்ந்திருந்து தூரக்காத்திருக்கும் தன் தந்தைக்கு உருக்கமாக எழுதிய அவர்கள் திருமுகமாகவும் அது இருக்கலாம். நீர்முழ்கிக் கப்பல்களென வரைந்து சிறுவர்கள் ஏரியின் அனைத்துத் துறைகளிலும் விட்டிருக்கலாம். மயில் நிறத்துக் கழுத்தில் கத்தரிப்பூ போடர் போட்ட நைலக்ஸ் சேலை வேண்டுமென்று அவள் கணவனுக்கு மனுக் கொடுத்திருப்பாள். அவனுடைய மாமி காதில் வெள்ளைக்கல் பதித்த தொங்கட்டான் அணிவது பிடிக்கவில்லையென்று கிண்டலுக்குப் போட்டிருப்பான்; உழைத்துப் போரிட்டு ஓய்ந்துபோன ஒரு முதியவர் தன்கைகளுக்குள் முகத்தைப் புதைத்து அமர்ந்திருக்கும் நிழல்படம் பேரனுக்கு அனுப்பிய அஞ்சலுக்குள் அழுத்தி வைத்திருக்கப்பட்டிருக்கலாம்; எது எப்படியோ ஓர் அமானுஷ்யமான வசீகரம் அந்த மேலுறைகளுள் ஒட்டியிருப்பதாகவே நான் காண்பேன்.

வீதியில், இருசக்கர வண்டியில் வரும் தபால்காரரைக் கண்டு மருண்டு ஓட்டம் பிடித்திருக்கிறேன். அவரைப் பிள்ளை பிடிக்கும் பொலிஸ்காரர் என்று எனக்குப் பெரியம்மா அறிமுகப் படுத்தியிருந்தார். இன்னமும் சன்னமான குரலில் “போஸ்ட்” என்பார். அவர் கையிடுக்கில் இருந்த கடிதத்தில் ஒன்றை வாப்பா இறுதிவரைக்கும் வைத்திருந்தார்; அது அவர் தம்பி இறப்பதற்குச் சில நாட்களுக்கு முதல் வெள்ளையும் மஞ்சளும் குழைத்துச் செய்யப்பட்ட தாளில் எழுதிய கடிதமாக இருந்தது. தம்பியின் சுயஉருவப் படம்போல் பெரும் மனஉந்துதலில் அநாயாசமாகத் தொட்டுத் தொட்டுப் பத்திரப்படுத்துவார்.

முன்னறையில் நுழைந்தவுடன் கண்ணில் படும் இடத்தில் ஒரு பெரிய படம்; இரு மலைத்தொடர்களுக்கு இடையில் பாயும் நதி, நீலநிறத்தில் வானத்தையும் சேர்த்து ஓடுவதுபோல் தெரியும். நதியையும் வானத்தையும் பிரிக்க முடியாதது போல் இருந்த மலை முகட்டின் பழுப்பு இருட்டுக்குள் படுக்கையறைக்கும் முன்னறைக்குமிடையே உள்ள சுவற்றில் ஓரடிக்கு முக்காலடி அளவில் வெள்ளை நிறத்தில் கீறல்போல் கார்ட்போர்ட் பெட்டி. அதில்தான் வருகின்ற கடிதங்கள், சேகரித்து வைக்கப்படும்; அது பிச்சிப் பூ அடர்த்தியாய் சூடியிருக்கும் நரைத்த கொண்டையாய் நிமிர்ந்திருக்கும். வாப்பா அதிலுள்ள ஒவ்வொரு காகிதமாகப் பிரித்துக் கண்களைப் புதைப்பார். சாய்மனையில் அமர்ந்திருந்த அவரிடம் மூச்சுக் காற்றுப்படும் நெருக்கத்தில் சில கடிதங்களை நீட்டிவிட்டுப் போகும் தபாற்காரரிடம் வேலை எப்படிப் போகுது?

குழந்தைங்க எப்படி இருக்காங்க? என்ற கேள்விகளுடன் சில பண நோட்டுகளைக் கைக்குள் திணித்துவிடுவார்; அதே விரிந்த புன்னகையுடன் அவர் விலகிச் செல்வார்.

ஒரு கடிதம் வழியாக ஆயுட்கால நட்பு உருவாக முடியும். கரைகளில் ஒதுக்கி ஒதுக்கி மீண்டும் தனக்குள் இழுத்துக் கொள்ளும் நதிச்சுழிபோல் கடிதங்களும் வந்து வந்து போகும்; "காக்கா கத்தறது பார்; இன்னிக்கு மத்தியானம் தந்தி வரலேன்னா அதுக்குப் பொறகு கேளு." உம்மாவின் ஏவலுக்கு இசைந்தாற் போல் அன்றே தந்தி வந்தது. திருமலையில் திருமணம் செய்திருக்கின்ற தாய் மாமாதான் அனுப்பியிருந்தார். உம்மாவுக்கு டக்கென முழிப்புத் தட்டிற்று. பெண் குழந்தையேதான். எப்படிம்மா இதெல்லாம்! நாங்கள் ஆச்சரியப்பட்டால் உம்மா பெருமிதமாக முகத்தை வைத்துக்கொள்வார்.

வாப்பா வியாபாரத்துக்குப் போனால் வீடு திரும்புவதற்குச் சில வாரங்கள் சுணங்கும். அதற்கிடையில் பணம் அனுப்புவதென்றால் தபால் காப்புறுதி உறை (*Postal Insurance Cover*) தான் துணை; அந்நாளில் அதில் குறிப்பிட்ட பணத்தையும் நாணயங்களையும் நேராக அனுப்பலாம்; செம்மஞ்சள் நிறத்தில் மிகத்தடிப்பான 5x5 அளவான சதுர உறை அது; உள்ளே பாதுகாப்புக் கருதி வலைச் சீலை வைத்திருப்பார்கள். அதனை ஒரு வகையான 'வோட்டர் ஷீல்' எனலாம்; இழுத்த இழுப்புக்கெல்லாம் முதலில் அந்தச் சீலைதான் பிரியும். வெளியே நூலால் சுற்றிக் கருஞ்சிகப்பு மெழுகால் சீல் வைத்திருப்பார்கள்; இப்படியல்ல காசுக் கட்டளை (*Money Order*); அதனை எடுத்துக்கொண்டு தபால் கந்தோரில் மாற்ற வேண்டும்; மில்லிகிராம், கிராம் அளவுகள் வருவதற்குமுன் கடித எடை அளவுகளுக்காக நெல் அல்லது கோதுமை, குன்றிமணி, மஞ்சாடி போன்றவை பயன்பட்டன. நறுபுளி, வேம்பு மரங்களின் பட்டையிலிருந்து வடியும் பிசின், கடிதங்கள் ஒட்டும் பசையாக ஒரு பேணியில் கரைத்து வைத்திருப்பர்.

"மார்கழிக் குளிருல மரமே நடுங்கும்; தை மாதக் குளிருல தரையே நடுங்கும்" என்பார் சின்னம்மா. ஆகாயப் பட்சிகளை எண்ணிக்கொண்டே முற்றத்தில் அவரோடு விளையாடிய பால்ய காலம் அது; அப்போதுதான் நான் அஞ்சல் அட்டைகளைக் கண்டிருக்கிறேன். சின்னம்மா எக்குக்குள் மறைத்து என்னிடம் மட்டுமே காண்பித்து அதிலுள்ள எழுத்துக்களைப் படிக்கச் செய்வார். அந்தப் போஸ்ட் கார்டின் மௌனம் என் உதடுகளின் வழியே துடித்து வெடித்து வெளியேறும். சின்னப்பாவின் வசனம் அவருக்கு மந்திர உச்சாடனங்கள்போல் இருக்கும். ஒவ்வொரு

எழுத்தாகக் கூட்டிப்பொருத்தி முணுமுணுப்பேன். அவர் மடித்துக் கட்டக்கட்ட இறங்கிவிடும் லுங்கியை அவ்விடம் நினைக்க மனசுக்குள் சிரிப்பும் எழும். சரியாக மசகு போடாது தெருவில் பாரம் இழுத்துச் செல்லும் வண்டியின் ஓசைக்கு ஸ்வரம் சொல்வதுபோல் அதனை வாசித்து முடித்து விளக்கம் கூறுவேன். "இந்தத் திங்கள் சின்னப்பா ஊருக்கு வாறதாம்." அந்தப் பூரிப்பில் ஒருவிதமான நளினம் கூடி, அவர் வீடு அதிக உற்சாகமடைவதைப் பல தடவைகள் பார்த்திருக்கிறேன்.

அந்நாட்களில் கடிதத் தலைப்புகளில் ஒட்டியிருக்கும் முத்திரைகளைப் பிரித்தெடுப்பதில் அதீத அக்கறை காட்டுவோம். கடித உறையை நீரில் நனைத்து இளகிய பின், மெதுமெதுவா நூதனமாக அகற்றி எடுப்போம். பொன்னி பிளாக் உலகின் முதலாவது உத்தியோகபூர்வ ஒட்டக்கூடிய தபால் தலை. பெயர் குறிப்பதுபோல் அதன் முகம் முழுவதும் கறுப்பு நிறத்திலேயே அச்சிடப்பட்டிருந்தது. இளம் அரசி விக்டோரியாவின் படத்தைப் பொறித்துப் பெரிய பிரித்தானியா வெளியிட்டது. ஜப்பான், சீனா, ஸ்பெயின் இப்படி ஒவ்வொரு முத்திரைக்கும் பாரம்பரியம் இருப்பது மாதிரி, அன்றைய இலங்கைப் பிரதமர் சிறிமாவோவின் உருவ முத்திரையில் அவர் கண்களில் இருந்த ஈர்ப்பு என்னை எப்போதும் பிரமிக்க வைத்தது.

எனக்குப் படப்பெட்டியென்றால் ஆசை அதிகம். பத்திரிகையில் வந்த ஒரு விளம்பரத்தின்படி வீ.பீ. பீ யில் பெறுமளவு – ஒரு இடத்தில் வீட்டிலிருந்து படம் பார்க்கும் புரஜெக்டர் என்பது கண்ணில் பட்டுவிட்டது. அடுத்த நிமிடமே கடிதம் எழுதி அதனைக் குறிப்பிட்ட விலாசத்துக்கு அனுப்பி விட்டேன். ஒரு வாரம் கழித்து வீட்டுக்குக் கடிதம் வந்திருந்தது. இருபத்தைந்து ரூபாய் செலுத்தி அந்தப் பொருளை எடுக்கு முன், நான்கு ஐந்து முகங்கள் அசைந்து திரிகின்ற எங்கள் வீட்டில் அந்தப் படமோட்டும் கருவியின் நிழலுருவம் மட்டுமே தெரிந்தது. படுக்கையை விட்டு எழுவதற்கு முன்னாலேயே அதன் கனவின் தொடர்ச்சிபோல பி.யூ. சின்னப்பா, தியாகராஜ பாகவதர், சிவாஜி, எம்.ஜி.ஆர், ஜெய்சங்கர், ரவிச்சந்திரன் மூன்று தலைமுறை நடிகர்களும் ஒரே தோற்றத்தில் இருக்கிறார்கள்; நான் அவர்கள் அனைவருக்கும் சம வயதுக்காரனாக இருக்கிறேன். அந்த நிமிடத்திலும் ஜெய்சங்கரின் இளவயதுப் படமொன்று என் கண்ணுக்குள் வேகமாக ஓடி மறைந்தது.

பொதிக்கு வெளியில் தெரியாத படப்பெட்டியைத் தடவிக் கண்களில் ஒற்றிக்கொண்டு தபால் கந்தோரிலிருந்து ஓடிவந்து

பிரித்துப் பார்த்ததிலிருந்து பத்து வயது கூடிவிட்ட மாதிரி ஒரு சோர்வு மனம் முழுக்கவும் உடல் பூராகவும் படர்ந்துவிட்டது. நான் எண்ணி வியப்பில் ஆழ்ந்திருந்த பொருளுக்குப் பதிலாகப் பாரத்துக்குக் கல் ஒன்றை உள்ளே வைத்து ஒரு சுருட்டுப் பெட்டியை அனுப்பியிருந்தார்கள். பிரயாசைகள் பொய்த்துப் போகத் தொண்டை வறளக் கத்த மாத்திரம்தான் முடிந்தது. அதை அனுப்பியவன் ஒரே ஒரு முறை என் கையில் பட்டிருந்தால், ம்ஹூம், நான் நல்ல தடியான சிறுவன்தான்; மனம் சுத்தப் பூஞ்சை.

18

பழைய பேப்பர்

எல்லா நாளிலும் எல்லா இடத்திலும் ஒரே மாதிரிச் சீரான ஓட்டத்தைக் காண முடியாது. வியாபாரத்தில் அப்படி முன்னப்பின்னத்தான் இருக்கும். என்றாலும் இந்தப் பழைய பேப்பர் கடை முதலாளி சண்டித்தனம் பண்ணுகிறார். ஒரு றாத்தல் பேப்பர் வாங்குவதென்றால் இவர் கடையில் ஒரு ரூபாவுக்கு டொபி வாங்க வேண்டுமாம். இதற்கிடையில் ஒரு றாத்தல் பேப்பர் ஒரு ரூபாய்தான். ஒன்றுக்கொன்று நிகரான விலையில் பணம் கொண்டு போனால்தான் பேப்பர் கிடைக்கும்.

இவரோடு என்ன பேச்சு என்பதுபோல் இரண்டு ரூபாய் தாள் நாணயத்துடன் இவர் கடைக்குள் நுழைகின்றபோது அந்தப் பழைய பேப்பர் கட்டுகளில் இருந்துவரும் வாசம் மூக்கை ஈர்த்துவிடும். கடை முதலாளி முணுமுணுப்புடன் ஏறிட்டுப் பார்ப்பார். “இன்னும் பரீட்சை முடியலேயே தம்பி” என்பார். அவருக்கெங்கே விளங்கப் போகிறது. அதிலுள்ள செய்திகள், படங்களை வெட்டி ஒட்டிச் சேகரிக்கவே பழைய பேப்பர் வாங்குகிறேன் என்பது; “தம்பி நல்ல படிப்பு யோகம் வாய்ச்சிருக்கு விட்டிராதே...” உருக்கமாகச் சொன்னார்.

பேப்பர்கள் அன்றாட நிகழ்வுகளைப் பதிவு செய்யும் வெறும் பதிவேடு என்றே நம்மில் பலர் கருதிவிடுகிறோம். கருத்துச் சுதந்திரத்தின் அடிநாதமாக விளங்கும் பத்திரிகைகள் காலத்தின்

கண்ணாடி. நிகழ்வுகளையும் அது தொடர்பான தகவல்களையும் சொல்வதன் மூலம் மக்களிடையே புதிய எண்ணங்களும் சமூக மாற்றங்களும் நிகழப் பயன்பட்டு வரும் சாதனம். அன்றாட வாசிப்புக்குப் பிறகு, பத்திரிகைகள் பழைய பேப்பராகி விடுவது நிஜம்தான்; ஆனால் அது ஏற்படுத்திச் சென்ற தாக்கம் முக்கியமானது.

புத்தகங்களைப்போல் பத்திரிகைகளைக் குறிப்பாக நாளிதழ்களைச் சேகரித்து வைத்துக்கொள்வது பெரும்பாலும் நடைமுறையில் சாத்தியமில்லைதான். ஆனாலும் பழைய இதழ்களில் புதைந்து கிடக்கிறது எம்மவர் வரலாறு. நமது அலட்சியத்தால் பல்வேறு அவசியம் வாய்ந்த ஏடுகளைக் காலக் கரையான்களுக்கு இரையாகக் கொடுத்துவிட்டோம். இருபதாம் நூற்றாண்டில் வெளிவந்த பல பேப்பர்கள் காணக் கிடைக்காதவை; அவை எப்படி இருந்திருக்கும் என்பதை யூகிக்க முடியாது. பழைய இதழ்களைத் தேடிப் பிடித்து அவற்றிலுள்ள கனதியான படைப்புகளை வெளியிடும் முயற்சிகள் கடந்த நூற்றாண்டில் பல ஆங்கில பிரெஞ்ச் பத்திரிகைகள் புகைப்படம் எடுக்கப்பட்டு அவற்றின் மூல வடிவங்கள் தொகுப்புகளாக வந்துள்ளன.

“இலங்கையில் ஆகக்கூடிய விற்பனையுள்ள தேசிய தமிழ் நாளிதழ் *தினகரனே*”, “திக்கெட்டும் நிகழும் செய்திகளைத் திரட்டித் தீஞ்சுவையுடன் தருவது *வீரகேசரி*யே”, “ஆணித்தரமான அரசியல் செய்திகளையும் துணிச்சலான கருத்துரைகளையும் தருவது *தினபதி*”, “ஆகக் கூடுதலான விற்பனையுள்ள தமிழ் வார இதழ் *சிந்தாமணி*தான்” இப்படி ஒவ்வொரு பத்திரிகையின் முன்பக்க அடிப்பாகத்தில் கரை வாசகமாக வந்திருக்கும்; அத்தாணி மண்டபம், கவிதா மண்டலம், பரஸ்பரம், பூலோக சஞ்சாரம், மலையக மாருதம், தாயும் சேயும், மனையும் மங்கையும், குறிஞ்சிப் பரல், சாளரம், பலகணி, கோடம்பாக்கம், ஜெ. செய்னுலாப்தீனின் மர்ம அலசல், கவிதைச்சோலை இவற்றின் உள்ளே நுழைந்து படிப்பதனால் அவை நமக்குள் ஏற்படுத்தும் கிளர்ச்சியும் அதிர்ச்சியும் எப்போதுமே மீளப்பெற முடியாதவை.

தினபதி நாளிதழின் முகப்பக்கத்தில் குடையோடு நிற்கும் வயோதிகர் ஒருவரைச் ‘சோமண்ணை’ என்று சித்திரமாகக் கீறியிருப்பார்கள்; அப்போது “டாக்டர்கள் வேலைநிறுத்தம்” என்று வந்த செய்திக்கு “அப்போ டாக்குத்தருக்கு ஜலதோஷம் பிடிச்சிருக்கு என்று சொல்லுங்கோவன்” என்பார்.

இந்த நிலையில் *வீரகேசரிப்* பிரசுரங்களாக சுமார் ஐந்தாண்டு காலத்துக்குள் (1972–1976) இருபத்தொன்பது எழுத்தாளர்களின் நாற்பத்தைந்து நாவல்கள் பிரசுரமாகின; ரஜனி, செங்கை ஆழியன், கே. டானியல், க. அருள் சுப்ரமணியம், வ.அ. இராசரத்தினம், அன்னலட்சுமி இராசதுரை, பா. பாலேஸ்வரி, கோகிலம் சுப்பையா, கே.எஸ். ஆனந்தன், அருள் செல்வநாயகம், சொக்கன், மணி வாணன், உதயணன், பொ. பத்மநாதன், அ. பாலமனோகரன், தெணியான், இந்துமகேஷ், நயிமா ஏ. பஷீர், எஸ்.ஸ்ரீ. ஜோன்ராஜன், வை. அஹமத், தெளிவத்தை ஜோசப், ஞானரதன், இந்திராதேசி சுப்பிரமணியம், கே.ஆர். டேவிட், வீ.ஆர். நீதிராஜா, புரட்சி பாலன், கே. விஜயன் அதே நேரம் கிருஷன் சந்தரின் உருதுமொழி நாவலை கதிர்காமநாதன் தமிழாக்கினார்; கருணாசேன ஜயலத்தின் சிங்கள நாவலை தம்பிஐயா தேவதாஸ் மொழிபெயர்த்தார்.

அதேபோல் முக்கியமான சில தொடர்களும் பத்திகளும் மிக மிகப் பிரதானம்; *சிந்தாமணியில்* மாஸ்டர் சிவலிங்கம் எழுதும் சிறுவர் தொடர்கதைகளுக்கு ஒவ்வொரு வாரமும் காத்திருப்போம். சிறுவர்களின் தீவிரமான அறிவு ரசனைத் தேடலுக்கான உணர்வாகவும் உந்துதலாகவும் அது இருந்தது.

தாள், பொருட்களின் விலை அதிகரிக்க நேரிடும் சமயங்களில் ஆசிரியர் குழாம் வாசகர்களிடம் மன்னிப்புக் கோரும்; இரண்டு ரூபாயாக இருந்த பேப்பர் பதினைந்து சதத்தால் கூடுகின்றபோது வாசகர் மத்தியில் காணும் மனத்தளம்பலைச் சமாளிக்கும் பொருட்டு அதன் சந்தா விகிதத்தில் எவ்வித உடனடி மாற்றமும் நிகழாது என்று கூறப்பட்டது; பேப்பர் விலையேற்றம் அந்நாளில் சந்தை முதல் சர்பத் கடைவரை அலசப்பட்டது. எதற்கெடுத்தாலும் "இன்று பேப்பர் விலை கூடுகிறது" என்பார்கள்.

வெகுஜனங்களின் விருப்பத்தில் புழக்கத்தில் இருக்கும் எல்லாவற்றைப் பற்றியும் அக்கறை காட்டுவதும் வாழ்கின்ற காலத்தின் நிலைமைகளைச் சமயோசிதமாகப் பிரதிபலிப்பதும்தான் பத்திரிகை. கை துடைத்து எறியும் கடதாசிகள்கூட எவ்வளவோ செய்திகளைச் சொல்கின்றன. எங்கள் வேலிக் கால்களுக்கு மடுவுகள் போடும்போது மண்ணுக்குள் புதையுண்ட மஞ்சள் வெளிருண்ட பேப்பர் துண்டுகளில் ஒட்டியிருக்கும் துணிக்கைகளைத் தட்டிவிட்டுப் படிக்கின்ற பழக்கம் என்னிடம் இருந்தது; அதில் பிரசுரமாகும் விளம்பரங்களும் கவர்ச்சிதான். "வானொலிப் பெட்டிகளுள்

ஒரு மாணிக்கம்; இலங்கை அடங்கிலுமுள்ள எல்லா 'மல்லட்' வினியோகஸ்தர்களிடமும் கிடைக்கும்; ரூபாய் இருநூறு; மாதத் தவணைமுறை நிபந்தனைகளுக்கு மனுச்செய்யவும்; 355, டேன்ஸ் றோட், கொழும்பு; போன். 4211; பீடிகளிற் சிறந்த பாலக்காடு ஆர்.வீ.ஜீ பீடிகள் எங்கும் கிடைக்கும்."

அந்த வேகா வெயிலில் நடந்துவரும் ஒருவரை நிலா காயுற மாதிரி வெளிச்சமாகக் காட்டிப் படம் பிடித்து அதற்குச் செய்தி எழுதும் விற்பன்ன நிருபர்கள் அன்று வரிசையில் நின்றார்கள். நாம் கலர் கலராய் பார்க்கின்ற கிராமியப் படங்கள் கறுப்பு வெள்ளையாகவே அச்சாகின. ஆனால் அதில் துல்லியம் தெரிந்தது.

தனிமையில் இருப்பவர்களுக்குத் தினசரி, வாராந்திரப் பத்திரிகைகள் முடிவில்லாத தேடலைச் சலிப்பின்றி வழங்கின. சாப்பிட்டு முடிந்ததும் சாய்மனைக் கதிரையில் அமர்ந்து பேப்பரை விரித்தால்தான் வாப்பாவுக்கு ஏவறை பறியும்.

19

கிழங்குப் பொரியல்

அரளிப் புதருக்குள் விழுந்த பனம்பழம் புண்டு போயிருந்தது. இன்று போலிருக்கிறது. ஆவணி மாதம் வந்தால் வாப்பாவிடம் சொல்லித் தோல் செருப்பு வாங்குவேன். அதற்காக நொண்டி நொண்டி நடந்து பனம்பழம் பொறுக்கவும் முதல் மழைக்கு வேர் பிடித்திருக்கும் பனங்கிழங்கு பிடுங்கவும் எனக்குப் பழகிப்போனது. அப்படித்தான் குதிகாலில் முள்ளுக் குத்திவிட்டதென்றால் காலைப் பிடித்துக்கொண்டு சுடுமணலில் உட்கார்ந்து விடுவேன்; பெறண்டையைக் கல்லில் வைத்துத் தட்டி உள்ளங்காலில் ரத்தம் வரும் இடத்தில் தேய்த்துவிட்டால் ரத்தம் மூச்சுப் பிடித்த மாதிரி நிற்கும். இல்லையென்றால் முள்ளுக் குத்திய வாயை முள்ளாலேயே குத்திவிட்டு எருக்கலம் பாலை வைப்பதுதான்; விடிவதற்குள் முள்ளு வெளியே வந்துவிடும்.

குருத்து ஓலை மேலே வராமல் பதமான ஆழத்துக்குக் கிழங்கு இறங்கியிருக்கும். பொது பொதுன்னு முழங்கால்வரை புதையும் களி மண்ணைத் தோண்டிப் பலம் கொண்ட மட்டும் இழுத்து எடுப்போம். கிழங்கோடு வெளியேறும் பனங்கொட்டையை அருவாளால் பிளந்தால் கல்கண்டு மாதிரி உள்ளே சீம்பு இருக்கும். அது அவ்வளவு ருசி. இப்போது நினைத்தாலும் வாயில் எச்சில் ஊறுது.

"அடியே முந்தநாத்து முளைத்த பனங் கொட்டைக்கு வாயாம் வாய்." என்று பக்கத்தில் கிழங்குக்காரி சாலிஹா கத்துவது யாரோ அவரைத்

தனகிவிட்டான் என்று புரிகிறது. கிழங்கும் வேருமான வாழ்வு அவருடையது. வழக்கத்தைவிட அன்று சற்றுக் கனமான சுருளித் தலையை மீண்டும் மீண்டும் வாருவதும் கலைப்பதும் இடதுபுறம் வலதுபுறம் திரும்பியும் நிலைக்கண்ணாடிக்கே கழுத்து வலிக்கும் அளவுக்கு அந்தக் கொஞ்சநஞ்ச முடியையும் படாதபாடு படுத்திக்கொண்டிருந்தார். காலையில் மூன்று சாக்குகளில் அடைந்திருந்த மரவள்ளிக்கிழங்கு நேர காலத்தோடு விற்றுத் தீர்ந்த சந்தோசமாகவும் அது இருக்கலாம். ஏழேகால் றாத்தல் நிறையுள்ள ஒரு தூக்குக் கிழங்கு, அந்நாளில் இரண்டு ரூபாய்தான். அவரிடம் விலையைக் குறைத்து யாரும் கேட்டுவிட்டால் போதும் நெருப்புத்துண்டம்போல மாறிவிடுவார்.

எங்கள் பள்ளிக்குக் கிழக்கே புளிய மரத்து நிழல்தான் அவரின் சமையல் கூடம். கூடப்படிக்கின்ற தோழர்களோடு சேர்ந்து மதிலால் ஏறிக்குதித்து அங்கு சென்றால் சாலிஹாவோடு இன்னும் சில பெண்கள் கூடி வெங்காயம் அரிந்துகொண் டிருப்பார்கள். பொழுது சித்திரைக் கோடையாக இருந்தால் பட்டறை போட்டு வைப்பதற்கான வேலைகள் நடக்கும். கூடமாட நாங்களும் நிற்போம். சேமித்து வைக்கின்ற வெங்காயத்தின் தலையை மட்டும் அரிந்தால் போதும் அப்போதுக்கப்போது விற்பதென்றால் தழையும் வேரும் அரியனும் என்று கட்டளையிடுவார்கள்.

வெள்ளாடு வேலங்காய்க்கு ஓடுவதுபோலத் தை மாசி மாதங்களில் தாமரைக் கிழங்கு தேடிக் குளக்கரைப் பக்கம் மேய்ந்து திரிவோம். மின்ன மரத்தின் மேலே உயரமாகச் சூரா முள்ளு படர்ந்திருக்கும்; மெல்ல நீவி உள்ளே நுழைவோம். சில காய்ந்த கிழவன் கட்டைகள் 'குளத்தை' போய் இருப்பார்கள். இரண்டு பேரின் ஒரே இழுவையில் கிழங்கு நெட்டி உடைந்து வரும். தென்னை மரத்தடியில் பன்னாடையும் காய்ந்த பாளைகளும் விழுந்து கிடக்கும். கல்லடுக்கிப் பானை வைத்து அவித்து உண்போம்.

"கொம்பன் யானை கோடு கீறு; கொம்பன் யானை கோடு கீறு" என்று கிடுகு வேலிக்குள் சின்னஞ்சிறிய கொம்பு வண்டை வைத்து விரலால் வளையம் போடுவோம். அப்போது வண்டு குழிபோட்டு மண்ணை ஆழத் துளைத்துச் செல்லுகையில் வெள்ளை வெள்ளையாக வேர்கள் எதிர்ப்படும். அவைதான் அறுலோட்டுக் கிழங்கு. இறாலின் ஓடுபோல் மேல்தோல் தெரியும். இதனைக் காயவைத்து இடித்து டப்பாக்களில் அடைத்துச் சில வீடுகளில் விற்பார்கள். "அவளை மாதிரி முடியாது." என்ற பெயர் பெற்ற பெண்களும் ஊருக்கு நாலு பேர் இருப்பார்கள். யாரும் சொல்லித் தராத பிழைப்புக்கான வேலையாக இதனைப் பழகியிருந்தோம். பிடுங்கிச் சிறு

கோணியொன்றில் கட்டிக் கடைகளுக்குக் கொண்டு செல்லும் வழியில், குயில் குஞ்சென்று அறிந்ததும் காகம் விரட்டி விரட்டிக் கொத்தும். சமயம் பார்த்துக் குஞ்சைக் காப்பாற்றிக் கூட்டிச் செல்லத் தாய்க்குயில் வந்திருக்கும்; "மனிஷனோட பிழைப்பும் காகம் மாதிரித்தான்" என்று பேசிக்கொண்டே போவோம்.

தோட்டத்துப் பந்தலுக்குள் படுத்திருந்த செவலை நாய் குரைத்துக்கொண்டே ஓடி வந்து தன்னை அப்பச்சிக்கு அடையாளம் காட்டியது. இரண்டு சோடி மாடுகள் வாய்க்கூடை கட்டியிருந்ததால் வாயில் நுரை வடியச் சிரமப் பட்டு அசை போட்டன. அங்கே குவிந்து கிடந்த வெற்றிலை வள்ளிக் கிழங்குகள் மனிதர்களின் கால்கைகள், சிறு குழந்தைகள் போன்றும் தெரிந்தன; கொடி வகையைச் சேர்ந்த தாவரம். கொடியிலும் வேரிலும் கிழங்குகள் தோன்றுவதே அதன் அதிசயம். குழந்தையொன்றை இடுப்பில் வைத்துக்கொண்டு நட்டால் குழந்தைகள் மாதிரியே இந்தக் கிழங்குகளும் செழித்து வளருமாம் என்று சொல்லியே என்னை அழைத்து வந்திருக்கிறார். இரண்டொரு மணித்தியாலங்கள் அப்பச்சியின் இடுப்பில் சவாரி செய்தபோது எனக்குள் கிளுகிளுப்பாகவே இருந்தது.

"கொட்டிக் கிழங்கிருக்கு கோ." என்று குளக்கரையை ஒட்டிய புறத்திலுள்ள சதுப்பு நிலங்களில் இறங்கிப் போயிருக்கும் இக் கிழங்கினத்தை அகன்று அவித்தெடுத்து ஓலைப்பெட்டிகளில் வைத்துத் தெருவில் பெண்கள் கூவி விற்பார்கள். கொட்டிக் கிழங்கென்றால் எனக்கு உயிர்தான்; உம்மா வாங்கி ஒரு சுளகில் பரப்பி அதன் கறுப்புத்தோலை நீவிக் கிழங்கை முந்தானையில் துடைத்துவிட்டுத் தந்தால் அதன் பால்சுவையை இரண்டு மடங்காக உணர்வேன்.

நீரின் மட்டம்வரை, கிட்டத்தட்ட ஆறு அடி அளவிற்கு வளரக்கூடியது. அல்லி, தாமரைகள்போல காற்று அறைகளுடன் கூடிய தண்டுகளைக் கொண்டது; குளம் வற்றிய காலங்களில் கிழங்குகளில் சேறு மூடிக் காய்ந்துபோகும்; பல வருடங்கள் கழித்து மழை பெய்தால்கூட மறுபடியும் துளிர்விடும் நீண்ட ஆயுளுடையது; கொட்டிக் கிழங்கு கெண்டிவரப் போனவர்கள் நிறையக் கிழங்குகள் கிடைத்துவிட்டால் அந்தச் சந்தோசத்தில் அல்லித்தண்டுகளைச் சின்னச் சின்னதாக உடைத்து அல்லி மாலைகளாகக் கழுத்தில் அணிந்துகொண்டு வருவார்கள்.

அக்காலங்களில் கிழங்குச் சேனைகளில் 'கிழங்கு மடை' என்ற பெயரில் புதிரில், சாகுபடி செய்த கிழங்கு வகை சந்தைக்கு அனுப்புவதற்கு முன்னர் பிரமுகர் ஒருவர் வரவழைக்கப்பட்டுக் காரியங்கள் நடந்தன. பாரம்பரியமாக விவசாயம் பேணுகின்ற வம்சத்தில் மாந்திரீகமும் வைத்தியமும் எப்படியோ வந்து ஒட்டிவிடுகின்றன; தோட்டத்துக்குக்

கொஞ்சம் தள்ளி வாய்க்கால் நெடுகிலும் தென்னை மரம், அதனோரம் கேட்ட விருத்தம் முடிந்து காற்றின் சுழற்சி அடங்கிற்று; முன்னே மீசை முறுக்கிக் கொடுவாள் தூக்கிய ஒரு ரூபம் நின்றது; அதுதான் அந்தப் பிரமுகர் என்று யூகிக்க மீசை முடியும் கிருதா நீளமும் போதுமானதாகத் தெரிந்தது; அதன் காலடியில் மாமாவின் தோட்டத்தில் பிடுங்கிய அனைத்து ரகக் கிழங்குகளில் தடித்ததும் பெருப்பமானதும் அடுக்கப்பட்டிருந்தன.

பக்கத்துக் கொறங்காட்டில் ஆள்காட்டிகள் வீறிட்டது போலக் கத்திக்கொண்டிருந்தன; "ஆஹோ" என்ற சத்தத்தோடு கிழங்குகள் மீது கொடுவாள் பாய்ந்தது; பிரமுகரின் தலை நிமிர்ந்தது; கண்களைத் திறந்தார்; சுற்றும் முற்றும் பார்த்தார்; ஓங்கிய விசையில் மண்பறந்து அவர் கண்கள் அரிப்பெடுத்திருக்க வேண்டும்; ஈரத் துண்டைத் தேடி எடுத்துக் கண்களைத் துடைக்க முயன்றார்; இருளில் மாமா அப்படியே நின்றிருந்தார்.

விடிந்து காலையானது; மாமா தலைக்கறி எடுத்துக் கொண்டு வந்தார். மாமி கோரைப்பாயை உதறி முன்னறையில் விரித்தார். பின்புறம் சமையற்கட்டிலிருந்து கிழங்கு அவியல் வாசனை மஞ்சள் பொடியுடன் சேர்ந்து மூக்கில் நமநமத்தது.

மார்கழி மாதத்துப் பனி விறுவிறுவென்று தாக்கும்; அரிக்கேன் வெளிச்சத்தில் உம்மாவின் நிழல் அம்மியில் விழுகிறது. தேங்காய்பூச் சம்பல் அரைத்துப் பீங்கானில் தப்பிக் கமகமக்கும்; வாழை இலையில் குபுகுபுக்கும் கருணைக் கிழங்கு மணம் அரட்டி விட்டதுபோல் கயிற்றுக் கட்டிலில் படுத்திருந்த வாப்பா கனைத்துக்கொண்டு எழுந்திருப்பார்.

திடீரென எழும்பும் கோடைக் காற்றில் வீதிக் கொழி மணல்கள் பறந்தன; வாகை மர நிழலில் கூடைகள் விரித்து வைக்கப்பட்டிருந்தன; ஒன்றில் சக்கரவள்ளிக் கிழங்கு, அடுத்த பக்கத்தில் சோளக் கதிர்கள் அவிந்துகொண்டிருக்கும்; இரவானால் இதே இடத்தில் கிழங்குப் பொரியல்; ஒரு கணவா லாம்பு தூங்கி எரிந்து ஒளிவிடும்; சூட்டின் காந்தல் புகையோடு பரவும்; கிழங்குகள் துகிலுரியப்படும் அழகைப் படம் பிடிப்பதுபோல் கண்களால் கவ்வி நின்றிருப்பேன். "ஸ் ஸ்" என்பதைவிட இப்போது காதுகளுக்குள் வேறு சப்தமே இல்லை. செந்தில் என்பவர் பொரித்துக் கூடையில் இறக்கிக் கொட்டுவார். இரண்டு ரூபாய்க்கு வாங்கிக்கொண்டு தங்கைகள் பார்க்காத இடத்தில் ஒளித்துவைப்பேன். இது கண்டு பிடிக்கப்பட்டதால் அவர்கள் பார்த்திருக்கவே ஒவ்வொரு துண்டுகளிலும் எச்சில் படுத்திவிட்டு வைத்திருந்து உண்பேன்; அதே கடையில் ஆட்டுக்கால் சூப் ஒரு ரூபாய்க்குக் கிடைத்தது.

20

பணியாரம்

வாசல் மண் எந்நேரமும் சூடாகவே இருக்கும். பெரிய முடாப்பானையில் நெலுவை ஊத்திப் பாகுப்பதமாக ஆகும்வரைக்கும் அகப்பையிலே கிளறி விட்டுக்கிட்டே உம்மா நின்றிருக்கிறார். அதற்கேற்றாற்போல் தீனார் மூட்டிக் கொதி நிலையில் அடுப்பு எரியும். அவ்விடத்தில் சிறுசிறு குழிகள் தோண்டியிருப்பார்கள்; அதுதான் பணியாரக் குழி. அதற்கு மேலே வெள்ளைச் சாரனை விரித்துவிட்டு அகப்பையால் நெலுவுப் பாகுவை* ஊத்திக்கிட்டே வருவார்கள்; குழியில் நிறைந்து ஆவி பறந்து சூடு அடங்கும்; விடிய விடியப் பணியாரம் சுடுவதால் எறும்பு மொய்க்காமல் சுற்றி மஞ்சள்பொடி தூவி விடுவார்கள்; காய்ச்சிய பானையில் ஒட்டியிருக்கின்ற பாகுவை விரலில் தொட்டு நக்குவேன்.

கூட்டம் கூடும் இடங்களிலெல்லாம் பலகாரக் கூடை இருக்கும் என்பது அன்றைய வழக்குச் சொல். பணியாரக் காசிம் அவர் தனது பிறந்த ஊரையும் குடும்பத்தையும் துறந்து இங்கு வாழ்ந்து வருபவர். எல்லாச் சங்கீதக்காரர்களுக்கும் அவர்கள் பிறந்த ஊர்தான் முதல் அடையாளமாக இருப்பதுபோல் இவரின் பெயருக்கு முன்னால் தொழில் வந்துவிட்டது. இவர் குடியிருக்கும் வன்னியனார் வட்டையில் அழகு வண்ணப் பறவைகள் தாவித் தாவித் திரியும். எங்கள் பள்ளி விடுமுறை நாட்களில் அங்கு செல்வது வழக்கம்.

---

* பலகாரக் கலவை.

அவரிடம் எந்நேரமும் செக்கெண்ணெய்தான் மணக்கும். உலக்கையும் உரலுமாய் ஓங்கிவிட்டுக்கொண்டிருப்பார். நாங்கள் வேடிக்கை பார்த்துக்கொண்டே நிற்போம். எங்களைக் கண்டதும் உலக்கையில் ஒட்டி அடைபோல் சேர்ந்திருக்கும் எள்ளுச் செக்கை வழித்தெடுத்துத் தருவார். "சத சத"வென்று எண்ணெய்க் கருப்பட்டி மணத்தோடு தின்பதற்கு நன்றாக இருக்கும். அப்போது பள்ளிக்கூடம் போகாது சுற்றித் திரியும் பெரிய பையன்களைச் செக்குலக்கை என்று திட்டுவது நினைவில் வந்துபோகும்.

எங்கள் வீட்டில் போடிச் சாப்புக்குள் முடாக்கள் வரிசையாக அடுக்கப்பட்டிருக்கும்; அறுவடைக் காலத்தில் எல்லா முடாக்களும் நிரம்பித் ததும்பும். கீழ் முடாவில் ஆறரை மரைக்கால் அரிசி நிறைத்திருப்பார். அடுத்ததில் துணிமணிகள்; ஆக மேலே உம்மா முடாப்புளி காய்ச்சி வைத்திருப்பார்; எங்களுக்கும் குவளைகளில் ஊற்றித் தருவார்; நாங்கள் குடிக்க மறுத்துவிட்டால் "இதன் கருரசத்தைக் குடித்துப் பார்த்தால்தானே தெரியும்." என்பார்; "பிள்ளைகள் முகத்தைச் சுளிக்கிறார்கள் என்றால் விளங்க வேண்டுமே." என்ற கேலிப் புன்னகையோடு வாப்பா அவரையே பார்த்தபடி சொல்லுவார். இன்னொன்றில் நாட்பட நாட்படத் தின்பதற்காகப் பலகாரம் வைக்கப் பட்டிருக்கும்; முடாப்பானைப் பணியாரம் ஆறு வருஷத்துக்குக் கூடக் கெடாது. இங்குதான் எனக்கு வேலை இருக்கிறது. உம்மாவை எப்படியாவது வசப்படுத்தி ஐந்தாறைக் கறந்துவிடுவேன்.

மருமகள் எப்படி இருக்க வேண்டுமென்றும் மகன் திருமணத்தை எப்படியெல்லாம் விமரிசையாக நடத்த வேண்டும் எனவும் கனவு கண்டு வைத்திருந்ததற்கு அர்த்தமாக முதலில் பலகாரப் பெட்டிதான் பரிமாற்றம் நிகழும்; வைக்கோல் பரப்பிப் பாதுகாப்பாக வண்டியில் கொண்டுவந்து சேர்த்த பலகாரங்கள் நெகுநெகுவென்று பிரகாசிக்கும். பதினேழு பட்டுப் பலகாரம் செப்பாகக் கட்ட வேண்டும்; ஒரு வரிசை குறைந்துவிட்டால் பதறிக்கொண்டு புருஷனிடம் சொல்ல அங்கு 'மகுறம்'*தான்.

கொஞ்ச நாள் பலகாரக் கதை கேட்பதில் எனக்கு அலாதிப் பிரியம். பாட்டியிடம் போனால் அவர் வசம் இருக்கும், ஓர் இரவில் பலகாரம் சுடுகின்ற நேரம் படலை வழியே ஒரு பேயின் கை நீண்டு வந்தபோது அதில் கொதித்த எண்ணெயை ஊற்றி விட அது "ஆய் ஊய்" என்று கத்திக் கத்தி ஓடியதாக ஒரே கதையைப் பலமுறை சொல்லி மனதில் பதிய வைத்திருக்கிறார். அவருக்குத் தெரிந்த பணியார வகைகளை வாய்ப்பாடாக்கி

* மகுறம் – சண்டை

அடுக்கு மொழியில் சொல்லுவார். எண்ணெய் பணியாரம், குழல் பணியாரம், பயற்றம் பணியாரம், சீப்புப் பணியாரம், குலுக்கச்சி, வளையல், கற்கண்டு, கொண்டை, கொளுக்கு, அச்சு இதில் சவ்வுப் பணியாரம் இதனைச் சிலர் நேர்ச்சைப் பணியாரம் என்றும் அழைப்பர்; ஒரு பின்னேரப் பொழுதில் பன் தட்டொன்றில் வெள்ளைத் துணியால் போர்த்தி மேலே மருதோன்றிப் பூ மற்றும் துளிர் வைத்து உம்மா தந்த கையோடு அல்லசல் வீடுகளுக்குச் சுமந்துபோய்க் கொடுப்பேன்; எண்ணெய் இல்லாத செம்பட்டை முடியை மறைத்தும் மறைக்காமல் வட்டக் கட்டமாகக் கட்டியிருந்த தோழிகள் தட்டினை வாங்கிக்கொள்ளும்போது நாளைய விளையாட்டைப் பற்றிக் கதைத்துக்கொள்வோம்.

“கிட்ட நெருங்கி உட்காந்திரு கொஞ்சம் ஏமாந்தீங்கன்னாலும் பூனகீன கவ்விக்கிட்டு போயிடும்...” பணியாரத்தை இறக்கி ஓர் ஓலைப்பெட்டியில் போடுகின்றபோது மூத்தம்மா என்னிடம் கேட்டுக்கொள்வார். பணியாரம் பொரிக்கின்ற சட்டிக்குள் முக்கால்வாசி உயரத்துக்கு எண்ணெய் ஊற்ற வேண்டும்; அப்போதுதான் நன்றாகப் பொங்கி எழும்; பணியாரத்தின் அழகே பொங்குவதுதான்; அப்படிச் சுடுகின்ற கல் பணியாரம் செங்காந்தள் நிறமாக ஒளிரும். ஒன்றை எடுத்து முழுமையாக உண்டால் இரண்டு நாளைக்குப் பசிக்காது; அதன் மேல்தோல் மிகவும் மிருதுவானது; முதலில் அந்தப் படலத்தை உரித்துச் சாப்பிடும்போது இந்த லெக்கெல்லாம் மணக்கும்; அது பொரியும்போது கேட்கின்ற சிலுசிலுப்புச் சத்தம் இனிமையான ஓர் இசையாகிப் பரவியது; இதைத்தான் என் கிராமத்தவர்கள், “சிலுசிலுப்பை விடப் பலகாரம்தான் முக்கியம்” என்பார்கள்.

நீர் வற்றிய குளத்தில் நிலம் பாளம் பாளமாய் வெடித்திருப்பதுபோல் பனங்காய் பணியாரம் அழகு; காலையில் எழுந்து டயர் செருப்பை மாட்டி “டடப் டடப்”பென்று அடித்துச் சத்தம் வரப் பனம்பழம் பொறுக்கி நீரில் ஊறவிட்டுத் தலைவாருவதுபோல் கையால் கோரிப் பனங்காய் பாணியில் சுட்டெடுக்கும் பலகாரம் வேறு ஒரு மணம்தான். வாடா என்ற அழைப்புச் சொல்லாகி நடுவில் ஓர் ஓட்டையோடு உள்ளே சின்னச் சின்னத் தும்பு நாவில் உராயும் வண்ணம் இப்போது அழியாமல் எங்காவது அதன் தடம் இருக்குமா என்று தினந்தினமும் தேடிக்கொண்டிருக்கின்றேன்.

வீட்டு வாசலிலிருந்து மரத்தடியில் கிடந்த சாக்குக் கட்டிலில் போர்வை போர்த்தியபடி உட்கார்ந்திருக்கும் மூத்தப்பா நாட்டுக் கவியென்றால் மலை உச்சியிலிருந்து குண்டாங்கல்லை உருட்டிவிட்டதுபோல் பாடத் தொடங்குவார்; பெருநாள்

காலங்களில் முறுக்கு, புல்லாடை, சோவி, சீனிமா, தொதல், மஸ்கட் என்று தின்பண்டங்கள் செய்வார்கள்; நெய் பணியாரம் மணமோ மணம்; மஸ்கட்டின் ஒரு துண்டு அவர் பொக்கு வாய்க்குள் புகுந்ததும்...

"பணியாரம் என்று சொல்லி
இந்தப் பல்லுழுந்த கிழவனுக்கு
அநியாயம் ஆனதுவோ ஆவங்க ஒன்னுதில்ல..."

"சோவி முறுக்குச்
சுளகுப் பலகாரம்
ஆவி பிரியுமட்டும்
அவலுங்கா என் ஆகாரம்..."

"சோறு கறி தேவையில்லை
என்ட சோத்தும்மா கை பட்டா
ஆறு கறிபோல
அவட அச்சுப் பணியாரம்..."

"நேத்தோட இருபத்தெட்டு
நோர்ந்து சுட்ட பணியாரம்
காத்தோட மணக்குதுகா
கலந்தர்ர காட்டுக்க..."

"குழந்தம்மா கபுரடிக்குக்
கொண்டு போக நினைச்சிருந்த
மொளநெல்லுப் பலகாரம்
மொடாக்குள்ளே கிடக்குதுகா..."

"சண்டியனார் சருவுப்புள்ள
சாகு மட்டும் திண்டதுகா
மண்டலமே உண்டதுகா
உன்ட மனம் மகிழும் பணியாரம்..."

"புலவரும் பூம்புகாரில்
புறந்தவரும் வாயூறத்
திலகரும் திண்டதுகா
தெவிட்டாத பலகாரம்..."

இப்படி அவர் தன்னை இழக்கின்றபோது அதற்குள் அங்கு பலரும் கூடிவிடுவர்.

திருமண வைபவங்களில் பந்தல் கால்களில் கட்டப்பட்டிருக்கும் இளநீர்க் குலை மாப்பிள்ளை வாசலில் மிதிக்கின்ற வேளை சடாரென்று வெட்டப்படும். அவர் திணுக்குற்ற பதற்றத்துடன் வீட்டுப் படியில் காலெடுத்து வைக்கும்போது பலகாரங்கள் சொரிவார்கள்; கூடி நிற்கும் சிறுவர்கள் பெரும் ஆரவாரத்துடன் அவற்றைப் பொறுக்கிக் கொண்டு ஓடுவார்கள்.

திருமணமாகி ஒரு வருஷமாச்சு; காக்காப் பொண்டி வாயும் வயிறுமாக இருந்தா; கொழுக்கட்ட, காட்டுக்கம்பு மாவு, பலகாரம் பழமென்று கட்டிக்கொண்டு போக உம்மா பிடிவாதமா இருப்பா. அதிலும் பிள்ளைக் கொழுக்கட்ட சுடுவதற்கு மாபெரிய ஆயத்தங்கள் நடக்கும்; பச்சரிசி இடித்துக் கொழித்து ஒரு கல், மண்ணும் சேராது பக்குவமாக நீர்த்தி நீர்த்தி மாவைப் பிசைகின்றபோது ஒரு தலைமயிர்கூட விழுந்து விடக் கூடாது என்ற தூய்மை அவரிடம் நிறைந்திருந்தது. போட்ட முக்காடு, வேலை முடியும்வரை சரியாமலே தலையோடு அப்பியிருக்கும்; வண்டு கட்டி வெண்ணிறமாய் அவியும்; பெரிய கொழுக்கட்டைக்குள் சிறியதாய் ஒன்றைப் பண்ணிப் 'பிள்ளைக் கொழுக்கட்ட' என்ற பெயரில் அதன் வயிற்றின் உள்ளே வைத்துச் சுட்டிருப்பார்; அது தாயும் பிள்ளையும்போல் சேர்ந்திருக்கும்.

இப்போதுபோல் அந்நாளில் கார்கள் அதிகமாக இல்லை. வாப்பா "ஒரு கார் ஏற்பாடு பண்ணட்டுமா." என்று கேட்டதற்கு "நம்ம மரைக்கார்ர வில்லுக் கரத்தை போது"மென்று உம்மா கறாராகச் சொல்லிவிடுவார். எனது மடியில் இதர பொருட்கள்; கொழுக்கட்டப் பெட்டி மறுபக்கம். அதற்குள் கை நிறைந்த பூணாரங்கள் அணிந்து வில்வண்டிக்குள் உம்மா சிரிப்போடு அமர்ந்திருப்பார். சின்னப்புள்ள மாதிரி வண்டி மறைகின்ற வரையிலும் வாப்பா பார்த்துக்கொண்டு நிற்பார். நான் கையை ஆட்டிக்கிட்டே போவேன்; இருட்டாகிப் போனால் அன்று இரவு காக்கா பொண்டி வீட்டில் தங்கித்தான் புறப்படுவோம்.

21

பூணாரம்

மரங்களில் மிச்சமிருந்த மழை அதிகாலையின் பொன்னிற ஒளியில் வெள்ளி மணிகளாக மினுங்கியது. அவ்வப்போது கிளர்ந்து அடங்கும் காற்றில் சிணுங்கி உதிரும் மழைத் துளிகளைப் பார்த்தபடியிருந்தேன். உறவுக்காரக் கல்யாணம் ஒன்றுக்கு அணிந்துகொண்டு செல்ல அவசர அவசரமாக நகை சேகரிப்பதில் உம்மா ஆர்வம்கொண்டிருந்தார். பக்கத்து வீட்டு கைறுன் லாத்தாவிடம் கைநீட்டி வாங்கும் நகைகளைக் கண்டுவிட்டால் வாப்பா கொதித்தெழுவார். அந்நேரம் உம்மா "இனிமே என்னை எங்கேயும் கூப்பிட வேணாம்; நான் வரலைன்னா வரல்ல." அறைக்குள் புகுந்து கதவடைத்துக்கொள்வார்; அறை என்பது அவரளவில் தனக்குத்தானே புடம் போடும் மிகப்பெரிய கூடமாக உணர்ந்திருக்க வேண்டும்; அதற்குள் நிறையப் புத்தகங்கள் இருந்தன; பெண் புத்தி மாலை, நல்லதங்காள் கதை, ஆத்திசூடி, ஸலவாத்து மாலை, குணங்குடி மஸ்தான் பாடல்கள், தொழுகவுடை, வெள்ளக் காவியம், அரபுத்தமிழ் நூல்கள் என இரண்டு மூன்று றைஹான் பலகைகளில் குவிந்திருக்கும். சற்றே உயரத்தில் அல்குர்ஆன் வீற்றிருக்கும். அங்கேதான் முழங்காலில் முண்டி முண்டித் தவழும் பெரியம்மா இருப்பார். தட்டுப்படும் யாவற்றின் மீதும் நெருடிக் கொண்டிருந்த அவர் கரங்களைப் பற்றி அழுது தீர்ப்பார்; உம்மாவின் கண்ணீர் வாப்பாவை மீள வரவழைக்கும். "நான் சம்மதிக்கிறேன்" என்ற அவரின்

குரலுக்கு குளிர் காற்றுச் சிலுசிலுவென்று உள்ளே வருவது போல் உம்மா கதவின் வழியாக வெளியே வருவார்.

யாராவது வந்தால் பேசிக்கொண்டிருக்கலாம் என்று தோன்றுகின்றபோதெல்லாம் வீட்டுக்குக் கிளிமா மாமி வந்து சேருவார்; அவர்களோடு அருகில் அமர்ந்து பார்க்கும்போது நான் பெரியவனாக மனதுக்குள் நினைத்துக்கொள்வேன்; உம்மாவின் மடிக்குள் வட்டா ஏறினால் இறங்காது. உதடுகள் சிவக்கச் சிவக்கப் படிக்கமும் உமிழ்நீரால் நிறைந்து ததும்பும். மூலைச் சுவரோடு சாய்ந்து "இழுக்கும்வரை காலறியாது புதைகுழி" என்று யாருக்கோ நடந்து முடிந்த திருமணத்தில் நம்பிக்கை இழந்து உடலில் தண்ணீர் மொத்தமும் வற்றிவிட்டாற்போல் தொண்டை காய்ந்து கதைத்திருப்பார்கள். அவரது நீண்ட கழுத்தில் சவடி தொங்கும். "மாமா திரவுவெட்டி உழைச்ச காசியில வாங்கின" என்று பெருமையாகச் சொல்லுவார்; கிளிமா மாமியின் காதுகளில் தொங்கட்டான் கிடந்து ஆடிக்களிக்கும். "ஓமா ஓமா" என்பார்; ஒவ்வொரு 'ஓமா'வுக்கும் காட்டுக்குள் கருஞ்சோலைக்குள் மஞ்சள் குருவிகள் இரண்டு ஊஞ்சல் போட்டு ஆடுவதாக எண்ணிக்கொள்வேன்.

யன்னல் வழியாக மழையைப் பார்த்துக் கொண்டிருப்பேன். முன்வீட்டுக் குழந்தைகள் மழையில் நனைந்தபடி கப்பல் விட்டுக் கொண்டிருப்பர்; அது தள்ளாடித் தள்ளாடி நகர்ந்து விசுக்கென்று கவிழ்ந்தது. தாய் உள்ளே இருந்து அழைத்தபடி இருந்தார். "இங்கு வந்து உட்காரேன்..." அவர் அருகில் அமர்ந்து பார்க்கும்போதுதான் தெரிந்தது கையில் தங்க மாலையுடன் நின்றிருந்தது. அணைத்துக் கையில் காப்பு, கழுத்தில் மாலை, காலில் கறணை அணிவித்து என்னை ஒரு பெண்ணாகப் பார்ப்பதில் அலாதி பிரியப்படுவார்; சில நேரங்களில் ஆடைகளில் கூட மாற்றம் செய்து சாரி உடுத்தி அழகு பருகுவார்; அதுவரை பெண் பிள்ளை இல்லாத குறையையும் நான்தான் நிவர்த்தி செய்தேன்.

எங்கள் வீடடின் அடுத்தாற்போல் லெக்கும்மா வசித்து வந்தார். எப்போது பார்த்தாலும் யாரையோ பழி வாங்குவதுபோல் கைகளில் வெற்றிலை உரலும் உலக்கையும் ஆவேசத்தோடு இயங்க ஆரம்பிக்கும். தன்மேல் படர்ந்து பரவும் மூர்க்கத்தனத்துக்கு மாற்றமாக நகைகள் அவரை மூடியிருக்கும். இருபத்து நான்கு முழ வெள்ளைச் சேலை உடுத்தித்தான் வெளியேறுவார். அல்லுக் குத்தும் பூட்டுக் காப்பும் இளம் சிவப்பு நிறத்தில் பளபளவென்றிருக்கும். கண்ணிமை ரோமங்கள் சுருண்டிருந்தன. அவர் மறைந்த பிறகு குடும்பத்தில் ஏதோவொன்று குறைவது போலத் தோன்றியது; தவறவிடப்பட்ட குழந்தையாய் மனம்

அந்தரித்து அலைந்ததை இப்போது நினைத்தாலும் மேனி சிலிர்க்கிறது.

செழுமை பூசிய கன்னங்கள், உயிர்ப்பின் ஒளி சிந்தும் கண்கள், சற்றே பெரிதான சுருக்கங்கள் நிறைந்த கீழுதடு மிக மென்மையாக அளவெடுத்துக் கொடுத்தாற்போல் எப்போதும் சிரிப்பாள்; மூத்தம்மா இலந்தை வடை சுடுகின்ற நேரமெல்லாம் அவரோடு ஒட்டியவாறு அடுப்படியில் அமர்ந்திருப்பாள்; வயிறு கொஞ்சம் பெருத்திருக்கும்; மேலே இடுப்பை அண்டாத அத்திராசிச் சீத்தையால் சட்டை போட்டிருப்பாள்; கீழாடைக்குப் பதிலாக அரைஞாண் கயிற்றில் அரச இலை வடிவில் ஓர் அலமடி தொங்கும்; நாளாக நாளாக என்னோடு ஈச்சங்கொட்டை விளையாடும் தோழியாகவரும் சுலைகா, பின்னாளில் பெரியவளானபின் சந்திப்பைக் குறைத்துக் கொண்டாள்; ஒருநாள் வாப்பாவின் திட்டும் அடியும் எனக்குப் பலமாக விழுந்த செய்தியை எவ்வாறோ அறிந்து என்னைத் தேடிவந்து விசாரித்தாள். சனி, ஞாயிறு விடுமுறை நாட்களில் பகல் ‘மெட்னி சோ’ படம் பார்ப்பதே பொழுதான எனக்கு, – தான் சிறுவயதில் அணிந்திருந்த அலமடியைக் காண்பித்து “இதனைக் கடையில் விற்றுக் காசை எடுத்துக்கொள்” என்று தந்துவிட்டுப் போனாள்; அது சுத்தமான வெள்ளியினால் ஆனது; நூறு ரூபாய்க்குக் கொடுத்து எம்ஜிஆரின் ‘ராமன் தேடிய சீதை’ படத்தை நண்பர்களுடன் சேர்ந்து நான்குமுறை பார்த்த அனுபவம் இன்றுபோல் இருக்கிறது.

சுங்கடி எங்கடி என்ற சத்தம் மூத்தப்பாவின் வாயிலிருந்து இடையிடையே ஒலிக்கும்; அவர் சுங்கடி என்று சொல்வது கழுத்து நகைகளைத்தான்; உட்கட்டு தாவத்துக்கொடியென்று நகை அணிந்து உம்மா கறுத்தப் பாதிப் புடவையும் உடுப்பார்; இது ஒரே நிறத்தில் சோடி சோடியாகவே விற்பனைக்குக் கிடைக்கும். ஒருமுறை உம்மா மூத்தம்மா இருவரும் ஒரே கறுத்தப் பாதியை உடுத்தி வீட்டில் இருக்கின்றபோது வாப்பா ஏதோ ஓர் ஆத்திரத்தில் கையை ஓங்கியிருக்கிறார்; அந்நேரம் மூத்தம்மாதான் பின்புறம் காட்டி நின்றிருந்தார். வாப்பாவின் கை அவர் கொண்டையில் பட்டுச் சறுகியிருக்க வேண்டும்; மூத்தம்மாவின் கோபம் தணிய ஆறு வருடங்களானதாம்.

பலதடவை அந்தக் கிளுவை வேலிக்குள் நுழைந்து ஒளித்து விளையாடியிருக்கிறோம்; புற வளவில் சோத்தும்மாவின் குடிசை இருக்கும்; சகதோழர்கள் கண்டுகொள்ளும்வரை அவரின் குடிசைக்குள் புகுந்துகொண்டு நின்றிருக்கிறேன்; அந்நேரம் சோத்தும்மா ஜெகஜோதியாகத் தெரிவார்; அவரிடம் ஒரு நகைப் பெட்டியிருந்தது; என்னைக் கண்டதும் தாழ வாரக் கட்டி

அவைகளை ஒவ்வொன்றாய்க் காட்டித் துடைத்துத் தருமாறு கேட்பார்; நான் ஒளித்து விளையாடியதை மறந்து அந்த நகைகளில் மூழ்கிவிடுவேன். இந்தா சவுக்குமணி என்பார். நான் துடைத்து அவரிடம் கொடுப்பேன். இது கீரமணி, இது மணிக்கோர்வை, இது சரடு அதில் பதக்கம் பதிந்திருக்கும். காசுமாலை, கொடிப்பூ இதில் பவுண்கள் சேர்ந்து கொடிபோல் ஆடும்; இது வைரமணிக்கோர்வை, இது தாலிக்கொடி என ஒவ்வொன்றாய் எடுத்துவைப்பார்.

சாயங்கால வெயில் அத்திண்ணைமீது விழுந்து கொண்டிருந்தது, நாலு மூலையும் சுண்ணாம்பால் கரை கட்டி வழிக்கப்பட்டிருந்தது. காதில் அணியும் நகைகளென்று ஒரு கசனா அதுவும் தகரத்தில் வரும் பிஸ்கட் டின்னில் அடைத்து வைத்திருந்தார். அரசிலை வாளி, சிமிக்கி, கொத்தமல்லிப் பூ, குடைத்தொங்கு, தட்டுவாளி, கொப்புவாளி, கொச்சிக்காய், மரவட்டை, கம்பி என நீட்டித் தந்து "சரியா எடுத்துவை" என்பார். கொழிமணலில் பாம்புத்தாரை போயிருப்பதுபோல் காப்புகளும் முறுக்கிய மீசை போலும் குத்தும் வளையல்களும் பல காப்புகள் இணைந்து கொலிசமாகவும் திரண்டிருக்கும்.

சோத்தும்மா குரல் வெளிவராமல் உள் ஒடுங்கியதுபோல் பேசுவார். "முப்பாட்டனார்ர நகடா, எங்கம்மா வழி வந்ததுகள்" என்று அள்ளி ஒருமுறை கண்களில் ஒற்றிக்கொள்வார்; அவ்விடத்தில் சிதிலமடைந்த மண்குதிரைகள் இரண்டு கால்தூக்கி நிற்கின்ற மாதிரி ஒரு பெட்டகம் கிடக்கிறது; அதனடியிலிருந்து இன்னுமொரு புதையல் நகைகளை இழுத்தெடுப்பார். அவை ஒளிர்கின்ற தீட்சண்யம் கண்டு திடுக்கிடுவேன். ஓர் அகலமான பூட்டுக்காப்பு நீரின் நெளிவுகள்போல் தெரிந்தது. பட்டணத்துக் காப்பு, சரிக்காப்பு, கொம்பு, உருட்டன், கைக்கட்டு, முகப்பணி, ருக்குமணி என்றான காப்புகளும் கலகலக்கும். "அடிவானம் கருக்கிக்கிட்டு வருகுது மின்னிக்கண்ணா போதும் மனே..." நெருஞ்சிக்கொடி குறுக்கே படர்ந்து வாசலில் குறுக்காகக் காலில் சிக்க மூன்று படல்களைத் தாண்டி வீட்டை அடைவேன்.

குருமிணியான் அரித்தால், சிலவேளை தென்னம் குருத்தோலை மடங்கி வாசலில் விழும். ஓலையைத் தூக்கித் தோளில் வைத்துக்கொண்டு உம்மாவிடம் ஓடுவேன். காப்பு, மணிக்கூடு, அடுக்கு மோதிரம், திருகுப்பூ, சங்கிலி, தப்பித் துணையான், தண்டை என்றெல்லாம் சூதானமாகப் பூணாரம் சமைப்பார்; இவைகளை ஒவ்வொரு உறுப்பிலும் அணிந்து கொண்டு கூடும் தோழர்களோடு என்றுமில்லாத தன்மையுடன் பறந்து திரிவேன். கிளிக்குஞ்சு, புறா, குதிரை, பம்பரம் என்றும் செய்வார்; கண்ணிமை வெட்டாமல் அசந்துபோய் நிற்பேன்.

22

வயல் வாசனை

ஊருக்குள் தலைக்கோழி கூவிற்று; தூக்கம் விலகிப் போய்விட்டதுபோல் உணர்ந்தார் வாப்பா; வயலுக்குக் கிளம்பும் நேரம் இதுதான்; மாட்டுவண்டியின் சில்லுகள் கசையடிக்கும் ஓசை வருகிறதாவென உற்றுக்கேட்பார்; யாதொரு சமிக்ஞையும் புலனாகவில்லை; வீட்டின் உச்சாணியில் காணப்பட்ட கைப்பெட்டி, கொடுவாய்க் கத்தி, மண்வெட்டி, கயிறு, சணல் என்று இறக்கியெடுத்து முளைச்சாக்கின் பக்கம் குவித்து வைத்தார்; இன்று எங்கள் வயல் விதைப்பு நாள்...

அடுப்பங் கரையில் புகையடர்ந்த சிமிழி லாம்பின் வெளிச்சத்தில் உம்மா இயங்கிக் கொண்டிருந்தார். பத்துப் பேருக்குச் சோறு சமைக்க வேண்டும். கறி வேலை முடிந்துவிட்டது. சோறுக்கு அடுப்பைக் கொஞ்சம் குறைத்துவிட்டுப் பானையைத் திறந்து வாழை இலை போட்டு மூடிவைத்தார். வெளியே சில குரல்கள் கேட்கின்ற. அது முளைச்சாக்குகள் வண்டியில் ஏற்றப்படும் சத்தம்தான். "வண்டில இங்கால திருப்புங்க..." வாப்பாவின் குரலுக்கு நானும் தயாராகிவிட்டேன்.

மூன்றாம் சாமத்தில் பாதைகள் இருள் சூழ்ந்து ஆள் நடமாட்டமின்றி இருந்தன. முளைச் சாக்குகளின் பாரம் வால்மூட்டை எழுப்புவதாகச் சொல்லி நானும் வாப்பாவும் வண்டிலின் பின்சள்ளையில் அமர்ந்திருந்தோம். எங்கள் கூடவந்த நாயும் பின்னங்காலைத் தூக்கி மின்கம்பத்தில் சிறுநீர் கழித்த படியே இன்னொரு வீதிக்கு வண்டில் மாறியபோது நழுவிப்போய்விட்டது.

நேற்றுத்தான் விதை நெல் மூடைகளை ஊறப்போட்டுக் குளத்திலிருந்து கரையேற்றினோம்; முளைவிட்டுப் புகு புகுவென்று எழும் வாசம் பரவி மூக்குக் குழறியது. வீட்டின் அத்தனை அறைகளிலும் நெல் பரப்பப்பட்டுச் சூடு தணியவென்று இரவெல்லாம் காலாற்றியதால் சுனை பட்டுக் கால்கள் சொறியத் தொடங்கின; ஆறு ஏக்கர் வேளாண்மையென்றால் சின்ன வேலையா, இனித்தான் இருக்கிறது; வாப்பா பட்டது பாடுதான். எந்நேரமும் "காசு காசு" என்ற கதையாகவே இருக்கும்; உம்மா கைமாற்றுக்குக் காசு தேடி ஓடித் திரிவா; வயற்காரர் களைத்துக் கொண்டு தலையைச் சொறிவார்; வருகிற நாலு மாதமும் அவர் குடும்பம் வாப்பாவின் வயலைத்தான் நம்பியிருக்கும்; விதைப்பு முடிந்தால் வெட்டுக் காலம் வரும்; அப்போதுதான் எனக்கும் கஷ்டம்; வாப்பா ஓடிய சைக்கிளை அறா விலைக்குக் கொடுத்து விடுவார். இனி அதை எடுத்துக் கவுட்டுக்குள் தெத்தித் தெத்தி ஓடவும் முடியாது; நான் ஒரு ரேடியோ வாங்கிக் கேட்டிருந்தேன்; வயல் வெட்டி வாங்கித் தருவதாக வாப்பா என்னிடம் திட்டமாகச் சொல்லியிருந்தார்.

வெள்ளம்பி இந்த வயல் ஏரியாவுக்குப் பிரசித்தமானவர் மட்டுமல்ல நாணயமான வண்டிக்காரரும்தான்; அவருதான் இந்தமுறை எங்கள் வயற்காரரும்கூட; போகக் கணக்காகப் போகும் வண்டில் திரும்பி வரும்போது மாடுகளின் தலைக் கயிற்றைக் கதிக்கோல் குச்சியில் கட்டிவிட்டு வண்டிலுக் குள்ளேயே படுத்து உறங்கிவிடுவார்; மாடுகள் தானாகவே திரும்பி வீடு வந்து சேர்ந்துவிடும்; அந்தக் காலத்தில் பஸ் வண்டி போக்குவரத்து அதிகம் கிடையாது; தூரம் தொலைக்குப் போகின்றவர்கள் அவசர காலத்துக்கு வழிப்போக்கு வண்டியில் ஏறிப் பயணிப்பதுண்டு; அப்படி நினைத்து வண்டி நின்று ஒரு சிலரை ஏற்றியும் கொண்டது.

வீட்டின் குறுக்காட்டில் ஒரு சின்ன அணை இருக்கிறது; சிமிண்டு ஏதும் இல்லாமல் பெரிய பெரிய கற்களை அடுக்கி வைத்துக் கட்டிய அணையோரத்தில் நிற்கும் புளியமரத்தில் பூவும்பிஞ்சும் கலகலத்தன. கல்லை விட்டு எறிவார்கள். நாலைந்து புளியம் பிஞ்சுடன் மண்ணில் விழும்; ஆளுக்கு இரண்டாக எடுத்து ஊதி விட்டுக் களிசான் பக்கற்றில் நிறைப்போம். பொங்கும் காலத்தில் புளியங்காய்; வயல் வெட்டி மங்கும் காலத்தில் மாங்காய் என்று இந்த வருஷம் நல்ல மழை பெய்ததால் புளியங்காய் சட்டப்படி பிடித்திருக்கிறது; அதைத் தட்டி உம்மா ஒரு புளி வைத்திருக்கிறார் என்பது காலுக்கடியில் இருக்கும் பானை தளும்பியபோது அறிந்துகொண்டேன்.

வண்டியைத் திருப்பி மாடுகளை அவிழ்க்கிறார். மாட்டுப் புனையல்களின் பிடரி நுகத்தில் குறுக்காகக் கலப்பையைப்

பிணைக்கிறார்; மூக்கணாங்கயிற்றைக் கையில் எடுக்கவே கலப்பை முடிந்த மாடுகள் வயலில் இறங்கி நடக்கின்றன. வெள்ளம்பி பின்னால் செல்கிறார்; உணர்வோடு விதை நெல் எறியப்படுகிறது. குட்டான்போல் மதர்த்த வயல், விதை கண்டதும் சிலிர்க்கின்றது.

பரணின் நிழல் கிழக்கே இறங்கி வந்தது. பன்னாடையை அடியில் வைத்து அதற்குமேல் நொச்சி, இன்னும்மேல் தென்னம் பாளை மாட்டி ஓடங்கொடி போட்டு நெருப்பு மூட்டித் தேயிலை போடும் வாப்பாவின் புதினத்தை ரசித்தபடி இருந்தேன்; இணையைச் சுமந்துவந்த தேர்ப்பட்டாம் பூச்சி பரணில் ஒட்டாமல் சுற்றிவிட்டுப் பறந்துபோனது.

மதுர மரம் உச்சிவெயில் படிந்த தனிமையில் இருந்தது. அதன் கொப்புகளில் அழகு வண்ணான் குருவிகள் முனகிக் கொண்டிருந்தன. வேர் ஓரம் கிடந்த கல்லின்மீது வாப்பா உட்கார்ந்திருந்தார். தன் குமருக்கு வந்த வேதனையாகவே அதனைப் பார்த்து நின்றார். வயல் விதைத்து இருபதாம் நாள். பச்சைப் பசேலென்ற வேளாண்மையில் பனி மூசை அடிக்கிறது. பசளை, எண்ணெய் விசிறுவதோடு சில நாட்கள் விட்டுப் புல்லும் பிடுங்க வேண்டும்; பெண்டுகள் தலையாரிக்கும் சொல்லி வைத்துவிட்டார்.

ஆகாசத்தில் முகில்கள் மேற்கைப் பார்த்து ஓடிக் கொண்டிருந்தன. பெண்டுகள் தத்தி வயலுக்குள் இறங்கிற்று. வாப்பாவும் வெள்ளம்பியும் தண்ணீர், பணிஸ், தேநீரோடு புல்லெடுக்கும் பெண்டுகளின் பசித்தாகத்தைத் தீர்த்தபடி நின்றிருப்பார்கள். வரவைகளில் பிடுங்கிய புற்கன்றுகள் வரம்புகளில் நிரம்பிக்கொண்டிருக்கும். நான் பரணில் கவிழ்ந்து படுத்து ஆழ்ந்த தூக்கத்திலிருப்பேன்.

வயல் அறுவடையென்றால் நீரிழிவுக்காரன் முட்டிக் கொண்டு வரும் சிறுநீரைக் கழிக்க இடம் தேடி அல்லாடுவதைப் போல்தான் அன்றிருக்கும்; நெருஞ்சிமுள் காலில் குத்தும், ஒதுங்கி ஒதுங்கி நடுவரம்பில் நடந்து உப்பட்டி சுமந்து சூடு வைப்பார்கள். பிரமிடுகள்போல் தோற்றமளிக்கும். தூர நின்று பார்ப்பதற்குத் தங்க ஆபரணங்கள்போன்று சூடுகளும் சிறு கந்துகளும் ஒளி வீசும். எங்கள் தொய்யம் வட்டையென்ற கிழல் கண்டத்தின் வடக்கே பரிகாரியின் காலை ஒன்று இருக்கிறது. அங்கே புளிச்ச பலகாரம் ஒரு மரைக்கால் நெல்லுக்கு நான்கு தருவார்கள். அது ஒருபோதும் இனிப்பாக இருப்பதில்லை என்பதால் நான் விரும்புவதில்லை. வாப்பா வாங்கியெடுத்து அவர் தங்கைமாருக்குப் பகிர்ந்தளிப்பார். இரவானால் அந்தக் காலைக்குள் ஆடு மாடு மேய்ப்பவர்கள் நாட்டுக்கவி பாடுவார்கள்.

எதிருக்குப் பரணில் காவலிருக்கும் வெள்ளம்பி வசதியாக ஒரு பாடலை எடுத்துவிடுவார். தர்க்கம் முற்றினால் வேறு இடங்களில் இருப்பவர்கள் கூவென்று கத்துவார்கள்.

மூன்று மாதங்களும் பத்து நாட்களும் என்னமாய்த்தான் ஓடி மறைந்துவிட்டன. வழவழப்பான கத்தரிப்பூநிறச் சட்டை வெளிறியிருந்தது. கைக்குட்டை ஒன்றைக் கழுத்தைச் சுற்றி வட்டமாகக் கட்டியிருந்தார். அழுக்கும் உப்புமேறிய மூட்டுச் சாறனில் முகத்தைத் துடைத்துக்கொண்டார் வாப்பா...

இன்று எங்கள் வயல் சூடடிக்கின்ற நாள்; முறுகக் காவலுக்கெனப் பரணில் கண் விழித்திருந்த வெள்ளம்பியும் எழுந்து ஆற்றோரமாக நின்று குளித்தார். காவிச் சாறனையும் துண்டையும் மாற்றிக்கொண்டார்; நிலத்தின் மேல் கையை வைத்துப் பார்த்தார். ஈரம் காய்ந்திருந்தது. இந்த விவசாய உலகத்தைச் சேர்ந்தவர்கள் பெரும்பாலும் குழந்தை உள்ளம் கொண்டவர்களாக இருப்பதை நான் கண்டிருக்கிறேன். ஒரு சில விதிவிலக்குகளும் இருக்கலாம். சாதாரணமான நேரங்களில் பழகப் பேச அவர்கள் பாடு அறிந்த இனிமையானவர்களே.

பூவலடியில் படர்ந்த சுரக் கொடி காய் விட்டிருந்தது. வானம் விண்மீன்கள் நிறைந்து காணப்பட்டன. மூன்றாம் பிறை தேய்ந்து வெகு நேரமாகியிருந்தது. சூடு தள்ளும்போது வாப்பா எதையோ உச்சாடனம்செய்வது புரிந்தது. அவரியில் தாழக் கட்டப்பட்டிருந்த பெற்றோல்மெச் ஒளியில் களவெட்டி பகல்போலிருந்தது; பரணில் தொங்க விடப்பட்ட கணவா லாம்புகள் மினுக்கு மினுக்கென்று ஆடி எரிந்துகொண்டிருந்தன.

மறுநாள் பொழுது விடியும்போதும் மாடுகள் சுற்றிக்கொண்டே இருந்தன; சூழநின்று வேலைக்காரக் கம்பால் வைக்கோலைத் தள்ளி ஒதுக்கி நெல்லை வேறாக்கிக் கொண்டிருந்தார்கள். சூடு இறங்கியிருந்தது. நானும் அப்போதுதான் விழித்தேன். கண்களில் பூழை அண்டிக் கரித்தது. பூவலில் நீரை அள்ளி முகத்திலடித்தேன். குளிர்ந்த நீர் விறுவிறுவென்றிருந்தது; எல்லோரின் தோள்பட்டை மீதும் வெயில் ஏறிவிட்டது. வயலெங்கும் சிட்டுக் குருவிகள் தென்படாத உக்கிரம் அனலோடக் காற்றின் திசை நோக்கித் தூற்றிக்கொண்டிருந்தார்கள். கூளங்கள் பறக்க வேறொரு குவியலாகப் பதக்கடைகள் உயர்கின்றன; நிலத்தில் விரித்திருந்த படங்கில் நெல்மணிகள் சடசடத்து விழுந்தன.

இருவர் இருவராகச் சாக்கில் அடைந்து நெல் கட்டும் போது என் மனத்துக்குள் ரேடியோ பாடிக்கொண்டிருந்தது.

23

மணக்கும் கப்பல்

குளிர் காலம்; எங்கும் பனிப்பொழிவு. மின்னும் வெள்ளை உலகத்தில் பனி அடர்ந்த பூவரசு மரங்கள் ஒளியில் மின்னிப் பிரகாசிக்கின்றன. எங்கள் கிணற்றடியில் உயர்ந்து தலை நீட்டித் துவளும் கமுகு மரங்கள் அவை பூப்பெய்திப் பாளை தள்ளுகின்ற பொழுதுகளில் பரவும் மணம் வீடு முழுவதும் பல நாட்கள் மிதந்துகொண்டிருக்கும். அதன் சிறகுகளாக ஒடிந்து தொங்கும் கோப்பத்தம் பட்டையில் சோறு கட்டினால் அந்த ருசி நாவையும் நம் மனவுலகையும் பித்தம் கொள்ளச் செய்யும்.

அதே கமுகு மரத்தில் பாட்டி முதுகைக் கொடுத்து உரசி ஊத்தை தேய்க்கின்ற அழகைச் சிறுவனாக இருந்து ரசித்திருக்கிறேன். ஏழ்மையான குறுகிய அறையின் ஒரு மூலையில் கூனல் முதுகோடு நூல் நூற்றுக்கொண்டிருப்பார். பாட்டிக்கு எப்போதுமே எதையுமே சுயமாகச் செய்ய முடியாது; அவர் உடல் முழுக்க நான்தான் சோப்புப் போட்டுவிடவேண்டும். அவர் தளதளத்த கைகளுக்குள் சோப்பு நுரை சுழன்று இறங்கிக் குதித்தது; இந்த நுரையைப் பார்ப்பதற்காகவே நான் அதிகம் சோப்புப் போட்டுக்கொண்டிருக்கிறேன்; யாரும் பார்க்கும்வரை இருக்கட்டும் என்றுதான் பாட்டியின் இரண்டு காது ஓரங்களிலும் அப்பி யிருக்கின்ற நுரையைக் கழுவாமல் விட்டிருக்கிறேன்.

நான் குளிப்பதென்றால் எங்கள் வீட்டில் யுத்தம்தான் நடக்கும். சோப்புப் போடுகையில் கண்ணில் நுரை பட்டு இரு கைகளாலும் முகத்தைப் பொத்திக்கொள்வேன். இப்படித்தான் ஒருமுறை சின்னம்மா தேய்த்துவிட்ட சோப்பின் எரிச்சல்

தாளாமல் கிணற்றடியை விட்டு ஓடத் தொடங்கினேன். என்னைப் பிடித்து வந்து நிறுத்தியபோது எதேச்சையாகக் கிணறுக்குள் இருந்த பத்திக்கை மேலெழுந்துவர அதிலிருந்த வாளியின் காது, மூக்கில் அடித்து ரத்தம் வரவைத்தது. நான்கு தையலோடு தப்பிப் பிழைத்துக்கொண்டேன்; அதன் தடம் இன்னுமே அழியவில்லை;

மாட்டுத் தொழுவம் அருகில் பரண் வீட்டில் வைக்கோல் கமழும் படுக்கையில் கிணற்றடியைப் பார்த்துச் சாய்கின்ற போது கமுகுச் சோலைக்குள் புகுந்து காற்று எழுப்பும் ஓசையின் மூலம் வாழ்வின் இசையையே இயற்கையோடு இணைத்து ஒரு பேருணர்வை நமக்குத் தந்துவிடுகிறது. அப்போதுதான் பப்பாசித் தண்டின் நுனியைச் சவர்க்கார நுரையில் அமிழ்த்தி ஊதுவேன்; முட்டை முட்டையாக நெழுநெழுத்து வானவில்லின் ஏழு நிறங்களும் தூரம் செல்லச்செல்ல அதில் பிரிகையடையும். அவை பலூன்கள்போலப் பெருத்து மினுங்கி மினுங்கிச் சில குமிழியுடைந்து வெளியில் ஒரு வினோத வழுக்களுடன் அலைந்து திரிவது கிளுகிளுப்பாய் இருக்கும்.

ஒரு நூல் கட்டையின் துவாரம் வழியே ரப்பர் நாடாவைப் புகுத்தி அருகில் ஒரு சோப்புத் துண்டை வைத்து முடிவோம்; அதன் பக்கத்தில் ஒரு ஈர்க்கிலைச் சொருகித் திருகித் திருகி வைன் கொடுப்போம்; அப்படியே மணலைக் குவித்து அதில் சரிவாக உருளைக்கட்டையை வைப்போம். அது வண்டுபோல் ஊர்ந்து ஊர்ந்து ஏறும்; அதுதான் எங்கள் வண்டி.

அதுபோல் ஒரு முழுச் சோப்பில் ஈர்க்கிலை வளைத்துக் குத்தி நடுவில் ஓர் ஈர்க்கில் வைத்துக் கிடையாக இரண்டு ஈர்க்கில்களைப் பின்னி அதன் இருமுனைகளையும் கைகளில் பிடித்துச் சுழற்றும்போது தையல் மெஷின் போன்ற சத்தம் எழும். நடுவில் வாழை இலையை நுழைத்துவிட்டால் தையல் போல் கோடுகள் விளங்கும்; தலைசாய்த்து யாருடனோ பேசிக் கொண்டிருப்பவர் அருகில் நின்று அதனைக் கிறுக்குவேன்; சோப்பின் மணம் நாசியில் அப்பி நின்றவர்கள் என்ன விலை கொடுத்தாவது அதனை வாங்கிவிடுவார்கள்; அந்தளவு 'லெவண்டர்' வாசனை அதிலிருந்து கிளம்பும்.

அக்காலத்தில் எங்களூரில் நீலச்சோப்புகள்தான் பாவனையில் அதிகம். மில் கோ வைட், அன்சார் சோப், பாரிஸ், முல்லை, சன்லைட், கோம்பா, லைப்போய் என்பனவற்றில் ரோஸ் நிறமான உப்புச் சவக்காரம் மிகவும் உசத்தியானது; அது தேய்ந்து ஒருசிறு சிராம்பாகும்வரை கழுவிக் கரைப்பார்கள். பெரும்பாலான சில்லறைக் கடைகளில் ஒருபுறமாக நைலோன் நூல் ஒன்று தொங்கும்; கால் கட்டி, அரைக் கட்டி எனச் சவர்க்காரம் கேட்பவர்களுக்கு அதில் வைத்து வெட்டிக்

கொடுப்பார்கள். இந்தக் கல் வீடுகள் எழுவதற்கு முன் வாதா மரம், அரிநெல்லிக்காய் மரம், கொய்யா, முருங்கை போன்றவற்றின் கொப்புகள்தான் அன்றைய சவர்க்காரக் 'கேஷ்'கள்; கிணற்றின் மேல்கொட்டில் செவ்வக வடிவில் ஓர் இடைவெளி இருக்கும்; அதில் சோப்பு வைப்பார்கள்; சில நேரங்களில் கைநழுவி அணில் குஞ்சுபோல் சவர்க்காரம் கிணற்றுக்குள் பாய்ந்து விடுவதுண்டு; நீர் இறைத்தும் மூன்று தினங்களுக்குச் சோப்பு வாசம் அகலாது; நீண்ட கூந்தலுக்கும் பொடுகு மறைவதற்கும் தலைமுடிக்குச் சீயக்காயை இடித்துப் பொடிசெய்து சம்புக்குப் பதிலாக நுரைக்க நுரைக்கத் தப்புவார்கள்; பனம்பழம் ஆடை துவைக்கப் பயன்பட்டன; சருமப் பாவனைக்கு நொக்கட்டியங்காய் எடுத்துச் சோப்புக்குப் பதிலாய்த் தேய்ப்பார்கள்.

எங்கும் சிறு பேச்சரவமில்லை; நிசப்தம் ஊரை அலாதியாக மூடியிருக்கும்; மூங்கில் வெட்டுக் கைகளில் தற்போதுதான் தோக்குருவிகள் அலையத் துவங்கியிருந்தன; ரீங்கரித்தபடி ஒரு கருந்தும்பி நுழைந்து துளையிட்ட இடத்தைத் தேடிக்கொண்டிருந்தது; தோழர்களோடு நானும் சத்தமெழுப்பாமல் கால்களை எட்டிவைத்து அந்தக் குளக்கரை ஓரம் புறாவுக்குக் கண்ணி குத்தி நிலத்தில் பதித்த கம்பியில் நூலைச் சிக்காராய் முடிந்துவிட்டுத் திரும்பும் வழியில் "அடேய் சர்ப்பனா என்னக் கை விட்டுட்டேயடா." என்ற புலம்பலுடன் ஒரு இளம் பெண் அழுவது கேட்டு அந்தப் பக்கம் ஓடுகிறோம். சனங்கள் கூடி நிற்க ஒருவர் சவர்க்கார நுரையைப் பருக்கிக் கொண்டிருந்தார். அந்தப் பெண் வாந்தி எடுத்தவண்ணம் கூந்தல் கலைந்து மூச்சு வாங்கிக்கொண்டிருந்தாள். சோப்பு நஞ்சு என்ற வேதிப் பதார்த்தத்தை வெளியேற்றிவிடுமென்று பின்னர்தான் அறிந்தோம்.

வெள்ளைச் சேர்ட்டும் பாசிப்பச்சைக் களிசனுமான சீருடையில் நிற்கின்ற என்னிடம் எப்போதுமே சோப்புத்தான் மணக்கும்; உம்மா உடுத்திக்கொள்வதற்கென்று அந்த மயில் மார்க் சேலை கட்டிலில் கிடந்தது. ரத்தச் சிவப்பு, மிளகாய்ச் சிவப்பு, தாமரைச் சிவப்பு எல்லாவற்றையும்விட நீலக்கண்டாங்கியில் அப்பிக்கொள்ளும்; சவர்க்கார மணம் உம்மாவின் மணத்தோடு ஒட்டிவிட்டது; அந்தச் சேலையைத்தான் இரவில் போர்த்திக்கொண்டு தூங்குவேன்; அவர் இல்லாத காலங்களில் அதை முகத்தில் பிடித்து அழுதிருக்கிறேன்; அந்நேரம் அந்தச் சேலையில் கிளம்பும் சோப்பு வாசம் என்னை உம்மா தழுவிக்கொள்வதுபோலவே இருக்கும்.

குளக்கரையில் நின்று பெரிசுகள் இடுப்பு வாரைக் கட்டும்போது பீடிக்கட்டோடு ராணி சந்தன சோப்பும் விழும்

சிறுவர்கள் அதைக் கண்டு "கிழவருக்கு ராணி டோ..." என்று கேலிசெய்வார்கள்; ராணி சோப் பெரும்பாலும் பெண்கள்தான் பாவிப்பது. இப்போதுபோல் இல்லை. அன்றைய தயாரிப்புகள் அலாதியான வாசனை கொண்டவை. பெருநாள் காலங்களில் வாப்பா பார் சோப்புகளுடன் மணச்சவர்க்காரங்களும் வாங்கி வருவார்; எங்கள் பின் விறாந்தையில் கிடக்கும் குட்டி மேசையில் அவற்றை அடுக்கிவைப்பார்; தூரத்திலிருந்து பார்த்தால் அது ஒரு நீராவிக் கப்பல்போல் தெரியும். நாங்கள் அவற்றை முகர்ந்து முகர்ந்து பார்ப்போம். எல்லாரையும் ஈர்த்துவிட்ட மமதையோடு அவை வெற்றிக்களிப்பில் சிரிப்பதாக எனக்குப் பட்டது.

அங்கே வைத்திருக்கும் சவர்க்காரங்கள் எலியின் விளையாட்டுப் பொருட்களாகவும் இருந்தன. முகட்டெலிகள் மெல்ல மெல்ல இறங்கி வந்து சவர்க்காரங்களைக் கவ்வி ஒரு மூலையில் குவித்துவிட்டுச் சென்றிருக்கும்; விரட்டியடித்தும் எலிப்பூண் வைத்தும் அவற்றை ஓட்டுவார்கள். ஓடாவிமார்கள் ஸ்க்ரூக்கள் இலகுவாகச் செல்ல அதன் திரட்டுகளில் சோப்பைத் தடவி எடுப்பார்கள்.

"எல்லாம் எடுத்து வச்சாச்சா." என்று கண்ணாடியில் இருந்து கவனத்தைத் திருப்பாமலே ஒரு சவுண்ட் விட்டார்; "அதெல்லாம் வச்சாச்சு மேக்-அப் பண்ணினது போதும் இருக்கிறதுதான் இருக்கும்; புதுசா என்ன மயிரா முளைக்கப் போகுது" என்று மாமி நக்கலாகவோ குத்தலாகவோ கூற அந்த அவசரத்தில் வாங்கிய சோப்பை மறந்து மாமா தோல்பையோடு மாடுகள் வாங்கிவிட்ட தம்மன்கடைவாடிக்குப் போய் ஒருமாதம் சவர்க்காரம் போடாமல் குளித்த கதையை உயிர் இருக்கும்வரை சொல்லியிருக்கிறார்.

காலங்காலமாக அநேக சவர்க்கார விளம்பரங்கள் நடிகர் நடிகைகளின் புகைப்படங்களுடனே வெளிவருகின்றன. "அன்று அரசன் சோப் விளம்பரத்தில் குட்டிப்பெண்ணாக வந்த இன்னார், இன்று பெரும் நடிகையாகி விட்டார்." என்றெல்லாம் சொல்வார்கள். உங்கள் இளமையின் ரகசியம் என்னவென்று கேட்பதும் அதற்கு அவர்கள் இந்தச் சோப்புத்தான் என்று பதில் சொல்வதும் வழக்கமாகியே போனது. எனக்கு இப்படியெல்லாம் சொல்வதைக் கேட்கின்றபோது கம்பன், இளங்கோ, ஷேக்ஸ்பியர், மில்டன், பாரதியார், பாரதிதாசன் வரிசையில் என்ன சோப்பு பாவித்திருப்பார்கள் என்பன போன்ற கற்பனைகள் எழுவதுண்டு. கழிப்பறையில் குளிப்பவர்கள், சித்த சுவாதீனமாக அலைபவர்கள் என்னவகை மணக்கட்டி பாவிப்பார்கள் என்றும் யோசிக்கிறேன்.

தென்னம் படல் மறைப்பு

24

பழமொழிகள்

விளையாட்டு உருவாக்கிக் கொடுத்த மூன்றாவது நட்பு ரஹீம் உஜ்ஜில் தாஸ். நான் நாலாவது வகுப்புப் படிக்கும்போது என் வகுப்புக்கு மேல் வகுப்பில் படித்தவன். ரஹீம் தாஸ்தான் இவன் இயற்பெயர். உஜ்ஜில் என்று இடையில் புகுந்த நாமம் எப்படியென்றால் பந்து விளையாடும் நேரம் முதலில் உச்சிவிட்டு ஆரம்பித்து வைப்பான். அதனால் வந்தது.

முதல் நட்புக்குரிவன், பந்து எறியும்போது பிருஷ்டத்தைப் பார்த்தே எறிவான் எக்கோஸ் நிசார்; இவன் கதைக்கும் ஒவ்வொரு வசனத்தின் முடிவிலும் எக்கோஸ், எக்கோஸ் என்பான். “எக்ஸ்க்யூஸ்மீ” என்பதுதான் அதன் அர்த்தம். எந்த நாளிலும் கனவு காண்பதுதான் இவன் வழக்கம். கண்ட கனவை வெளியில் விட, அதற்கு மயானாச்* சொல்ல ஒருவன்; அவன் பெயர் இஸ்மாயில்; நிசார் கனவு காண்பதும் அதற்கு இஸ்மாயில் விளக்கம் அளிப்பதும் வழக்கமாகவே ஆகிவிட்டது; “நிசார் என்னடா முகம் சொணங்கி இருக்காய்? சரிதான் போ, கனவுல மாட்டுச் சாணத்தில சறுக்கி விழுந்ததற்கெல்லாம் யாராவது மூஞ்சியத் தூக்கி வைப்பார்களா? அதிர்ஷ்டம் வீட்டு வாசல்வரை வந்துட்டென்னு எடுத்துக்கணும்; சொப்பனத்தில மலத்தப் பார்த்தாக் கூரையைப் பிச்சிண்டு பணம் கொட்டுமென்னு சொல்லும் எங்க கொள்ளுப் பாட்டி” என்பான்.

---

* கனவின் பலன்.

இப்படிக் கனவுகள் சம்பந்தமாக உஜ்ஜிலையும் குழப்பி விட்டவன் இந்த இஸ்மாயில்தான்; “உக்காருங்க தம்பி” என்று உஜ்ஜிலின் சகோதரி ஒரு தட்டில் நாலைந்து மெலிபன் விஸ்கட்டுகளைக் கொடுத்துக் குறி கேட்டிருக்கிறார். அவர் வயிற்றில் இருக்கும் குழந்தை ஆணா பெண்ணாயென்று மிகச்சரியாகச் சொல்லி அவர்கள் மனதிலும் இடம்பிடித்துக் கொண்டான்.

“இதுக்குக் கவலை வைக்காதீங்க; விடிகாலையில் புளிச்சப்பம் தின்னக் கனவு கண்டால் அதிகத் தொலைவிலிருந்து ஒரு பெரிய சுமையை உன் வீட்டுக்குக் கொண்டுவரப் போகிறார்கள். நல்லகாலம் உங்க பக்கத்திலேயே படுத்திருக்கு” என்று சொன்னதிலிருந்து அவன் அயல் வீட்டுப் பக்கீரப்பா இஸ்மாயிலை இரண்டு கிழமையாகத் தேடி அலைவதாக அறிந்தேன். அவரின் கடன்காரன் குடும்பத்தோடு படையெடுத்து வந்து, பட்ட கடனுக்குப் பகரமாக வீட்டிலிருந்த முக்கியப் பொருளையெல்லாம் சுருட்டியெடுத்துச் சென்றுவிட்டதாக விசாரித்தபோது தெரிய வந்தது. இஸ்மாயில் சொன்ன பலன் இப்படி ஆகிப்போனதே என்ற ஆத்திரம் பக்கீரப்பாவுக்குத் தீர நீண்ட காலமெடுத்தது.

தவிர நானும் ஒரு கனவு கண்டேன்; கழுத்துச் சதைகளின் அசைவுகள் அதிகரித்து ஓர் உச்சக்கட்ட உலுக்கலில் அவை ஸ்தம்பித்தன; என் வாய் அகன்று திறக்க “அக்... அக்” என்று ஒலி எழுந்தது; பரபரப்பில் பாய்ந்து ஓடி வீதியின் விளிம்பை அடைந்து பதற்றடத்துடன் தேடினேன்; மெல்லிய இருட்டுக்குள் ஈரம் சொட்டும் ஒலியுடன் அவ்விடம் உறைந்து தெரிந்தது. திடுக்கிட்டேன். போர்த்திப் படுத்திருந்த உம்மாவின் நூல் சேலையை அள்ளியபடி விழித்துக்கொண்டபோது, என்னைப் பிணைத்திருந்த பயம் நீண்டு சுவரோரமாக ஒட்டியபடி நகர்ந்தது. இதை இஸ்மாயிலிடம் விவரிக்க மிகவும் சங்கடமாக இருந்தது.

எவ்வளவு கனவுகள் வருகின்றன போகின்றன, அதற்கெல்லாம் கவலைப்படுகின்றோமா என்ன என்று மனத்தின் ஒரு பகுதி கேட்கத்தான் செய்கிறது; அப்படியிருக்க அவனே என்னிடம் கேட்டான், பெருங்கவலையில் ஆழ்ந்திருக்கிறாய், கனவு கண்டாயா? எங்கிருந்தோ பல்லியின் சொற்களும் நச் நச்சென்று தட்டுவதும் அவன் கேள்வியோடு முகத்தைச் சுளிப்பதும் ஒன்றாகவே நிகழ்ந்தது. இதற்குப் பிறகு என்னால் சொல்லாமலிருக்க முடியவில்லை.

“நமக்குப் பிடித்தவர்கள் இறந்துபோகின்ற மாதிரிக் கனவு கண்டால் மனம் பதறத்தானே செய்யும்” என்றேன்; “யாரு தங்கம்”

என்றான்; "பாலப்பப் பெட்டியத் தலையில வச்சி றோட்டக் கடக்கக்குள்ள உன் தங்கச்சி மேல" தொடர்ந்து பேசவிடாமல் என் வாயைப் பொத்திப் பிடித்துக்கொண்டான்; அவனுக்கு உடம்பெல்லாம் வியர்த்துவிட்டது; "சரிவிடு உன் தங்கச்சிக்கு ஆயுள் கெட்டி" என்று அவனுடைய பதற்றடத்துக்குச் சமாதானம் செய்துகொண்டேன்; அதன்பிறகு இஸ்மாயில் என்னோடு பேசுவதையே நிறுத்திவிட்டான்.

இன்னுமொருவர் குடுமி மைதீன்; எலிப்பொறி மாதிரிச் சின்னஞ்சிறு குடுமி ஒன்று எந்நேரமும் அவன் தலைமேல் அசைந்துகொண்டிருக்கும்; ஒரு விதமான பகுத்தறிவுச் சிந்தனை உடையவன்; இந்தக் கனவுகள், பழமொழிகள் இவைகள்மீது அவனுக்கு அலாதியான வெறுப்பு. எப்போதுமே எனக்குப் புரியாத வினாவாகவே இருப்பான். அந்த நாட்களில் பள்ளிச் சுவர்களில் பழமொழிகள் எழுதியிருப்பார்கள். அதன் கீழே கறுத்த நிறத்தில் மறுதரப்பான மொழிகள் இவனால் வரையப் பட்டிருக்கும்; குண்டி சுருங்குதல் பெண்டிற்கழகு – இது பழமொழி; இதன் நீட்சியாக குண்டி சுருங்குதல்–ஆடவர் வண்டிக்கழகு; விளம்பரம் ஒட்ட வேண்டாம்; விளாம்பழம் தட்ட வேண்டாம். நாய் வாலை நிமிர்த்த யாராலும் இயலாது– நாய் வாலை நிமிர்த்த ஒரு எஸ்லோன் குழல் போதும். நம்ப நட நம்பி நடவாதே என்றிருந்தால் எம்பி வட தம்பி சுட என்று எழுதிவைப்பான்.

வெகுசில ஆண்டுகளுக்கு முன்பிருந்து அது, மண் வீதியாகத்தான் இருந்தது. நெல்லும் கரும்பும் தேங்காயும் நாற்றுக் கட்டுகளும் விறகும் வைக்கோலும் ஏற்றிய பார வண்டிகளில் பொருத்திய வெள்ளைக் காளைகள் சற்றுச் சிரமப்பட்டுத்தான் இழுத்துச்செல்லும்; வண்டிச் சுவடுகள் பதிந்து கான்போன்று நீண்டு கிடக்கும் ஓடையில் கால்கள் பதித்து இருவரும் நடப்போம்; நான் கொஞ்சம் தீர்க்கமாக யோசித்து, "எனக்கென்னவோ இதுவெல்லாம் வெறும் குதர்க்கமாகவே படுகிறது." என்பேன்; "சரி சரி நாயைப் பிடி" என்பான், "குரைக்கிற நாய் கடிக்காது சும்மா வா" என்று வீட்டுக்குள் அழைப்பேன்; அது உனக்குத் தெரியும் நாய்க்குத் தெரியுமா என்பான்.

இப்படித்தான் எக்கோஸ் நிசாரும் "பேசிற இடத்தில பேசாத வாய் எச்சி வாய்" என்று சொல்லப்போய் அதற்கு மைதீன் "பேசிற இடத்தில பேசாத வாய்தான் நல்ல வாய்" என்று விவாதித்துக் கழுத்துச் சதை பெரிய தோற்பைபோல் சுருங்கி விரிய, நுரைத்துக் கொந்தளித்து, இருவரும் பொங்கி எழுந்தனர். கீழுதட்டைக் கடித்தபடி கட்டிப்புரண்டனர். அவர்கள் உடம்பில் சிவப்பான தடிப்புகள் உருவாகின. காது மடல்கள் ரத்தம் குழம்பிக் கொதித்தன; ஒற்றைக் கரத்தால்

உடுமானத்தைச் சுற்றி வரிந்துகொண்டு தோள்கள் உரசி இறுகின. நாய்க்குடைபோல அடி வெளுப்புத் தெரிய ஒரு கணத்தில் தங்கள் நிர்வாணத்தை அறிந்தனர். எதோ ஓர் இடைவெளியில் தம்மை உணர்ந்தவர்கள் அன்றே பிரிந்து போயினர்.

எங்கள் பாடசாலை வளவில் கரும்பச்சை அடர்த்தியில் வெளிர்நீலச் செண்டாகப் பூத்திருக்கும் மலைவேம்பு நிழலில் குடுமி மைதீனும் நானும் அமர்ந்திருந்தோம். நீண்ட நாட்களாகப் பேசாமலிருந்த இஸ்மாயிலும் வந்துசேர்ந்தான். பாடம் ஆரம்பித்துச் சில நிமிடங்கள்தான். எங்கள் கலந்துரையாடலை இசை முடிந்ததும் கீச்சிடும் கிராமபோன் குரலில் அதிபர் கிறீச்சிட்டு நிறுத்தினார்."பாடம் தொடக்கிவிட்டது வகுப்புக்குப் போகல்லியா." அதிபரின் கனிவான அதட்டலில் எங்களைப் பிணைத்திருந்த சங்கிலி சடசடவெனத் தெறித்து விழுந்ததை உணர்ந்தோம். முதலில் குடுமி மைதீன்தான் நுழைந்தான். ஆசிரியர் பாடத்தைப் பாதியில் நிறுத்தினார்; "எவ்வளவு நேரம் எங்க போனீர்..." ஐந்து நிமிட பாடல் காட்சிக்கு எடுக்கப்பட்ட ஐந்நூறு குட்டி 'சொட்'கள்போல் ஏச்சும் பேச்சும் அவர் நாவிலிருந்து ஒன்றன்மீது ஒன்று விழுந்து மறைந்தன.

பேசாமல் இருந்தவன் நாற்காலியில் தொங்கிய தோல் பையின் வாரைக் கழற்றி கீழே எறிந்துவிட்டுப் "பாம்பு பாம்பு" என்று கத்தினான்; அவனின் குரலே ஆசிரியரின் காதை அல்லது பொறியைத் தட்டியிருக்க வேண்டும்; முழங்காலை மடித்துக் குந்தி அமர்ந்தபடி மாணவர்கள் பாம்பைத் தேட ஆரம்பித்தனர்; ஒருவன் வாரைப் பொறுக்கி இதோ பாம்பு என்றான்; எல்லோரும் ஒரு முறை திரும்பினர்; அறையே நின்று கூத்தாடியது.

இருட்டுத் தேங்கிய மூலையில் யாரோ நிற்பதுபோல ஆசிரியர் தெரிந்தார்; அவர் உடம்பு முழுக்க நீராவிபோல் படிந்துவிட்டிருந்த வியர்வை பாம்பின் நெளிவை ஒத்திருந்தது. உயர்த்திய கையின் உள் பக்கம் நாகப்படம்போல் நிரந்தரமாகத் தங்கிவிட்ட ஈரத்தைக் கண்டு குடுமி மைதீன் "அங்கே தெரிகிறது பாம்பு" என்றானே; வகுப்பறை சிரிப்பொலியால் குபீரென்றது. அவ்வளவுதான் – குடுமி மைதீன் கை விரல்கள் துடிதுடிக்க அதிபர் அறையிலிருந்து வெளியே வந்தான். விரலில் ஒன்றைச் சற்றே வாயில் விட்டு எடுத்து நுனியை மறுகையால் அழுத்தினான். அணையில் விரிசலிட்டுப் புடைத்து அதிரும் மதகுப் பலகை போல அவன் கை வீங்கியிருந்தது. அப்போதும் "அடிக்கிற கைதாண்டா அடிக்கும்" என்று மைதீன் புறுபுறுப்பது எனக்கு அந்தரங்கமாகக் கேட்டது.

25

களிசான் காலம்

மழை ஈரம் காற்றில் மணக்கும். முப்பது வருடங்களுக்கு முன், அநேகமாக எங்களூரில் செம்மண் பாதைகள்தான் அதிகம்.

சாயங்கால நேரம். பட்டாம்பூச்சிகள் படையெடுக்கின்ற பொழுதின் ஓரங்கள் இணைந்த களிசான் காலம்.

புழுதி அடங்கத் துடிக்கும் ஈரத்தில் வழுக்கி விழுவதும், பாடல்களை உதடுகள் சத்தமின்றி முணுமுணுப்பதும் காற்றில் பட்டம் ஏற்றுவதும் அன்பான, தன்னையிழக்கின்ற மகா தருணங்கள்.

என் பால்யம் பாடல்களால் நிரம்பிப் பறக்கச் செய்தன.

எங்களூரில் கல்யாணம், சுன்னத்து வைபவம், மாப்பிள்ளை ஊர்வலம், அரசியல் கூட்டங்கள், விழாக்கள், பாட்டுக் கச்சேரிகள் இப்படி எதாவது ஒரு விசேஷம் நடந்துகொண்டே இருக்கும்.

இங்கே சுன்னத்துக் கல்யாண வீடுகளென்றால் ஒரே குஷிதான்; எப்படியாவது ஒரு பாட்டுக் கச்சேரி, பொல்லடி, அல்லது கவி பாடுதல் என்பன தொடர்ந்திருக்கும்; எனது அயற் கிராமமான இறக்காமம் அதில் பிறந்தாலும் மரணிக்கும்வரை அக்கரைப்பற்றிலேயே வாழ்ந்திருந்த, மீரா உம்மா என்பவர் இனிமை இழையோடும் பாடகி. இவரை அழைத்து வந்து கவிபாடக் கேட்பர். அவர் வந்ததும் அந்த வீட்டின் குடும்பத் தலைவரை முதலில் அழைப்பார்.

"உங்கள் குடும்பத்தில் யாராவது பேசாமல் கதைக்காமல் இருக்கின்றனரா?" என்று கேட்பார், அவ்வாறு யாரும் இருப்பின் அதன் விபரத்தைப் புலன்களால் குறிப்பெடுப்பார். அவ்வாறு அறிந்த கையோடு தான் பாடும் கவியில் அதனை இணைத்துப் பின் உணர்ச்சி பெருகப் பாடுவார்; இது ஒலிபெருக்கியில் கேட்பதால் உறவை முறித்துக்கொண்டவர்கள் அழுதபடி ஓடிவருவார்கள்.

"ஓ! தனதானே" என்று தொடங்கும் பொல்லடிகூட இப்படித்தான்; வண்டி, வயல், மீன்பிடியால் நேரிடுகின்ற துயரங்களை, அங்கு எதிர்கொள்ளும் அவலங்களை ஓசைக் குரலெழுப்பிப் பாடுவார்; ஒரு வட்டமான நிரலில் நின்று ஒவ்வொருவரின் கைகளிலும் சலங்கை பொருத்திய இவ்விரு தடிகள் இருக்கும்; அதனை ஒருவரோடொருவர் தட்டி ஓசையெழுப்பி விருத்தமாக நிலைத்தும் சுற்றியும் பாடுவர்; அந்நிகழ்வுகளின் இரவுகள் அது என் வாழ்வில் முற்றிலும் வேறொரு நாளாகவே விடியும்.

வருடம் தோறும் எனதூரின் கடற்கரைப் பள்ளிவாசலில் அமைந்துள்ள ஏழடுக்கு மினாராவில் கொடிகள் ஏற்றப்பட்டு அதில் ஒலிக்கவிடும் நாகூர் ஈ.எம்.ஹனிபா, முகைதீன் பேக், காயல் ஷேக் முஹம்மதின் இஸ்லாமிய கீதங்கள், காற்றின் தேகமெங்கும் மோதுண்டு மிதந்து வந்து என் செவிகளிலும் பூக்கும்.

அப்போது வட்டமான இசைத்தட்டுகளே பாவனையில் அதிகம்.

ஃகிராமபோன் இசைத் தட்டுகள் மேல் ஊசி பதிந்திருக்க அது சுழலும்; பின்னே பாடல்கள் இதமாக வெளிப்படும்; அதனைப் பார்ப்பதெற்கென்றே களிசானின் இடுப்புப் பட்டியை ஒரு கையால் இறுகிப் பிடித்தவாறு ஓடிப்போகும் சிறுவர் பட்டாளத்தில் நானும் ஒருவன்.

அருகில் அதனை இயக்கிக்கொண்டிருப்பவர் எனக்கு அதி உச்ச சிந்தனையாளராகத் தெரிந்தார். ஒரு முறை அவர் சொல்லும்போது, "உன்னை விற்றாலும் இதனை வாங்கப் பணம் தேறாது," என்று என் வயிற்றைப் பிடித்துத் தள்ளிவிட்டார்.

ஊரில் நெடுந்தென்னைமரங்களில்தான் ஒலி பெருக்கிகளைக் கட்டிப் பாடல்களை ஒலிபரப்புவார்கள்; காரணம் அந்நேரம் இன்று இருப்பது மாதிரி வீடுகள் தீப்பெட்டிகள் அடுக்கப்பட்டது போலில்லை. தூரத்தூர இடங்களில் அவை அமைந்திருந்தன. அதன் நிமித்தம் அங்குள்ள உறவுகளுக்கு இங்கு நடக்கின்ற நிகழ்வுகள் கேட்கும்படி அமையவே அந்த ஒழுங்குகள் இருந்தன.

பாடல்கள் நம்மை எங்கோவெல்லாம் அழைத்துச் செல்வது போல் நம் வாழ்வில் அன்றாடம் நிகழும் சம்பவங்களோடும் கலந்துவிடுகின்றன.

“ஒரு புல்லாங்குழல் ஊமையானது” என்ற பாடலைக் கேட்கின்றபோது, என் மனைவி கிறங்கிப்போவாள். ஏனென்ற போது, அவள் பூப்பெய்த நாளில் பாடசாலைவிட்டு இடையில் திரும்பிக்கொண்டிருக்கும் நேரம் அந்தப் பாடல் வானொலியில் ஒலிபரப்பாகியதாகச் சொல்லுவாள்.

மழையில் நனைந்துவரும் பாடல்களில் சுகமும் சுவையும் இருப்பதை உணர்ந்திருக்கிறீர்களா? நம் முற்றத்தில் அதிகாலையில் பசளிப் பற்றையின் மேல் தும்பிகள் கூடுமே அந்நேரம் மனதுக்குள் உலாப் போகும் பாடல்கள் வருடியதில்லையா.

வீட்டின் விறாந்தையில் ஊஞ்சல் ஆடுகையில் தன்னையறியாமலேயே சில பாடல்கள் நமக்குள் எழுகின்றன அல்லவா.

நாம் இருட்டில் நடைப்பயணம் செய்கின்றபோதில் துணைக்குத் துணையாகவும் சில பாடல்கள் நம்கூட வருவதுபோல் உணர்கிறோமே.

எனக்கு அநேகமாக இதுபோன்ற வேளைகளில் இளையராஜாவின் இசையிலான பாடல்கள்தான் துள்ளியோடி வருகின்றன.

அடிக்கடி அருகில் நிற்கும்,

“செந்தூரப்பூவே செந்தூரப்பூவே”,

“வான் மேகங்களே”,

“ஆயிரம் மலர்களே மலருங்கள்”,

“மயிலே மயிலே உன் தோகை எங்கே”,

என்றெல்லாம் சொல்லலாம்.

பகலின் வண்ணங்களிலும் இரவின் மயக்கங்களிலும் மனமில்லாமல் உட்காந்திருக்கும் வாசற்படியிலும் நம்மை மெல்லிய அசைவுகளால் விலக்கி, ஏதோவொரு இருட்குகையில் பதுங்கிக் கிடந்திருந்த காற்று, எங்கோ ஒலிக்கும் பாடல்களைத் துண்டு துண்டாகக் கொண்டுசேர்க்கும் அற்புதத்தில் திளைத்திருக்கிறேன்.

இரு மருங்கும் அடர்ந்த மரங்கள் நிழலிட்டிருந்தன. வேம்பும் புன்னையும் புளியும் வரிசை கோத்திருக்கும்

நிரல்களில் ஒட்டுண்ணியாய் வளர்ந்திருந்து பூத்திருக்கும் குருவீச்சைபோல நானும் பாடல்களோடு ஒட்டிக் கிடந்தேன்.

அன்பு ஸ்டோரில் வாங்கிய பல நூறு பாட்டுப் புத்தகங்கள், கறையான்கள் தின்றது தவிர, அடியால் விட்டது சில இன்னும் என்னிடம் இருக்கின்றன.

எப்போதும் உணர்ச்சிகளை ஒளித்துப் போலிப் பெரிய மனுஷத்தனம் காட்டாத அத்தருண வயதில் பேரொளியைப் பொத்தி அப்படியே தொங்கும் உண்மையின் கவிச்சியோடு எழுந்துவரும் பாடல்கள் என் கைகளுக்குள் மருதாணி வாசனையைத் தடவிவிட்டுச் சென்றிருக்கும்.

எரிந்து போன மின்குமிழின் மேல்பகுதியை மிக லாவகமாகக் கிண்டி அதன் மெழுகு உறையை நீக்கி உள்ளே நீர் ஊற்றி, இருட்டான ஓர் அறையில் குமிழைப் பொருத்திப் பின்னால் முகம் பார்க்கும் கண்ணாடியால் அதற்கு ஒளி செலுத்தி அதனோடே வெளியாகும் விரிந்த ஒளிப்பரப்பை வாப்பாவின் வெள்ளைச் சாறனை இழுத்துக் கட்டிய திரையில் விழச் செய்து, மின்குமிழின் பின்னே படச்சுருள் துண்டுகளைக் காண்பிக்கும்போதில் திரைக்குப் பின்னால் நின்று திரையில் விழுகின்ற படத்துக்கேற்பப் பாடல்களை முடுக்கிவிடுவேன்; எப்போதும் சிவாஜியின் படம் விழுகின்றபோதெல்லாம் "கண்ணா நீயும் நானுமா" என்ற பாடல்தான் என் நாவில் குதித்தோடி வரும்.

ஒருமுறை சிவாஜியின் படமும் இந்தப் பாடலும் விழுகின்ற போது, வாப்பாவும் வந்துசேரச் சரியாக இருந்தது. முதலில் அங்கு கட்டியிருந்த சாறனைத்தான் பிடுங்கியெறிந்தார். வேறு அன்று பாடசாலைக்கும் போகாமல் விட்டிருந்தேன்.

இனிச் சொல்லவும் வேண்டுமா ? கண்ணா நீயும் நானும்தான்.

பின்நாட்களில் மூத்தம்மாவின் வெள்ளைச்சேலைகள் திரை கட்ட எனக்குப் பெரிதும் உதவின.

இப்படியான பரவசம் தோய்ந்த உணர்ச்சியில் சில்லிட்ட வியப்பில் பூரித்த அற்புதத்தில் பித்தமேற்றும் பாடல்கள் பலதைச் சபை அறியாமல் பொருள் விளங்காமல் பாடி, உறவினர்களின் குட்டையும் திட்டையும் முகச்சுளிப்பையும் பெற்றிருக்கிறேன்.

ஆனால் அது எனது கல்வியைப் பாதிக்கவில்லை, வகுப்பேற்றம் முறையாகவே நடந்தேறியது.

26

வானொலி மாமா

முன்பே எண்ணெய் தடவி முடியை வழவழப்பாக்கி நெற்றியின் இரு புறங்களிலும் தப்பிய எண்ணெய் வழிந்து நெளிய அந்த வானொலிப் பெட்டியின் அருகில் அமர்ந்திருப்பேன். “ஏய் தம்பி சீக்கிரம் போய் மாமாவைக் கூட்டிட்டு வா, அடுத்தது ‘இரை தேடும் பறவைகள்’ தான்...” புதுப் புடவையிலும் நகை அலங்காரத்திலும் உட்கார்ந்தபடி பேரழகியாய் காட்டும் மாமியின் சொல்லை ஏற்று நானும் டக்குப் புக்கென்று ஓடிப்போவேன். பள்ளிக்குமுன் கூழ் வாங்கிக் குடித்துக்கொண்டிருந்தவரிடம் தொண்டை கிழியக் கத்துவேன். மாமா ஓட்டமும் நடையுமாய் வந்துசேருவார். தலையில் ரிப்பன் கட்டியதுபோல ஒரு பூவாஸ் வீற்றிருக்கும். அந்த வானொலிப் பெட்டியின் முகத்தையும் இரு புறங்களையும் ஆடை தைத்து அணிவித்திருப்பார்கள். அதைத் திறக்கும்வரை காத்திருந்து அதில் எரிகின்ற பச்சை நிற ‘பல்ப்’ ஒளியில் என்னை இழந்து கொண்டிருப்பேன்.

காலையில் எழுந்தால் வாப்பாவுக்கு ரேடியோ கேட்கணும். அதில் செய்திகள் பிரதானம். சற்சொரூபவதி நாதனின் குரல் ஒலிக்கிறது என்றால், முகம் மழித்ததை விட்டுவிட்டு அசையாமல் நின்றிருப்பார். அன்று இந்திய வானொலி அலை வரிசைகளிலும் அவருக்கு நாட்டமதிகம். ஆகாச வாணியின் செய்தியறிக்கை வாசிப்பது சரோஜ் நாராயணசாமி என்கின்ற

போது அவரின் உதட்டிலிருந்து தெறிக்கும் எச்சில் சத்தம் என் மன வெளிச்சத்துக்குள்ளே மின்னிச் சுழலும். இவர் ஒரு ஆணில்லையென்று பிறகுதான் அறிந்தேன். அதுபோல் ராஜா ராம் மௌனத்தை ஏற்றுக்கொண்டதைப்போல தலையைத் தழைத்து அடுத்த வரிகளை வாசிப்பார். தொடருகின்ற தென்கச்சி சுவாமி நாதனின் இன்று ஒரு தகவலிலும் லயித்திருப்போம்.

இன்றுபோல் இருக்கிறது பக்கத்து வீட்டு முறுசலி ராத்தாட வீட்டிலிருந்து ஒலிக்கும் "ஆண்டவனின் தோட்டத்திலே அழகு சிரிக்குது" பாடல். இந்தப் பாடலைக் குளிக்கின்ற நேரங்களில் கிணற்றின் வாய்க்குள் முகம் நீட்டிப் பாடிப் பார்ப்பேன். அது "ஹம்" என்ற எதிரொலியோடு மீளவும் என் காதுகளில் ஓங்கி அறையும். சில தினங்களுக்கு அவர் வீட்டில் ரேடியோ பாடாமல் இருக்கும், கேட்டால் "உள்ளே நூல் அறுந்துவிட்டது" என்பார்கள்.

எங்களிடமிருந்த ஜேர்மன் 'எக்கோ' பக்ஸ் பெட்டி ரேடியோ திருத்தம் செய்யவென்று கல்முனை ரேடியோஸ்பதியில் ஆறு மாதங்களாகத் தவம் கிடக்கிறது. அதற்குரிய 'வேல்வ்' தேடி வாப்பா போகாத இடங்களுமில்லை. "சரியான இடத்தில் கொடுத்திருந்தால் இந்நேரம் திருத்தித் தந்திருப்பான், நான் சைக்கிளில் கட்டும்போதே சொன்னேன், அதன் பார்ட்ஸை களவெடுத்து விடுவான், நின்று பார்த்துக்கொண்டு வாருங்கள் என்று கேட்டீர்களா?" உம்மாவின் நச்சரிப்புத் தாங்க முடியாமல் புதிய 'எரிக்ஷன் சொனி' ரேடியோ ஒன்று வீட்டில் புகுந்து கொண்டது.

அதற்குப் பிறகான நாட்களில் ஏரியல் கட்டுவதென்றால் நான்தான் முதல் ஆள்; பச்சைப்பாக்கு வடிவில் அதற்கென்று காய்கள் இருக்கின்றன; அங்கொன்றும் இங்கொன்றுமாகக் கம்பிகளை இழுத்துக் கட்ட வேண்டும்; இருந்திருந்தாற்போல் காற்று வேகமெடுத்து நெட்டை மரங்கள் உலுங்கி, மின்னல் கீழ்வானத்திலிருந்து உச்சிவரை படர்ந்து மறையும்போது வாப்பா வானிலை எதிர்வு கூறும் அதிகாரியாகி விடுவார். ஒரே திருகில் ஏரியல் வயர் பிடுங்கப்பட்டு மழையின் வாசனை அடங்கும்வரை எங்கள் வானொலியின் மூச்சடக்கிவிடும்.

இப்படித்தான் ஏரியல் கம்பி அறுந்து விழுந்து துலாந்தின் பத்திக்கையில் கிடந்திருக்கிறது, தெரியாமல் அதனை நீரள்ளப் பிடித்தபோது அதில் மின்சாரம் பாய்ந்ததால் தாக்குப்பட்டு ஒருவர் அகாலமடைந்த கதையொன்றை பெரியம்மா உள்ளவரை சொல்லக் கேட்டிருக்கிறேன்.

சற்றே அடிபெருத்துத் தலை அகன்ற உயரமான மெலிந்த 'டெஸ்க்' மேலிருக்கும் எங்கள் ரேடியோவிற்குப் பெரிய பெற்றரி

போட வேண்டும்; பிரேக், டொஷிபா என்ற பிரேண்டுகள் கடையில் கிடைத்தன. அதற்கென்று ஒரு மணம் வரும், அதனை மடியில் இருத்தி வாசம் குடிப்பதும்தான். ரேடியோ இழுக்க ஆரம்பிக்கிறது என்றால் வாப்பா பெற்றரியை இளவெயிலில் காயவைப்பார்; முடியாது போனால் புதுசுதான். இனிப் பழையது எனக்குரியதாகி விடும். அதனை உடைத்து உள்ளே இருக்கின்ற ரெஜிபோம் உப்பு விஸ்கட்டுகள்போல் அடுக்கப்பட்டிருக்கும் ஒவ்வொரு செல்களையும் கந்தல் பார்த்து முடிய வெயில் கீற்று வாசல் வேலிமீது ஏறி மங்கும்.

எங்கள் ரேடியோவின் பின்புறத்தே அடைத்திருக்கும் சிப் போர்ட் வழியே விளக்கின் கூண்டிற்குள் இருந்த அகலின் சுடர், போத்தல் போத்தல்போல் தெரியும். அது எரியும் நிறத்தை வர்ணிக்கவே முடியாது. அநேகமாகச் சிற்றலையில்தான் நிகழ்ச்சிகள் அலைந்து மிதந்து கேட்கும்; அம்பாறை (மல்வத்தை) நிலையத்தினூடாக வரும் மத்திய அலை சில நேரங்களில் அடைத்து நின்றுவிடும்.

தினமும் அதிகாலை ஐந்து மணிக்கு ஆரம்பமாகும் ஒலிபரப்பு காலை பத்து மணிக்கு முடிவுக்கு வந்து மீண்டும் பொலீஸ் செய்திகளோடு நண்பகல் பன்னிரண்டு மணிக்குத் துவங்கும். எனது அன்றாடத் தரிசனத்தைத் தனிமையின் பாரத்தைத் தனித்துத் தாங்கிய இலங்கை வானொலிக்கு இன்று வயது தொண்ணூற்று ஐந்து; அன்று ஒவ்வொரு நிகழ்ச்சிகளும் முன்னிசை கொண்டு அலை எட்டுத்திக்கும் பரவிக் கிளைத்தன; ‘பூலோக ரம்பை’ படத்தில் மேலுலகத்தில் இருந்து வானொலி கேட்பதுபோல் ஒரு காட்சி வரும், அதில் தங்கவேலு சொல்லுவார் “இங்கேயும் மயில்வாகனம் வந்துட்டானே” என்று; அந்தளவு திரைக்கலைஞர்களையும் உணர்வுகொண்டது.

எழுதிய பக்கத்திலிருந்து வாய்விட்டுப் படிக்கத் தொடங்குகிறார். அவருடைய குரல் மென்மையாகவே ஒலிக்கிறது. கடினமான வார்த்தைகளைப் பயன்படுத்தாத நாக்கு என்று கேட்பவர் நினைக்கும்படியாகவே இருக்கிறது. பிள்ளைகளை அழைக்கும் கனிவும் நிகழ்ச்சியைக் கேட்கும் நேயர்களை அரவணைக்கும் பாசமும் அவர் குரலில் ஒருசேரக் கலந்திருக்கின்றன; மருமக்கள் வாசிக்கும் ஒவ்வொரு கடிதத்துக்குப் பிறகும் இடைவெளி விட்டு ஆமோதிப்புக்காகக் காத்திருப்பவர்போல அவருடைய கனைப்பு எனது முன்னறையின் அத்தனை மூலைகளிலும் அலையாய் பரவுகிறது. கடைசியில் “வணக்கம் மருமக்களே” என்றபோது எனக்குள்ளிருந்து ஒருவர் வெளியேறிப் போவதை உணர்ந்திருக்கிறேன்; அந்தத்

தேன் குரல் யாருடையது என்கிறீர்களா, அது சரவணமுத்து என்று அறியப்படுகின்ற சிறுவர் மலர், வானொலி மாமா அவருடையதுதான்.

அப்போதெல்லாம் சனி, ஞாயிறுகளில் நமது வர்த்தக சேவையில் கே.எஸ். ராஜா வந்துபோவது ஓர் எடுப்புத்தான். இசைத்தட்டுக் கீறு சிதைந்து தனது வேகத்தைக் குறைத்துப் பாடலைத் திரும்பத் திரும்பச் சுழலவிட்டுக்கொண்டிருக்கும், அப்போது, “என்ன சௌந்தரராஜன் அவர்களே அவசரப் படுகின்றீர்கள் சற்று அவதானமாகப் பாடுங்களேன்” என்று அந்தக் கிராமபோன் ஊசியை மெல்ல அடுத்த வளைவில் தூக்கிவைப்பார். உங்கள் கடிகாரம் சரியா என்று பாருங்கள் என்பார். அவர் ‘பீமி’*ற்கு வந்துவிட்டார் என்பதற்கு வேகமாக ஒலிக்கும் மேசை மணியில் அறியலாம்; “கண்கள் இரண்டும் என்று உன்னைக் கண்டு பேசுமோ.” அவர் அபிமானப் பாடலாக அதனோடு தவழும் சோகமும் காற்றில் கலக்கும்; “உள்ளம் தேடாதே என்று சொல்லுதே, என்ன சொன்னாலும் கண் தேடுதே...” வேம்புக்குள்ளும் தேனூற்றைப் பிரசவிக்கும், திரையில் இடம்பெறாத இசைத்தட்டுப் பாடல்; இதனைப் பிரபலப்படுத்தியதே கே.எஸ். ராஜாதான்; இலாபமீட்ட முடியாதென்ற படங்களும் திரைவிருந்து என்ற அவர் விளம்பர நுகர்ச்சியால் பிழைத்து மீண்டன.

குணச்சித்திரங்களின் கும்பலாக இருந்த அன்றைய அறிவிப்பாளர்களில் ஆழமான கிணற்றிலிருந்து தண்ணீரை வாளியில் இழுப்பதுபோன்ற ஒரு குரலென்றால் அது ராஜகுரு சேனாதிபதி கனகரத்தினம் என்பவருடையதுதான்; அந்த மூச்சுக் காற்றில் சாந்தம் கலந்திருக்கும். வாலிபவட்டம் என்றாலே சரா இமானுவேல் தெரிகிறார். ஜோக்கிம் பெர்னாண்டோ ஆங்கிலப் பாடல்களில் உள்ளடங்கிய ரசனை வேறுபாடுகளைக் கலாபூர்வமாகத் தமிழில் சொல்லி ‘என் விருப்ப’மாக ஒலிபரப்புவார்.

பூவும் பொட்டும் வைத்துக்கொண்டு என்னமாய்த்தான் வீட்டுக்குவீடு போய்வந்தார் ராஜேஷ்வரி சண்முகம்; நேர்முக வர்ணனை என்றால் வீ.என். மதியழகன்தான்; அவர் குரலுக்கு அமிழாதவர் யாருண்டு? நரம்புகளுக்குள் இசை துடிதுடித்து நகர்வதுமாதிரி உச்சரிப்பில் அப்படி ஒரு மெட்டு.

அந்நாளில் அப்துல் ஹமீதின் பாட்டுக்குப் பாட்டு மிகப் பிரபலம்; அவர் தயாரித்தளித்த ‘ஒலி மஞ்சரி’ புதிய தெம்பையும் தமிழ் இலக்கியப் பரப்பில் இவ்வளவு கறாரான நிகழ்ச்சியை

* ஒலிபரப்புக் கலையகம்.

வானொலியில் படைக்கலாம் என்பதற்கு ஓர் ஆகிருதியான உதாரணம்; தேசிய சேவையில் அன்று ஒளிபரப்பான 'முகத்தார் வீடு' அதில் வரும் பெரியத்தாரை மறக்க முடியுமா?

"ஓஹோ என் ஆசை ராஜா, என் நினைவே நீதானே ராஜா..." வீ. முத்தழகின் புறந்தள்ள முடியாமல் நம்மை இறுகக் கட்டிப் போட்ட மெல்லிசையை இனி எப்போது கேட்கப்போகிறோம்? "ஹூ இஸ் த பிளக் சீப்..." என்று சொல்லிவரும் ஒலிச்சித்திரம், இரவு ஒன்பது முப்பதுக்கு ஒற்றைக் கையைத் தலையில் முட்டுக் கொடுத்துக் கேட்கும் நாடகம் இவை ஒவ்வொன்றின் குறியிசை ஒலிக்கின்றபோதே நேரமும் தெரிந்துவிடும்.

பொங்கும் பூம்புனலில் ஆரம்பித்து என் பள்ளிக்கூடம் நோக்கிய நடை விட்டு வீடு வருகின்றபோது ஹிந்திப் பாடல்கள் ஒலிபரப்பாகும்; நான்கடி உயரமே வளர்ந்திருந்தேன்; ஆனால் பெரியகுடைபோல் விரிந்திருந்தது வானொலி உலகம்.

27

இலங்க மஸ்தார்

என் மிகச் சிறுவயதிலிருந்தே உம்மா வழியே மூத்தம்மா சொல்லும் கதை கேட்கும் ஆர்வம் முளைவிட்டு வளரத் தொடங்கியது; பத்து வயதில் கேட்பது என்பது வாசிப்பின் மீதான ஈடுபாடாக மாறியபோது அதை வளர்க்கும் பொறுப்பை வாப்பா எடுத்துக்கொண்டார்.

அவர் கல்முனை 'ரவுண்டபோர்ட்' அருகில் ஒரு மூலையில் அத்தர் வியாபாரியாக இனங் காணப்பட்டவர்; அந்த இடத்துக்குப் பக்கத்தில்தான் அன்றைய அன்பு ஸ்டோர் இருந்தது. அங்கு சிறுவர் நூல்கள், பாட்டுப் புத்தகங்கள், ரீலிஸ் துண்டுகள், சஞ்சிகைகள் கிடைத்தன; வியாபாரம் முடிந்த கையோடு வாப்பா கொண்டுவந்து தரும் *அம்புலிமாமா*, *கண்ணன்*, *பால்கன்* சித்திரக் கதைகள், அறிவியல் சஞ்சிகை *கலைக்கதிர்*, *Zபாலமித்ரா* இதழ்கள் கணிசமான அளவுக்குப் படிப்பார்வத்தை வளர்த்துவிட்டிருந்தன.

அன்பு ஸ்டோருக்கு அடுத்ததாக இருந்த முருகன் ஸ்டோரில் கிடைக்கும் முடிந்த சுருட்டுப் பெட்டிகள் வாப்பா கொண்டுதருவார்; அதிலொன்றை வானொலிப் பெட்டியாக உருவகித்து வர்ணம் தீட்டுவேன். ஏனையவற்றில் பென்சில், சோக் கலர்கள், உபகரணங்கள் வைத்துப் பாதுகாப்பேன்; காகிதங்கள் திருப்தியற்றுப்போய் சுவர்களைக் கடதாசிகளாக மாற்றிக்கொள்ளும் பருவமது. கண்டதும் பார்த்ததுமான உருவங்கள், ஆங்கிலம், தமிழ் எழுத்துக்கள், எண்கள் என்பன

கீறித் தெரியும் சுவர் ஓரங்களில் இந்தப் பெட்டிகளும் கவிழ்ந்து கிடக்கும்.

என் தாய்மாமன் எப்போதும் தான் ஒரு கெட்டிக்காரர் என்பதாகக் காட்டிக்கொள்வதில் சமத்தர். அவர் எங்கள் வீட்டுக்கு வருகின்றபோதெல்லாம் நான் வாப்பாவின் கடடிலுக்குக் கீழே ஒளிந்து சுருண்டுகொள்வேன்; அவர் வந்த கையோடு நான் சுவர்களில் வரைந்திருக்கும் சித்திரங்கள் மீதுதான் கேள்விகளைத் தொடுப்பார். பூனைகளின் பக்கத்தில் கோழிகளை வரைந்திருப்பேன்; அதைக் கண்டு “இந்தப் பூனைகள் அந்தக் கோழிகளைப் பிடிக்காதா?” என்பார்; “கப்பல் வரைந்திருக்கிறாய் நீந்திச் செல்லக் கடலைக் காணவில்லையே?” என்று நக்கலாகச் சிரிப்பார்; “சா நான்கு நிறங்களோடு நீ வரைந்த பூ லேசாய்ச் சாய்ந்திருக்கிறதே நிமிராதோ, பக்கத்தில் இன்னொரு பூவையும் நிமிர்ந்த மாதிரி வரைந்து காட்டு” முகம் கீறினால் “மூக்குச் சப்பை”, பட்டம் வரைந்தால் “மொச்சை பிழை” இவர் அசையமாட்டாரா என்று மனம் பிரார்த்தித்துக்கொள்ளும்.

பதினான்கு வயதில் அண்டை வீட்டுக்காரச் சிநேகிதன் மூலமாகக் கல்முனை பொது நூலகம் அறிமுகமாயிற்று. விடுமுறை தினங்களில் நூலகருக்கு முன்பே நூல்நிலைய வாசலில் காத்துக் கிடப்பதும் பகல்வரை இருந்துவிட்டுப் பின் மாலை நேரம்வரை உட்கார்ந்து கைக்குத் திரும்பக் கிடைக்கும் நூல்களோடு சங்கமிப்பதும் வழக்கமானது. ‘லைப்றரி’யை மூடப்போகிறோம் எழும்புகிறீர்களா? என்று கேட்குமளவுக்கு நிலைமை மாறி இருந்தது. எழுத்துப் பழக்கம் அனேகமாக இந்த வயதிலிருந்தே துவங்கியது. நூலகத்தில் படித்த சில புத்தகங்களின் வழியே பெரும்பாலும் சாரண பாஸ்கரன் பாணியில் மரபுக் கவிதைகளை எழுதிப் பார்த்தேன்.

என் முதற்கவிதை ‘கருவி இல்லை’ *சிந்தாமணி*யில் எண்பத்தாறில் வெளிவந்தது; அதனைத் தாங்கிவந்த பத்திரிகை ஒன்றைச் சுமந்துவந்த வாப்பாவின் ரெலே சைக்கிளின் பிரேக் கம்பியின் ஹென்டில் பார் இடைவெளியை வேறு சைக்கிள்களில் பார்க்கின்றபோதுகூட இப்போதும் அந்த நினைவுகளே துளிர்க்கின்றன.

அப்போதுதான் எனது வாப்பாவின் நண்பர் ஒருவர் எனக்கு அறிமுகமாகிறார்; அவர்தான் ‘இலங்க மஸ்தார்’ என்ற இறையருட் கவிராயர்; இவர் எனது வீதியில்தான் வாழ்ந்திருக்கிறார்; நீண்ட ஜிப்பாவும் தொப்பி அல்லது முண்டாசுத் தலைப்பாகையும் இவரின் ஒல்லியான தோற்றத்துக்கு மிடுக்கான அணிகலங்கள். ஓயாது பறந்து

கொண்டிருக்கும் வானப் பறவையாகத் தெரிவார். மெலிசான நீளமான தலைமயிரை நன்றாகப் பின்னுக்கிழுத்துச் சுருளிபோல் விட்டிருப்பார். மாதத்தின் இரண்டு நாட்கள் எனது இல்லம் வருவார். அவர் மனதில் கருக்கொண்ட தீம்பாக்களை எழுதித் தருமாறு வேண்டுவார். அவர் முழங்கை நீளத்துக்குக் கிழித்துக் கிழித்துப் பென்சிலால் எழுதிக்கொணர்ந்திருக்கும் கவிகளை அவரே கூட்டிக்கூட்டிப் பாடுவார். அப்போது அவர் குரல் கனமானதும் நீளமானதுமான மூங்கில் கழிகளால் செய்யப் பட்ட புல்லாங்குழல்களின் நாதமாக ஒலித்தது. நானும் அலுப்பில்லாமல் எழுதிக்கொண்டிருப்பேன். பாடல் எழுதி முடிந்ததும் அவர் உதட்டோரங்களில் லேசான புன்னகை, வாய்க்கடையோரத்தில் சற்றே நீண்டிருக்கும் கோரைப் புற்களாக நிழலாடும். நான் எழுதிய அவர் பாடல்களை கையில் வாங்கியவர், பழைய பத்திரிகைகளில் வரும், பூ மாதிரியும் சேலைக் கரைகள்போலவும் அச்சிடப்பட்டிருக்கும் டிசைன்களை வெட்டி அவர் கவிதை எழுதிய தாளின் ஓரங்களில் ஒட்டச் சொல்லுவார். நானும் அதனை மெதட்டாக வெட்டி, ஒட்டி நீட்டுவேன். எனது செயல் அவர் உச்சியில் மகிழ்ச்சியைத் தட்டிவிட்டிருக்கும்; புளகாங்கிதமோடு எழுந்து செல்வார்.

அதுபோல், எனது எழுத்தின் அழகுக்காக மட்டும் எங்கள் வீட்டுக்கு அவர் வருவதில்லை; வாப்பாவின் அத்தர் வியாபாரத்தோடும் அவருக்குச் சம்பந்தமிருந்தது; சிறிய அளவில் அத்தர் கீசாக்களை அவர் முன் 'சேப்'பில் வைத்து விற்பனை செய்பவர்; அத்தர் துவட்டிய ஒரு உருண்டைப் பஞ்சு ஒரு ரூபாய்; அது பிரதான வியாபாரமாக இருந்தாலும் தும்புக்கட்டு, ஒட்டறைக் கம்பு, துடைப்பான் என்பனவும் மிகச் செம்மையாக விற்று வருவார்; "என்ன மஸ்த்தார் தும்புக்கட்டுடன்" என்று கேட்டால், "ஓம்! ஓம்! இது பெண்களின் ஆயுதம்" எனச் சொல்லிவிட்டுச் சைக்கிளை மிதிப்பார்.

மஸ்தார் ஏ.எம். இப்ராஹிம் விகடகவியிலும் வரகவியிலும் கதையிலும் தனிமனிதராக அல்லாமல், தனது பாடல்களின் அங்கதமாகவே அவர் ஆகிவிட்டிருக்கிறார்:–

... சுற்றெலும்புக் குள்ளிருக்கும்
சுட்சமான றைவரிடம்
எத்தனையோ புத்தியுண்டு
கேட்பதெப்போ
அத்தனை உறுப்புகளும்
அமைந்த வல்ல காரணத்தை
ஆலோசனை செய்து உன்னுள்
பார்ப்பதெப்போ ...

மனித உடலுக்குள் முகிழ்ந்து அதன் உறுப்புகளின் நிலையாமையையும் மாயத்தன்மையையும் இந்தப் பாடல் நினைவூட்டுகின்றது. மரணத்தின் இருப்பு மஸ்தாரின் பாடல் பரப்பு முழுவதிலும் வியாபித்திருக்கின்றது. வாழ்வின் அற்பத் தன்மைக்கும் மனிதர்களின் அகந்தைக்கும் திமிருக்கும் பொருளாசைக்கும் நேரெதிரே மரணத்தை நிறுத்துகிறார்:–

. . . சந்தைக்கு வந்திருக்கோம்
சாமான்களை வாங்குவதற்கு
சொந்தமில்லை இந்த லோகம்
பாரும் மனமே
தாழைப்பழம் பாவப்பழம்
கோவப்பழம் குவிந்திருக்கு
வாழைப்பழம் வாங்குவதற்குப்
பாரும் மனமே . . .

இந்தப் பார்வை அவரைச் சூபிகளோடு சேர்க்கிறது...

"கொடியேற்றப் போடா..." என்பார்;

"பெண் பிடித்த வழக்குக்கு ஏன் ஓர் ஆணைப் பிடித்து அடிக்கிறீர்கள்..."

"மூத்திரம் கழுவுவது கூடாது; அதன் இடத்தைக் கழுவுவதே கடமை..."

"வயோதிகர் முன்னணி வாலிபர் பின்னணி..."

மக்களின் அன்றாட வாழ்க்கையில் மஸ்தாரின் அத்தகு வாய் மொழித் தொடர்கள் பிரபலமடைந்தன.

எதிரெதிர் நிலையிலுள்ள கருத்துகளை மோதவிட்டும், யதார்த்த உலகில் நடைமுறையில் சாத்தியமில்லாததாகத் தோன்றும் ஒன்றை நிகழ்த்திக்காட்டியும், காரண காரியச் செயற்பாடுகளைப் புரட்டிப் போட்டும் எத்தகைய தருணங்களை வந்தடைகிறார் பாருங்கள்:–

. . . மில்லுக்குள்ளே பதினொருபேர்
வேலையாட்கள் யாரென்று அறி
முள்ளும் கல்லும் சல்லும் பொறி
மூவாசையைக் கிள்ளி எறி

ஏழு லொறி தான் கிடக்கும்
இருதயக் கட்டிடத்துள்
சாதி என்னவென்று
உன்னைச் சங்கத்தில் சேரும் முன்னே

இருபத்தி ஓர் ஆயிரத்தி அறுநூறு புசல் ஓர்நாள்
வெட்டுப் பனிரெண்டு போனால்
எட்டு வந்தால் நாலு நஷ்டம்

ஓடிட்டும் தேடி வருவார்
உள் சரக்கைச் செக்குப் பண்ண
நெல்லில்லே அது சொல்லைப் பாடு
இல் என்றொரு சத்தம்போடு

உணர்ந்து பார் உப்புத் தண்ணி
நம் சடலம் ஓட்டைக் கப்பல்
வெங்காயத்தை ஏற்றிப் போனால்
வேலையில்லை யாபாரத்தில்...

செயலின் தீவிரத் தன்மையிலிருந்து மௌனத்தை, கவித் தகவத்தை, உணர்ச்சி வெடிப்பை, ஆத்மீகக் கருத்துகளை மக்களிடம் கொண்டுசேர்க்க யதார்த்த வாழ்வின் உதாரணங்களைக் கையிலெடுக்கிறார். ஆனால் சொல்லப்படும் உதாரணங்களில் யாக்கையின் எலும்பு, தோல், ஆயுள் என்பனவும் கணக்கிடப்பட்டு எண் கணிதத்தில் மாறியமைத்து மெய்ஞானத்திறவு வேண்டுமென்கிறார்.

மிகப்பெரும் பாரம்பரியம் கொண்ட தமிழ் முஸ்லிம் உறவுகளோடு இலங்க மஸ்தாரின் பாடல்களை ஒப்பிட்டால் காலம் தாண்டியும் உரிமையுடன் நம்மை அது தொடுகிறது "ஒன்றைப் பிடிப்போம்" என்ற பாடல்;

...சண்டை நமக்கு இல்லை
இரண்டு கருத்தின் சொல்லை
வண்டு கடித்தால் தொல்லை
கண்டு எடுப்போம் எல்லை...

இவரின் பதினெட்டுப் பாடல்கள் அடங்கிய தொகுப்பு பிறந்த மண் கல்முனையில் அவரின் எழுபத்தாறாவது வயதில் மறைவதற்கு இரு ஆண்டுகளுக்கு முதல் இலங்க மஸ்தான் இரசனை விழாக் குழுவினரால் வெளியிடப்பட்டுள்ளது.

இந்தியா, மலேசியா ஆகிய நாடுகளில் நடந்த உலக இஸ்லாமிய இலக்கிய மாநாடுகளில் இவர் குறித்த ஆய்வுக் கட்டுரைகள் வாசிக்கப்பட்டுள்ளன; ஒரு புல்லாங்குழல், இசைப்பவனை வாசிப்பதுபோல் இலங்க மஸ்தார் பாடல்கள் படிக்கும் நம்மை வசீகரிக்கின்றன.

28

ஆலாத்திக்காரி

எனது வானவெளியில் இப்போதெல்லாம் கொத்துக் கொத்தாக மேகங்கள் அலைவது கிடையாது; மத்தியான வேளையில் மரங்களில் அமர்ந்து அப்படி எதையோ பேசிக் கொண்டிருக்கும் குரல்களும் மறைந்துபோயின; ஒன்றை ஒன்று பேன் பார்த்துத் திரியும் காகங்கள் கூட வருவதில்லை; அண்டங் காக்கைகூட என் குழந்தைகளுக்கு இன்னமும் தெரியாது; நான் கண்டவரை பறவையியலாளர்கள் தங்கள் நாட்குறிப்பேட்டில், “இன்று காலையில் அழகிய காகம் ஒன்றைக் கண்டேன்” எனக் குறித்ததே இல்லை; நான் காகத்தைப் போலவே வெறும் மேலோடு பின்னாலே ஓடி ஓடி ஓரக்கண்ணால் கவனித்துப் பார்த்த ஆலாத்தி இன்று என்னை விட்டும் தூரமாகிவிட்டது.

தலையில் அரசிலை வட்டாவைச் சுமந்து கொண்டு ஓட்டமும் நடையுமாகச் செல்லும் செய்னம்பு லாத்தா எங்கு போனாவோ? அவ நல்ல மாநிறம்; குரல் என்ற சுரக்குடுவையிலிருந்து வெளியேறும் குரலை ஒலியுடன் கீழே இறங்கும் ஆலாத்தி வட்டாவின் அடிப்பாகத்தில் சுற்றி வைத்திருக்கும் கூந்தல் மட்டும் சிக்கெடுத்து முக்காடிட வெகுநேரம் பிடிக்கும். பூமியின் இருட்டே அவளது கூந்தல்தான். மஞ்சள் பூசிய முகம். காது, மூக்கு, கழுத்தென எங்கும் பாசி மணிகள், பவளங்கள் அப்படியொரு

முகலட்சணம்; கல்யாண வீடுகளுக்குப் பெண்டுகள் கூட்டிப் போவது, அரசியல் தலைவர்கள், சுன்னத்து மாப்பிள்ளை வருகை என்றால் அவ்விடத்தில் முதல் பெண் அவளேதான்.

ஆலாத்திக்காரியென்று எப்போதும் உம்மா செய்னம்பு லாத்தாவை அப்படித்தான் அழைப்பது. எங்கள் ஊரின் தெற்கே அமைந்த அவர் வீட்டின் சுற்றுப்புறமெல்லாம் ஜரிகைத் துகள்கள்தான் சுழன்றபடி திரியும். விறாந்தையின் நடுவில் கம்பீரத்துடனே அன்றைய வைபவத்துக்கான ஆலாத்தி வீற்றிருக்கும். சென்னம்பு மிகவும் அவசரமாய்த் தேசியும் சாம்பலும் சேர்த்து மேலுமொரு வட்டாவை மினுக்கிக் கொண்டிருக்க என் உருண்ட விழிகளுடன் நானும் நின்றிருப்பேன்.

ஆலாத்தி குத்துவதென்பது முதலில் ஒரு மயில்நிற ஓலைப் பெட்டியில் அரிசிமாவு பிடிபிடியாய் இருக்கும். மாவைப் பிடித்து வைத்துச் சிறுசிறு தூண்கள்போல் அரசிலை தொங்கும் வட்டாவின் மேல் நிறுத்திவைப்பார்கள்; அது ஓரளவு காய்ந்ததும் பல வர்ணச் சரசரக்கும் ஜரிகைத் தாளில் இலை இலையாய்க் காய் காயாய்ப் பூப்பூவாய் செய்து, ஈர்க்குகளில் கட்டி, மாத்தூண்களில் குத்திவிடுவார்கள்; பெரும்பாலும் மூன்று நான்கு நிறங்களில் பளபளவென்று அசையும்.

ஒரு ஆலாத்தி வட்டா செய்ய முப்பது ரூபாய்தான். ஆனாலும் ஒற்றைத்தட்டு, இரட்டைத்தட்டு எனச் செய்பவர்களும் இருக்கின்றார்கள். உச்சியில் '*W*' போன்ற ஒரு கொடி இருக்கும்; அதில் உரியவர்கள் தங்கள் பெயரோ அல்லது வேறு படமோ குத்துவதென்றால் செலவு இரண்டு மடங்காகும்.

சில ஆலாத்திகள் கருமை, கரும்பச்சை, வெளிர்பச்சை, வட்டம், நீள்வட்டம், செவ்வகம், சதுரம், அலையாக, நெளி நெளியாக, சுருள் சுருளாகவும் வடிவங்கள் மாறின. இதனைத் தலையில் தூக்கிவைத்ததும் குரவை தொடங்கும். பின்னால் நீளப்பாட்டில் பெண்கள் நடந்துகொண்டிருப்பார்கள்.

ஒவ்வொரு தெருவாகச் சென்று பல்வேறு சூழல்களில் இருந்து அழைத்து வரப்பட்ட பெண்கள் ஒன்றாகக் கலந்து, உணர்வுகளையும் திறன்களையும் பகிர்ந்து தங்களுக்குச் சமூக ஆதரவு இருக்கிறது என்ற உணர்வுடன் சொல்லும் கூடுகை நிகழ்ச்சி அது.

அந்த நிகழ்வை இன்னும் அழகுபடுத்த வசதி படைத்தவர்கள் விழாக்களென்றால் ஆலாத்தி பின்னே வர முன்னேறி முன்னேறி வண்ணார்கள் வெள்ளை விரித்துக் கொண்டு வருவார்கள். இடையில் மேளம் கொட்டி நாதஸ்வரமும் ஒலிப்பதை வேலி ஓரத்தில் ஒட்டி நின்று ரசித்திருக்கிறேன்.

மேளம் கொட்டுபவரும் நாதஸ்வரம் வாசிப்பவரும் இருவருமாக அந்த விழா நிறைவடைய யார் காரணமாக இருக்கின்றாரோ அவரை நகர விடாமல் மறுப்பார்களாம்; அந்த வேளை அவர்களின் தோளிலே வேட்டி சால்வையை அன்பளிப்பாக எறிந்து, நட்டு முட்டுக்காரர்களைச் சந்தோசப் படுத்துவதில் சம்பந்தப்பட்டோர் குறியாக இருப்பார்கள்.

சில இடங்களில் 'ஸலாம் வாரிஸ்' போட்டு ஆரம்பமாகும் கம்பு சுழற்றல், தீப்பந்தம் விசுக்குதல், சீனடி சிலம்படி உடல் அசை விளையாட்டுகள்; றபான் ஒலியுடன் துவங்கும் 'பைத்' என்னும் புகழ் பாடல்கள் நிகழ்வினைப் பொறுத்து அடுத்தடுத்த நாட்களிலும் தொடரும்.

எனக்கென்றால் ஆலாத்தி சுமக்க அலாதியான விருப்பம். உம்மாவின் முந்தானையைப் பிடித்துக்கொண்டு அந்த நாளில் ஆலாத்தி அணி உரிய வீட்டை அடையும்வரை நானும் நடப்பேன்.

இருந்திருந்து விட்டு எங்கள் வீட்டுக்குக் கதைத்திருக்க வரும் செய்னம்பு லாத்தாவிடம் உம்மா மூலமாக என் ஆசையைச் சொல்ல எனக்கும் ஒரு சந்தர்ப்பம் கிடைத்திற்று.

அன்றைய பயணத்தில் ஆலாத்தி என் தலையில் ஏறியும் நீண்ட நேரம் அந்த அரிய சுகத்தை என்னால் அனுபவிக்க முடியாமல் போயிற்று. பின்னால் குரவை விடுகின்ற பெண்கள் கூட்டம் எனக்குப் பலத்த எதிர்ப்பைக் காட்டியதே அதற்குக் காரணமானது.

நான் சுமக்கின்ற ஆலாத்தி அவர்கள் விடுகின்ற குரவை ஓசைகளுக்கு ஒப்ப அசைய வேண்டுமாம்; ஏழு வயதில் அந்த உடல்மொழிப் பயிற்சி எனக்கு எப்படிக் கைகூடும்?

இதற்கு மாற்றீடாக ஒரு வழியைக் கையாண்டேன். என்னோடு கூடிக்குலாவும் என் வயதையொத்தவர்களுடன் இணைந்து, மாப்பிள்ளை ஊர்வல ஆலாத்தி என்ற ஒப்பனையில் நேரில் இல்லாதவற்றை இருப்பதாக நினைத்துத் தன்வய மானேன்.

வானத்தின் மேகங்கள் வெள்ளைக் குதிரைகளாய்ப் பாய்ந்துகொண்டிருந்தன; அன்று நான்தான் மாப்பிள்ளை; பழைய வட்டா, ஐருகைத்தாள், முத்தம்மாவின் சோமன் புடவை, எங்கள் ஆலாத்தி எடுப்பில் பெரிதும் உதவின.

மனித உடல்கள் வீடுகளாகவும் இருக்கைகளாகவும் ஏன் நதியாகவும் பாலமாகவும் வீதியாகவும் மலையாகவும் நெருப்பாகவும் தென்றலாகவும் புயலாகவும் காட்சிப்படுத்தும்

இன்றைய நவீன காலத்தில், அன்று பரஸ்பரம் ஏற்படும் உறவுப் பரிமாற்றத்தை – ஒரு யதார்த்த நிலைக் காட்சியை – ஒரு தாக்கத்தை எவ்வாறு வெளிக்கொணர்ந்தோம் என்பதை இன்று நினைக்கையில் ஆச்சரியமாக இருக்கிறது.

குழந்தைப் பருவத்தில்கூட எங்கள் கற்பனை உலகை எப்படியெல்லாம் தகவமைத்தோம்; ஒரு பொருளை வைத்துக் கொண்டு, அதையே பல்வேறு பொருட்களாகப் பாவித்து விளையாடினோமே; எதுவும் இல்லாதபோதும் எல்லாம் தம் கண்முன்னே இருக்கின்ற பாவனையில் சமைப்போம், சாப்பிடுவோம், ஊர்வலம் வருவோம், சைக்கிள் விடுவோம், திருமணம் நடத்துவோம், பஸ்ஸில் ஏறுவோம்; புகைவண்டியில் பயணிப்போம் எங்களைச் சுற்றி நடக்கும் அத்தனை நிகழ்வுகளையும் பாவனையால் செய்து மகிழ்வோம்.

இத்தகு நிகழ்வுக்குள் நெஞ்சில் பதிந்து தெரிவதுதான் ஆலாத்தியும் செய்னம்பு லாத்தாவும்.

ஆலாத்தி எடுக்கின்றபோது சில பாடல்களும் ஒலிக்கும்; அதிலுள்ள கேலியும் கிண்டல்களும் பெருமைகளும் கத்தி போலக் கூர்மையானவை; சரளமாக முகிழ்த்து நின்று பெண்களே இதனை ஓசையெழுப்பிப் பாடுவார்கள்.

கலியாணம் கலியாணம்
எங்க கலந்தருக்குக் கலியாணம்
இன்றைக்குக் கலியாணம்
எங்க இளம் கொடிக்குக் கலியாணம் கல்யாணம் என்று
சொல்லி–நான்
கடலேறிப் பார்க்க வந்தேன்...

என்று தொடங்கிச் சற்று நக்கலாக,

மாவடிப் பள்ளியிலே
மாடு மேய்க்கும் எங்க மச்சான்
எட்டுப் பாய் அடுக்கினிலே
எப்படித்தான் தூங்குவாரோ...

கறிச் சட்டி கறிப் பானை
கழுவத் தெரியாது
எங்க கவனாரு வாசலுக்கு
இவராமோ மருமகனார்...

உட்கார்ந்து பால் கறக்க
முக்காலி சீதனமாம்
குத்து விளக்காமோ
கூடக் கூடச் சீதனங்கள்
ஏரி நிறைந்திருக்கும்

எருமை மாடு சீதனங்கள்
பட்டி நிறைந்திருக்கப்
பால்பசுக்கள் சீதனங்கள்

தேனா ஆலாத்தி
தெரிந்தா எடுக்கீங்க...

கொட்டுகள நிறுத்துங்க
குரவைகளப் போடுங்க
நாதஸ்வரம் வாசிங்க
நம்ம துரை மச்சானுக்கு...

அந்நாளில் உம்மா நான் ரசிக்கும் பொருட்களை வாங்கித் தருவதில் மிக ஆர்வமாக இருந்தார். அதிலொன்று ஆலாத்தி. எனக்கும் அதிர்ச்சியாகவே இருந்தது. அதனைத் தலையிலென்ன, தரையிலும் அழுத்தி உறவாடிக் கரைந்தே போனேன். ஆனால் அது ஏற்படுத்திய விம்பம் இன்னும் உடையவே இல்லை.

29

குழந்தம்மா

மேல்சட்டையைக் களைந்து கொடியில் போட்டுவிட்டு வீட்டுத் தாழ்வாரத்தில் கிடக்கும் உரல்மேல் உட்காந்திருந்தேன். வளர்ற பிள்ளைகள் தேயுற உரலில் இருக்கக்கூடாதென்று வாப்பா அடிக்கடி சொல்லுவார். உரலில் இருந்து கொண்டே வீட்டின் போடிச்சாப்பைத்* திரும்பிப் பார்க்கிறேன்; படங்குத் திரைக்கு மறைவில் கயிற்றுக் கட்டிலில் படுத்திருக்கும் வாப்பா அந்த ஆழ்ந்த நித்திரையிலும் மூஞ்சியில் வந்து மொய்க்கும் கொசுவைக் கை விசிறியால் முடுக்கி விடுகிறார்.

விருந்தாளி வந்தால் மட்டும் போட்டு ஆக்குவதற்குப் பத்திரப்படுத்தி வைத்திருக்கும் குறுநெல் அரிசி மொடாவுக்குள் உம்மா கைவிட்டு அளப்பதை இமை வெட்டாமல் பார்த்தபடி வெளியே மம்மறாயன் நிற்கிறார்; இரண்டு சுண்டு அரிசிக்குக் கூடவோ குறையவோ வாங்கமாட்டார்; அரிசள்ளும்போது உம்மாவின் விலா எலும்பு ஏறி இறங்குகிறது; ஏணிச் சட்டமாய் இருந்த சரீரம் எலும்புக்கூடாகவே தெரியுது; மற்ற நாட்களில் அரிசியை இடித்துப் போட்டுப் பிட்டு அவித்து இடிசம்பல் கிண்டி வைப்பார்; வீட்டுக்குப் பின்னாடி கொல்லைப்புறம் மாடுகட்டும் தொழுவம் வெயிலில் காயாமல் தென்னமட்டைப் பந்தல் போட்டிருந்தார்கள்; மழை பெய்ததால் சாணம் கரைந்த மூத்திரத் தண்ணீர் வாசலில்

---

* விறாந்தை அல்லது பெரிய அறை.

உறைந்து நின்றது; "அங்கால வா" என்று திண்ணைப் பக்கமாக அழைத்து அரிசி கொடுக்கிறார். கைப்பையைத் தூணோரம் வைத்துவிட்டு மம்மறாயன் விறுவிறென்று முற்றத்தில் நின்ற செவலைத்தென்னையில் ஏறினான். இரண்டு மூன்று தேங்காய்களைப் பறித்தவன் ஒரு சத்தம் வைத்தானே பாருங்கள்! உம்மா அதிர்ந்து போனார்; "பத்து ரூபாய் காசு தந்தால்தான் மரத்தை விட்டு இறங்குவேன்" என்றான்; தாரேன் இறங்கு என்கிறார்; "இல்ல நம்ப மாட்டேன்; காசைக்கொண்டு மரத்தின் அடியில் வைத்துவிட்டுத் தள்ளி நில்லுங்கள்..." என்று கட்டளை பிறப்பித்தான்; உம்மா அப்படியே செய்தார்...

அவள் எதையோ ஆர்வமாகப் பார்த்து ரசிக்கும் புன்னகையை முகத்தில் அப்பியிருந்தாள். அவளின் புன்னகை எந்த நேரத்திலும் பெரும் சிரிப்பாக வெடித்துச் சிதறும் முகாந்திரம் கொண்டதாக இருந்தது; பெருவிரல் தலையை ஆராய்ச்சிசெய்ய அப்படி எதைப் பார்த்து ரசித்துச் சிரித்துக் கொண்டிருக்கிறாள்; குழந்தம்மாவின் பார்வை சென்ற இடத்தைக் கண்ட எனக்குப் பகீர் என்றது; கொட்டிக் கிடந்த தெருக்குப்பைகளுக்குள் தூங்கி எழுந்து அலுப்பு முறிப்பதுபோல் ஒரு கை நீண்டு தெரிந்தது. அதன் அருகே ஒரு சின்னத் தகரப் பேணி அசைந்து உள்ளிருந்து சுண்டெலி கீச் என்றபடி ஓடியது. தலையை ஓர்புறம் ஒருக்களித்துக் குடைச்சீலை நிறத்தில் முக்காடிட்டுச் சுவரோரம் சாய்ந்து "இஞ்ச வா" என்றாள்; என்ன என்பதுபோல் பார்த்தேன். "பயந்திட்டாயா... அது பொம்மை... இங்கே அதுட தல" சேலைத் தலைப்பொன்றில் வைத்துச் சுற்றப்பட்டுப் பார்ப்பதற்கு மனிதத்தலைபோல் கண்டுபிடிக்கவே முடியாதபடி கண், மூக்கு, வாய் பேனாவால் வரையப்பட்டு முகத்தில் கரி படர்ந்து தெரிந்தது. சாய்ந்த அவளின் தலையுடன் அந்தத் தலையையும் சாய்த்து வெளியே எடுத்தாள். சைக்கிளில் வீதியோரம் கால்குத்தி நின்ற நான் கவடுக்குள் கால்போட்டுப் பெடலை மெதுவாக மிதித்தேன்; நான் அங்கிருந்து நகர்வதை குழந்தம்மா ஓர் ஏமாற்றமாகவே நினைத்திருப்பாள்; குபீரெனச் சிரித்தது எனக்குத் தூரக்கேட்டது.

ரோட்டை விட்டு விலகிய பூவரச மரத்தின் ஓர் ஓரம்தான் குழந்தம்மாவின் குடியிருப்பு. பங்குனி மாதத்தின் அக்கினி வெயில் அவளது இடது கன்ன மேட்டில் காந்துகிறது. எண்ணெய் இல்லாத முடிக்குப் பாவாடை நாடாவால் வாரிக் கட்டியிருந்தாள். பூப்போட்ட சட்டையின் இடுப்பில் பெல்ட்போல ரெட்டைச் சுற்றுக் கயிறு, அதில் தொங்கவிடப் பட்டிருக்கும் இரு சிறு பிளாஸ்றிக் போத்தல்கள்; கையில் கம்புச் சுள்ளி; அவள் பசியாறச் சுடுகஞ்சி காலையில் யாரோ

அலுமினிய வட்டியில் ஊற்றி வைத்திருக்கிறார்கள்; கூப்பன் கடை அரிசி மூக்கைத்துளைக்கின்ற கெட்ட வாடையை அவளும் உணர்கிறாள். கஞ்சியை 'உர்ர்'ரென்று முதலில் வெறுப்போடு பார்த்தாள். வாயில் வைத்துத் துப்பித் துப்பி உறிஞ்சும் குழந்தம்மாவின் செயல் எனக்குள் எளிதில் தாங்க முடியல்ல.

தண்ணி அண்டா, தண்ணிப் பான, போர்வ, தலகாணி, கயித்துக்கட்டிலு; சன்லைட்டின் சொத்தெனச் சொல்ல வேறு என்ன இருக்கு? அவர் இருக்கும் வளவில் பாட்டன் காலத்தில கமலை கட்டி மாடு பூட்டித் தண்ணீர் இறைத்ததன் அடையாளம் இன்றைக்கும் இருக்கிறது. அப்போது அந்தக் கிணற்றில் அத்தி மரமும் அடம்பன் கொடியும் முளைத்து அதன் தாழ்வாரமெல்லாம் வேரோடிப் பொந்துகள் ஆகி உடும்பும் அடுக்குத் தேளும் ஊர்ந்து திரிந்தன.

அறியாத வயதில் பெற்றவர்கள் விட்டுட்டு மரணித்துப் போனதால் வாப்பாவின் பெரும் சொத்துக்கள் அத்தனையும் இவர் கண்ணுக்கு முன்னாடியே எடுபிடி வேலை ஏவின வேலை செய்தவர்களே உருவிக்கொண்டு சென்றார்கள்; இறுதியாகச் சொத்தென்று சொல்லி அனுபவிக்க இருந்ததே இந்தப் பாழடைந்த வளவும் ஒரு மண்வீடும்தான்; ஒரு நேரம் அரைவயிற்றுச் சோறு போட்டவர்கள்கூட மீதச்சொத்தை எதிர்பார்த்திருந்தார்கள். என்ன 'கொறளி' பண்ணியும் யாராலும் மண்ணை அபகரிக்க முடியவில்லை; காரணம் அந்நாளில் இவர் பருவ வயதைத் தாண்டியிருக்கவில்லை; ஊரில் பேர் சொல்லக்கூடிய பண்ணைக்காரர் காசிம் போடியின் பேரன்தான் தங்க ராசா; இவரைச் சன்லைட் என்று ஏன் அழைத்தார்கள்? விபரம் தெரியாத சிறிய வயதில் ஒத்த எலும்புக்கு ஏழு மிருகங்கள் காத்துக்கொண்டிருந்தன; இதனால் இவரும் ஒண்டி நின்று ஒதுங்கி வாழவே விரும்பினார்; அரைக்கால் நாலுபணம், அடுக்குப் பானை வாழ்வு இவர் சிந்தனையை பிறழச்செய்தது; தலையை விட்டுட்டார் என்ற கதையோடு அரவணைத்தவர்களே இவரை வீதியில் விட்டனர்; தங்கராசா இப்போது ஒடிந்த சன்லைட் பெட்டியின் மட்டை ஒன்றை நிழலுக்குப் பிடித்தபடி இறங்கி நடக்கிறார். ஊர்ச்சனங்கள் கூடிநிற்கச் சிரித்துக் காட்டுகிறார். உடைந்த குப்பி ஓடுகளை – முடிந்த தகட்டுப் பாத்திரங்களை ஒரு பசளைப் பையினுள் இட்டுத் தோளில் சுமக்கிறார்.

அப்போதுதான் ஞாபகம் வந்ததுபோல் ஒரு சுறங்கைச் சீனியை அள்ளிப் போட்டுக்கொண்டு போடியார் வாயைச் சப்பினார்; "கருவேப்பிலே... கருவேப்பிலே..." சந்தை சன நெருசலில் அவதிப்பட்டது. கண்களை விரித்துக்கொண்டு

காக்கிச் சட்டை அணிந்த அந்நபர் பொடியாரிடம் ஐந்து ரூபாய் கொடுத்து ஒரு கட்டுக் கருவேப்பிலை வாங்கிச் செல்கிறார். சேர்ட் கொலரை அசைத்துவிட்டு, "பார்த்தாயா எனக்குப் பொலிஸ்காரரும் கூட்டாளிதான்" என்றார். உண்மையில் இவரிடம் கருவேப்பிலை வாங்கிச் சென்றவர் தபால்காரர் என்பதைக் கண்டிருந்த பக்கத்துக் கடைக்காரர்கள் கொல்லெனச் சிரித்தனர்.

போடியார் நடையே ஒரு அழகுதான். இரு கால்களும் ஒன்றோடொன்று பின்ன நடப்பார். யாரும் அவரைக் கிண்டலாகப் பேசிவிட்டால்போதும் "பதினொன்டு போட்ட குமாஸ்தா என்னத் தனகுது... தூ... ஓசிலுக்கு ஓன்கிசிடா... லோங்கிசி" என்று சத்தம் போடுவார்; எங்களூரில் நடக்கும் கொடியேற்ற விழாவில் சட்டம்பி அவர்தான். பெண்கள் பக்கத்தில் ஆண்கள் நடமாடலைக் கட்டுப்பாட்டில் கொணரக் கையில் ஒரு பிரம்புடன் கடற்கரை மணலை ஒதுக்கி ஒதுக்கி ஆர்ப்பார்; சுனாமிப் பேரலையில் மனிதர்களை மீட்கும் பணியில் தன்னை முற்றாக ஈடுபடுத்தும்போதே உயிர் பிரிந்ததாக அறிந்தபோது அவருக்காகத் துயரப்படாமல் இருக்க முடியவில்லை.

உத்தியோகத்துக்குப் புறப்பட்டுப்போகின்ற மாதிரிப் புறம்போக்கு நாய்கள் தெருவில் அவசர அவசரமாக ஓடின. வீட்டுக்கு முன்னே உயரமாய் வளர்ந்திருந்த பனை மரத்தின் வடலிக்குள்ளிருந்து ஒருவன் இறங்கிக்கொண்டிருந்தான்; அவன் இறங்கும்வரை ஓடிச்சென்ற நாய்கள் மரத்தை அண்ணாந்து ஊளையிட்டன; மரத்திலிருந்து கீழே வருவது எங்கள் பக்கத்துக் கிராமச் சீமான்தான்; பள்ளிக்கு வரும்போது அமைதியாக வருவான்; படிப்பில் மிகப்பெரிய அக்கறை ஏதுமில்லை; ஒவ்வொரு நாளும் சந்தோசமாகக் கழிந்தால் அதுவே போதுமானது அவனுக்கு; ஆரம்பத்தில் சீமான் என்னுடைய தோழனாக இல்லை. என்றாலும் அகர வரிசைப்படி, என் பக்கத்தில் அமர்ந்து முதலாம் ஆண்டுப் பரீட்சை எழுதும் போது பழக்கம் ஏற்பட்டுத் தோழனாகிவிட்டான்.

இவனுக்குத்தான் ஓர் நள்ளிரவில் ஜின் பிடித்து அமுக்கியதாக ஊரே திரண்டது. அதற்குப் பிறகு ஆளே மாறிவிட்டான். இவனது வீடு ரெயில்பாதை போடுவதாகக் கோடுகள் கீறி ஒரு பெரிய வரைபடம் காட்டியிருக்கும் பதாகையின் பக்கத்திலேயே இருந்தது. எந்நேரமும் காகங்கள், குயில்கள் போடும் சத்தங்கள்தான் கேட்கும்; ரம்மியமமான சூழலை நினைக்க இப்போதும் இனிமையாக இருக்கிறது; அந்தச் சுலோகத்தின் அடியில் நின்று, ரெயில்கள் எப்படி

ஒரு தண்டவாளத்திலிருந்து மற்றொரு தண்டவாளத்திற்கு மாறுகின்றன என்று கேட்பான்; பள்ளியில் கற்பிக்கும் வாத்திமாரிடமும் சினிமா, அடிதடி போன்ற விஷயங்களே பேசுவான்; இப்போது மரமேறுகிறான்; ஒரு நாள் என்னிடம் வந்து கூறிக்கொண்டிருந்தான்; அவனின் அன்றைய பேச்சு மிக அந்தரங்கமாக, அவன் மனக்குறையை வெளிப்படுத்துவதாக இருந்தது; "இனி நான் எல்லோரையும்போல எல்லா இடத்துக்கும் போக இயலாதாம்; மாமிட மகள்ர கலியாணத்திலும் என்னைச் சரியா அவக அண்டழைக்கல்ல, எனக்கு லூசாம், என்னில ஜின் நிற்காம்; லூசு என்டா என்னடா? கண்டிருக்கிறாயா?" நான் இரண்டாம் ஆண்டில் என் பக்கத்துக் கதிரையில் அமர்ந்திருந்து எல்லாத்தையும் வெள்ளந்தியாக எல்லோரிடமும் கக்கிவிட்டுச் சொளசொளவென்று தலையை ஆட்டி ஆட்டிப் பேசிக்கொண்டிருக்கும் சுல்பாவைத் தவிர எனக்கு வேறு லூசு தெரிந்திருக்கவில்லை.

30

கஞ்சிக் கிடாரம்

கறுப்புநிற வண்ணம் பூசிய வானம் நூலாகி வைகறை என்ற அதிகாரியை விரல் பிடித்து அழைத்துவரும் நேரம்; புனித நோன்பு மாதம்; சோம்பல் முறிப்பாலும் அசதியாலும் தூங்கிக் கொண்டிருந்த எங்களை "மகள் ஸஹர்" என்ற இழுபடும் குரலோடு றபான் சத்தம் எழுப்பிவிடும்; மரங்களில் வழியும் பசை வாசம் சந்தன அத்தரை நினைவூட்டியது; கதவுகள் திறந்து கிணற்றடி ஓரம் துலாந்து பணியும் ஓசை கொட்டாவி விடுவதுபோல் கேட்கும்; அங்கிருந்த பச்சையெல்லாம் பசுமையாக மாறித்தெரியும். "லாயிலாஹ இல்லல்லாகு, லாஹிலாஹ இல்லல்லாஹ்; லாயிலாஹ இல்லல்லாஹு முஹம்மதுர்ரசூலுல்லாஹ்" என்ற இறைநாமம் றபான் ஒலியோடு சேர்ந்து பக்கத்து வீதியில் உரத்துக்கொண்டே வரும். உம்மா பின்னால் ஊசலாட, நான் படலைக்குள் நின்று றபான் கொட்டிவரும் பாவாவுக்கு அரிசி, முட்டை எனக் கொடுத்துவிட்டு வருவேன். பின்நாட்களில் நானும் பாவாவோடு சேர்ந்து இரண்டு மூன்று வீதிகளில் சுற்றியிருக்கிறேன். அவரை சைக்கிளில் ஏற்றி ஊர் வலம் வந்திருக்கிறேன். அதிகாலை என்பதால் றபான் தோல் பனியில் இளகிவிடும். அந்நேரம் பாதையின் அருகில் குவிந்து கிடக்கும் குப்பைகளுக்கு நெருப்பு மூட்டி அதன் சுவாலையில் றபானைச் சூடாக்கித் தட்டித் தட்டி இறுக்குவார். கை அலுத்து என்னிடம் கொட்டுவதற்கு ஒரு முறை தந்தபோது என் பலத்துக்கு அடித்ததால் விரல் குத்தித் தோல் நடுவில் ஓட்டை விழுந்திருக்கிறது.

பளபளவென்று விடிந்த அந்தக் காலையில் தூக்கம் கலைந்து பார்த்தால், மூத்தம்மா புசுபுசுவெனப் புறப்பட்டு வந்துகொண்டிருப்பார். நானும் வெளிக்கிட்டு அவரோடு ஹதீஸ் களரிக்குப் போவேன். அந்த வீதியின் முடக்கில் இன்னும் நான்கைந்து பெண்களும் இரண்டு கிழவிகளும் கூட்டமாக நின்று பேசிக்கொண்டார்கள். “நம்மட நாலாம் குறிச்சிப் பள்ளியில ஹதீஸ் சொல்ல மணிகட்டி ஆலிமுட மகன் சம்சுதீன் ஆலிமு வாரதாமே” அந்த ரமலான் மாதத்தின் வெள்ளிக்கிழமைகள் தவிர ஏனைய அனைத்து நாட்களிலும் ஹதீஸ் போதனைகள் நிகழும். ஒவ்வொரு நாளிலும் ஒவ்வொரு தலைப்பில் பேசுவார்கள். இன்றைக்கு நபிகளாரின் திருமணமாம் என்றால் அந்த மண்டபம் மற்ற நாட்களைவிட மணம் கமகமக்கும். பன்னீர் செம்புகள் அடுக்கியிருக்கும். இடையிடையே வாசம் பெருகத் தெளிப்பார்கள்; பைத்துகள் ராகத்தோடு ஓதப்படும். திருமணத்தின் இறுதிப் பகுதியில் பெண்டுகள் குரவை ஒலிப்பார்கள். உண்மையான ஒரு திருமணமோ என்று மூத்தம்மாவின் மடிக்குள் இருந்தபடி பார்த்து வியந்திருக்கிறேன். ஐந்து வயதுச் சிறுவனாக இருந்தாலும் அன்று கேட்ட ஹதீஸுகளை வீட்டில் அப்படியே ஒப்புவிப்பேன். சம்சுதீன் ஆலிம் இப்போதும் என் கண்ணுக்குள்தான் இருக்கிறார். அவர் எங்கு ஹதீஸ் சொல்லுகின்றாரோ அங்கு ஒரு பெரிய பெண்டுகள் கூட்டம் செல்லும். ஆகாயத்தை முட்டி உடைத்து உள்ளிருந்து சத்தத்தை இழுத்துவரும் அகலத் தொண்டை. அமைதியாய் நீரோட்டம் போல இழைகின்ற ஆதர்சனத்துக்குரிய குரல். அகன்ற நெற்றி. கூர்முனைப்பான ஒரு வெள்ளைத் தொப்பி போட்டிருப்பார்.

ஊரில் ஓலைக்கிடுகுகளால் ஆன ஹதீஸ் குடில்கள் நிறைந்திருக்கும். பெரும்பாலான ஆண்கள் தொழிலுக்குப் போவதால் அநேகமாகப் பெண்கள்தான் அங்கு குழுமியிருப்பார்கள்; முன்னே பீங்கான் கோப்பைகள்; கயிற்றுப் பொருட்கள், மிட்டாய், பழங்கள் என விற்பனைக்காகக் கொணர்ந்திருப்பர்; ஹதீஸ் களறி முடிந்து வரும்போது ரகசியம் பரிமாறுவதுபோல் மூத்தம்மா “உனக்கு என்ன வேணும்” என்று மெதுவாகக் கேட்பார். எனக்கு ஈர்க்கில் மிட்டாய் என்றால் உசிர்தான். மூன்று நான்கை வாங்கி வள்ளுவத்தில் வைத்துச் சுருக்கை இழுத்து முடிந்துகொண்டு “நோன்பு திறந்து தின்னலாம் வா” என்று என்னைத் தூக்கிக் கக்கத்தில் இடுக்கிக்கொள்வார்.

நோன்புக் காலமென்பதால் பின்னேரங்களில்தான் சமைக்கத் தொடங்குவார்கள். ஆத்து மீன் சஹருக்குச் சாப்பிட்டு நோன்பு பிடிக்க நாவுக்கு ருசியானதென்று வாப்பா வாங்கி வருவார். கொறட்டை, பனையான், விரால் எனத் துடிக்கத்

துடிக்க வரும். கிணறடியில் சாம்பல் ஒரு சட்டியில் எடுத்து மீன்களில் அதனைப் பூசி அரிவாள்மனையில் வைத்து உரித்து எடுப்பார். மீன் கழுவுவதென்றால் அதன் கழிவுகளைக் கவ்விப் பறக்கும் காகங்களின் சஞ்சாரம் அதிகரித்திருக்கும். எப்போதும் அருகில் எங்கள் செவலைப் பூனை உம்மாவின் முகத்துக்கு நேரே கத்திப் பினாறு பிடுங்கும்.

மூத்தம்மாவுக்கு என்றைக்கும் பிடிப்பது கிண்ணம் பழம்தான். ஒரு குழந்தை சக்கப் பணிய இருப்பதுபோல் அதன் தோற்றம். பச்சை நிறத்தில் சுள்ளென்று புளியடிக்கும்; தேங்காய்ப் பாலில் கரைத்து நீட்டுவார்; பேரப்பிள்ளைகள் எழுந்து ஓடி வருவார்கள். தண்ணிச்சோற்றுப் பழமும் கரையலுக்கு எடுப்பார்கள். விளாம்பழம், தயிர் என்று உறியில் கட்டித் தொங்கும்; பேரீச்சம் பழம் அடுக்கு மொடாவில் நிறைத்து வைத்திருப்பார்கள்; நோன்பு திறந்த பாட்டில் ஓர் அள்ளு அள்ளிக் கொதப்பிக்கொண்டு போவேன்; அதன் கொட்டைகள் சேகரித்துத் தோழர்களோடு சேர்ந்து வெயில் தெரியாத மருத மரங்களும் வயலும் குளமும் நிறைந்து குளுமையாய் இருக்கும் பொடியார் காக்காவின் வளவுக்குள் கூட்டமாய் நின்று ஈச்சங்கொட்டை கட்டி அல்லது தெறித்து விளையாடுவோம்; நோன்புக் காலத்தில் எங்கள் பிரதான விளையாட்டு அதுதான்.

ஒவ்வொரு மாலை வேளைகளிலும் தர்ஹாக்களில் நல்ல குரல் வளமான பெண் பிள்ளைகள் பெயர் தெரியாத பறவையின் பல வர்ணச் சிறகுகள்போல் வட்டமாகக் குழுமியிருந்து ஸலவாத்து மாலை படிப்பார்கள். அது இனிமை கலந்த மென்மையின் உச்சமாக ஒலிக்கும்.

அல்லாஹும்ம சல்லி அலா முஹம்மத்
யாரப்பி சல்லி அலைஹி வ ஸல்லிம்

ஆதியும் பிஸ்மியும் ஹம்தும் சொல்ல
அருளினார் அண்ணல் நபி முஹம்மத்
மண்ணும் ஸலாமுரைத்த நபிக்கு
விண்ணும் ஸலாமுரைத்தோர் முஹம்மத் . . .

என்ற புகழை அடிஅடியாய்ப் பாடுவார்கள். நானும் வளைத்திப் போரில் ஒருவனாக ரசித்திருப்பேன்.

இரவுநேரத் தராவிஹ் தொழுகை ஆரம்பித்துவிட்டால் பள்ளிக்கு ஓடிப்போவோம். முடிவில் தேநீர், தின்பண்டங்கள் கொடுப்பார்கள். வசதி படைத்தவர்களின் முறையென்றால் சாப்பாடு பலமாக இருக்கும்; ‘டவுண்’ பள்ளியில் எப்போதும் விஷேசம்தான்; அநேகமாக அங்குதான் போவோம்; ஒரு

தினத்தில் பாபு 'ஜூஸ் ஐஸ்கிறீம்' வரும் நாளை அங்குள்ளோரிடம் கேட்டுத் தவறாமல் நினைவில் வைத்திருப்போம். ஒரு சைக்கிளில் மூன்று நான்கு பேர் போவோம். அப்படிப் பயணிப்பதைப் பிடிப்பதற்குப் பொலீஸார் சற்று ஒதுங்கியபடி நிற்பார்கள். அதனால் பள்ளிவாசல் அருகே நெருங்கும்போது எதிரே வருபவரிடம் கேட்போம் "காக்கா பொலிஸ் யாரும் நிற்காங்களா?" இல்லையென்று அப்படிச் சொன்னவரின் பொய்யை நம்பி மாட்டிக்கொண்டோம். அவரே சிவிலில் வந்த பொலிஸ்காரர் என்பது பிறகுதான் தெரிந்தது.

நாள்முறையில் இன்று எங்கள் ஆறாவது கஞ்சி. இதற்கென்று பழத்தேங்காய் தெரிவார்கள். இரண்டு நாளைக்கு முதலே விறகு வாங்கிக் கொத்தியெடுத்துக்கொள்வார்கள். கஞ்சி நாளென்றால் வீடு கலகலக்கும். திரும்பும் இடமெல்லாம் குத்திப் பலகைகள்தான் இடறும். மூத்தம்மா சோமன் உடுத்து உதடுகள் காய அட்டணக்கால் போட்டிருப்பார். அன்று காலையிலேயே அயலவர்கள் துருவலையில் அமர்ந்துவிடுவார்கள்; இருவர் இருவராகப் பால் பிழிந்து பச்சரிசி கழுவிக் கிடாரத்தில் இட, 'ளுகரு'க்கு பாங்கு சொல்லும் இஸ்மாயில் மாமா திருதிருவென முழித்து முழித்து உப்பைத் தொட்டுத் தொட்டுப் பார்ப்பார்; கையில் ஒரு சவல் இருக்கும்; நெருப்பின் வேகத்துக்குக் கொள்ளியைத் திருப்பித் துலாவிக்கோண்டிருப்பார்; கஞ்சி மணம் பல இன மதங்களையும் தெருக்களையும் கடந்து பரவும். ரம்பை, வெள்ளைப்பூடு, கறிவேப்பிலை ஏலம், கறுவா தாளித்துக் கருகும் வாசம் மூக்கை வைத்திருக்க இயலாது; ருசியும் அப்படித்தான்.

பெரும் கிடாரத்தில் ஆவி பெருமூச்சாய் வெளியேறியது. வீட்டின் முன் மாட்டு வண்டில் நின்றிருக்கும். அதன் மேல்தட்டில் பெரிய ஓரு டயரைப் போட்டுக் கஞ்சிக் கிடாரத்தை ஏற்றுவார்கள்; அது வெள்ளைத் துணியால் சுற்றிக் கட்டப்பட்டிருக்கும். நானும் ஏறிக்கொள்வேன். வண்டில் பள்ளியை நோக்கி நகரும்.

இப்படித்தான் எனது தெருவில் உள்ள கழுவுலாப்போடியின் கஞ்சி முறை அன்று. பள்ளிக்கு அனுப்பிய கஞ்சிக்கேற்ப ஈத்தம் பழமும் இருக்க வேண்டும். பள்ளிவாசலுக்குள் நான் நோன்பு திறக்க அமர்ந்திருக்கிறேன். கஞ்சிமுறைக்காரர் கழுவுலா ஈத்தம் பழத்தைப் பகிர்ந்து வருகிறார்; இடையில் பழம் முடிந்துவிட்டது; பேசாமல் விட்டிருக்கலாம். வாய்க்கொழுப்பு மிஞ்சிச் சீலையில் வடிவதுபோல் அவரின் மிதமான வார்த்தைகள் பலரையும் புண்ணாக்கியிருக்க வேண்டும்.

எப்போதும் போலான அவரின் கஞ்சத்தனம் அங்கு எடுபடாமல் போய் – ஒவ்வொரு கோப்பைக் கஞ்சியையும் ஒவ்வொருவராய் அவர் தலையில் கவிழ்த்து விட்டார்கள். கோபத்தால் தெரு நெடுக அவர் கொம்பிக்கொண்டு வந்தது எனக்குள் படம்போல் இப்போதும் விரிகிறது. அன்று கஞ்சி கொண்டுசென்ற வண்டில்காரர் கூலியைக் கேட்டு நின்றபோது, கூடுதலாகக் காசு கேட்கிறார் என்ற அர்த்தத்தில் "மக்காக்கா கொண்டுபோன" என்று சத்தம் போட்டுக் கத்தினார்.

31

கடற்கரைப் பள்ளி

வங்கக் கடலோரத்தின் தென்விளிம்பில் இரண்டு மினாராக்களிலும் கொடிகள் பட்டொளி வீசிப் பறக்கின்றன. தென்கிழக்கின் கல்முனைப் பிரதேச எல்லைக்குள் இது அமைந்திருக்கிறது. சங்கைமிகு சாஹுல் ஹமீத் என்னும் மகானின் வரவினால் இவ்விடம் சிறப்புக் கொள்கிறது. இருநூறு ஆண்டுகளாக அன்னாரை நினைவு கூரும் இவ்விழா தேசிய மட்டத்தில் இன்று கொண்டாடப்படுகிறது.

தாழ்வாக வளர்ந்திருக்கும் ஆலமர விருட்சங்களின் கிளைகள் ஒன்றோடொன்று தழுவிப் பிணைந்து கீழிறங்கி அடர்த்தியான தோற்றம் தந்தன. எந்த விழுதுகளுமற்ற ஆலமரங்கள் நிறைந்த காரணத்தால் கொடியேற்றப் பள்ளி வளாகத்தில் அமர்பவர்களுக்குப் பூமியின் சூடு நோகாதிருக்கும். அரைவாசியான நிலவின் ஒளியில் அங்கு எப்போதும் கூடியிருப்பவர்கள் தூரத்தில் நின்று பார்த்தால் தெளிவற்ற சித்திரம் போல் தெரிவார்கள்.

ஒவ்வொரு ஊரும் ஒரு வாசனையில் இருப்பதை உணரலாம். இலங்கையின் கடற்கரை மீனவ ஜனத்திரளில் கணிசமான தொகையினர் இந்தச் சிறு நெய்தல் நிலத்தில் வாழ்கிறார்கள். எப்படித்தான் இருந்தாலும் வருடா வருடம் பன்னிரண்டு தினங்கள் இங்கு நடந்தேறும் கொடியேற்ற விழாக் காண நானும் புது உடுப்போடு காத்திருப்பேன்.

கொடி வருகிறது என்ற பரபரப்பு என் வீதியெங்கும் வியாபிக்க றபான் ஒலி காதை அடைக்கிறது. வீட்டு முன்றலில் பெண்டுகளின் குரவையொலி, வாள்வீச்சு சிறுவர்களின் ஆரவாரம் முன்னே அடைத்துக்கொண்டு நகரும் ஜனத்திரள். ஊர்ப் பெரியவர்களின் வாசல்களுக்குக் கொடி கொண்டுவரப்பட்டு அவர்களும் ஊர்வலத்தில் கலந்துகொள்வார்கள். நானும் மாமாவின் கைகளைச் சிக்காராகப் பிடித்தபடி முன்னேறி நடக்க நடக்க எனக்குள் அங்கு குடிக்கப் போகும் சர்பத்தும் ஆடி மகிழும் கிறுக்கூஞ்சலும் கண்முன்னே வந்துபோயின.

கடற்கரைப் பள்ளிவாசலை நெருங்குகின்றபோது காற்றில் அசையும் கொடிகளுக்கேற்ப அந்தப் பாடலும் விழுகிறது...

...கல்முனைக் கடற்கரைப் பள்ளியிலே
காதர் மீரா கொடியேற்றம்
ஜமாதுல் ஆகிர் மாதத்திலே
நாகூர் மீரா கொடியேற்றம்...

காரணம் காட்டிய காதர் மீரானே
தீனை வளர்த்தீர் ஷாஹுல் மீரானே
ஐம்புலன் அடக்கி நாகூர் மீரானே
ஆதியைத் தொழுதீர் சாஹுல் மீரானே...

கல்முனை ஐ.எம். இபுறா இந்தப் பாடலை இயற்றிப் (1979இல்) பாடியிருக்கிறார். கடற்கரைக் கிராமத்துக்கு மட்டுமல்ல ஏனைய ஊர்களுக்கும் அன்று அதன் கையிலிருந்த ஏக விழாவும் இதுதான். உப்பும் கடற்காற்றின் தழுவல் நிறைந்த இங்கிதம் பொதிந்து விட்டிருக்கும் சாய் நிலமும் வானம் சிவப்புத் தோரணம் கட்டிக் காத்திருக்கும் அந்த அந்திப் பொழுதில் எடுத்து மடித்து அடுக்கச் சோமன் பட்டுப் படுக்கை விரிப்புப்போல் மணலும் காட்சிகளாகும்.

வாப்பாவோடு அங்கு போகின்றபோதெல்லாம் காணிக்கை போடுவேன். அந்தப் பள்ளிவாசலின் நேரே தூரத்தில் ஒரு கிணறு, அதையடுத்து நிமிர்ந்து நிற்கும் ஒரு பனைமரம், அதன் தயவில் சைக்கிளை நிறுத்தி இயற்கையின் வாசனைத் திரவியமான அத்தர் வியாபாரத்தை வாப்பா தொடருவார்.

ஊர் சேர்ந்து எடுக்கும் இவ்விழாக் காண, வெளி மாவட்ட மக்களும் தங்குமடங்களில் வந்துசேருவர்; வாணவேடிக்கை, சமூக நாடகங்கள் அன்று வட்டமாய் அமைந்த திறந்தவெளி மேடையில் (இன்று அது எண்கோண மண்டபம்) மு.ஓ. ஆதம் லெவ்வை என்பவரின் தையார் சுல்தான், அலுவாத்துசா, ஹாத்தீம், அக்பர் நாடகங்கள் அரங்கேறும்; அதில் இலங்க

மஸ்தார், குழந்தம்பி மரைக்கார், தென்னகக் கலைஞர்களும் நடித்திருப்பார்கள். அது பல்லாயிரம் மக்கள்முன் கனிந்து களிப்பூட்டும்.

"அருள்மொழி அரசு" என்று பாராட்டும் கிருபானந்த வாரியாரின் சிஷ்யன் எங்களூர் டாக்டர் சிவ அன்புவுடைய இஸ்லாமிய இசைக் கச்சேரிக்கென்று தனியான சனக்கூட்டம் ஒன்று பார்த்திருக்கும். அவர் முதலில், "இறைவனிடம் கையேந்துங்கள்" என்று துவங்கும்போதே கரகோஷம் காற்றலையில் மோதும்; அபுவின் (அபூபக்கர்) வெண்ணிலா இசைக்குழுவினர் 'கீத்ராத்' என்ற பேரில் பக்திமாலைகளாய் பாடல்கள் சொரிந்துகொண்டிருப்பர்; பலூன் கடை, மிட்டாய்க் கடை, வளையல் கடை, ஐஸ்கிரீம், சிற்றுண்டிகள், கரும்பு, மாயாஜாலம் என்று முற்றமும் பள்ளித்தெருவும் நிரம்பி வழியும்.

எனது தலையில் பலகாரப் பெட்டி; பெரியம்மா மணச்சோறு; அல்லசல் பெண்டுகள் அவரவர் செய்த நேர்ச்சைச் சாமான்கள் என ஒரு கும்பம். இரவு ஒன்பது மணியளவில் கடற்கரைப் பள்ளிக்குச் சென்றுவிடுவோம். மின்னொளியில் இலங்கும் ஒளித்துகள் புழுதி மண்டலம்போல் மேலெழும். அங்கே செங்கல், மாபிள் கற்களென்று கட்டிட நிதிக்கான அன்பளிப்புகள் ஒலிபெருக்கியில் பெயர் சொல்லிக் கோருவார்கள்; ஒரு செங்கல்லின் விலை ஐம்பது சதம், மாபிள் ஒரு ரூபாய்; நானும் ஐந்து மாபிள் கற்களை வாங்கிக் கொடுத்து எனது பெயர் ஒலிபெருக்கியில் சொல்லப்படுவதை ரசித்துக் கேட்டிருக்கிறேன். கையில் பல வர்ணப் பம்பரம் இயன்ற மட்டும் சுழலும்.

"சற்குணம் குடிகொண்ட சங்கைமிகு சாஹுல் ஹமீத் மாணிக்கப்பூரி அன்னவர்களின் நினைவாக இடம்பெறும் கந்தூரிக்கு அரிசி, தேங்காய் என்பன வழங்குபவர்கள் பள்ளிவாசல் முன்பாக ஒப்படைக்கலாம்" என்ற அறிவிப்பாளர், இதுவரை வழங்கிய பெயர்களை வாசிக்கும்போது "நல்லம்பி முதலாளி ஒரு பழத்தேங்காய்" என்று சொல்லிவிட்டாரே பாருங்கள்.

அடுத்து ஏல விற்பனை ஆரம்பமாகிறது என்பார். பூங்கொடிகள் வேய்ந்திருந்த அந்த மலர்ப் பந்தலுக்குக் கீழே கிட்டத்தட்ட இரண்டு மணிநேரம் ஏலம் கூறுவதற்கென்றே ஒருவர் ஒலிவாங்கியைக் கையில் எடுப்பார். "போர்ட் நாகூரார்" என ஊரார் செல்லமாக அழைக்கும் அவர் குரல் ஏற்ற இறக்கமானது.

"ஒரு மாப்பிளைச் சேவல் நூறு ரூபாய்... ஒரு ஆட்டுக்கிடா மூவாயிரம் ரூபாய்... மூன்று தரம், இரண்டுதரம், ஒருதரம் என்று

இதமான தொனி அசைவுகளோடு இழுத்துக் கூறும்போது என்னுடைய பராக்கான சிந்தனைகளைச் சற்றே நிறுத்திவிட்டு மூக்கை உறுஞ்சிக்கொள்வேன்.

ஒவ்வொரு நிகழ்வுகளும் நிகழ்ச்சி நிரல்களோடு நகரும். நேரம் நள்ளிரவைத் தாண்டிக்கொண்டிருக்கும். அப்போது றிபாய் ராத்தீப் ஆரம்பிக்கும்; பக்கீர் ஜமாத்தாரின் வெட்டுக் குத்து வீரதீர விளையாட்டுகள் மிகத் தீவிரமாகும். அங்கே கொட்டான் பாவா என்ற ஒருவர் இருக்கிறார். அவர் உயரம் நான்கு அடிதான். கைகளில் குத்துவாள் எடுத்துக் குஷ்டி போடுவார்; நான் உம்மாவின் கையைக் கழுத்துக்குள் மடித்தெடுத்து நடுங்கிப் போய் இருப்பேன்.

...அச்சம் உன்னை நீங்கி விடும்
கச்சிதமான வாழ்வளிக்கும்
பச்சம் வைத்துப் பணிவுடனே
அடியெங் காரு யா ரிபாய்...

கலக்கம் இல்லா மனதுடனே
காமில் வழியில் உவப்புடனே
வடிவாய் வரிசை ஆயிருந்து
அடியெங்காரு யா ரிபாய்...

ஒரு கட்டு ஊதுபத்தியை ஒன்றாக ஏற்றி அதிலிருந்து புகை சுழன்று எழும். வளைத்திருந்து பக்கீர்மார் றபான் தட்டித் தலையசைத்துப் பாடுவார்கள். இடையில் “ஏய்க்... ஏய்க்” என்ற அசரீரி போன்ற ஒரு குரல் கேட்கும்; ஒருநிலையில் நின்ற கொட்டான் பாவா கையிலிருந்த சுவர்களைத் தலையில் ஏற்றி எவ்விதச் சலனமுமின்றிப் பார்வையாளர் முன் சுற்றி வந்து கொண்டிருப்பார்; இன்னுமொருவர் நாக்கில் கம்பி ஏற்றுவார். கண் இமைகளில் கைகளில் அலகுகள் ஏறி லைட் ஒளியில் பளீர் பளீர் என மின்னும்.

இரவில் விழித்திருப்பது பழகிவிட்டதுபோல் நித்திரை எங்கோ தொங்கிக் கிடந்தது; பெரிய சதுரப் பரப்பான கொடியேற்றப் பள்ளி கிழக்குப் புறத்தினால் வெளியேறி வீட்டுக்குப் போனால் அயல் வீடுகளில் என்னோடு கூடி விளையாடும் தோழர்களின் அரவம் கேட்டபடியிருக்கும். அவர்கள் வாங்கிவந்த விளையாட்டுப் பொருட்களின் சத்தம் என்னைப் படுக்கையிலிருந்து எழுப்பிவிடும். அதிலும் உம்பாக் குழல் மிகப்பிரபலமானது; மூங்கில் குழலின் நுனியில் ஒரு பலூன் பொருத்தப்பட்டிருக்கும்; ஊதிவிட்டால் “ம்பா” என்ற சத்தம் பீறிட்டு எழும். நானும் பதிலுக்கு ஊதுவேன். தங்கை காப்பு, மட்டத்தாள் கண்ணாடி, மணிக்கூடு இவைகளை அழகுபடுத்தி அடுக்கிக்கொண்டிருப்பாள்.

வாழ்நாளில் பார்த்திராத பண்டம், தொட்டறியாத பொருட்கள் இன்று மடியில் கிடக்கிறதே. அந்நாளில் எனக்குக் கிடைத்த அன்பு, பாசம், அக்கறை எல்லாம் ஒன்றுசேர்ந்து ருசி தட்டி என்னைத் தூங்கவைத்தது. விடிந்ததும் பள்ளித் தலத்தில் வாங்கி வந்த நெய்வோஞ்சியை ஓர் இணுங்கு ஒடித்து அண்ணாந்த நிலையில் நாவில் வைக்கிறபொழுது அதன் இனிமைக் கரைசல் உயிர்வரை இறங்கியது.

32

மீனும் நானும்

நெருங்க நெருங்க நீரோட்டத்தின் சலசலப்புக் கேட்பதும் ஆற்றில் மிதந்த மஞ்சள் பூக்கள் மங்கிய ஒளியில் புன்முறுவல் செய்வதும் தட்டிவிடப்பட்ட செம்பிலிருந்து வழிந்தோடும் பாலைப்போல் நிலவொளியில் நீர்நிலைகள் தகதகப்பதும் ஒரு விண்ணாணன காட்சிதான்.

நடு ராத்திரியில் வந்து என்னைத் தட்டி எழுப்பி "எழுந்திரு ஆத்துக்குப் போவோம்; பௌர்ணமியாம்" என்றால் ஓடிப்போய் விடலாம் போல் இப்போதும் இருக்கிறது.

இச்செலவில் கூட நண்பர்களுடன் ஆறு குளங்களுக்கு நீராடச் செல்கின்றபோதெல்லாம் என் கண்கள் விரிய, இமை வெட்டாது ஒரு மணி நேரத்துக்கு மேல் நீரையே பார்த்துக் கொண்டிருப்பேன்.

நெருஞ்சி முள் பற்றைகளிலும் குப்பியோட்டு மேடுகளிலும் வெளிக்குப்போய்க் கிடந்த ஈறுகளை விலத்தி, வெட்டுக்கிளி பிடித்துத் தீப்பெட்டிகளில் அடைத்து வைத்துப் புறா வளர்க்கிறோம் என்று பெருமிதம்கொண்ட பொழுதுகள், ஆற்றங்கரை போய் களிமண் கொண்டுவந்து லாவுள் மரத்தடியில் சட்டி பானை உருட்டி, ஸ்பீக்கர், ரேடியோ செய்து, அதனை நெருப்பில் சுட்டு, மண் சிவக்காமல் போய் மீண்டும் கிறவல் மண் தேடிஅலைந்த காலங்கள் இனி எப்போதும் வரப்போவதில்லை.

விடுமுறை நாட்களிலும் கல்லூரி கலைந்த நேரங்களிலும் குளக்கரையோரம் மீன் பிடிக்கச் செல்வதென்பது அவ்வப்போது அபூர்வமாக நிகழக்கூடியதாக இருந்தது.

அப்படி மீன் பிடிக்கும் கரப்புக் குளம் கழுத்தளவு ஆழமிருக்கும்; அகலம் மிகமிகக் குறைவு; ஒரு ஆண் இந்தப் பக்கமிருந்து தாண்டினால் அந்தப் பக்கம் போய்விடலாம்; நீளம்தான் அதன் அழகு; ஒரு கெண்டை மீனின் தோற்றம்போல முன்பகுதி நீள் வட்டமாகவும் முக்கால் பகுதிக்கு மேல் இடையில் கொஞ்சம் சிறுத்தும் வால் பகுதி முக்கோண வடிவிலும் புரண்டிருக்கும்.

கோடைக் காலங்களில் சற்றுத் தொலைவில் இருப்பவர்கள் கூட சைக்கிள் போட்டுவந்து குடம் குடமாக நீரெடுத்துப் போவார்கள். இழைப்பதற்கான தென்னம் மட்டைகளும் முளை நெல் சாக்குகளும் எப்போதும் அதில் ஊறிக்கொண்டிருக்கும்.

ஆங்காங்கே சிறுசிறு கற்குன்றுகளில் காலத்தின்மீது சலிப்பாய் நகர்ந்துகொண்டிருக்கும், முதியோர்களும் மத்திய வயதிலிருந்து முதுமைக்குள் நுழைந்தவர்களும்தான் பெரும்பாலும் விரவியிருந்தனர்.

நாலைந்து பேர் மிதிவண்டியில் செல்வோம். அப்போது குளம் வெறிச்சோடிக் கிடக்கும். கரப்பு நிலத்தின் பின்புறச் சாக்கடையில் மண்புழு தோண்டிச் சிறு டப்பியில் அடைத்துக் கொள்வோம். மிதிவண்டியில் சீனச்சட்டி, அகப்பை, டம்ளர், மிளகாய்த் தூள், புளி, உப்பு, எண்ணெய் எனச் சிறிய பாத்திரங் களும் பலசரக்குப் பண்டங்களும் இருக்கும். எப்போதும் கூடையொன்று ஹெண்டில் பாரில் தொங்கும்.

நெடுத்து வேர்களை வெளியே படர்த்தித் தோதாக வளைந்து தள்ளிக் குளத்துக்குள் முகம் பார்த்து நிற்கும் தென்னையில் ஒரு காலை ஊன்றி நின்று தூண்டில் போடுவோம். மதியம்வரை தூண்டில் போடுவது. மீன் கிடைத்தால் வேக வைத்துச் சமைத்து ருசிப்பது. கிடைக்காதுவிட்டால், அங்கேயே வியாபாரிகளிடம் காசு கொடுத்து மீன் வாங்கிச் சமைத்து அல்லது சுட்டுச் சாப்பிடுவோம். செப்பலி, கொறட்டை, சுங்கான், கொக்குச்சான், பனையான், கெழுத்தி என்ற உருப்படிகள் அதிலும் சின்ன மீன்கள்தான் தருவார்கள். பெரிய மீன் வாங்கப் போதிய பணம் எங்களிடம் இருப்பதில்லை.

மீன் வீசுபவர்கள், கரப்புக் குத்துபவர்கள், அத்தாங்கு போடுபவர்கள், பிரம்பு விடுபவர்கள் இந்தக் கரையிலிருந்து கண்ணுக்கெட்டிய தூரத்தில் நீளும் தூரிசுவரை தென்பட்டு கொண்டிருப்பார்கள்.

எங்களை அவர்கள் கெழிந்து பார்த்து ஏதோ குசுகுசுத்துக் கூப்பிடுவார்கள். நாங்கள் நகரவே மாட்டோம். அங்கு போனால் எங்களிடமுள்ள இரைகள் அனைத்தையும் அபேஸ் பண்ணி விடுவார்கள்.

அந்தவகை மீன்பிடி முறைகளில் என்னை இச்சாக்* கொட்ட வைத்தது பிரம்பு விடும் யுக்தியாகும்.

ஒன்றன் பின் ஒன்றாக இணைக்கப்பட்ட நீண்ட நேர்த்தியான பிரம்பின் நுனியில் கொக்கி போன்ற தூண்டில் பொருத்தப்பட்டிருக்கும். நாங்கள் இறங்க முடியாத சேறும் சதுப்பும் காணப்படும் அந்த இடத்தில் மீன்கள் கொதிப்பதை அவதானிப்போம். மெதுவாக எந்த அரவமுமின்றித் தூண்டில் பொருத்திய பிரம்பைச் சதுப்புக்குள் செலுத்துவோம்; பிரம்பு பாம்பு நுழைவதுபோல் தடமின்றி நகரும்; பெரும்பாலும் விரால் மீன்களின் கூடாகவே அது இருக்கும்; தூண்டிலில் உள்ள இரையை உண்ட மீன் துடித்துக்கொண்டு சுரி தெறிக்கு மட்டும் கிளம்பியடிக்கும். பின்னர் சுண்டி இழுத்து மீனைக் கூடைக்குள் விடுவிப்போம்.

எறி கயிறு என்பதும் ஒரு விசித்திரம்தான். நீண்ட தங்கூசி நூலில் இரை குத்திய தூண்டிலை முடிந்து குளத்தின் எல்லையில் நின்று நீண்ட தூரத்துக்கு எறிவது. இவ்வாறு ஒருமுறை எறிந்தபோது குளத்தில் மூழ்கிக் குளித்துக்கொண்டிருந்த பெரியவர் ஒருவரின் முதுகில் வந்து விழுந்துவிட்டது. அவர் வேறு யாருமில்லை எனக்குச் சமூகக் கல்வி கற்பிக்கும் ஆசிரியர் பீர் சேர்தான். அதற்குப் பிறகு அந்தப் பாடத்தில் நான் எவ்வளவுதான் முக்கி முக்கி எழுதினாலும் இருபது புள்ளிகள்தான்.

ஒரு வருஷம் நல்ல அறுவடை. அடுத்த வருஷம் மழை அதிகமாகிப் பயிரை அழிக்கும்; இன்னொரு ஆண்டு மழையே வராது. இப்படித் தத்து மாறி, வானம் பொய்த்து விவசாயி கதிகலங்கும் பூமிதான் என் பொன்னூரின் மேற்குவானத்தின் காலில் விழுந்து கிடக்கும் அந்தக் கரைவட்டைக் கண்டம்; எனது வீட்டிலிருந்து நேரே பிரதான வீதியை அடைந்து நுஃமான் சேர் பிறந்து வளர்ந்த வீட்டின் முன்னால் நின்று பார்த்தால் அந்த வயல் தெரியும். கொஞ்சம் தலையை உயர்த்தினால் நாணல் பற்றை. அது சில காலங்களில் பற்றி எரிகின்ற துகள்கள் இலை இலையாய் காற்றில் தலைசுற்றி எங்கள் வளவுகளில் இறங்கும்.

இங்கேதான் அந்நாளில் எங்களுக்கு இரண்டு ஏக்கர் நெல் வயல் இருந்தது; அங்கு அறுவடைக் காலமென்றால்

---

* ஆச்சரியம்.

எனக்கு அது ஒரு பகல் கல்யாணம்தான்; எப்போதும் எங்கள் மாமாதான் அந்த வயலின் முல்லைக்காரர். நான் அவருடன் அதிகம் பேசுவதில்லை. காரணம் அவர் பிடிக்கும் சுருட்டுப் புகை. அதை அவர் ஆனந்தமாய் இழுத்த பின் புகையுடன் உறுமியபடி சிரிப்பது எனக்குப் பிடிக்கவே பிடிக்காது. ஆனால் நான் அவரைப் பார்த்தாலே தன் வாழ்க்கையில் நடந்த ஏதாவது ஒரு விஷயத்தைச் சொல்லத் தொடங்கிவிடுவார். நான் 'ம்' போட்டுக் கொண்டே இருப்பேன். அவரது வாழ்க்கை எளிமையானது. திருகோணமலையிலுள்ள உப்புவெளிதான் சொந்த ஊர். எழுதப் படிக்கத் தெரியாத விவசாயியான அவர் தன் வாழ்க்கை முழுவதையும் வயலிலும் தனது சிறிய வாடியிலுமே கழித்திருக்கிறார்.

இளவெயில் பனி இன்னும் விலகவில்லை; விதைப்புக்குத் தயாரான பூமி தயிர்ச் சட்டிபோலத் தளம்பிக்கொண்டிருந்தது. மாமா அங்குமிங்கும் ஓடிக்கொண்டிருந்தார். கையில் கோழிக் கூடைபோல ஒன்று; "என்ன மாமா..." என்றேன்; என்னைக் கையில் பிடித்து இழுத்துக்கொண்டு நடந்தார்; அங்கு ஒரு சின்னஞ்சிறு ஓடை. சீரான வேகத்தில் பார்க்கப் பார்க்கத் திகட்டாத கோலத்தில் ஒரு தாளக்கதியில் நகர்ந்தபடி நெளிந்தது.

அதன் அருகே ஓர் அகன்ற கிடங்கு; மாமா அதனைப் பார்த்தபடி அசைவற்று நின்றார். பின் கையிலிருந்த கூடையுடன் புசுக்கென்று இறங்கினார். என்னே வேகமது! சடசடவென்று கூடையை அந்தக் கிடங்கில் குத்துவதும் தூக்குவதும் எல்லாம் ஐந்து ஐந்து வினாடிகளுக்குள் நிகழ்ந்துகொண்டிருந்தது. மாமாவின் நீண்ட கைகள் கூடைக்குள் நுழைந்து எதையோ துலாவின; மேலே எழுந்த கைகளுடன் விரால் கன்றுகள் உடலை வளைத்து வாலை அசைத்தன; அப்போதுதான் புரிந்தது கரப்புக் குத்துவது இப்படித்தான் என்று.

இவ்வாறு ஒன்பது மீன்கள் பதினைந்து நிமிடங்களுக்குள் பிடித்தாயிற்று. சற்றே தள்ளிப்போய் படித்துறையில் இறங்கி நீரைக் கையில் அளைந்தார். கண்களில் ஒற்றிக்கொண்டார். என்னைப் பிடித்துக்கொண்டு முங்கினார்; முழுக்க நனைந்தார்; நான்கு முறை முங்கி எழுந்தார். கடைசி முறையில் ஒரு நிமிடம் மூழ்கி மூச்சை அடக்கி நிமிர்ந்தார். பயந்து போனேன். நானும் குளித்தேன். பிறகு மீன் கோர்வையுடன் புறப்பட்டோம்.

அன்றைய வயல் விதைப்புக்கு விரால் மீன்தான் கறி.

33

புள்ளக்கூடு

காற்றில் தள்ளப்பட்டு மீண்டும் மீண்டும் அதே இடத்தில் தன்னைப் பொருத்திக் கொண்டிருந்தது கதவு. அன்று அந்த மதியப் பொழுதில் வீட்டுச் சுவரில் புள்ளக்கூடு கட்டிய குளவிகளின் அட்டகாசம் அதிகரித்திருந்தது. பத்து வயது நிரம்பப்பெற்ற சதைப் பிடிப்பான சருமம் கொண்ட என்னால் அந்தப் புள்ளப் பூச்சிகளை விரட்டியடிக்க முடியவில்லை. பாவமே அறியாத சிறு சிறு உயிர்களைக் கல்லால் அடிப்பதா இந்தக் கேள்வியோடு அசைவின்றி அங்கேயே நின்றிருந்தேன்.

சிறு இறக்கைகளுடன் காற்றில் எம்பிப் பறக்கும் இந்தப் பூச்சி, நிலை இடுக்குகளில், பூக்கல் ஓரங்களில், சுவர்மூலைகளில் தம் வாழிடங்களை அமைக்கும்; வீட்டில் கர்ப்பிணிகள் அல்லது அவர்கள் யாராவது வந்துசென்றால்கூடக் கூடு கட்டுமாம்; பெரிய கூடு கட்டினால் ஆண்பிள்ளை யென்றும் அது சிறிதாக இருந்தால் வயிற்றில் வளர்வது பெண் சிசு எனவும் ஆருடம் கூறுவர். அதிக நேரங்களில் சிறிய தென்னை ஓலையால் கிழிக்கப்பட்ட காய்ந்த குச்சிகள் மூலமாகவும் மற்றைய பொழுதுகளில் தேங்காய் நார்களினால் திரிக்கப்பட்ட கயிறுகள் தும்புகள் போன்ற உபயங்களாலும் வீட்டின் ஒட்டடை அகற்றும் போது இந்தப் புள்ளப் பூச்சிகள் தவறித் தடம்பட்டு விழ நேர்ந்தால் உம்மா அன்றெல்லாம் கவலை யோடே இருப்பார்.

உயிர்களின் மகத்துவம் வெறும் சதைப் பிண்டங்களாகக் கணிக்கப்படாத ஒரு காலம் இருந்தது; அதுவும் சிறு மகவுகள் வயிற்றில் இருக்கும்போதே மரித்துப் பிறந்துவிட்டால், குழந்தை "மதித்துப் பிறந்தது" என்பார்கள். அப்படி நிகழும் சந்தர்ப்பங்களில் மரணித்த குழந்தையின் பெயரால் தெருவில் விளையாடி நிற்கும் பிள்ளைகளை வாசலுக்கு அழைத்துச் சீனி, பால், பழங்கள் கலந்த 'பால் பழம்' கொடுப்பார்கள்; ஏன் எதற்கு என்று கேட்டால் "இது ரூஹானிகள் அல்லது கூராணிகள் பங்கு..." என்று கூறுவர்.

பெரியவர்கள் எவராவது மரணித்துவிட்டால் வீடுகளின் புழக்கடைப் பக்கமாகப் பச்சோலை தறித்து ஆனைக் கிடுகு பின்னி, ஒத்தாப்பு இறக்கி அதில் கட்டிவிடுவார்கள். அது காயும் நாட்கள் ஏறக்குறைய நான்கு மாதங்களும் பத்து நாட்களுமான 'இத்தா' மறைந்திருக்கும் காலம்வரை வாடாதிருக்கும். அதிசயம் தான்; தென்னோலை காய்ந்து சருகாகும் காலமும் இஸ்லாமிய முறைப்படி கணவனை இழந்த பெண் இத்தா அனுஷ்டிக்கும் நாட்களும் ஒரே கணக்காகவே படுகிறது.

தலைகீழாகத் தொங்கியபடியே நூல் இழுக்கும் கொட்டுப் பூச்சிகளின் ஜிம்னாஸ்ட்டிக் மோட்டு வளையிலிருந்து கீழ்க்கம்பம் வரையெங்கும் நீளும். இப்படிப் படுக்கை அறைகளில் எவ்விதச் சேதாரமுமின்றித் தனக்குள்ளிருந்து பீச்சிக்கொண்டிருக்கும் திரவம் தங்களின் எட்டுக் கால்களினாலும் புரிகின்ற வித்தையாய்ப் பார்த்த கணமே "புது உடுப்பு வரப்போகிறது" என்று கட்டியம் கூறும் மூத்தம்மாவின் வாய்ச்சொல் ஒருசில தினங்களில் நிறைவேறியிருக்கிறது. பட்டுப் புடவைகளுடனும் களிசான், சாறன்களுடனும் வெளியூரிலிருந்து வந்துசேர்ந்த தாய்மாமனின் பொதி எனக்கு அதிர்வைத் தந்தது. குழந்தைகளின் கைவண்ணம் வெளிப்படும்படி அவர்களே எழுதிப் பார்க்கும் வகையில் அதற்குள் பொதிந்திருந்த 'மண் மணம் வீசும் மக்களின் விடுகதைகள்' என்ற நூல், ஆடைகளைவிடப் புதுமையாக இருந்தது.

இரும்பு, மரம், சிற்பம், செம்பு, தங்கம் சார்ந்த தொழில்கள் மூலம் படைக்கருவி, எழுத்தாணி, கொழுமுனை, ஏர்கலப்பை, நாணயம், பாத்திரங்கள், நகை உள்ளிட்ட சமூகப் பண்பாட்டு அடிப்படையிலான பொருட்கள் உற்பத்தி ஆகின; இதில் இரும்புசார்ந்த பொருட்களில் குதிரை லாடம், அலவாங்கு, கொடுவாக் கத்தி என்பன அதன் உபயோகம் முடிந்த கடைசித் தறுவாயில் மழுப்போடுவதற்குப் பயன்பட்டன; நெருப்பில் பழுக்கக் காய்ச்சிய பின் நீரில் அமிழ்த்தி அந்த நீரை மூன்று மிடறு குடிக்க வேண்டும்; ஆறிய பின்னர் கை, முகம், கால்களைக்

கழுவிக்கொள்வதால் கண்ணூறு உட்பட வேறு பல நோய்களும் அகன்று போகுமாம்.

தொன்மமும் வரலாறும் யதார்த்தமும் ஞாபகங்களில் நிழலாட ஓதிப் பார்த்தல் அல்லால் ஊதிப் பார்த்தல் சமூகத்தின் விசித்திர முதலுதவியாகக் கணிக்கப்பட்டது. மாப்பிள்ளை ஆலிம் என்பவர் ஊதிப் பார்த்தால் மனதில் குடிகொண்ட பயம் விலகிவிடும் என்று நம்பினார்கள். சிந்து சமவெளி நாகரிகத் தொல்குடிப் படிவங்களாக அறியப்பட்ட இம்முறை, பலரின் நாவுகளுக்கு அப்போது வாலாயமாக வசப்பட்டிருக்கிறது; ஒரு தம்ளரில் தண்ணீரெடுத்து எங்காவது, எதிலாவதுசரி பயந்துபோய் நடுங்கும் சிறுவர்களை நேரில் உட்காரவைத்துத் தண்ணீர் ஓதி அடிப்பார்கள். மாப்பிள்ளை ஆலிம் ஓதும்போது கெட்டாவி பறிவார். "செம்பட்டை செரியாப் பயந்திருக்கான்" என்பார். ஓர் உறுமலுடன் முகத்தைக் கோபமாக்கிக் கையிலிருந்த நீரை முகத்தில் வீசி அடிப்பார். அந்நேரமே பயந்த நிலை நீங்கி உடலில் தெம்பு ஏறிவிடும்.

ஓதின பிரம்பும் அவ்வாறே. உருவெளித் தோற்றமாய் நம்பிக்கைகள் ஒருசேர உருப்பெற்றிருந்தன. பள்ளிக்குப் போகாத பிள்ளைகளை உசுப்பேற்றி நகரவைக்கும் கைங்கரியம் இந்தப் பிரம்புகளுக்கு இருந்தது. வீடுகளின் சுவர் மூலைகளில் தொங்கிக் கொண்டிருக்கும். பெரும்பாலும் தகப்பன்மாரே இதனைக் கையிலெடுப்பர். அடம்பிடிக்கும் பிள்ளையின் முன் இதனைக் கையிலெடுத்துக் காட்டினாலே போதும். தன்னாலே அவர்கள் தணிந்து, பணிந்துகொள்வர்; ஒரு முழாக்கோலின் தொடர்ச்சிதான் ஓதின பிரம்பு; முழாக்கோல் மந்திரசக்தி வாய்ந்த கோல், சத்தியம் – சத்தியத்தை மீறல் என்பதான அன்றைய அன்றாட மக்களின் வாழ்வியலைத் திசைதிருப்பி ஒழுக்க விழுமியங்களுக்குக் கட்டுப்படும் நூதன முறைமை எனலாம்; இழைக்கப்படும் துரோகத்திற்கு இந்த முழாக்கோலை விசுக்கித் தண்டனை பெறப்படும்; இதிலிருந்து அருகிய வடிவமே இந்தப் பிரம்புகள்.

சிரட்டைக் கரியின் துருவேறிய வாசம் கிளம்பினால் அன்றைய நாள் பூராக மச்சம் மாமிசம் சாப்பிடுவதைத் தவிர்த்து வந்தனர். உமிக்கருக்கின் தவிட்டு மனத்திலும் வெங்காரத் துருசின் கந்தக நாற்றத்திலும் விஷம் பரவுவதாக எண்ணி ஆடைகளை வெளியில் உலரப் போடுவதற்கு முழுக்குப் போட்டனர். வேப்பெண்ணெய் மணம் காற்றில் பரவுமானால் எந்தச் சிறுவர்களும் தெருவில் விளையாடுவதைக் காண முடியாது. எல்லாம் அங்கு நின்ற மரங்களின் வாசம்தான். ஒவ்வொரு மரத்துக்கும் தனித்தனி மணம் பதிவாகியிருந்தது. சரியாகப்

புலால் வாசம் வீசும் மரமொன்று எங்கள் கொல்லைப் புறத்தில் நின்றது. நீளநீளமாகப் பூக்கும். வெயிலில் கருகி முறுகும்வரை எவ்வாறான காற்றுக்கும் ஒரு பூவேனும் கீழே விழாது. வலிமையான தோல் கொண்ட மரம். "சாம்" என்றே அதனை அழைத்தோம்; அர்த்தங்களும் உணர்ச்சிகளும் நமக்கு மட்டுமா? சார்லி, வூடோ, கிளியோபெட்ரா, லேடி புளூ என்று மணங்கள் வந்து துரத்தப் பார்த்தாலும் சாம் மரம் பூப்பதை இன்னும் நிறுத்திவிடவில்லை.

34

பாய்

அடுக்கு வரிசையில் கடைசிப் பாயை என்னால் தூக்க முடியவில்லை. துணைக்குத் தங்கையை அழைத்து ஆளுக்கொரு பக்கம் பிடித்துத் தூக்கினோம். கல்லில் செய்ததுபோலக் கனம். மொறுமொறுவென்று ஓசைவரும்படி காய்ந்து இறுகியிருந்தது. ஒரு தொங்கலைப் பற்றியிருந்த அவளால் வெளியே வருவதற்குள் இரண்டு முறை கீழே வைத்து நின்றாள்; எந்த வருஷத்துப் பாய் என்று எப்படி அச்சொட்டாகச் சொல்ல முடியும்? எப்படியும் நூறு வருடங்களுக்கு மேல்தான் கடந்திருக்கும். மாமிக்குக் கல்யாணம் ஆனபோது, அவரின் உம்மா சீர்வரிசைச் சாமான்களான ஏழு அடுக்கு முடாப் பானை, ஆலச்சட்டி ஒரு சோடி. பச்சைக் கோடுகள் போட்ட சணல் சாக்குகள்; தாச்சி, வட்டா படிக்கம், அரிவாள்மனை, பாக்கு வெட்டி என்று ஒரு கசனா*; அவைகளோடு வந்ததுதான் இந்தக் கண்டாங்கிப் பாயென்று உம்மா அடிக்கடி சொல்லிக்காட்டுவது வழக்கமாகிப் போனது.

மூத்தம்மா இடிஉரலோடு எந்த நேரமும் குந்தியிருப்பதால் மூத்தப்பா அவரை ஒரே நச்சரிப்பார். கதை முற்றிக் கடுங்கோபம் ஏறும் போது "நீ கொண்டுவந்த சீரத் தெரியாதா, இன்னா கிடக்கிற முடாவும் ஒரு பாய்க் கந்தும்தான்" என்று பேரப் பிள்ளைகள் எங்களிடம் ஏளனமாகச் சொல்லுவார். அதற்குப் பதிலாக, "எங்கம்மா கலியாணச் சீருக்கென்று தனியாகச் சூளைபோட்டுச்

---

* ஏராளமான பொருட்கள்.

செய்த பதினோரு அடுக்கு முடாவும் ஏழுவரிசைப் பாயும் சீதனமும் லோ தந்த இந்த வன்னியனாருக்கு...” அதுவும் நான்குமுறை மாட்டுவண்டில் போட்டுக்கொண்டுவந்ததாய் குத்துக் கதை போடுவார் மூத்தம்மா.

எங்கள் வீட்டுப் போடிச் சாப்பில் வேம்பின் நிழலால் வெம்மை ஏறாமல் தப்பித்திருக்கும் கிழக்குச் சுவர் ஓரமாக வளையில் ஊஞ்சல்போல் கட்டப்பட்டிருக்கும் அசவில் விதவிதமான பாய்கள் அடுக்கப்பட்டிருக்கும்; வீணைப்பொட்டிப் பாய், அத்திராசி, நெரிஞ்சிப்பூ, வட்ட அத்தி, விடிவெள்ளி, மயிலிறகு, தாரா அடிக்கூட்டம், கருங்குருவிக் கூடு, கண்மலர், ஒத்தக்கொடி, வால்வெள்ளி, சீப்புக்கண்டாங்கி, மஸ்க்குட்டிப் புழுப் பாய், பொருதுப் புணி, தப்புப் புணி, தாராக்கால், தாமரைக் கொடி, சித்துப் புணி, மைக்கண், முத்துச்சரியன் பாயென ஒவ்வொரு அடுக்காகக் கண்ணைப் பறிக்கும்; அதன் மெருகு குறையாமல் இருக்கச் சீத்தைச் சீலையால் போர்த்தி விடுவார்கள். அந்தப் பாய்களின் மடிப்புகளுக்கிடையில் உம்மா காசு வைத்திருப்பார், தெரியாமல் எடுத்துக்கொண்டு ரீலிஸ் வாங்கி நான் படமோட்டியிருக்கிறேன்.

பேச்சுத்துணைக்கு யாருமே இல்லாத பொழுதுகளில் திண்ணையில் உட்கார்ந்தபடி பாய்களைப் பார்த்துப் பேசிக் கொண்டிருப்பார்; அதனோடு பேசுவதற்கு அவருக்கு எத்தனையோ விஷயங்கள் இருந்தன; “அவர் பேசும்போது நீயும்தானே பார்த்துக் கொண்டிருந்தாய்” என்று அடிக்கடி சொல்லுவார். நான் தூங்கும் போதும் பாய்கள் பற்றிக் கதைக்கத் தொடங்கினால் உம்மாவுக்குச் சலிப்பே வராது, பேசப் பேச உற்சாகச் சுழலில் சிக்கிக்கொள்வேன்.

அரளிப்புதருக்கு அருகில் சதுப்பு நிலம்; தயிர்ச் சட்டி போல சுரி மதமதப்பாக உறைந்திருக்கும், அக்கரைக்குள் பன் பிடுங்கவென்றே பெண்கள் போவார்கள்; அஃகன்னா மாதிரி முழங்கால் ஆழத்திற்கு வேர்பிடித்துத் தொட்டந் தொட்டமாய் நிமிர்ந்து நிற்கும்; தாக்கத்தி பிடித்து அரிந்தெடுப்பார்கள்; நீண்ட துணியால் சும்மாடு சுத்திப் பெரிய பன் கட்டுகளைத் தலையில் சுமந்துவரும் பெண்கள் குத்துக் குத்தாக வீட்டில் அடுக்கிவிட்டுப் போவார்கள்; அதன் அடியில் சாம்பல் போட்டு நிழலில் ஆல் வாடிக்கிடக்கும்; இனி அம்புக் கூரினால் தாரை தாரையாகக் கிழித்துக் குடலைப் பன்னை வேறாக்கி வார்ந்தெடுத்துச் சிறுசிறு கத்தைகளாக முடிந்து அரிவாள் மணையில் வைத்து அடிப்பாகத்தைச் சீராக வெட்டுகையில் வாப்பா கறியோடு வந்துவிடுவார்; புசுபுசுவென ஆக்கிக் காய்ச்சிப் பசியாறிய பின்புதான் உம்மா சாயப்பானையை நெருங்குவார்.

பன் சாயம் என்பது இரண்டு நிறங்களில் மட்டுமே கிடைத்தன; நீலம், சிவப்பு; பச்சை நிறத்தை நீலமென்றும் சிவப்பைச் சாயம் எனவும் கூறுவர்; ஒவ்வொரு நிறத்துக்கும் ஒரு பானை இருக்கும்; அதில் பன் கட்டுக்களை இட்டு அவிந்த பின் இறக்கிக் கொடியிலே காயவிடுவார்; அடுத்து தனித்தனிப் பன்னாக எடுத்து அகப்பைக் கணையால் வாட்டித் தலைப்பன், இரண்டாம் பன், குட்டிப் பன் என்று உயரத்துக்கேற்ப தெரிந்து, பெருவிரலால் அமர்த்தி ஒன்றின் பின் ஒன்றாகப் பன்குத்திப் பாய் இழைக்க உம்மா ஆரம்பிக்கும் அழகோ அழகுதான்.

ஏனோ தெரியவில்லை; பாயிழைப்பது வாப்பாவுக்குப் பிடிப்பில்லை; சில நேரங்களில் உம்மாவின் கொண்டையைப் பிடித்துச் சுண்டியிழுத்துவிட்டு இழைத்துக்கொண்டிருந்த பாயைக் கொசுவிப் பிய்த்து அள்ளி எறிந்திருக்கிறார். பாயிழைப்பது பிடிக்காத புருஷன்மார்கள் பலர் அன்று இருந்தார்கள். பரஸ்பரம் அவர்கள் ஒவ்வாமையைத் தன்னையொத்த பெண்களிடம் பகிர்ந்துகொள்வதில் அவர்களுக்குக் கொஞ்சம் மனநிம்மதி கிட்டியது. பாய்க் கதைகள் எல்லோரிடமும் இருந்தன. ஒருவர் தொடங்கினால் இன்னொருவர் தம் வீட்டுப் பாய்க்கதை ஒன்றைச் சொல்வதும் அது அப்படியே சங்கிலித் தொடர்போல் நீள்வதுமாக இருக்கும்.

பாயின் நீள அகலத்தைக் கால் பாதத்தால் எட்டு அடி, பத்து அடி என்று அளந்து, நூறு ரூபாய் முதல் இருபத்தைந்து ரூபாய் வரை விற்கப்பட்டன. சிலர் புதன்கிழமை, வெள்ளிக் கிழமைகளில் ஓய்வு நாட்களாகக் கருதிப் பாய் அடிவிடுதலைத் தவிர்த்திருப்பார்கள். சில கிராமங்களில் சாப்பைப் பன்னாலும் பருத்திமனையில் அழுத்தியெடுத்த கற்பன்னாலும் சபைப் பாய், தோட்டுப் பாய், மெத்தைப் பாய், காவின் பாய், தூங்கல் பாய் முதலாகத் தொப்பி, தட்டு, பெட்டி, அலுமாரி, விசிறி, கைப்பை என்பனவும் பின்னப்பட்ட.

கோடை மதியமொன்றில் கண்ணில்பட்ட சுண்டெலியை விரட்டிக்கொண்டோடும் புதினம் எங்கள் வீட்டில் சில நாட்களாக நீடிக்கும். அந்தப் பாய்க்கட்டுக்களை வெளியே தூக்கிப்போட்டு விரித்துப் பார்க்கையில் ஒவ்வொரு பாயின் மூலையிலும் கொஞ்சம் கொஞ்சமாகக் கொறித்துவிட்டிருக்கும். போன கிழமைதான் தலைக்கட்டின புதுப்பாயென்று உம்மா புலம்பிக்கொண்டிருப்பார்; தூக்கில் போட்டிருந்த அவரின் 'நைலக்ஸ்' சேலையையும் கடித்திருந்தது. எப்படியோ உள்ளே வந்து புகுந்துகொண்ட சுண்டெலி ஒரு பொருளையும் திறந்துவைக்க விடவில்லை. அங்கே இங்கே ஓடிச் சட்டென்று முடாச் சந்துக்குள் போய் புகுந்துகொண்டது; விளக்குமாற்றால்

ஒரே போடு போட, எலி செத்து முடாப்பானையும் சரிந்தது; வாப்பாவின் இந்த வீரதீரச் செயலைக் கண்டித்து உம்மம்மா சில நாட்கள் சோறு தண்ணீர் பருகாமல் 'உம்'மென்றிருந்தார்.

பன்னுக்கென்று ஒரு வாசமிருக்கிறது. அது உணர்ச்சி மிக்கது. முகத்தை வைக்கும் முன்னமே இது இந்தப் பன்தான் என்று புரிந்துவிடும்; கற்பன் தாமரை மணமாம்; வேடப்பன் அலறிப்பூப் போல் வாசம்; கிராம்பன் நெக்டோ சோடா மணம்; சாப்பை பன் கஸ்தூரி வாசம்; பாட்டிமார் சில சமயம் கதை சொல்லும்போது அதற்குள் பாய்களையும் நுழைத்து விடுவார்கள்; பாயின் அழகு, வழவழப்பு, பயன்பாடு ஒவ்வொருவரும் அதன்மேல் கொண்டிருக்க வேண்டிய விசுவாசம் என்று அவர்கள் விவரிப்பும் நீளும். குழந்தைகள் மனதில் பதிய வைத்துவிட்டால் அவைகளை எக்காலத்திலும் காப்பாற்றிவிடலாம் என நினைத்தார்கள். இறந்துபோன மனித உடலங்களைப் பாயில் வைத்துக் கட்டுவதை மரபாகக் கொள்ளவும் இதுவும் ஒரு காரணம்; இதற்கென்றே தனியாகக் 'கபன் பாய்' என்ற பேரில் வீடுகள்தோறும் அவை பாதுகாக்கப்பட்டன.

குட்டான் இனிப்போடு கமுக்முழுக்கென்று அசவு போட்டுக் கொண்டு பாய் இழைக்கின்ற தருணத்தில் காயாமல் இருக்க லேசாகத் தண்ணீர் தெளித்துத் தலைமாடு, கால்மாடு என்று இரு கருங்கற்களைப் பாரம் ஏற்றி வைப்பார்கள்; கால் விறைப்பிலிருந்து தவிர்த்துக்கொள்ள ஒரு பன் துண்டை எடுத்துக் கண்ணுக்குக் கீழே ஒட்டிவிடுவது மரபாக இருந்தது.

இராப்பூச்சிகளின் மெலிதான சத்தம் மட்டும் கேட்டது. ஒரு சாமத்தைக் கடந்தும் விரல்களின் நடைத்தடம் அடங்க வில்லை. ஒரு அந்தை முடிந்து திரும்பி வழியெடுத்து மெல்ல மெல்ல அசைந்து ஒவ்வொரு பன்னுக்குள்ளும் நுழைந்து விரல்கள் வெளியேறும்போது ஈர மணம் கமழும். பாய் ஒரு சிறுகதைதான். இப்படிப் பன்னோடு குந்தி, இடுப்புக்கு மேலான பாரத்தை ஊன்றுகோல் மீது இறக்கிப் பெரியம்மா எழுந்து போகும் அரவம் என் நித்திரையைக் குழப்பியிருக்கிறது.

எங்கள் வீட்டுக்கு எதிரேயுள்ள ரஹீம் மாஸ்டரின் வளவில் குகை போன்ற இருளுக்குள் ஓர் ஆலமரமும் நின்றிருந்தது. என் பால்யத்திலிருந்து இளமைவரை பலநாட்கள் வெளித் திண்ணையில் படுத்தவாறு அம்மரத்தைப் பார்த்தபடிதான் உறங்க முயற்சித்திருக்கிறேன். அந்த மரத்தின் தண்டில் பேய் ஆடுவதாகச் சொல்வார்கள். பேய் ஆடுகிறதோ இல்லையோ தெருத்தெருவாய் அலைந்து "பன்னிருக்கோ பன்" என்று கூவிக் கூவிக் கூனிப்போன கிழவிகள் அங்கே தூங்கிக்கொண்டிருப்பர்.

35

செருப்பு வெறும் கதையல்ல

செருப்புகள் எனக்கு ஆண்டுக்கணக்கில் தேய்வதில்லை. ஆனால் என்னுடைய வலது காலில் அணிகின்ற செருப்பின் குதிப்பக்கமுள்ள மேல் பாகம் மட்டும் தேய்ந்து சிறு துவாரம் போடும். இதற்கு என்ன காரணமென்று நான் இதுவரை தேடவில்லை. ஒரு வேளை என் நடையா அல்லது எடையா என்பதும் தெரியவில்லை.

முதன்முதலில் எப்போது செருப்பு அணிந்தேன்? சரியாக நினைவுக்குக் கொண்டுவர முடியவில்லை. ஆனால் ஐந்து அல்லது ஆறாவது வயதில் ஒரு பச்சை நிறத்திலான வழவழப்பான 'ரிபன்' கட்டிய தோணிப் படம் போட்ட செருப்பு அணிந்தது ஞாபகமிருக்கிறது.

அதற்கு முன்னமே 'சொக்ஸ்' போன்ற மெல்லிய துணியிலான அழகிய நூல் கட்டும் செருப்பு அணிந்து வீட்டின் தாழ்வாரத்தில் கையில் விசிறியுடன் நின்று கொண்டிருக்கும் கருப்பு – வெள்ளைப் புகைப்படத்தில் பார்த்திருக்கிறேன்; காலில் அந்தக் காலத்து 'மேரிகுயின்' என்ற தோல் செருப்பு அணிந்திருப்பதை உம்மா சொல்லவும் கேட்டிருக்கிறேன்.

"சேற்றுப்புழு கடிக்கும். செருப்புப் போடாமல் வெளியே போகாதே" என்ற வாப்பாவின் உபதேசம் இப்போதும் காதுகளில் ஒலிக்கிறது.

கல்லூரிக் காலத்தில் நமக்கு 'பாட்டா' மட்டும்தான் செருப்பு.

அதுதான் 'ஹெட் மாஸ்டர்' தொடக்கம் அரிவரி படிக்கும் பிள்ளைகள்வரை சோசலிஷமானது.

எனது பாடக்கொப்பிகளில் பென்சில் கீறிய பிழைகளை அழித்துவிடுவதற்கு இரப்பருக்குப் பதிலாகப் பல தருணங்களில் பாட்டா எனக்கு உதவியிருக்கிறது.இன்று நினைக்கையிலும் பற்பல நிறங்களில் பணக்கார விலைகளில் அந்த ஆண்டுகளில் நிறைய ரகங்கள் வராமல் விடவில்லை; நம்மிடம் போதிய பணமில்லாத தால் அவை வேறு தட்டுகளில் ஒளிந்துவிட்டிருக்கலாம்.

எனக்குப் பெரும்பாலும் வார்தான் அறுந்துவிடும்; அதனோடு மனமும் திக்கென்று படபடக்கும். எங்காவது ஒரு சட்டை ஊசி அதனை இணைத்துக் குத்தி என் பயணத்தைத் தொடர ஏதுவாகும். புதுச்செருப்பென்றால் ஒருவித வாசம் வரும்; அப்படியே அதனை முகத்தோடு அப்பி மணம் குடிக்கும் பழக்கம் எனக்கு இப்போதும் இருக்கிறது. வலது இடது இடது வலது என மாறிப் போடுவதிலும், வாப்பாவின் பாதம் நெடுத்த செருப்பை இழுபட அணிந்து நடப்பதிலும் அன்று அலாதி ஆசைதான்.

நீண்ட காலமாக என்னால் மறக்க முடியாமல் இருந்தது ஒரு பள்ளியில் காவு கொடுத்த பஞ்சு போன்ற 'பிளட்போம்' ஊதா நிறச் செருப்புத்தான்; "என் செருப்பின்மீது ஆசைப்பட்டவன் நல்லாயிருக்க மாட்டான்" என்று கைகளைக் கண்களில் கசக்கி அழுதிருக்கிறேன்.

தமிழ் இலக்கியங்களில் வீரர், வேடர், இடையர் அணிந்த குதி காலுக்கும் புறங்காலுக்கும் வார் பூட்டிய தொடுதோல், அகன்ற அடிப்பாகமுள்ள சப்பாத்து, கொழுக்கின் மூஞ்சி போன்ற கூராக வளைந்து உயர்ந்திருக்கும் காலணி, குறடு, கக்கரை, கிரிச்சான், தும்பு, களத்துச்செருப்பு, கூனையடிச்செருப்பு, மூட்டு எனப் பல்வேறு வடிவங்கள் பேசப்படுகின்றன; என்ன பேசினாலும் என் அருமந்த பாட்டாவுக்கு ஈடாகுமா?

எனது திருமணநாளின் மறுதினம் மாமி வாங்கித் தந்த மார்டீன் 'சேர்ட்'டையும் 'அப்பாப்' காற்சட்டையையும் மறக்க முடியாதபடி, அன்றே புது மாப்பிள்ளையாய் அணிந்த 'குவா வாடிஸ்' சப்பாத்து, அதில் அவளும் நானும் முகம் பார்த்து மகிழ்ந்த நேரங்கள் எனக்குள் இப்போதும் நீள்கின்றன.

நாங்கள் வீட்டில் இல்லாத சமயம் எனது தாய்மாமன் வாசலுக்கு வந்துபோன அடையாளத்தை அவர் அணிந்திருக்கும் பாதரட்சையே காட்டிவிடும்; அவர் எப்போதும் ஒரு வேப்பிலையின் வடிவம் பாதத்தில் இலச்சினையாய் பொறித்த செருப்பையே அணிந்திருப்பார்.

‘ஹவாய் சைன்’ செருப்புகளையே அவர் விரும்பி அணிந்ததாகவும் பின்னர் அதன் உற்பத்தி முடங்கியதால் சந்தைக்கு அது கிடைக்கவில்லையென்று மாமா கவலைப் பட்டதாகவும் அவர் மகன் மூலம் அறிந்தேன்.

ஒரே அடியுள்ள மரக்கட்டையால் செய்யப்பட்ட மிதியடி அணிந்த ‘மிதிதடி ஆலிம்’ என்பவர் எங்களூரில் வாழ்ந்ததாக உம்மா கூறக்கேட்டிருக்கிறேன். அவர் ஆயாசமாக ஒரு கையில் பிரம்புடன் வேலி ஓரமாகத் தட்டித் தட்டி நகரும் பாங்கையும் அவரின் மஞ்சோணா மரத்தில் செய்த மிதிதடிச் சத்தம் ஆலிமை இனங்காட்டி நிற்பதாகவும் ஒருசுரங்கைக் கதை வைப்பார்.

அந்நாளில் அநேகர் தலைமுடி மழித்து மொட்டையாகவே இருப்பார்களாம். முடி வளர்த்திருந்த அன்றைய ஒரு பிரபலத்தை “சிலுப்பாக்காரர்” என்று அழைத்ததாகவும் சொல்லுவார். பின்னான காலத்திலும் தலைமுடி கோலமாக வளர்ந்தவர்களை “ஜங்கி” என்றார்கள்.

சரி, இது போல்தான் செருப்பின் வளர்ச்சியும் இருக்குமோ என்று நான் சிந்திப்பதுண்டு.

எல்லாம் செருப்புத்தான், அதிலென்ன பெரிய மொடல்?

இல்லை, செருப்பு அணிவதும் ஒரு கலைதான், அதன் நிறம், வடிவம் நமக்கு ஒத்துவராது போனால் மனம் ஒதுங்கியே விடுகிறது. இப்போதைக்கு அணிந்துகொள்வோம் என்று வாங்கினாலும் அதன் தெரிவில் பிழை செய்துவிட்டேனோ என்ற ஒரு சிறு நினைவு எனக்குள் அலசி எழுகிறது.

என் சிறுவயதில் பெருவிரலுக்குப் பதிலாக மெட்டி விரலுக்குள் செருப்பின் பட்டியை மாட்டி அணிவதிலும் பின் பகுதி தேய்ந்து குதிகால் தரையில் பட ஒரு குதியால் சறுக்கி நடப்பதென்பதும் மிக்க மகிழ்வானது. சதக் சதக்கென்று, புரூக் புரூக்கென்று குதியோடு ஒட்டிப் பிரியும் சத்தம் இனிமையானது.

பரந்து கிடக்கும் வெள்ளை மணற்பரப்பில் போய் உட்கார்ந்து விட்டால் அங்கேயே நம்மைக் கரைந்தளித்துவிடத் தூண்டும் ரம்மியங்களின் களிப்பிலிருந்து. மீண்டு எழுகின்றபோது நம் கண்கள் வளைந்து தேடுவது நாம் அணிந்துவந்த செருப்பைத்தான்.

எவ்வளவு குவிந்து கிடந்தாலும் அந்தக் கும்பலுக்குள் நமது சோடியை என்னமாய்த்தான் கண்டுபிடித்துவிடுகின்றோம்.

கைகளில் காவிச்சென்ற தேனரிய செல்வத்தையும் இழந்துவிட்டு வரும் மனிதர்கள் பெரும்பாலும் செருப்புகளை

அயப்பதில்லைதான்; சோடி மாறினாலும் செருப்புகள் நிழற் போர்வையாகவே தொடருகின்றன.

அநாதரவான நிலையினைப் பெரும்பாலும் செருப்புகள்தான் உணர்த்துகின்றன; பொதுச்சமூக நீரோட்டத்திற்கான சிறு கசிவு இங்கும் பல்வேறு வகையில் செருப்பின் வடிவங்களில் பகர்கின்றன.

நீண்ட நேரம் காத்திருந்து – வெயிலில் காய்ந்திருந்து – கடலின் உப்பும் கடற்காற்றின் வேகமும் பாறைத் தொகுதிகளில் தோய்ந்த ஈரமும் மூடிப் பொதிந்துகொண்டிருக்கும் சாய்வு நிலப் பகுதிகளில் சமநிலைக்கு ஈடுசெய்து நம்மைச் சுமந்து நுழைந்து செல்லும் பாதணிகளும் சமுதாய அகலிகைகளே.

‘பாதணிகளை வெளியே கழற்றுங்கள்’ என்ற வாசகத்தோடு எனக்கு எப்போதும் வெறுப்புத்தான். இப்படி எழுதிப் போட்டுவிட்டு உள்ளே இருப்பவர்கள் அதனை அணிந்திருப்பது எவரின் கண்ணிலும் விழுவதில்லையே.

கடந்த மாதம் என் வீட்டின் பின்னே குசினியொன்றை அமைப்பதற்காக ஆழமான மடுவொன்று வெட்டும் நேரத்தில் பூட்டுவாரோடு கழன்ற நிலையில் இழுபட்டுக்கொண்டு ஒரு வர்ணம் கலைந்த குதிரை முகத்திலான கால் விரல்கள் பதித்தபடி உள்ளேயிருந்து ஒரு செருப்பைக் கண்டெடுத்தேன்.

அதன் வயது நூறைத் தாண்டியிருக்குமென்று என் உம்மாவின் சகோதரி சொன்னார். அவர்கள் வாப்பாவின் வாப்பா அணிந்திருந்ததாகவும் அவர் சாட்சி பகர்ந்தார்.

ஒரு குறிப்பிட்ட சமூகத்தின் வளர்ச்சியை ஆராய்கின்ற போது அச்சமூகம் பயன்படுத்திய பொருட்களைப் பற்றிய அறிவு அவசியமாகின்றது. மனிதனின் வளர்ச்சியிலும்கூட இது பொருத்தமாகத்தான் இருக்கும்போல. செருப்பு வெறும் கதையல்ல. அது என் ஒற்றைத் தியாகிம் இப்படி எழுதிக் கொண்டிருக்கையில் ரகசியமாக என் நம்பிராட்டி பின்னே நின்றுகொண்டு, “உங்களின் இந்த ஓட்டச் செருப்பையா சொல்லுறீங்க?” என்கிறாள்.

36

கொத்திருக்கா கொத்து

ஒருகாலத்தில் நமது மூதாதையர் புத்தகங்கள் எழுதியதைவிட நிறையவே கதைகள் வைத்திருந்தார்கள்.

ஒவ்வொரு பாத்திரத்துக்கும் தனித்தனிக் கதைகளும் கொண்டது.

இவர்களின் கதையாடல் மரபு அனைத்தையும் கதை சொல்லல் – கதை கேட்டல் மரபின் வழியாகவே கற்றிருக்கிறார்கள்.

ஒரு சிஷ்ய மரபுவழிக் கற்றலைத் தாண்டிய தனிமனித் தொடர்புவழிக் கற்றல் மரபு இது; இவர்கள் கதைசொல்லியின்மீது மரியாதையும் அன்பும் கொண்டவர்களாகவே தெளிந்தனர். இதே வழியில் கற்றல்முறைகளுக்கு ஒப்பான விளையாட்டுகளும் அவர்களிடம் இருந்திருக்கின்றன.

"ஓர் ஊரிலே..." என்று தொடங்கும் பெரும்பாலான வாய்வழிக் கதைகள் – அந்தந்த ஊரின் பொது மனிதர்கள் கொள்ளும் மனநிலைகள், அங்குள்ள விவசாயப் படிமுறைகள், அதிகார வர்க்கத்தினரின் வார்த்தைப் பிரயோகங்கள் பகுதி வாரியான வட்டார வழக்குகள் என்பதையும் விளையாட்டாகவும் உபகதைகளாகவும் விரித்து, பெரியவர்களுக்கு மட்டுமல்ல குழந்தைகளுக்கும் கற்றுத்தருகின்றன; ஓர் அநீதியை எடுத்துரைக்க ஒருவரின் ஊரோ பெயரோ குறிப்பிடப்படாமல்

ஒரு பழத்தை அல்லது ஒரு காயை வைத்துப் பண்பாட்டின் ஒழுக்கங்கள் பொதுத்தன்மையுடன் ஆண், பெண் இணையும் விளையாட்டுகள் வெளிப்படுத்துகின்றன.

கொத்திருக்கா கொத்து..,
என்ன கொத்து..,
மாங் கொத்து..,
போட்டுட்டுப் போங்க...

இப்படிப் பாடிக்கொண்டே ஒருவர், கீழே வட்டமாகச் சுற்றியிருக்கும் ஒரு குழுவை வளைந்து வளைந்து வருவார். அவர் கையில் மாவிலைக் கொத்தொன்று இருக்கும்; அதை வட்டத்திலிருக்கும் விரும்பிய ஒருவரின் அருகில் போட்டுவிட, இருந்தவர் அதனை எடுத்துக்கொண்டு அந்தப் பாடலைப் பாடியபடி அவர்களைச் சுற்றிச் சுற்றி வருவார்.

இது தொடர்ந்துகொண்டிருக்கும்.

காலத்திற்கேற்ற, வயதிற்கேற்ற, மகிழ்ச்சி பொங்கும், அன்பு நிறைந்த இந்த அந்திநேர விளையாட்டுக்கள் அன்றைய பொழுதுகளை நிறைத்திருந்தன.

றைட்டா... றைட்டா... றைட்டா...
றைட் மாறினேன்...

என்று பேசிக்கொண்டு நொண்டி விளையாடுவது,

அதன் இறுதியில் முத்தெடுத்துப் பெருங்கடல் போடுவது,

ஒருவர் கண்களைக் கட்டிவிட்டு கையில் கொஞ்சம் மண்ணைக் கொடுத்து,

எவடம் எவடம் புளியடி புளியடி...

எனக் கூவி

அவரைத் தூர நார்த்தி அந்த மண்ணைக் குவிக்கவைத்து மீளக் கூட்டி வந்து பழைய இடத்தில் விட்டுவிட்டு, கூடி நின்றவர்கள்,

கறி கொதிக்குது உப்பைத் தா..,
கறி கொதிக்குது உப்பைத் தா...

என வினவுவது அந்த இடத்தில் பார்க்கவும் கேட்கவும் மிகவும் சுவாரஸ்யமாக இருக்கும்...

கிள்ளிக் கிள்ளிப் பிராண்டி...
கிள்ளாக் கிள்ளாப் பிராண்டி...
பாதிப் பலாக்காய் உண்டவரே
பாவட்டம் கையை முடக்கு...

> பாட்டன் குத்து...
> பறையான் குத்து...
> பூட்டன் குத்து...
> புடிச்சான் குத்து
> விளையாட்டு...
>
> மேசைக்கு மேலே
> பொரிச்ச மீனும்
> சோறும் கறியும் இருந்ததைத் திண்டுட்டு நடிக்கிறாயா கள்ளப் பூனை...

என்று தெத்து மட்டும், இருகரங்களையும் நீட்டிக் கொண்டிருப்பவரின் கைகளில் அறைவதும் ஓர் ஆனந்தம்தான். இவை மரபாகவும் மண்ணோடு கலந்ததாகவும் அன்று சிறுவர் முதல் பெரியவர்வரை கவர்ந்திருந்தது.

அணிகள் சேர்வதற்காகப் பந்தி பிரிப்பதும் ஒரு விளையாட்டுத்தான். இரு அணித் தலைவர்களும் ஓரிடத்தில் நின்றுகொள்ள - ஒரே தரத்திலான குழந்தைகள் இவ்விருவராகச் சேர்ந்து தனியாகச் சென்று தங்கள் இருவருக்கும் வேறு பெயர் வைத்துக்கொண்டு வருவார்கள்; தலைவர்கள்முன் நிற்குமவர்கள், "புறாவா - கிளியா", "மானா - குதிரையா", "தும்பியா - வண்ணாத்தியா", "நம்பியாரா - அசோகனா" என்று தங்களுக்கு வைத்துக்கொண்ட பெயர்களைச் சொல்லிக்கேட்க, அணித்தலைவர்களில் ஒருவர், அவர்கள் கூறும் பெயர்களில் ஒன்றை யூகத்தோடு உச்சரித்துத் தனக்குத் தேவையானவரைத் தேர்ந்தெடுத்துக்கொள்வார்.

தெரு விளையாட்டுகளின் அநேக இடங்களில் பாடல்கள் நிறைந்திருக்கும்; அதனைச் சூப்பாட்டம், தோப்புப் பாடல் என்போம்.

> ஆலையிலே சோலையிலே
> ஆலம் பாடிச் சந்தையிலே
> கிட்டிப் பொல்லும் பம்பரமும்
> கிறுக்கி அடித்த பாலாறோ... பாலாறோ...

என்று வீதியில் இறங்கிப் பாடிக்கொண்டு, தாய்ப் பொல்லால் குட்டிப்பொல்லை விசிறி அடிக்கும் விளையாட்டு பார்ப்பவர்களை மயிர்கூச்செறியச் செய்யும்; இதில் பொதுவாகப் போட்டி இல்லை; ஆனால் வெற்றி தோல்வி உண்டு; தோற்றவர்கள் தோப்புக் கரணம் போட வேண்டும்; இல்லாவிடில் தலைகளில் குட்டு விழும்.

விளையாட்டின்போது, வெளியில் அல்லது ஒன்றுக்குப் போக வந்தாலோ "தூ" சொல்வது வழக்கம்; விளையாட்டிலிருந்து

வெளியேறிப் பின் உள்ளாகும்போது "தூ முடிந்தது" என்று கூவி விட்டு மீளவும் இணைவோம்.

இவ்விளையாட்டுகளில் முழுமையான சுதந்திரம், ஜனநாயக விழுமியங்கள் தொடரும்; படைப்பாற்றல் திறன் மகிழ்ச்சி, நட்பு, ஒற்றுமை என்பதுடன் எதிரணியிடமும் அன்பு காட்டுதல் உச்சத்தைத் தொடும்.

சில விளையாட்டுகளுக்கு வானமும் பூமியும் ஒத்துழைப்பதில்லை; அதேபோல் எலியும் பூனையும் ராசா வீட்டுக் கல்யாணம், கிட்டி, கபடி, எறிபந்து, உச்சி, பம்பரம், கள்ளன் பொலிஸ், கண்ணாமூச்சி, இவை வேனிற்காலத்திலும் பல்லாங்குழி, தாயம், தட்டாமாலை, கொழுக்கட்டை என்பன மழைக்காலத்திலும் பிரித்துவைக்கப்பட்டன; பொதுவில் சிறுவர்களுக்கான விளையாட்டுகள் இலக்கு நிர்ணயிப்பதையும் குறிபார்த்து அடிப்பதையும் திட்டமிட்டுச் செயலாற்றுவதையும் கூட்டு ஒற்றுமையையும் கற்றுத் தந்தன.

கல்வியில் பின்தங்கிய பெண்கள் சும்மா வீட்டில் முடக்கம் கொள்ளாது எண்கணிதத்தின் துல்லியத்தையும் இணைந்திருத்தலையும் அவ்வாறான விளையாட்டுக்கள் வேண்டி நின்றன; பசுமையும் குயில் கூவும் ஓசையும் இலைகளின் அசைவும் "நில்" என்ற தென்றலும் அரவணைத்திருந்த நம்மை இன்று அவை விட்டுவிலகி நாமும் நகர்த்தப்பட்டுவிட்டோம்.

தூரக்கேட்கும் ஒலிபெருக்கியில் மிதந்துவரும் பாடல்களோடும் பாடசாலை விட்ட கையோடும் துவங்கும் நமது தோழர்களுடனான விளையாட்டுகள் இன்னும் நினைவில் ஆடுகின்றன.

காற்சட்டைகளும் அந்தத் தோழிகளின் கொசுவச் சுடிதார்களும் 'நீ நான்' என்ற வழக்காறுகளும் அத்துமீறிய குரலோசைகளும் இச்சைகளறுந்த தொடுகைகளும் நம் வானத்தின் எல்லைகளாகி ஒவ்வொருவருக்கும் நெஞ்சூறும் இல்லையா? இரவு நேரங்களில் நமது மூதாதையர்கள் நம்மை மடியிருத்திச் சொல்லித்தரும் கதைகள் நாம் தூங்கச் செல்லும்வரை உதவி செய்தன.

இன்னும் நூறு ஆண்டுகளுக்குப் பின்னும், 'காகம் வடை திருடிய கதை' பிறக்கும் குழந்தைகளில் மரபணுக்களிலேயே பதிந்திருக்கும்.

அந்தக் கதையில் காக்கை ஏமாந்தது என்ற முடிவில் ஒரு திருப்பமாகப் 'புத்திசாலிக் காகம்' எனப் பெயர் மாற்றப்பட்டு "நரி ஏமாந்தது" என்ற முடிவும் சொல்லப்படுகிறது. அன்று

கதை சொன்னவர்களின் பரம்பரையில் வந்த இன்றைய மூத்தம்மாக்கள் "மெகா" நெடுந் தொடர்களின் சிக்கெடுத்துக் கொண்டிருக்கிறார்கள்.

அல்லது ஆங்கில வழிக் கதைகளில் மூழ்கி முத்தெடுக்கிறார்கள். இந்த மண்ணின் கதைகளைச் சொல்லும் ஆசிரியர்கள் வேறு பல சர்வதேசக் கதைகளை நோக்கி நகர்ந்திருக்கிறார்கள்.

மன மகிழ்ச்சிக்கான அடையாளங்களான விளையாட்டுக்கள் ஏதுமற்ற இந்தக் குதிரையோட்ட வாழ்வு நம்மை மறக்கடித்து வீதியின் மருங்கே கொண்டு நிறுத்தியிருக்கின்றது.

37

சுதந்திர வானம்

போன வாரம் பெய்த கார்மழைக்கு வேலி முருங்கை பசுத்திருந்தது. தூரத்தில் உமிழ்ஞ்ஞைக் கொம்பில் ஓணான் தனித்து அமர்ந்திருந்தது. தென்னோலையின் ஈர்க்கில் முடியப்பட்ட தொண்டிலுடன் கையில் மெல்ல மெல்லப் பதுங்கி வெறுங்காலைப் பார்த்து எட்டுவைத்தேன்; ஓணான் இப்போது தொண்டில் பட்டுத் துடித்துக் கொண்டிருக்க அதன் முதுகின் ஓரமான முட்கள் நிமிர்ந்து நின்றன; ஒரு சிறு பள்ளம் அதிலே ஓணான் மூச்சிரைக்க தன் மேனி மண்ணில் புதைந்திருந்த நிலையில் கண்கள் பிதுங்கச் சுற்றிப் பார்த்தது; சரியான சமயம்தான் உக்கிய சுண்ணாம்பைத் துவட்டிய புகையிலையில் உருண்டை செய்து அதை ஓர் ஈர்க்கிலில் ஏற்றி ஓணானின் வாயில் புசிக்க நீட்டுகிறேன்; சில நிமிடங்கள் செல்ல ஓணான் தலையை அங்குமிங்கும் ஆட்டத் தொடங்குகிறது; தொரட்டி வாதுகளில் ஒட்டிக் கொடி முளைத்துப் படர்ந்து தொங்கியது; அதன் ஓரமாய் நின்றிருந்த தோழிகளுடன் தோழர்களும் கூக்குரலிட்டனர்.

நிலம் இன்னும் வெக்கையுடன் தகித்தது. சில வெடில் கட்டுகளுடன்* தோழர்கள் வந்திருந்தனர்; தரையில் ஒரு நிழலைப் பார்த்துச் சப்பணமிட்டு அமர்ந்தோம்; ஒவ்வொரு வெடில்களாகப் பிரித்து அதன் மருந்துகளை ஓர் ‘எஸ்லோன்’ குழாயினுள் கொட்டி இருபுறங்களையும் களிமண்ணினால் அடைத்தோம். துருத்தியவாறு வெளியில்

---

* பட்டாசுகள்.

தெரியும்படி திரியொன்று செய்தோம். இனிக் கொளுத்த வேண்டும். சித்தி லாத்தாவின் வளவுதான் அதற்குப் பொருத்தமாகப் பட்டது. அவரிடம் சென்று அனுமதி கேட்டபோது "இந்தப் பெரிய விசாலமான வளவில் ஓரிடம் உங்களுக்கு இல்லையா, எங்கு சரி வையுங்கள் இருக்கும்," என்றார்; நாங்கள் அவரின் புழக்கடையில் வைத்துக் கொளுத்திவிட்டோம்; பொப்பென ஒளிக்கீற்றுக் கிடுகு வேலிமீது படர்ந்து புகையைக் கக்கிக் கொண்டு 'டுமீர்' என்றது. சித்தியின் வாப்பா தோளில் போட்டிருந்த காவித் துண்டை உதறினார். அதிர்ந்துபோய் நின்ற மகளிடம் "அவனுகளுக்கு நீதானே அனுமதி கொடுத்த" என்ற உறுமலோடு சாத்தோ சாத்தெனச் சாத்தினார். நாய் புகும் ஓட்டையில் ஒருவன் தலையை வைத்தான், பின்னால் வேகத்தில் வந்த நான் அவனைத் தள்ள வேலி கிழிந்துபோயிற்று; நாயுருவியும் சுள்ளியும் ஒருவனில் சிக்கி அவன் விழுகின்ற சத்தம் அரவமாய்க் கேட்டது. நாங்கள் ஓட்டம் பிடித்தோம். பாவம் சித்தி லாத்தா இப்படியாக வெடிக்கும் பொருளென்று அவர் நினைத்தே இருக்கமாட்டார்.

அன்பும் மேன்மையும் கலந்த உறவை என்ன சொல்லி என் பக்கத்தில் வைத்துக்கொள்வது. பெரியம்மா பிரிந்துபோன கடைசிக்கணம் உடலெங்கும் தீப்பிடித்து ரணமாக எரிந்தது; அவர் சில்லறைக் கடை வைத்திருந்தவர். ஒவ்வொரு அதிகாலை யிலும் கடை திறக்கும் முன் கைமுகூர்த்தம் பெற என்னிடமே வருவார்; பத்துச் சதக் காசு தந்து அவர் கடையில் ஏதாவது ஒரு பொருளை நான் வாங்க வேண்டும்; ஒருதினம் பழைய செம்பு நாணயமான ஐம்பது சதத்தைக் கொடுத்துப் பத்து பார் பணிஸ் வாங்கிக்கொண்டு வீட்டுக்கு வந்துவிட்டேன்; விடிந்ததும்தான் பார்த்திருக்கிறார். அது பழைய செல்லாக்காசு. அவர் கல்லாவுக்குள் என் முகம்தான் தெரிந்திருக்க வேண்டும்; அதன்பிறகு அவர் கைமுகூர்த்தம் தேடி என்னிடம் வருவதேயில்லை. தொடர்ந்த நாட்களில் பெரியம்மாவின் பிள்ளைகள் சாப்பிட மறுக்கும் கணங்களிலெல்லாம் நான் மட்டுமே அவர்களின் அச்சுறுத்தும் கருவியாகப் பயன்பட்டிருக்கிறேன்.

"இரவு நேரத்தில பூச்சி பொட்டை வரும் வீட்டுக்குள்ள வாங்க" என்று உம்மா அழைத்தும் மருதோன்றி மரத்தின் கந்தொன்றை நான் சவட்டிப் பிடித்திருக்கத் தங்கை இலைகளை உருவிக்கொண்டிருப்பாள். சாப்பிட்டு முடிந்த பின் இருவருமாக மாறிமாறி மருதோன்றி குத்துவோம்; விடிந்ததும் எழுந்து யாரின் கை பவளம்போல் சிவந்திருக்கிறது என்று உம்மாவிடம் காண்பித்து ஆளையால் சீண்டிக்கொள்வோம்; கூடியபட்சம் அவளுடைய கைகள்தான் நன்றாகச் சிவந்திருக்கும்; எட்டுக்கால்

பூச்சியொன்று நசுங்கி ஒட்டியிருப்பதுபோல் என் கையில் மருதாணித் தடம் அலங்கோலமாய்ப் பதிந்திருக்கும்; இப்படியான சுதந்திர வானில்தான் என் பட்டங்களும் ஏறின.

உடல் வளராத எனக்குள் ஓர் உலகம் எப்பொழுதும் உரையாடிக்கொண்டே இருந்தது. வீட்டின் வரவேற்பு அறையில் கால்கள் இரண்டையும் அகல விரித்துப்போட்டுப் பட்டங்கள் கட்டுவதே என் வேலை. பெட்டிப் பட்டம், ஆலாப்பட்டம், மீன் பட்டம், வௌவால் பட்டம், மயில், வீடு, ஆள், நட்சத்திரம் என ஒவ்வொரு நொடியும் ஈர்க்கிலும் கையுமாய் அலைந்தேன். பிரம்பு, மூங்கில், தென்னை மட்டை என்பனவும் பட்டங்கள் கட்ட உதவின. எனக்குத் தலைப்பற்று ஈர்க்கில்தான் விருப்பம்; அந்நாளில் மணச்சேனை என்ற கிராமத்துக்குச் சென்று மரமேறித் தலைப்பற்று ஓலை கொண்டுவந்து சீவி ஈர்க்கில் எடுப்போம்.

பட்டம் வானில் ஏறுகின்றபோது மொச்சை பிழை யென்றாலும் வால் சிறிதானாலும் குஸ்தியடிக்கத் தொடங்கும்; நைலோன் நூல் தடிப்பமென்றால் வண்டியடிக்கும். அநேகமாக *'JIL'* எனும் மீன் அடையாளமிட்ட ஆறு, ஒன்பது, பனிரெண்டு நம்பர்களுடைய நூல் கட்டைகள்தான். பட்டத்தைப் பொறுத்து வேறுபடும். காற்றுப் பலமாக வீசியதால் பட்டம் கடுமையாக இழுக்கத் தொடங்கியது. நூலிலிருந்து எழும் அதிர்வோசை மிகச்சத்தமாகக் கேட்டது. பட்டத்தை இறக்குவதென்பது முடியாத நிலை வருகின்றபோது தென்னோலையில் வளையமாகச் செய்து நூலில் 'ரங்' விடுவோம்; அது நூல் வழி நகர்ந்து தொங்கலாகி மொச்சையை இறுக்கும், அந்நேரம் பட்டம் கீழிறங்கும்; இப்படித்தான் விட்ட 'ரங்'குகளும் காற்றின் பலத்துக்கு நின்று பிடிக்க ஒண்ணாமல் அறுந்துவிழப் பக்கத்தில் நின்றிருந்த எங்கள் சின்னப்பா விரலில் அணிந்திருந்த பெறுமதியான மோதிரத்தைக் கழற்றி அதில் கைக்குட்டையை முடிந்து நூலில் 'ரங்'காகப் பொருத்திவிட்டார்; பட்டம் மெல்ல மெல்லப் பூமியைப் பார்க்கப் பணியத் தொடங்கியது; அப்போது நூலை வேகமாகச் சுற்றிப் பட்டத்தை இழுத்துக்கொண்டிருந்தோம்; திடீரென சுழிக்காற்று வீசியடித்தது; பட்டம் ஒரு குஷ்தியோடு இழுக்க, நூல் அறுந்து பட்டம் எக்கி எக்கி நாணல் காடுகளையும் தாண்டி மறைந்தது. சின்னப்பாவின் மோதிரத்துக்கு என்ன நடந்ததோ? எப்போதும் என் ஞாபகத்தில் அழியாத ஓவியமாய் முகமற்றுக் கிடக்கிறது அந்த மோதிரம்.

கணம் நேரம் விலகாது காற்றில் கைகள் அலைந்து கொண்டே இருக்கும். கண்களால் பட்டத்தைத் தவிர வேறொன்றையும் காண முடியவில்லை. பட்டத்தின் நூலை ஒருகையில் சுண்டி இழுத்து மறுகையால் நூல் விட்டபடி

வீதியின் இறக்கத்தில் மேலே அண்ணாந்து கொண்டு பின்னால் நடக்கிறேன். "கடவுளே" என்று ஒரு சத்தம் கேட்டது, சட்டி பானை விற்று வந்த அந்த வயோதிகப் பெண்ணில்தான் மோதியிருக்கிறேன்; அந்தப் பெண்ணின் தலையில் இருந்த பாரத்தை இறக்கவும் இறக்கியதைப் பிடிக்கவும் ஆள் அவசியம் இருக்கவில்லை; சிதறிக் கிடக்கும் ஓடுகளை அள்ளிவைக்கத்தான் இருவர் தேவைப்பட்டார்கள்; அடுப்பு ஊதிக்கொண்டிருந்த உம்மாவிடம் யாரோ போய்ச் சொல்லப் புகைமூண்ட கண்களைக் கசக்கியபடி, பொன்னாங்கண்ணி நிரம்பிய சுளகோடு வெளியில் ஓடிவந்த தங்கையிடம் "சோறைப் பொங்காமல் பார்த்துக்க, அடுப்பை ஊதிவிடு" என்றவர்தான். பின்னர் நான் என்முதுகு பொங்கியிருக்கிறதா என்று பார்க்கும் படி ஆகிற்று. அந்தக் கலக்கத்தில் சில நாட்களாகப் பெரிய வயிறுகளுடன் சட்டிபானைகளைச் சுமந்துவந்து எல்லோருக்கும் வாரி வழங்குவது போன்ற ஆசாமிகளும் புதையல் பானைகளைக் காவல் காக்கும் பூதங்களும் அவற்றைப் பறித்தோடும் அரக்கர்களும் என் கனவுகளில் வந்து அச்சமூட்டிச் சென்றனர்.

பனி அடர்ந்த பூக்களெல்லாம் நீராக வடிந்து கொண்டிருந்தன; வீட்டுக்கு முன்னால் சீராக வளர்ந்து கிடக்கும் சிகப்பு நிறத் தண்டங்கீரைப் புதரில் வீதிவிளக்கின் ஒளிபட்டு நீளும் நீர்த்துளிகள் வானத்தில் எரியும் தாரகைகள் போலிருக்கும். அந்த இறக்க வளவிலிருந்து யாரோ எங்கள் வீட்டை நோக்கி வருவது தெரிந்தது. இருள் இன்னும் பிரியாமல் மண்டியிருந்ததால் உருவம் துலங்காமல் இருந்தது; அருகில் வரவரக் கண்ணுக்குப் புலப்படத் துவங்கியது; சாரனை மடித்துக் கட்டிய ஒரு மாமிச மலை; அவன் முகமோ ஒரு குழந்தையைப் போலிருந்தது; பெரியம்மா "வா தம்பி வா" என்று அவனை உள்ளே அழைத்து வயர் கட்டிலில் உட்காரச் சொன்னபோதே, "உங்கட மகன்" என்று இழுத்தான்; நான் விரைந்து வீட்டுக்குள் போய் மறைந்து கொண்டேன்.

குடில் கட்ட வேண்டுமென்று தோழர்களோடு சேர்ந்து ஊரார் வேலிகளில் வரைந்திருக்கும் மாவிரைக் கம்புகள், கிடுகுகள், கிட்டிகள் அறுத்து இரவிரவாகச் சேகரித்த கைங்கரியம் வெளியான அதே நிமிடத்தில் புழக்கடையில் நாங்கள் மறைத்து வைத்திருந்த அத்தனை பொருட்களும் அவன் பக்கம் வந்தாகி விட்டன; என் தங்கை கோபமாக நான் ஒளிந்திருக்கும் மூலைக்கு வந்தாள். என்னைச் சமையலறையின் பின்வாசல் வழியாக வெளியே கூட்டிப்போய் "ஓடு ஓடு" என்றாள், அந்நேரம் அடுப்பில் சூட்டுக்கோல் தணலாகிக்கொண்டிருந்தது.

38

பறக்கும் வடை

வெயில் 'சுள்'ளென்று எரித்தது; மாரிக்கால வெயிலுக்கு எப்போதுமே ஒரு வரவேற்பு இருக்கும்; பொதுவாக மனிதர்களின் மனங்கள் ஒரு நிலையில் இருப்பதில்லை; எதையும் எப்போதும் ஏற்றுக் கொள்ளச் சம்மதிப்பதுமில்லை. வெயில் காய்ந்தால் அதைத் தாங்கிக்கொள்ளாமல் "என்ன வெயிலப்பா இது? இன்னும் மழையைக் காணவில்லையே" என்று ஏங்குவார்கள்; மழை பெய்யத் துவங்கினால "சே – கொஞ்ச நேரமாவது இந்த மழை வெட்டாந்து வெயில் விழாதா" எனப் பரிதவிப்பார்கள்; தொடர்ச்சியாகப் பெய்த மழை அன்று கொஞ்சம் ஈவு கொடுத்தது; சம்பலோடு சேர்த்து உம்மா கீரை வடை போட்டார்; அவசரமாக வீட்டுக்குள் நுழைந்த வாப்பா வந்த கதியோடு பிய்ந்துபோய்க் கிடந்த சாய்வு நாற்காலியில் தலையணையைப் போட்டுக் கெழிந்து வடையைச் சம்பலில் தொட்டுத் தொட்டுத் தின்றது, இப்போது மழைபெய்தாலும் எழும் புழுதி மணத்தில் எனக்கு அந்த ஞாபகங்கள் துளிர்க்கும்.

உளுந்து வடையைப் பார்க்க வேண்டுமென்றால் மேற்கே பள்ளி எதிர் சுலைமான்ட தேநீர் கடைக்குத்தான் போக வேண்டும்; அங்கு உளுந்து வடை ஒரு முறத்தில் கிடக்கும்; கடையின் பின்பக்கம் உட்கார்ந்து சீட்டாட ஓர் இடம் இருக்கும்; வீட்டுக்கு யாராவது வந்துவிட்டால் மாமி என்னை அங்குதான் அனுப்புவார்; "சுலைமான்ட கடையில சீட்டாட்டம் நடக்கும் போய் கூட்டிட்டு

வா” என்பார்; நான் சென்று சீட்டாட்டத்தை ரசிப்பதுமாதிரி நின்றுகொள்வேன். மூன்றும் ஒன்றும் நான்கு என்று கூட்டி எடுப்பதுதான் சீட்டாட்டம் என்று நினைப்பேன். ஒரு கடதாசி விசிறிபோல் ஒவ்வொருவரும் கையில் பிடித்திருக்கும் சீட்டுக்களில் அப்படித்தான் வரிசைக்கிரமத்தில் எண்களும் ஆங்கில எழுத்துக்களும் அடங்கித் தெரியும். குருத்து மணல் பரப்பி மணல் கலைந்து போகாதிருக்க நான்கு சட்டகங்களிலும் தென்னங்குற்றிகள் போட்டிருப்பார்கள்; ‘ஜோக்கர்’ என்று எழுதப்பட்டு வயிறு துருத்திய ஒருவரின் படம் அச்சிட்ட இரண்டு கார்ட்டுகளைப் புறம்பாக மணலில் குத்தியிருப்பார்கள்; மாமா ஆட்டத்தை முடித்துக்கொண்டு வரும் வழியில் எனக்கு முள்ளி மிட்டாய் வாங்கித் தருவார்; “மாமி ஏன் சுணங்கியது,” எனக் கேட்டால் “காலைக்க நின்றவரைக் கூட்டிட்டு வாறேன் என்று சொல்லு” என்பார்.

அந்த வடை சுடும் இடம் எங்கள் வீட்டின் பக்கத்தில்தான்; அதனோடு ஒட்டியதாக பேக்கரியும் இருந்தது. அதன் குசினி மேலே அருமையான புகைபோக்கியும் கட்டிவிடப்பட்டிருந்தது; என்றாலும் அந்தப் புகைக்கு அதன் வழியாகப் போவதற்குக் கொஞ்சம்கூட இஷ்டமில்லை; பல சமயம் ஈரவிறகினால் புகை கிளம்பி சங்கடம் வருவதும்தான். அது கலைந்து எங்கள் முற்றத்திலும் ஒரு சுற்றுச் சுழன்றுவிட்டுத்தான் நகரும்; ஒரு நேரம் பஞ்சு ரோமங்கள் உயிர்பெற்று எழுந்து மேல்நோக்கிப் பறந்து வேகமாகப் புகைக் கூண்டின் வழியாக வெளியேறிப் போவதைப் பார்த்து ஆனந்தக் கூச்சலிடுவேன்.

வீட்டுக்குள் தனியாக விளையாடி அலுத்துவிட்டால் எதிரே ஒரு பெரிய வெளித்திடலிருக்கிறது. அந்தத் திடலுக்குச் சென்று படர்ந்து கிளை பரப்பியிருக்கும் தூக்கு மூஞ்சி மரத்தின் கீழ் அமர்ந்துகொள்வேன். வேகமாக வீசும் காற்றில் ஒரு பக்கமாக உடுத்தியிருக்கும் சேர்ட் எவ்விப்போய் ஆளை இழுக்கும். ஒரே வரிசையில் புங்க மரமும் கூடவே அத்திடலுக்குத் தகுதியான நிழலைத் தந்துவிடும். அங்குதான் வடை மைனரும் ஒரு கண்ணாடிப் பெட்டியில் ‘பறக்கும் வடை’ வைத்திருப்பார்; அவர் நிற்கும் இடத்துக்கு என்னைக் கடக்கும் காற்றே அங்கு இழுத்துச் செல்லும். அந்தப் பெருமரத்தின் போருக்குள் நின்றே அவர் வியாபாரத்தை முடிப்பார். காலையில் பறவை பிடிப்பவர்கள் வந்திருப்பார்கள். அவர்கள் ஆளுக்கொன்றை வாங்கி வைத்துச் சுவைத்து உண்பார்கள். பின்னர் பிடித்த பறவையின் கால்களில் இரண்டு மூன்று வடைகளை முடிந்து நெடிய நூல்களில் பறவைகளை விடுவார்கள்; அவை பறந்து உயர்ந்த மரமொன்றில் தங்கி நிற்கும்; அதன் கால்களில் உள்ள வடைகளைக் கொறிக்க ஏனைய பல பறவைகள் அவ்விடம் கூடும். அந்நேரம் வலுமிக்க

கட்டப்பொல்லினால் குறிபார்த்துத் தெறிப்பார்கள். பறவைகள் கீழே விழும். இந்த யுக்தியைக் கொண்டாடவே 'பறக்கும் வடை' என்று பெயர் வந்ததாக அங்குள்ளோர் கூறக் கேட்டிருக்கிறேன்...

இன்றும் அப்படித்தான். வழக்கமாக மாடுகளை மேயவிட்டு இளைப்பாறும் ஷரீப் மாமாவோடு வயலுக்குச் சென்றால் எந்நேரமும் வடை சுடும் வாசம் பரவிக்கொண்டே இருக்கும். மரங்களின் நிழல்களிலிருந்து வெயிலைச் சுமக்கும் வயல்களில் நடப்போம். வரப்புகளைத் தாண்டுகையில் மாத்திரம் வடை வாசம் தடைப்படுகிறது. வயல்களின் ஒரு முனை முடிந்த நிலையில் ஒற்றையடிப் பாதையைக் கடக்கையில் சலசலப்போடு ஆறு ஓடிக்கொண்டிருக்கும். வடை பொரியும் மணம் முன்பை விட அதிகமாகிக் கூடவே கிழங்கு அவிந்து ஆவி வெளியேறும் வாசமும் வருகிறது. சுற்றிலும் தேடுகிறேன். வடையோ கிழங்கோ எதுவுமே அங்கு இல்லை. வாசம் உடலெங்கும் புகுந்துகொள்ள மூக்கைக் கூர்மையாக்கிச் சுவாசிக்கிறேன். ஆற்றில் வலது காலை நனைத்தபடி "மருமகன் இங்கு வடை விற்கவோ வாங்கவோ யாருமில்ல, இன்னா வாற மணம் மரங்களுடையது" வீதிக்கு ஏறுமுன் "இதுதான் அந்த மரமா?" என ஒவ்வொன்றாகப் பார்த்து ஏமாந்திருக்கிறேன். "அது எந்த மரமென்று யாராலும் கண்டுபிடிக்கவே முடியாதாம்" என்று மாமா சொல்லிக்கொண்டு வந்தார்.

மரங்களின் இறக்கைகளின்கீழ் நின்றுகொண்டு மனிதர்கள் ஆங்காங்கே பேருந்தை வழிமறிக்கப் பார்ப்பார்கள். அவர்களிடமிருந்து சற்றுத் தள்ளி அடர் மீசையோடு பெட்ரீஷ் நின்றிருப்பார். கையில் அகலமானதொரு வேசின் வைத்திருப்பார். அதன் முக்கால் பகுதிவரை இறால் வடை, போண்டா வடை, மசாலா வடை என அடர்ந்திருக்கும். கூடவே 'சிக்னல்' விளக்கின் நிறமொன்றையொத்த மோர் கொச்சிக்காய்கள் பொரித்து அவை அடுக்கப்பட்டிருக்கும். பேருந்தில் அவரும் ஏறிக்கொள்ளப் பயணிகளின் மனநிலையை அவரின் உறைப்பான வடைகள் கீறிக்கொண்டிருந்தன. இவரே பேருந்து நிறுத்தும் இடங்களிலும் "வடவட வடேய்", "வடவட வடேய்", "வடவட" என்று சரணம் தப்பாமல் ஒலிகளை உருட்டிவிடுவார். பின்நாட்களில் பெட்ரீஷுக்கு வாய்த்த இடமாகத் தாஜ்மஹால் தியேட்டரை மாற்றிக்கொண்டார்; படம் ஓடி இடைவேளை நேரத்தில் திடுமெனத் தோன்றிப் பக்கவாட்டு ஓரமாக நடந்துவருவார். வியாபாரம் அதிகரித்த வேளைகளில் படம் தொடக்கிவிட்டால் ஒளிக்கதிர்கள் பட்டுத் திரையில் வேஷினுடன் இவர் நிழலுருவம் பென்னம் பெரிதாக அசையும்; ரசிகர்களின் கூப்பாட்டுடன் "எக்சிட்" வழியாக வெளியேறுவார்.

இலந்தை மரங்கள் எப்போதாவது கண்ணில் படுகின்றபோது ஆச்சரியமடைவேன். எங்கள் வீட்டில் நின்றிருந்த இலந்தை மரம்போல் விரிந்து முள்ளைப் பரப்பியபடி இல்லாமல் இவை நெருங்கிப்போய் தெரிந்தது. இலந்தை மரம் என்றால் அது கைகளைக் குத்திக் கிளறி இரத்தம் உண்டாக்குவதுதான் நினைவு வரும்; பெரிய பள்ளி எதிர் ஆலமரத்தடியில் மௌஜூன் சாக்கு விரித்து, அதன்மேல் மிட்டாய் போட்ட கண்ணாடிப் போத்தல் ஒன்றும் இலந்தைப் பழம், நெல்லிக்காய், கடலைக்காய் இவற்றை வைத்திருப்பான்; ஓட்டைக்காசைச் சேர்த்து ஒரு சிறு மாலைபோல் போட்டிருப்பான்; நானும் இரண்டு மூன்று கைக்குத்தளவு இலந்தம்பழம் வாங்கி மூத்தம்மாவிடம் கொண்டு ஒப்படைப்பேன்; அவர் இலந்தை வடை சுடுவதில் மகா கெட்டிக்காரி; அதில் எண்ணெயும் காய்ச்சுவார்கள். சிறு தடிமலுக்கு உம்மா அதன் எண்ணெயை என் வாயிலிடுவார்; வழவழப்புக் காரணமாக நெளிவேன்; "துப்பிராதே" என்று கெஞ்சுகிற விதமாய் பார்ப்பார். ஒருவிதப் புளிப்பாய் இலந்தம்பழ ருசி தொண்டையில் இறங்கினாலும் இலந்தை வடை, அது என்னமோ மாதிரிப் பிசுபிசுப்பாயிருக்கும்; தின்னத் தின்ன அதி மதுரச் சுவைதான்; நினைத்தால் நாவு இப்போதும் கேட்கிறது.

ஒருநாள் பள்ளிவிட்டதும் சற்றே விரைசலாய் நடக்க ஆரம்பித்தேன். என் வழியில் இடைமறித்தபடி புறாக்கூட்டுச் சந்தியருகில் நின்றிருந்தார் நண்டும்மா. ஒரு மாட்டுத் தாள் பேக்கில் நிறையத் தயிர்வடை வைத்திருந்தார். அவர் முகத்தைப் பார்த்ததும் பரிதாபமாக இருந்தது. தன் கண்கள் இருட்டுவதாகச் சொல்லி அப்படியே உட்கார்ந்துவிட்டார்; நானும் தரையில் குத்துக்காலிட்டு நின்றுருந்தேன். எப்படியும் வீதியில் சென்றோரிடம் உதவி பெற்று அவரை வீட்டுக்கு அனுப்பி வைத்தேன். என்றாலும் அவரின் வேண்டுதலுக்குத் தயிர் வடைகளைக் குறித்தவரிடம் ஒப்படைக்க முடியாமல் போனது. ஒரு பாழ் வளவில் வீசிவிட்டு வீட்டுக்குப் போய் சீக்கிரம் தூங்க ஆரம்பித்தேன்; அவர் தந்துவிட்டுப்போன தயிர்வடைகள் பற்றி எப்போதாவது கேட்பார் என்று பயந்துகொண்டே இருந்தேன்; இரண்டு நாட்கள் கழிந்து பள்ளி நேரம் முடிந்து வீட்டுக்குத் திரும்பிக்கொண்டிருக்கும்போது நண்டும்மா மரணித்து அவர் உடலம் கடற்கரைப் பள்ளி மையவாடிக்குக் கொண்டுசெல்லப் படுவதைக் கண்டேன். என்கன்னத்தில் வழிந்த நீரை அன்று யாருமே கண்டுகொள்ளவில்லை. "நண்டும்மாட தயிர் வடைபோல் இன்னும் நான் காணல்ல, அது தனிச் சுவையும் பஞ்சுபோன்ற மென்மையும்" என்று வாப்பா வேறொரு தயிர் வடையை வாயில் அடக்கிக்கொண்டு சொல்வதைக் கேட்கச் சிரமமாக இருந்தது.

39

பறவை ஆனேன்

வயற்காடு விரிந்திருந்தது. முதிர்ந்து நின்ற சோளக்கொண்டைகளில் குருவிகள் அமர்ந்து சென்றன. கொல்லை மூங்கில் தடுப்பைத் திறந்து அப்பால் இருந்த காய்கறித் தோட்டத்தில் எனது குட்டிச் சாறன் விளிம்பைத் தூக்கிப் பிடித்துத் தாண்டித் தாண்டிச் செல்லும்போது, பட்டாம் பூச்சிகள் எம்பிப் பறந்தன; கத்தரி, வெண்டை, பீர்க்கு, சுரை அநேக பாத்திகளில் காய்த்து முற்றிருந்தால் வாப்பா தெறித்துப் பார்த்து ஆய்வார்.

ஒட்டி, விழிக்கடையோரம் பார்வை பறிந்து தலைகுனிந்து நின்றிருக்கும் தும்பிகள், வாலில் பிடிக்கக் கையைத் தூக்கினால் கிளைகளில் கை பட்டு நீர் பொலபொலவெனக் கொட்ட ஆரம்பிக்கும். காற்று எதுவும் இல்லாமல் அதிகாலை ஆர்வாரம் இன்றிப் பெய்த மழை இந்தச் சாரலுக்குத்தானோ என்று நினைத்துக்கொள்வேன்.

குருட்டுவேலாம் மரத்திலும் பள்ளிக்கூடக் கூரை இடுக்கிலும் சிட்டுக் குருவிகள் கூடு கட்டியிருக்கும். தேன்சிட்டுகள் எருக்கம் செடியில் மட்டுமே கூடுகள் கட்டும். ஒரு முட்டை முதல் மூன்று முட்டைகள் வரை இடும். எருக்கங்காய் வெடித்த பிறகு விதைகளில் பூரித்திருக்கும் பஞ்சை வைத்துச் சொகுசான வீடுகள் அமைக்கும். கிராமங்களில் எருக்கலம் செடிகள் அழிக்கப்பட்டு விட்டால் சிட்டுக் குக்குருவிகள் வேறு இடங்களுக்குப் புலம்பெயர்ந்துவிடும்.

கருவேல், குடைவேல் மரங்கள் வளரும் இடைகளில் செண்பகம் அடைகாக்கும். ஒடுங்கி ஒடுங்கித் தன்னுடலைக் கொடுக்கிப் பிடித்துப் போர்த்தினாற்போல் நகரும் போத்துப் பறவை மனிதர்களை ஒளிந்துநின்று புதினம் பார்க்கும். கருங்குருவிகள் பள்ளப் பக்கம் மேய்கின்ற ஆடுமாடுகளின் முதுகுகளில் உட்கார்ந்திருந்து சவாரிபோகும். அறுவடைக் காலங்களில் வாப்பாவுடன் வயல்களுக்குப் போகும்போது சின்னதாய் குழிதோண்டி இலை, சாமையின் ஈர்க்குகள், தழைகளை வைத்து மூன்று நான்கு முட்டைகளை இட்டிருக்கும். குஞ்சு பொரித்ததும் இறகுகள் முளைத்தவையாகவும் இருக்கும். ஆள் அரவம் கண்டால் ஓட்டம் பிடித்துவிடும். கருங்குருவிகள் எப்போதுமே “குர்ர்ர்...” என்று அழகான குரலில் சத்தமிடும்.

பள்ள வயல்களில் சாமை, தினை, கொள்ளு, நரிப்பயறு என்பனவே விளைந்து நிற்கும். சோளம், கம்பு விளையும் காட்டில் காடைகளும் கௌதாரிகளும் தன் குஞ்சுகளுடன் கூட்டம் கூட்டமாக நிறையத் திரியும்; அதிலும் கௌதாரிகள் மிகவும் அரிதான இனம். அங்கொன்றும் இங்கொன்றுமாகக் காண முடியாது. கள்ளி மரத்தடியில் வெயில் நேரங்களில் படுத்திருக்கும்; காலை வேளைகளில் உயரமான கல்லின் மேல் ஏறிநின்று கொக்கரிக்கும். சிறகுகள் இருந்தாலும் தரையிறங்கி வந்து தத்தித் தத்தித் தாவித் தாவி உடன் ஒலியெழுப்பித் திரியும்.

ஒரு பறவைக்குப் பல பெயர்கள் பழக்கத்தில் இருந்திருக்கின்றன; கிழக்கில் ஒரு பெயரால் அழைக்கப்படும் பறவைக்கு வடக்கில் வேறு பெயர் இருக்கும்; காட்டுக் கோழிக்கு அடவிக் கோழி, கானகக் கோழி என்ற பெயர்களும் உண்டு; அதுபோலவே கூழைக்கடா என்றறியப்படும் பறவையை மத்தாளிக் கொக்கு என்கின்றனர்; குளிர்காலத்தில் சில அரிய பறவைகளைக் காண நேர்ந்தால் அவை புதினமாக எமது கண்களுக்கு விருந்தாகும்; இவை நம் பிரதேசத்துப் பட்சிகள் என்று இலகுவில் நம்பிவிடுகின்றோம்; அது அவ்வாறில்லை; மேலைநாடுகளில் தரையில் பனி படர்ந்து இரை தேடுவது சிரமம்; அதனால் கடல் கடந்து, இரை கொள்ளவே இங்கு வருகின்றன; கிளுவை, சிறவி போன்ற நீர்வாத்துகள் உள்ளான் எனும் புள்ளினம் ஏரிகளின் கரைகளில் அடர்ந்திருக்கும் கடப்ப மரங்களில் அலாதியாக வாசஞ்செய்கின்றன; எங்கள் உள்ளாத்துக் காடுகளில் கூடு கட்டாது தங்கிப் போகும் பட்சிகள் கோடை காலம் முழுக்கத் தமக்குத் தண்ணீர் தாமதமாகத்தான் கிடைக்குமென்ற மாயத்தையும் காற்று வேறு மாதிரியாகத் தொடங்கி மீளத் திரும்பும்வழி கெட்டுவிடுமோ என்ற ஏக்கத்தையும் ஒரு விதியின் செயலாகவே எதிர்கொள்கின்றன.

வீடுகளையும் பெரிய மரங்களையும் பறந்து கடந்து பின்பாக ஒரு வனாந்தரம் அதையும் தாண்டிப் பாறைகள் வெட்டவெளி யாவையும் கடந்து கடந்து பறக்கும் புறாப் பாட்டத்தின் பின்னே மனமும் பறப்பதை உணர்ந்திருக்கிறேன்.

பறவை இனத்தைப் பொதுவாக உம்மா சிறகோர் என்றுதான் அழைப்பார். சேவல்கள் சிறகசைக்கும்போதெல்லாம் வேறு வேறு புதர்களில், மரங்களில் வாழுகின்ற புள்ளினங்கள் ஆர்ப்பரிக்கும். கூவும் ஒலி கேட்கும்வரை காத்திருப்பார். அதிகாலை இறை வணக்கத்துக்கு முதலில் துயில் எழுப்பும் அதிகாரி சேவல்தான். உம்மா கோழிகளை அள்ளித் தூக்கும் பாங்கு, அது ஒரு நெருக்கமான உறவை முன்மொழியும். கக்கத்தில் பதித்து அதன் தலையை முழங்கைக்கு மேலேவிட்டுப் பஞ்சுப்பொதிபோல் தூக்கிச்செல்வார். அடிக்கடி சிறகு விரித்து "கர் கர்" என்கிற அண்டங்காக்கையார் பகலில் சிலவேளைகளில் அரைத் தூக்கத்திலிருந்தால் அரட்டிவிடுவார். காக்கைகளைப் பார்த்து ஆகாயத் தோட்டி என்பார்; கழுகு அது ஆதிக்கவாதி. மயில் சுதந்திர ஆட்டக்காரன் என்பார். கோவைக்கொடி சுற்றிய சீமைக் கருவேலம், புதர் மண்டிய புளியந்தோப்பு இவைகளின் எல்லைப் புறக்காவலன்தான் மாம்பழக் குருவி. இது வாழும் இடங்களில் மஞ்சநெத்தி மைனாவும் கோட்டானும் துணையிருக்கும். கோட்டான் சத்தமிட்டால் மரங்கள் அதிரும்.

முற்றத்தில் சிறிய சிறிய கூழாங்கற்களின் விளிம்பில் வண்ணத்துப்பூச்சிகள் அமர்ந்து தமக்குள் பேசிக்கொள்வதை ரசித்திருக்கிறேன். சில இன வண்ணத்துப்பூச்சிகள் பறவைகள்போல உயரப் பறப்பன. ஜெசபல் எனும் மஞ்சள், சிவப்புப் பட்டாம் பூச்சிகள் ஆயிரக்கணக்கில் காற்றில் மிதந்து செல்வதைக் கண்டு ஆவென்றிருக்கிறேன். அந்நாளில் நானும் ஒரு பட்டாம்பூச்சிப் பைத்தியம்; அது உடலையொட்டி ஒடுங்கி என் விரல்களுக்குள் வசப்பட்ட நொடியில் உயிரின விஞ்ஞானியாக மாறுவேன்.

தனித்த மரமொன்றில் துளை போட்டு அதில் கூடு வைத்துக் குஞ்சு பொரிக்கும் பறவைதான் செந்நிற மரங்கொத்தி; இறகு முளைத்த காலத்திலிருந்து, அதனைப் பாதுகாத்து வைத்திருப்பது தாய்ப்பறவை என்றா நினைக்கிறீர்கள்? இல்லவே இல்லை! கொட்டைப் பாக்கான் என்ற சிறுகுருவிகள் சேர்ந்து சரியாக மரங்கொத்திப் பறவை குஞ்சு வைத்திருக்கும் பொந்தின் அருகேதான் கூடு வைக்கும். இப்படி மரபு வழியான குருவியின் நடத்தைக்கு 'மூலக்குடி' என்று பெயர்.

நாங்கள் நட்டிருந்த மூங்கில் புதரில் கிழக்குப் பார்த்தது எங்கள் வீடு. அதனூடே தலைகீழாகத் தொங்கிக்கொண்டு

சிலந்தி வலை பின்னுவதுபோல் கதிரவன் எழுவது தெரியும். அடுத்தடுத்த செடி கொடிகளில் சிக்குப் பிரிப்பதுபோல் சொண்டால் கொத்திக் கொத்தி தன் இறகாலேயே ஸ்பரிசத்தை உணரும் பறவையே கரிச்சான்;.முன்னிலவு நாட்களில் இரவின் அமைதியைக் கிழித்துக் கொண்டெழும் ஆள்காட்டிப் பறவையின் குரலைக் கேட்கும்போதெல்லாம் ஒருவித ஏக்கம் நெஞ்சைக் கவ்விக்கொள்வதை மறுக்க முடியவில்லை.

40

என் களிப்பின் பழங்கள்

பழங்கள் என்றாலே சேகரிக்கும் விருப்பம் நிறைந்த நாட்கள் அவை.

அப்போதெல்லாம் இருள் பிரிவதற்கு முன்னரே எழுந்து பல்விளக்கி முகம் கழுவிக்கொண்டு கொல்லைப்புறத்து வளவிற்குள் பரந்து விரிந்து நிற்கும் நறுபுளி மரத்தை நோக்கி ஓடுவதுதான் என் முதல் வேலை.

நான் ஓடிப்போய் நிற்கும் அரவம் கேட்டுப் பக்கத்து வீட்டு நண்பி கிழக்குப்புற ஜன்னல் திரைச் சீலை ஒதுக்கிக் குபீரெனக் குதிக்கின்ற சத்தம் அபாரமாய் அதிரும்.

சரி பாதியாக நரைத்துக் காற்றில் அளையும் முடிக்கற்றைகளோடு உடம்பில் கிளைவிட்டுப் பரவியிருக்கும் நரம்புகள் புடைக்க, குதித்தோடிய மகளை நேரமாகியும் காணவில்லையே என்று அவள் பெயரை ஓசையோடு கூவிக்கொண்டு நண்பியின் பெரியம்மா கைவீசி வருவார்...

காலை மழுமழுப்பை நீக்கி உம்மம்மா நீட்டிய தேநீரின் ருசி நாவில் ஏறிக்கொண்டதும் பழுப்பு நிறம் நிரந்தரமாகி விட்ட சாறம் மடிப்புக்குள்ளிருந்து பீடியொன்றை உருவிப் பற்றவைத்துக்கொண்டு, “என்ன பேராண்டி, இன்னும் பழம் பொறுக்கிறது முடியல்லியோ...”

பெரிய வயிறிலிருந்து வழுக்கும் சாறனை பச்சை நிறப் பட்டை பெல்ட்டினால் மேலும் ஒரு படி மூத்த வாப்பா இறுக்கிக் கொள்வது இப்போதும் கண்ணுக்குள்தான் இருக்கிறது.

இவர்களின் சலசலப்பைக் கேட்டு அடுத்தடுத்த வீடுகளில் வசித்துவந்த பிள்ளைகளும் கூடிவிடுவார்கள்.

இதில் மிக்க பரபரப்பான சிறுவரும் சிறுமிகளுமாக மொத்தத்தில் நாங்கள் ஆறு பேர் இருந்தோம். ஒன்றாகப் பள்ளிக்கூடம் போவது, வீட்டுப் பாடங்களைப் பார்த்து எழுதுவது, விளையாடுவது, கிண்டல் செய்வது, மரமேறுவது அதன் ஆழப் பொந்துகளில் கைநுழைத்து மைனா பிடிப்பது என்றாலும் தேடல் வேட்டையில் ஆளுக்கு எத்தனை பழங்கள் கிடைக்கின்றன என்பதில் போட்டியாகவே இருப்போம்.

மணலிலும் கீரைப் புதர்களுக்குக் கீழும் விழுந்து விட்டிருக்கும் பழங்களைத் தேடித் தேடிக் கண்டுபிடித்து எடுப்போம்; கிடுகுவேலிக் கால்களுக்குக் கீழே ஒளிந்து கிடக்கும் பழங்களை ஓர் ஈர்க்கினால் மெல்ல உருட்டி எடுத்து ஊதிவிட்டுக் கூட்டம் பண்ணுவோம்.

சிலருக்கு அவரவர் கையால் ஒரு சுரங்கைப் பழம் கிடைக்கையில் ஒருவருக்கு எதுவுமே கிடைக்காத சமயங்கள் வாய்ப்பதுண்டு; அந்நேரம் கிடைத்தவர்கள் அவரைத் தள்ளி வைப்பது எங்களுக்குள் வழக்கமாகிவிட்டிருக்கும்; அது மட்டுமென்றால் பரவாயில்லை; நாக்கினை மேலுதட்டில் உரசி முகத்தை நெழித்துக் கழித்துப் பழித்துக் காட்டுவதைத்தான் தாங்கவே முடியாது; அது அடுத்தமுறை பழம் கிடைக்கும்வரை தொடரும்; அதற்குப் பிறகு சரியாகிவிடும்.

புளியம் பழம், நாவற் பழம், வேப்பம் பழம், வீரப் பழம் முந்திரிப் பழங்களுக்கெல்லாம் ஒரு காலம் இருப்பதைப்போல் கொய்யாப் பழங்களுக்கும் ஒரு சீசன் இருக்கிறது; அணில்கள் கட்டிப் புரண்டு பாதையில் விழுந்து ஒரு திசையை நோக்கி ஓடுகின்றதென்றால் அதே நேருக்குக் கொய்யா மரம் நிற்கிறது என்று அறியலாம்; அதிலுள்ள பழங்களைக் கொறிக்கத்தான் இந்த ஓட்டமும் பாய்ச்சலும் என்பதை நாங்களும் புரிந்து கொள்வோம்.

சூரியன் மறையும் நேரம், அநேகமாக எங்களூர் வானம் செந்நிறமாய் அலையும்; ஓதப்பள்ளிக்குப் போய் வருகின்ற போது, மெல்லிய காற்று வீதியின் இருமருங்கிலும் கூட்டல் குறிபோல் படர்ந்து மேலேறும் கொடிகளை அசைத்தபடி மூக்கின்

உள்ளே ஏதோ ஊர்வது போன்ற வாடையுடன் நுழையும். கொய்யாவின் மணம்தான் அது. எங்கள் வீடுவரைக்கும் வரும். முதலில் தித்திப்பாகப் படரும் வாசம் மரத்தருகே எங்களை ஈர்த்துக்கொள்ளும்.

எந்த விரோதம் தீர்ந்துபோனாலும் இந்தக் கொய்யாக் காய்கள் பழுத்து மணம் வீசும் காலத்தில் மூளுகின்ற விரோதங்கள் நீண்ட பகையினை மூட்டிவிடுவதாக மூதாதையர் சொல்லக் கேட்டிருக்கின்றேன். இந்தப் பழங்களை ஆய்ந்த கையோடு பங்கிட்டுவிட வேண்டுமாம் இல்லாது போனால் கடும் துன்பம் சூழ்ந்து விடுமாம் என்றும் பேசித்திரிவார்கள்.

பரந்த நிலப்பரப்பில் சிறிது தொலைவில் இருந்த மாமரங்கள், அடுத்தடுத்து நிற்கின்ற வேப்பம் மரங்கள் திறந்த வெளியில் எடுப்பான ஒளிச்சிதறல்களில் கசிந்த நிறப்பிரிகைகளால் நிழல்களாக மணலில் விழுந்து தெரியும் சித்திரங்கள் மனதில் கனவுத் தன்மையையும் மயக்க நிலையையும் படர்த்துவன. அந்த விம்பங்கள் நிகழ்த்தும் விநோதங்கள் உன்மத்தத்தின் உச்சத்துக்கு நம்மைக் கொண்டு செல்பவை.

அந்த ஒளிச்சிதறல்களில் சிறிய சட்டி பானைகளை வைத்துக் குஞ்சுச் சோறாக்கி மகிழ்வோம்.

சுள்ளிகளைக் குத்தி எல்லைகளை வகுத்து மணல்வீடு கட்டுவோம். இரவு வருவதுபோல் பாசாங்குசெய்து நத்தைபோல் சுருண்டு படுப்பது, நிலத்திலிருந்து விதை முளைவிடுவதுபோல் எழுவது, மணலைக் கரங்களால் கோத்தணைத்து அழுவது, பிய்த்தெடுப்பது, சிறியதொரு பாவைப் பிள்ளைக்குப் பாலூட்டுவது, கொய்யாக் கொய்யா என்ற தொனியோடு பூவரச இலையில் மண் குவித்துச் சாப்பிடுவது, மையறுத் தண்டினைக் குடைபிடித்துத் திரிவது, “கிரீச் கிரீச்” என்று வீட்டினைப் பூட்டுவது முதலான யதார்த்த வாழ்வின் எடுத்துரைப்புகளை நகலாகக் காட்டி வழி வழியாக வந்த பண்பாட்டுக் கிராமியத்தில் மூழ்கித் திளைப்போம்.

இந்த வேளையில் எங்கள் மணல்வீட்டுக்கு வரும் விருந்தினருக்கு வேப்பம் பழம்தான் வாழைப்பழம்.

இந்த வேப்பம் பழங்களைப் பொறுக்கியெடுப்பதிலும் பலத்த போட்டி நிலவும். ஏனைய பழங்களில் காட்டிடாத கரிசனை இந்தப் பழத்தின்மேல் எதற்கு என்றால் அதற்கும் ஒரு காரணம் இருந்தது; வேப்பம் பழத்தின் தோலைப் பிதுக்கிக் கொட்டையெடுத்துக் கழுவி ஊறவைத்து அளந்தெடுத்தால் ஒரு

சுண்டுப் பழத்துக்குப் பத்துச் சதம் கிடைக்கும்; ஐந்து சுண்டுப் பழத்துக்கு ஐம்பது சதம்; அந்நாளில் ஒரு பார் பணிஸ் பத்துச் சதம்; ஐந்து பார் பணிஸ் வாங்கலாம் என்ற வாயூறலில்தான் அந்தப் பழங்களுக்கு இத்தனை மவுசு.

தூரத்தே சரிந்திறங்கிய வெயிலின் மஞ்சளோடு மின்னும் தாவரப் பச்சை கண்ணுக்கு இதமாக இருக்கும். பணிந்த உயரத்தோடு கொண்டை விரித்துப் பரந்து நிற்கும் ஜேம் மரத்தின் விதையைத் தன் கக்கத்தில் இடுக்கிக்கொண்டு ஓங்கி வளர்ந்த புங்கை மரம்; அதனருகே எப்பவோ வெட்டிப்போட்ட மரத்துண்டு ஒன்று மழையிலும் வெயிலிலும் கிடந்து கிடந்து உருவேறிக் கற்பாளம்போலப் பளபளத்திருக்கும். இரண்டு பேர் உட்காரலாம். என் சைக்கிளைச் சாய்த்துவிட்டு அங்கேதான் விரும்பி உட்காருவேன்.

அண்ணாந்தால் விளின் குண்டுகள்போல் இளஞ்சிவப்பு நிறத்தில் ஜேம் பழங்கள் மினுங்கும். என் வயதையொத்த சிறுமி ஒருத்தி குட்டைப் பாவாடையைக் கையில் தூக்கியபடி பழங்களைத்துள்ளித்துள்ளிப் பறிப்பாள்; கந்தை இழுத்து மேலும் பழங்களை இணுங்கிக் கையை இருவருமாக விரிக்கின்றபோது, மேலே உயரும் வேகத்துக்குக் கிளை அவள் கைகளைத் தட்டி விடும்; வலி தாங்காமல் "உம்மா" என்று சத்தமெழுப்பியபடி அவள் நிமிர்ந்து நின்று துடைத்துக்கொள்வாள். சேர்ட் இல்லாத என் முதுகில் சிகப்புப் பேனாவால் மெலிதான ஒரு கோடு இழுத்தத்தைப் போன்று இரத்தம் தெரியும். அந்தக் காயத்தைத் துடைத்து எச்சில் வைத்துத் தேய்த்துக் குனிந்து ஏழெட்டு முறை ஊதிவிடுவாள். "நீதான் முதலில் வந்த, இது உனக்குத்தாண்டா" அவள் பறித்துச் சேகரித்த பழங்களை என் கையில் திணித்து விட்டு ஓடிவிடுவாள்.

மண்ணுக்கும் காலநிலைகளுக்குமேற்பப் பழங்களும் சுவையும் மாறுபடுகின்றன. அபூர்வமாக என்றாவது வீதி ஓரங்களில் பரப்பி விற்பனைக்காகக் குவித்திருக்கும் ரம்புட்டான், தூரியான், மங்குஸ்தான் பழங்கள் எங்கள் சீதோஷ்ண நிலையில் காய்ப்பதில்லை.

வில்வம், உக்குரஸ்ஸ, கிளா, சூர, உண்ணி, நெல்லி, டப்பு, குருவீச்சை, கடுபுளி, நாகு, மா, பலா, வாழை, பாலை, விழா, ராவு, கார, தவுட்டம், காட்டீச்சை, பப்பாசி, பஞ்சம், பனை, மாதுளம் பழம் என்பன என் காலத்தில் பலரும் விரும்பி உண்டவை. பல பழங்கள் இப்போது அருகிவிட்டன. இதில் கிண்ணம் பழம் நோன்பு காலங்களில் மூத்தம்மா கரையலுக்கு எடுப்பது இதைத்தான்; இன்னுமொரு பழம்தான் தண்ணிச்சோறு;

மெல்லிய மஞ்சள் நிறத்தில் உருவத்தில் சற்றுச் சிறியதாக இருக்கும்; பட்டாம் பூச்சியின் ரெக்கைகளைத் தொட்டாலே விரல்களில் அப்பிக்கொள்ளும் செஞ்சாம்பல் தூள் போன்று இதன் உடலிலும் பிடித்திருக்கும்; அலாதியான பழமிது.

காலைப் பொழுதுகளில் துலங்கிய ஊதா வெளிச்சம் வெயிலென்று சொல்ல முடியாத தன்மையுடன் காற்று வீசுகையில் தோலைக் குத்தும் குளிருடன் வாசலிலே குயில்கள் கொட்டம் பழம் உண்டு விதையை வீசிவிட்டுப் போகும்; அதனைப் பொறுக்கிக் கல்லிலே தட்ட வரும் உள்ளீடு நாவில் நறுஞ்சுவை தடவும்.

நீர்ப்படுகையில் அடர்பச்சையுடன் தழுவிக் கிடக்கும் பிரம்புப் பழம் இன்னும் இனிக்கிறது.

41

மாடப்புறா

வெயில் தாழ்ந்துவிட்டது; முகில்கள் இல்லாமல் ஆகாயம் வெளிறிக் கிடந்தது; "அப்ப இந்த ஜென்மத்துல இந்தப் புறாவைப் புடிக்க மாட்டே." விறகுச் சுமையுடன் எதிர்ப்பட்ட ஒரு பெண்மணி முகத்தைப் பார்த்துக் கூறிவிட்டுப் போகிறாள். அவள் பின்னே வந்துகொண்டிருந்த நாய் எங்களைக் கண்டதும் வேறு சந்தில் புகுந்து ஓடிற்று; மணிப்புறா, மாடப்புறா இவை பனி படர்ந்த தரையில் இரை தேடுவது இல்லை. சற்றே உயரத்தில் கிடைக்கும் தானியங்களையே விரும்பும். கருப்பு, வெள்ளை, சாம்பல் என்றெல்லாம் புறாக்கள் உலகத்தில் வாழ்ந்தாலும் முக்கிமுக்கி அனுகும் அதன் குரல்மொழியைப் பழமையான நாகரிகப் பாஷைபோல் உணர்ந்திருக்கிறேன்; "பக்... பக்" எனும் சத்தம் எழுப்புமானால் புறாக்கள் இறங்கப் போகின்றன என்று அர்த்தம்.

புறாக்கள் அடையத் துவங்கியிருந்த ஒரு வீட்டில் நுழைந்து வெளியே வந்ததிலிருந்து எச்சத்தின் துர்வாடையை எங்களால் தாங்க முடியாமல் இருந்தது. எந்நேரமும் எச்சிலைத் துப்பியபடியே இருந்தேன். அடுத்துத் தேடிய நான்கைந்து வீடுகளிலும் சீமையோட்டுக்கூரை உயரத்தில் இருந்தது; இரு பக்கச் சுவர்களுக்கிடையே குறுக்காக ஒரு மரச் சட்டம் போயிற்று. அதன் மத்தியில் கூரையின் உச்சியைத் தாங்க உதைகால் கொடுத்துத் தூக்கி நிறுத்தியிருந்தார்கள்; அந்த

விட்டத்துக்கு ஏறி இறங்கியதில் களைத்துப்போனோம். அதிலொருவன் தாகம் எடுப்பதாக நீர் தேடி அலைந்தான்.

எங்கும் சிறு பேச்சரவமில்லை; நிசப்தம் ஊரைக் காவுகொண்டிருந்தது. நான் முயலின் வாசனையை உணர்ந்து கொண்டேன். சல்லை வலையைத் தூக்கித் தயாராகப் பிடித்துக் கொண்டேன். நண்பன் உதட்டின் மேல் விரல் வைத்து ஜாடை காண்பித்தான். நிசப்தமும் இறுக்கமும் தொடர்ந்தன. சத்த மெழுப்பாமல் கால்களை எட்டிவைத்து அந்த மரத்தின் அடியில் போய் நின்றான். ஆனால் முயல் எங்கே என்பது புதிராகவே இருந்தது. இப்போது இருவரின் கவனமும் முன்பைவிடக் கூர்மையாயிருந்தன. தூரத்தில் கூனி விற்பவள் குரல் கேட்டது.

அடித்தென்னையளவு பள்ளமாயிருந்த மடுவுக்குள் துளைத்துத் தெரிந்த பொந்தினூடே முயல் அடைந்திருப்பதாக நினைத்து வலையோடு நெருங்கினேன்; எதுவோ மேலே குதிக்க எத்தனித்தது; சல்லை வலையைக் கீழே இறக்கி இழுத்தேன்; சுருக்கு நாடாவுக்குள் முயலின் கழுத்து சிக்கிக்கொண்டது போலவே இருந்தது; "உஷ்..." என்ற சத்தம் கேட்டது; பார்வை திடீரென நிலைகுத்தி மீளப் பாம்பு சீறிப்பாய்ந்தது; அதன் பச்சைநிறக் கண்கள் ஒளிவிட்டு முறிந்தன; கையிலிருந்த வலை, பாம்பின் நேர் மேலாக நின்றது; நாங்கள் ஓட்டம் பிடித்தோம்.

பின்னாலிருந்து கிளியின் குரல் கேட்டது; முக்கித்தக்கிச் சொன்ன அந்த வார்த்தைதான் "உம்மா தொழுகிறாக" பெத்தம்மா பயன்படுத்திய வார்த்தைகள் அனைத்தையும் பொருள் புரிந்துதான் சொல்கிறதா? இந்தக் கேள்விக்கு "ஆம்" எனப் பதில் கூறுவதில் யாருக்குமே சிக்கல் இருக்கத்தான் செய்கிறது. நான் நின்று கொண்டிருந்த தாழ்வாரத்தில் என்னை அழைப்பதுபோல் கிளி பேசியது. மூன்று வருடங்களுக்கு முன் பளவெளிக் கண்டத்தில் வேளாண்மை செய்த காலத்தில் நில அபகரிப்பாளர் களால் காடு வெட்டிச் சமநிலைப்படுத்துகையில் தெத்தி வந்த கிளியென்று வாப்பா பிடித்து வந்திருந்தார்.

எங்கள் எல்லோரையும்விட அது பூட்டிம்மாவோடுதான் நல்ல பழக்கம்; யாராவது பெண் கூப்பிடாமல் வளவுக்குள் நுழைந்துவிட்டால் "பூட்டிம்மா... பூட்டிம்மா" என்று சத்தமிடும்; சொண்டைத் துருத்தி நறநறவென்று எச்சரிக்கும்; வேப்பம் பழம் ஓர் ஈர்க்கிலில் ஏற்றி அதன் கூண்டுக்குள் தள்ள ஒரே கொத்து; வாழைப்பழம் பாதியைத்தான் உண்ணும்; ஒருநாள் பூட்டிம்மா சைகை மூலம் அழைப்பதைப் பார்த்து அருகே சென்றேன்; அமைதியாய் இருந்தார்; எப்படி ஆரம்பிப்பது என்ற தயக்கமோ? "சொல்லு பூட்டிம்மா, கூப்பிட்டீங்களா" என்றேன். அவர் கண்களிலிருந்து கண்ணீர் மாலை மாலையாகக்

தென்னம் படல் மறைப்பு

கொட்டியது. எழுந்து சுற்றும் முற்றும் பார்த்தேன். எதிரே கிளி நின்று கோலோச்சிய கூடு வெறுமையாகக் தெரிந்தது. கீழே உதிர்ந்து கிடந்த இறகுகள் அருகில் செவ்வெறும்புகள் அரவம் கட்டின. அதற்கு மேல் பேச்சு வரவில்லை; என் கைகளைப் பிடித்து என்னை மடியில் இருத்தி முகம் புதைத்துக்கொண்டார்; தினமும் காலையில் வாசல் வராண்டாவில் சுருட்டி வீசி எறியப் பட்டிருக்கும் தினசரியை எங்களில் ஒருவர்வந்து எடுக்கும்வரை கத்திக் கத்திப் பினாறு பிடுங்கி ஞாபகப்படுத்த அங்கு கிளி இல்லையென்பதால் பத்திரிகை இன்னும் அப்படியே கிடந்தது.

சுற்றுச் சுவரில் வந்தமர்ந்த வண்ணான் குருவிகளின் கூச்சல் கேட்க நன்றாக இருந்தது. அன்று பள்ளிக்குப் போய்வந்ததிலிருந்து வெளிவாசலிலேயே உட்கார்ந்திருந்தேன். எங்கள் பெரிய மெர்க்குரி ரேடியோவில் ஹிந்திப் பாடல்கள் ஒலிபரப்பாகின. வாப்பா வானொலிப் பிரியர்; அந்நேரம் யாராவது குழுவை நிரப்பிக்கொண்டு பேச ஆரம்பித்தால் முகத்தை இவர் வேறு பக்கம் திரும்பிக்கொள்வார். ஒரேயொரு பனை மரமும் தென்னை மரங்களுமாய் நிரம்பிய வளவில் நான்கு தென்னை மரங்களை இணைத்தாற்போல் கயிறுகளைத் தொடுத்து ஓரிடத்தில் மையமாக்கி அங்குமிங்கும் ஆடும்தொட்டில் கட்டியிருப்பார். அதில் தூங்கிக்கொண்டே வானொலியைச் சத்தமாகத் திருகிவிடுவார்; அம்பாறை மல்வத்தைப் பரிவர்த்தனை ஒலிபரப்பியூடாக வரும் மத்திய அலை பெரும்பாலான பொழுதுகளில் “கர்புர்” என்ற ஒலியுடன் கரகரக்கத் தொடங்கும். அப்போது வானொலி நிலையத்தாருக்குத் திட்டிவைப்பார். “அவனுகள் லைசன் பிடிக்க வரட்டும்; கேட்டுக்கிறேன்” என்பார். அந்நாளில் ஒரு ரூபாய் ஐம்பது சதம் வருட வாடகை.

உம்மாவுக்குச் சத்தமாக வானொலி பாடுவது கொஞ்சமும் பிடிக்காது. இப்படித்தான் ஆத்திரத்தில் செம்பில் தண்ணீர் நிறைத்து ரேடியோவின் ஆசன வாசல் வழியே கெழித்துவிட்டார்; உள்ளே எரிந்துகொண்டிருந்த வால்வுகளில் நீர் புகுந்து அவை பொச்சென அணைந்தன. அன்றெல்லாம் எனக்குள் பல வடிவங்கள் தோன்றின; இனிவரும் மாலைச்சூரியனின் பொன்நிறப் பின்னணியில் தொடர்பு பட்டதுபோல் ஒலிக்கும் இன்றைய நேயரைத் தொடர்ந்து நண்பர்களோடு ஒன்றுகூடும் நேரத்தை அதன் குறியிசையை வைத்தே கணித்திருந்தோம். “நான் மட்டும் தனித்துவிட்டேனே” என்று மனம் நினைக்கத் தோன்றியது. சில நாட்களாக ரேடியோ இருந்த இடத்தில் பள்ளம் விழுந்ததாகவே எல்லோரும் கருதினோம். சில மாதங்களுக்குப் பிறகு, பிழை திருத்தப்பட்டு வானொலி மீண்டும் அரியாசனம் ஏறியது; கடைசிவரைக்கும் வாப்பாவுக்கு நடந்தது எதுவுமே

தெரியாது; பின்னாட்களில் உம்மா என்னைச் சரியான "அமசடக்குக்காரன்" என்று புகழ்ந்து பேசுவார்.

"இன்னும் கொஞ்சநேரம் பேசினா இலைக்கஞ்சிதான் உலகத்திலேயே சிறந்த சர்வரோக நிவாரணின்னு சொன்னாலும் சொல்லுவீங்க" பானையும் வயிறும் ஒரே அளவாகவே தெரியும் அந்தக் கஞ்சிமஸ்தாரிடம் பொக்குவாய் குதம்பக் குஞ்சப்பா, கதையின் இடையில், "இரண்டு கிளாஸ் கஞ்சி கொடுங்க" என்பார். இளம்சூட்டு வெயிலுக்கு அவர் கொடுத்த கஞ்சி தொண்டை வழியே இதமாகத் தடவிச் சென்றது. முருங்கை இலைத் துணுக்கை மெல்லும்போது புதுச்சுவையைக் கொடுத்தது. இவரோடு கடற்கரைக்குப் போவதென்றால் ஆனந்தம்தான்.

சனி, ஞாயிறுகளில் மீன் வாங்கிவர உம்மா குஞ்சப்பாவோடு என்னையும் அனுப்பிவைப்பார். நான் அவரோடு போவதற்கு இன்னொரு காரணமும் இருந்தது. அவர் அழைத்துச்செல்லும் வழி அப்படியானது. மரங்களும் மணலும் நிறைந்தது. அந்த மணல்பாதை பிரிந்து செல்லும் வழியெங்கும் ஆலமரங்கள். ஒரு மைல் தொலைவில், குறைந்தபட்சம் நூறு மரங்களாவது நிற்கும். அவ்வளவு அதிக எண்ணிக்கையில் நான் ஆலமரங்களை அதற்கு முன்னால் கண்டதே இல்லை. பச்சை இலைகளுக்கிடையில் அமர்ந்துகொண்டு முகம்காட்டாமல் கூவும் குயிலோசையைக் கேட்டபடியே நடப்பது பேரனுபவம். ஒவ்வொரு முறையும் குயிலைத் தேடாமல் மனத்தைக் கட்டுப்படுத்திக் குனிந்தபடி நடந்துபோனாலும் திரும்பிவரும்போது என்னைத் தேடிக் கொண்டு கிளையில் காத்திருக்கும் அந்தக் குயிலைக் காணாமல் என்னால் நகரவே முடியாது; மௌனமாக அதைப் பார்த்துத் தலையசைப்பேன்.

ஒருநாள் எவர்களோ மஞ்சள் தொப்பிகள் அணிந்து அங்குமிங்கும் அலைந்தனர்; இங்கே வெட்டி எங்கோ கொண்டு காசாக்குவதற்காக மரங்கள் தறிபட்டுக் கிடந்தன ? வகைவகையான பெரும் இயந்திரங்கள் இயங்கியதை எங்களால் வேடிக்கை பார்க்கத்தான் முடிந்தது; பாய் பெட்டிகள் என்று இழைத்து நேரங்காலமற்ற உழைப்பிலிருந்த சிலருடைய குடிசைகள் காணாமலே மறைந்தன; ஓரத்தில் ஒரு மையவாடி மட்டும் எப்படியோ தப்பித்துக்கொண்டது; ஊரை ஒட்டியுள்ள ஆற்றில் வெள்ளம் கரைபுரண்டு சென்ற காட்சி இளமைக்கால ஞாபகமாக ஓரிரு தடவைகள் மாத்திரமே எஞ்சியிருந்தது; மேற்புறம் கனமழை பெய்த காலங்களில் மற்றபடி தொழிற்சாலைகளின் பழுப்பு நிறம் கொண்ட கழிவுநீர்தான் சிற்றோடைபோல் வற்றாமல் ஓடிக்கொண்டிருந்தது.

42

ஒலிவாங்கி ஆசை

"இனிக் கொஞ்ச நாட்களே இருக்கின்றன. நன்றாகப் படிக்கவேண்டும்" அபார் இணக்கமாகப் பேசி சிரிப்பைக் கதீருக்குக் கொடுத்தான். "எனக்குச் சீட் குசன் பண்ணி இங்க, கூடப் பணம் உழைக்க ஏலா; வெளிநாடு போகணும்", "நான் டொக்டராகணும்" ஆஸாத்தின் ஆசை அது. அந்தப் பள்ளிவாசலின் எதிரில் அடைத்துக் கிடக்கும் ஜமால் கடை வாசலின் படிக்கட்டில் உட்கார்ந்துகொண்ட நண்பர்கள் மூன்று பேரும் அவரவர் ஆசைகளைச் சொன்ன பிறகும் ஆகாயத்தில் உச்சி வெயிலை விடவும் அண்ணாந்து அந்த ஒலி விரிவதைப் பார்த்துக்கொண்டே இருந்த நான் "எனக்கு பாங்கு சொல்ல விருப்பம். அந்த உயரத்திலுள்ள லௌட் ஸ்பீக்கரில் என் குரலும் ராகத்தோடு அலையலையாக மிதக்க வேண்டும்" நாங்கள் கதைத்துக்கொண்டிருப்பதைப் பக்கத்து வீட்டுக்காரர்கள் யாராவது கேட்டிருப்பார்களா? ஆளுக்கு ஆள் கூச்சத்தில் நெளிந்தோம்.

அன்று வெள்ளிக்கிழமை ஜும்ஆவுக்கு வாப்பா என்னை அழைத்துவந்திருந்தார். தொழுகை நடக்கும்போது என் பராக்கு அங்குமிங்கும் அலையும்; முன்னே நகர்ந்து அசைந்துகொண்டிருப்பேன். "இனிமேல் எந்த இடத்துக்கும் இந்தக் கிறுக்கை அழைத்துக்கொண்டு வரமாட்டேன்" வாப்பா ஒவ்வொருமுறையும் இப்படித்தான் சத்தம் போடுவார். அந்நேரம் எனக்கு ஐந்து அல்லது ஆறு வயதிருக்கும். எப்படி அறிவுரை சொன்னாலும்

போகும் பள்ளிகளில் உடலைக் கைகளை அசைத்துப் பெரும் முழக்கத்துடன் போதனை செய்யும் பெரியார்களைக் காணுகையில் எனக்கும் அதுபோல் செய்ய வேண்டுமென்ற ஆவல் மேலிட அடுத்தடுத்த ஜும்ஆவிலும் ஒரு நிலையில் அசைந்தாடாமல் நிற்க முடியவில்லை.

இரவுணவு முடிந்து அன்றைய விசேஷங்களைப் பேசிக்கொண்டிருந்தபோது நான் உம்மாவிடம் சொன்னேன், "அபாரும் கதீருமெல்லாம் என்னோட பெரிய ஆசை என்னவென்று எனக்கிட்ட கேட்டாங்க."

"அதுக்கு நீ என்ன சொன்னே?"

நான் உம்மாவின் செவியருகே ஒரு மீன்கொத்தியைப் போல உதட்டைக் குவித்துக் கூறியதற்கு இணங்க, அங்கு மாமாவின் கொலனி வீட்டின் மேற்கே இருக்கும் காட்டுப் பள்ளியில் ஓர் ஏற்பாடுசெய்து, மாமாவோடு அனுப்பிவைத்தார். உச்சிக் கிளைகளிலிருந்து நிலத்தைத் தொடத் துடிக்கும் அங்குள்ள ஆல மரங்களின் விழுதுகள் காட்டுப் பள்ளியின் கூரையின்மேல் கொடிபோல் வளைந்து கிடந்தன. என் அறிவிப்பின் முதல் வாசகம் அங்குதான் தொடங்கியது.

முதலில் சிறு சறுக்கல்களுடன் குரங்கு குட்டிக்கரணம் அடித்தது. அதன் இடுப்பைச் சுற்றி சரிகைத் துண்டொன்று அடையாளத்துக்குக் கட்டப்பட்டிருப்பது தெரிந்தது. குரங்காட்டி கையில் சடுகுடு ஒன்றை வைத்து அசைத்துக்கொண்டிருந்தான். இசையை அவதானித்தபடி குரங்காட்டம் சூடுபிடித்தது. அந்நேரம் பார்வையாளர்களுடன் ஒரு கிழவரும் வந்திருந்தார். எப்படியும் அவருக்கு எண்பது வயதாவது இருக்கும். காலை நிலத்தில் சரியாக ஊன்றி நிற்க இயலாதபடி என் தோளைத் தொட்டவாறே பிடி இறுகியிருந்ததில் அவரைக்கொடிபோல் அவர் கையில் பச்சை நரம்புகள் புடைத்துத் தெரிந்தன. பலத்த சிரிப்பொலிகளும் ஆச்சரிய முக பாவனைகளும் சில வேளைகளில் கை தட்டல்களும் அங்கே மேவியிருந்தன. குரங்கின் சாகசம் உயிர்த்திருந்தது. என்னருகே நின்றிருந்த கிழவரின் உதடுகள் மட்டும் எதையோ உச்சரித்து மீண்டன. வேகமெடுத்த சடுகுடு அடி எதிர்பாராத ஒருகணத்தில் மெல்ல ஓய்ந்தது. காற்றின் விசிறலில் விரைந்து விலகும் கார்மேகமாகக் கூட்டத்தின் நடுவே புகுந்துகொண்டு குரங்கு பாய்ந்து ஓடியது. கிழவர் தலையை நிமிர்த்திப் பொக்கு வாய் தெரிய வெகுளித்தனமாகச் சிரித்தார். குரங்காட்டி பயந்து நடுங்கினான்; "கிழவர் கடும் மந்திரக்காரர்" என்று சிலர் பேசிக்கொண்டார்கள்; குரங்கு மூத்திரம் முடுக்க ஓடியதாகவே நான் அங்கு அறிவிப்புச்செய்தேன்.

அன்றைய தினம் பள்ளிக்குப் போவதாய்ச் சொல்லிக் கிளம்பிய நான் எட்டு மணிக்கெல்லாம் கடற்கரைக்கு வந்து சேர்ந்தேன். ஹம்சா, ஹாரூன் என்ற நண்பர்கள் எனக்காகக் காத்திருந்தார்கள்; ஓர் ஒதுக்குப்புறமான பகுதியில் ராவண மீசை வளர்ந்து கள்ளிச் செடிகள் மேலே படர்ந்திருக்கும்; அதன் புதர்போன்ற இடத்தில் எல்லோருமாகச் சேர்ந்து புத்தகங்களைப் பதுக்கிவைப்போம்; ஒருவன் சிரித்தபடியே அங்கிருந்து விசிலடிப்பான்; மற்றவன் தென்னையில் ஏறத் துவங்கும் முன்னமே தலையாட்டியபடி அடர் நீலத்தில் அவன் அணிந்திருந்த சட்டையைக் கழற்றினான்: நான் வீதியில் நின்று வேவு பார்க்க ஆரம்பித்தேன்; கண்கள் நிலைகுத்த யாரோ என்னையே உற்றுப் பார்த்துக்கொண்டிருப்பது தெரிந்தது.எதற்காகத் தன்னைப் பார்க்கிறான். ஹம்ஸாவிடம் சிக்னல் பறந்தது. தென்னையின் வட்டுக்குள்ளேயே ஹாரூன் தஞ்சமானான். பதற்றம் கூடி எங்கள் இளநீர் குடிக்கும் எண்ணங்கள் கண்முன்னே ஆவியாகிப் பறக்கத் தொடங்கியிருந்தன. அன்றைய நள்ளிரவின் பின்னேதான் அந்தக் கடற்கரை வளவுக்காரர் அங்கிருந்து வெளியேறிப் போனதாகவும் அதன்பிறகே தான் தென்னையிலிருந்து இறங்கி வீட்டுக்கு ஓடியதாகவும் ஹாரூன் சொல்லிக்கொண்டிருந்தான். இதனைக் கல்லூரியின் மாணவர் மன்ற நாளில் 'மறக்க முடியாத நிகழ்ச்சி' எனும் தலைப்பில் பேசும்போது கூறினேன்.

ஒருநாள் அவரை சந்திக்கப் போனேன்; 'அமைதி நிலையம்' எனும் சிறிய வீட்டின் ஏணிப்படி வழியாக ஏறிச்சென்று, மாடியில் புத்தகக் குவியலின் மத்தியில் படித்துக்கொண்டிருந்த அந்த எழுத்தாளரைப் பார்த்தபொழுது, ஒரு புதிய உலகத்துக்குள் நுழைந்த பரவசம் எனக்கு ஏற்பட்டது. அந்த அறையிலிருந்த சிறிய பரணில் சுமார் ஐம்பது அறுபது தமிழ் ஆங்கில உலக இலக்கிய நூல்கள் அடுக்கிவைக்கப்பட்டிருந்தன. இப்படித் தொகையாய் நூல்களை அங்குதான் நான் முதன்முதலாகக் கண்டேன்; பரஸ்பர உரையாடலுக்குப் பிறகு அவர் 'பொன்வண்டு' கவிதை நூல் வெளியீட்டை மேடையில் தொகுத்து வழங்க வேண்டுமென்று எந்தவிதப் பாசாங்குமில்லாமல் என்னைக் கேட்டுக்கொண்டார். அப்போது எனக்கு வயது பதினான்கு. விளையாட்டாகத்தான் சொல்கிறார் என்றே முதலில் நினைத்தேன். கைகள் உதறித் தள்ளின. படபடப்பை உள்வாங்கிப் பயிற்றுவித்து மேடையில் ஏற்றிவிட்டார். நான் அறிந்திராத பல மேடைப் பேச்சாளர்களை முன்னே பேச அழைத்த அந்த நாளை என்னால் மறக்கவே முடியாது.

அதேபோல் பின்நாட்களில் 'சருகுச் சலங்கைகள்' என்ற பெயரில் ஒரு நாடகம் தயாரித்தோம். அதில் உண்டான

அனைத்து அறிவிப்புகளையும் நானே செய்தேன். இந்த நாடகத்தின் இறுதியில் "நான் ஓர் எளிய தோட்டக்காரன். எல்லாச் செடிகளுக்கும் தண்ணீர் பாய்ச்சுவேன். மலர்கின்ற செடி மலரட்டும். எந்தச் செடியும் கருக எனக்கு மனம் தராது" என்று பேசி முடிப்பேன்.

அந்த எவரடி பற்றறியின் பின்புறம் இருக்கின்ற வட்ட வடிவமான தகட்டை ஓர் ஊசி முனையில் வைத்துத் திருகிவிட்டால் கொஞ்ச நேரம் அது சுழன்றுகொண்டிருக்கும். அப்போது ஒருவர் பாடிக்கொண்டிருப்பார். நான் முருங்கை மரத்தின் கொப்பில் இருந்துகொண்டு அறிவிப்புச்செய்வேன். ஒருநாள் திடீரென்று அந்தச் சத்தம் கேட்கிறது. அவ்வளவுதான்! இதற்குமேல் என் மூளை சோர்ந்துவிட்டது. அயர்ச்சியோடு மயங்கி நினைவு தப்ப உறங்கத் தொடங்கினேன். வெகு நேர முயற்சிக்குப் பின் என் கண்கள் திறந்தன. ஒடிந்துவிழுந்த முருங்கைக் கிளைகளுக்குள்ளே நான் கிடப்பது புரிந்தது.

எங்கள் தெருவின் மருங்குகளில் செம்பருத்தி பூத்துக் குலுங்கும்; ஒவ்வொரு சந்தியிலும் பெருவாரியான சன நடமாட்டம் நிறைந்த பகுதிகளில் சுவர்களிலும் விளம்பரப் பலகைகளிலும் எழுதப்பட்டிருந்த "விண்ணின் மழைத்துளி, மண்ணின் உயிர்த்துளி", "இன்றைய மழைநீர் நாளைய குடிநீர்", "மழைநீர் காப்போம்" போன்ற வசனங்கள் என்னைக் கவர்ந்தன. அவைகளை உரத்த தொனியில் தொண்டை நரம்புகள் புடைக்க வாசிப்பேன். ஆறு, வாய்க்கால் பகுதிகளில் களை நாசினிகள் என்று ஹாக்ரோஸ், நொமினி; டி டி ரி, பி எச் சி; உர வகைகளில் யூரியா, சூப்பர் பாஸ்பேட், கம்போஸ்ட் பசுந்தாள், ஹோலாண்டு உருண்டை, பிரிக்யூட், குருனெல், பொடி எனப் பெரிய எழுத்தில் பல வர்ணங்களில் வெளிச்சம் கிடைக்கும் இடங்களில் பதாகை களை நிறுத்திவைத்திருப்பார்கள். அதிலுள்ள வரிகள் மனதுக்குள் புகுந்து வெளியில் அறிவிப்புகளாகத் துள்ளி விழும். இன்னொரு இடத்தில் வெளிவந்துவிட்டது 'கமத்தொழில் விளக்கம்' என்ற அறிவிப்பு ஒட்டப்பட்டிருக்கும்; அந்த மாதாந்த இதழை வாங்கித் தரும்படி வாப்பாவிடம் கெஞ்சிக் கூத்தாடியிருக்கிறேன்; கிடைத்ததும் அந்நாளில் வானொலியில் ஒலிபரப்பாகும் முகத்தார் வீடு நிகழ்ச்சியில் மூழ்கிப்போயிருக்கும் தோட்டப் பெரியப்பாவிடம் எடுத்துச்சென்று சாய்மனையில் குந்தி ஒரு வரியும் தவறாது வாசித்துக் காட்டுவேன்;

"நீண்ட அங்கிபோல் கசங்கிய ஓர் ஆடைக்குள் புகுந்து வெளியே வருவதும் – பெரும் காடுகளுக்கு மேல் ஒரு பிரமாண்டமான சிலந்திபோல அசைவதும் அந்தச் சூரியன்தான்," என்று எங்கள் பாடசாலை அதிபரின் பிரியாவிடை நிகழ்வில்

எழுதி வாசித்த அந்தக் கவிதைமேல் சந்தேகம் வந்து, விரிந்த தாடி வளர்த்திருந்த உதவி அதிபர் "தன்னைத்தான் கிண்டல் செய்ய யாரோ இவனுக்கு எழுதிக் கொடுத்துள்ளார்" என்று நினைத்து என்னைக் கீழிறக்கிப் பல மணி நேரம் விசாரித்த போது "கண்டால் எப்போதும் சீண்டுகின்ற பகுதித்தலைவரைக் காட்டி இவர்தான் எழுதித் தந்தார்" என்று சொல்லிவிட்டேன். அவர்கள் இருவரும் காகங்களைப்போல் கட்டிப்புரண்டு சண்டை மூளும் தருணங்களிலும் ஆளையால் கண்டு செருப்பணிந்து கால்களை உசத்திக்கொண்டு மல்லுக்குத் தயாராகும்போதும் நான் அந்தக் கவிதையை எண்ணிக் கொடுப்புக்குள் சிரித்துக்கொள்வேன்.

43

முறுக்கு மீசை

நிழல் முடிந்த இடத்திலிருந்து தொடங்கிய வெயில் தன் ராட்சஸக் கரங்களை விரித்தபடி ஆறெங்கும் படர்ந்து நீண்டிருந்தது. மாவடிப் பள்ளி ஆற்றுப் பாலத்தின் கீழ் சின்னப்பா வண்டில் மாடுகளைக் கழுவிக்கொண்டிருந்தார். மாரிக் காலத்தில் பெருக்கெடுத்து ஓடும் ஆறு இப்போது வெயில் போர்த்தி வறண்டு, அங்குமிங்கும் குட்டைகளாகி நீர் தேங்கித் தெரிகிறது; ஆற்றுப் பாலத்தின் நிழலில் நின்றிருக்கிறேன்; அருகில் செல்லும் பிரதான வீதி கானல்நீரைக் காட்டித் தத்தளித்தது. குட்டைகளில் நிறைந்த நீர்பிம்பங் களில் ஆடியபடி மாடுகளும் சின்னப்பாவும் தெரிந்தார்கள். நான் அணிந்திருந்த கட்டம் போட்ட வெள்ளை முழுக்கைச் சட்டையை ஒரு கல்லில் கழற்றி வைத்திருந்தேன்: சின்னப்பாவும் தான் போட்டிருந்த பழைய சாறன் முடிச்சை அவிழ்த்து நழுவவிட்டுச் சட்டென்று அதே வேகத்தில் கால் பெருத்த சிறுவாலை மாட்டிக்கொண்டார். பின் மூக்கை ஒரு கையால் பொத்திக்கொண்டு மூழ்க ஆரம்பித்தார். பின்னால் நானும் நீராடினேன். அப்போது என்னை நேராக நிறுத்தி தண்ணீரில் நனைந்த அவர் நரைத்த முடியடர்ந்த நெஞ்சை அழுத்தித் தேய்த்துவிடச் சொன்னார்.

அவர் நெஞ்சு முடியை விடச் சின்னப்பாவின் மேலுதட்டைக் கவ்வும் பெரிய மீசை எனக்கு மிகவும் பிடிக்கும். வாப்பா மூன்று நாட்களுக்கு ஒருமுறை செய்யும் சவரத்தோடு மென்மையும் காணாமல்

போய் மீசையும் மறைந்து முகம் பளபளவென்றிருக்கும்; என் பள்ளிக்கூட வாத்திமார்கள் அனைவருக்கும் சிறியதும் பெரியதுமாக மீசை இருக்கும்; கணக்கு வாத்தியார் இடி அமீன் உயரமான தடிப்பான உருவத்தில் அடர்ந்த மீசையுடன் நடந்து வந்தால் மற்ற வாத்தியார்கள் அவர் கம்பீரத்துக்கு முன்னால் காணாமல் போய்விடுவார்கள். அவர் சாப்பிட்டிருக்கிறார் என்பதை மீசையில் ஒட்டியிருக்கும் பருக்கைகள் காண்பித்துவிடும். மீசையென்றால் கண்ணன் வாத்திபோல் கம்பீரம்; அலியார் மாஸ்டர்போல் அழகு, ஸ்டீபன் சேர்போல் பழுப்பு, உதுமான் சேர்போல் கருமை என்றிருந்த எனக்கு, எங்கள் வகுப்பில் புதிதாக வந்துசேர்ந்த சரோஜா டீச்சரின் கூந்தல் முடியும் அதன் வாசனையும் காற்றைத் தழுவி நாசியில் நுழைந்து மனம் முழுவதும் நிரம்பிவிட்டது.

“குறி தவறி விட்டதா என்ன… திகைத்துப்போய் நின்றேன். கால்கள் சேறும் சகதியும் நிறைந்து முட்புதர் மீது சரிந்து வழுக்கி விழக் களிசானும் நழுவியது; கைகளும் முட் செடி வேர்களில் சிக்கி விடுவித்துக்கொள்ள முடியாமல் வேதனையில் துடிதுடித்தது; கரடி வேட்டையாடப் போவதை நினைத்துப் பயத்தில் மூழ்கினேன்; உடனே தாடி மீசையுடனான முகமூடியை சரிசெய்து முகத்தில் அணிந்தேன். கரடியின் கண்களில் வியப்புக் கலந்த பயம் மின்னியது” என்ற நெடுங்கதைகளைக் கேட்டிருக்கிறேன்; “வேட்டைக்குப் போனால் இடம் அறிந்து உட்கார்; தடம் அறிந்து நட என்பது இதுக்குத்தான்,” என்பார்; வேட்டை என்றாலே சிலிர்த்தெழுகின்ற மனம். நிழல்போல் பின்தொடர்ந்து ஓடுகின்ற விலங்குகளைத் துரத்தி மகிழும் சிறுவனாக ஆகிவிடுவார் தம்பி ராசாக்காக்கா; இவர் வீட்டில் சப்பாத்துச் சோடிகள் குவிந்துகிடக்கும்.

சற்றே உயரத்தில் மான்கொம்பில் மீசை ஆடிக் கொண்டிருக்கும்; நீண்ட டோச் லைட் கூடவே தொங்கும்; அதனை அணிந்துகொண்டால் மிருகங்கள் விரைந்து ஓடாதாம்; அந்த மீசையை மெதுவாக எடுத்து முகத்தில் சொருகி மகிழ்ந்திருக்கின்றேன்; மழைபெய்து முற்றிலுமாக நின்று போயிருந்தது; இலை தழைகளிலிருந்து சொட்டிய நீர் மண்ணைச் சொதசொதப்பாக்கிய ஓர் இரவில் வேட்டையில் மிருகம் சிந்தி விட்டுச் சென்ற ரத்தச் சுவடோடு சின்ன ராசாக்காக்கா நடந்து எங்கள் வீட்டுக்கு ஒரு தேவையாக வந்தபோது நான் அவர் மீசையைக் கண்டு அலறியடித்து ஓடியிருக்கிறேன்.

அவுஸ்திரேலியா துடுப்பாட்ட வீரர் டேவிட் பூன் என்பவரின் மீசையைக் காணுகின்றபோது எங்களூர் கிண்ணங்காயர் என்பவர்தான் ஞாபகத்தில் வருவார்;

எதிர்ப்புறமாய் நிமிர்ந்து தாழ்வாய்க் குனிந்திருந்த அந்தத் தென்னை மரத்தில் முன்காலை வைத்து விறுவிறென்று ஏறுவார். மரம் தறிப்பதில் கெட்டிக்காரர். நீண்ட உயரமான மரத்தின் உச்சியில் நின்று ஓலைகளை வெட்டி அதன் முடியைத் துண்டாக்கி ஒற்றைக் கையில் ஏந்தித் தரையில் தடம் அறிந்து குறி தவறாது கிறுக்கியெடுத்துத் தொபுக்கென்று போடுவார். முடியை இழந்த தென்னை ஆடுமே ஆட்டம். அப்போது மேலிருந்து பாட்டுப் படிப்பார். காலினால் மரத்தைக் கவ்விக் கைகளை விரித்துக் காட்டுவார். கீழே திகைத்துப்போய் நின்றிருப்பவர்கள் கூச்செறிவார்கள். இறங்கியதும் உடம்பை முறுக்கியெடுத்துத் திடுமெனத் திரும்புவார் அந்நேரம் அவர் மீசை துடித்த வண்ணமிருக்கும்; இவர்தான் இலவட மகன்ட நாற்சந்தியில் நூறாண்டுகளைக் கடந்து பரந்து விரிந்து நின்ற வம்மி மரத்தைத் தறித்து வேரோடு பிடுங்கியவர்; அதில் குடிகொண்டிருந்த தாயும் பிள்ளையுமான பேய்கள் நடுச்சாமம் இவர் வீடு தேடிச்சென்று “எங்களைக் குடியெழுப்பி விட்டாய் உன்னைக் கவனிக்கிறேன்” என்று சொல்லிச் சென்றதாக எல்லோரையும் பயம்கொள்ளவைத்த கதையொன்று பரவி ஊர் டும்மென்றிருந்தது. என்றாலும் நானோ அவர் மீசைக்கு அஞ்சித் தான் அது அவரை விட்டுவைத்திருப்பதாக நம்பியிருந்தேன்.

வெயிலின் பாதங்கள் உறவினர் வீட்டுச் சிறுமிகள் திரைச் சீலைகளுக்குப் பின்னிருந்து எட்டிப் பார்ப்பதைப்போல தயக்கமாய் நுழைந்துகொண்டிருந்த அந்த வறாந்தையில் மிக நீண்ட நேரமாய் அவர் படுத்தே இருந்தார். வெளிர் மஞ்சள் நிற முழுக்கை கோர்ட் அணிந்து உள்ளே வெள்ளையிலான சேர்ட் உடுத்தியிருந்தார். “முருமுரு முருங்கை... கருகரு கவிதை” என்று வாய் இராவ அவர் மீசை அதிவேக முனைப்புடன் அசையும். ஒரு அரைப் பெட்டி வடிவில் தலைமுடி வளர்ந்திருந்தார். எடைகுறைந்த சிட்டுக் குருவிகள்போல் அலைந்துவரும் எங்கள் சிறுவர் பட்டாளம் பதுங்கிப் பதுங்கி அங்கிருந்து, “ரங் கோர்ட் மஸ்தான்,” என்று குரல் எழுப்பினால் போதும். கோபம் பொத்துப்பீறி வளைந்த மீசையை முறுக்கிக்கொண்டு எழுவார்; எங்கு ஓடினாலும் விடமாட்டார்; கோழிக்குஞ்சைப் பிடிப்பதுபோல் அமுக்கி நன்றாகச் சொக்கில் சாத்தியிருக்கிறார்.

கிராமத்தில் காலத்துக்கு ஏற்ற மாதிரி நீராகாரம், மோர், தயிர், இளநீர், கஞ்சி என இங்கே இருந்தது. சில்லறைகளைக் கொடுத்து வாங்கிப் பருகிவிட்டுப் போகும் நமக்கு அவர்கள் விற்கும் பானங்கள் அது என்ன கோடி ரூபாய் வியாபாரமா? பச்சை இலைகளுக்கிடையில் அமர்ந்துகொண்டு முகம் காட்டாமல் கூவும் குயிலோசையைக் கேட்டபடியே கூழ் குடிப்பது பானங்கள் பருகுவது பேரனுபவம்தான்.

நெடுங்காலம் பழகியவரைப்போல அவர் சிரித்தார். வாளியிலிருந்த தண்ணீரைக் கொஞ்சம் எடுத்து தம்ளர்களைக் கழுவி உதறிவிட்டு அதை மிதிவண்டியில் தொங்கிக் கோண்டிருந்த கம்பி வலைக்குள் வைத்தார். சவ்வரிசிக் கஞ்சி என் உதட்டிலிருந்து இன்னும் முழுதாகத் துடைபடவில்லை யென்று வாப்பா தனது கைக் குட்டைமீது உதட்டை ஊன்றித் தடவிவிட்டார். என்றாலும் கஞ்சியின் உள்ளீடான கொத்தமல்லித் துளிரை மென்றபோது, அது நாவில் ஒரு புதுச்சுவையைக் கொடுத்தது. எப்போதும் கஞ்சி மீரானின் சின்னச் சின்னக் கை முறுக்கும் ருசிதான். அந்த முறுக்குப் போலவே அவர் மீசையும்; பால் தேயிலையும் போடுவார்; ஒரு கையில் கிளாஸை வைத்து மறுகையால் கொழுக்கை வில்போல வளைத்து உயர்த்தி ஆத்துவதைக் காண்பதற்கென்றே கூட்டம் வளைத்து நின்றிருக்கும்; முறுக்கு மீசை அவர் அண்ணார அண்ணார கூஞ்சம்போல் ஆடும்; தலையிலிருந்த தொப்பியை எடுத்து அதையே விசிறிபோல செய்து அணிந்திருப்பார்...

இடுப்பளவு உயர்ந்த செடிகளும் புதர்களும் மூடியிருந்தன. முதலில் அவற்றை வெட்டி அப்புறப்படுத்தினால்தான் வளவை அளக்க முடியும்; அதற்கு ஹைகோர்ட் ராஜா என்பவர் அழைக்கப் பட்டிருந்தார். அவருக்கு இன்னுமொரு பெயர் இருந்தது. புசுபுசு மீசை. காலையில் வந்ததும் வராததுமாக முதலில் தண்ணீர்ச் சோறுதான் கேட்பார். உம்மா பானையைத் திறந்து சோற்றுடன் பனஞ்சாறு போட்டுக் கலக்கிச் சொம்பில் நிரப்பிக் கொடுப்பார். முதல் மிடறு தொண்டையில் இறங்கும்போது ஒரு சிரிப்புச் சிரிப்பார்; வம்மிப்பூப்போல் அவர் மீசை சிலிர்த்திருக்கும்.

அவர் அந்த மாடுகளுக்கு லக்ஷ்மி, பார்வதி, கருப்பி, சிவப்பி என்று பெயர் வைத்திருந்தார். மாடுகளுக்கு அது புரியும். குடுக்கையருக்கு ஒரு தோட்டமுமிருந்தது. அது குடுக்கையர்ர தோட்டமென்று இப்போதும் அழைப்பார்கள். ஒருகாலத்தில் மட்டைப் பந்து விளையாட அங்குதான் செல்வோம். இவர் எனக்கு பெரியப்பா முறையானவர். அவர் பேச்சு முக்கியமானதொரு திசையை நோக்கிச் செல்வதுபோல் இருக்கும். கரகரத்த குரல். நறுக்குத் தெறித்தாற்போல் பேசுவார். அவர் மீசை சோளக் கதிரைப் பல்லுக்கு எதிரே பிடித்து ஒரு குருவி கொத்தி எடுப்பதுமாதிரிக் கலைந்து தெரியும். என்னை அருகில் இருத்தி அணைத்தபடி கொஞ்சுவார். புருவம் ஊசிதான். அந்தத் திடகாத்திரமான மனிதரை மாடு தள்ளிவிட்டு ஓடியுள்ளது. மரணப் படுக்கையிலும் என்னைக் கண்திறந்து அழைத்தார். முத்தமிட முயன்றும் அவர் உடல்நிலை சம்மதிக்கவில்லை. நானாக அவர் முகமருகே பணிந்தேன். கண்களில் ஈரம் கொஞ்சம் ஒட்டியிருந்தது. மீசை மட்டுமே என்னை விசாரித்தது.

44

பிச்சிப் பிலாவடி...

பிரதானத் தெருவும் மேற்கில் சேர்கின்ற குளக்கட்டும் அந்தண்டையில்தான். அங்கிருந்து நற்பிட்டி முனைக்குப் பிரிகின்ற வயல்பாதை இடத்தில் ஒரு மரம் நின்றது. மூத்த குடியானவரில் மூத்தம்பி ஆலிமின் இரண்டு தலைமுறையை விடவும் அது வயதான மரம். அதன் பெயர்தான் வம்மி. அழகான வாசம் சிந்தும் மரம் என்று எல்லோராலும் தீர்ந்திருந்தது. அதன்பிறகு பெரும் இடி ஒன்று விழுந்து பட்டுப்போனதாகக் கதை பரவிற்று. அம்மரத்துக்குத் தெற்கே ஆறும் இருந்தது. அதற்கு மேல் கருவேலங்காடும் நெருங்கிய தூரத்தில் பிரம்புப் பற்றையும் கிழக்கே கடலுமாக எங்கள் ஊர்.

அந்தக் காற்றை உணர்ந்ததும் எங்கள் உடம்பில் திடுமென ரத்தம் சுரப்பது மாதிரிச் சந்தோஷ அலைகள் பரவும். பூசரி* மரம் அதன் கிளைகள் உரசி எழுப்பும் ஒலியில் தூக்கம் காவும். அரைச்சாயங்கால நேரம், கோணக்குட்டியோடு விளையாட்டைத் தொடங்கியிருப்போம். அயல் தெருப் பையன்களும் குட்டிகளும் எங்களுடன் சேர்ந்துகொள்வார்கள். சத்தம் தெருவைப் பிளக்கும். பெரியவர்கள் எட்டிப் பார்ப்பார்கள். இரைச்சல் தாளாமல் கெட்ட வார்த்தைகளும் உதிர்ப்பார்கள். நாங்கள் வலிப்புக் காட்டுவோம். "என்னிக்காவது ஒரு நாளைக்கு எங்களிட்ட தனித் தனியா மாட்டுவீங்கடா, அன்டைக்கு உங்களப் புளியாணம் காய்ச்சிறோம் பாருங்க" என்பார்கள்.

---
* ஒரு மரம்.

உச்சிவெயிலானாலும் உக்கிரம் கிடையாது. முன் யோசனையாக என்றோ வீட்டின் நடுமுற்றத்தில் நட்டிருந்த புளிய மரம் நெகுநெகுவென்று கிளை பரப்பிக் குடையாய் விரிந்து சூட்டைத் தணித்தது. அதன் நிழலில் தர்வீஷ் அப்பாவின் கயிற்றுக் கட்டில் ஒரு நிரந்தரச் சிம்மாசனம்தான். தலையில் கொண்டை போட்டுக்கொண்டே பக்கத்தியிருந்து அரிசி புடைத்துக் கொண்டிருக்கும் அவர் நங்கினத்தின் (மனைவி) சுளகிலிருந்து தவறித் தரையில் சிந்திக் கிடந்த குறுநெல்லை ஒரு குருவி தயங்கித் தயங்கிக் கொத்திக்கொண்டிருக்கும். வீட்டின் பின்புறமிருக்கும் காய்கறித் தோட்டம் மீது யாராவது கைவைத்துவிடுவார்கள் என்ற அச்சத்தில் கட்டிலில் தலைசாய்த்த நிலையிலும் கண்ணசரக் கூடாது என்கின்ற வைராக்கியத்தில் தர்வீஷ் அப்பா புரண்டு படுப்பார்.

சந்தையில் சனங்கள் நுழைந்தது போன்ற ஓசையுடன் குழந்தைகள் போடும் இரைச்சலில் அவர் விடுக்கென்று எழுந்து உட்கார்ந்து "ஏலே என்னடா சத்தம் போடுறீங்க" என்பார். அவர் கனைப்புக்கு நான் அருகில் சென்றால் இடுப்பில் முடிந்து வைத்திருக்கும் சுருக்குப் பையிலிருந்து ஒரு இருபத்தைந்து சத நாணயத்தை எடுத்து எனது கையில் வைத்து, "விழுது விழ விழ நிலத்திலே பதிஞ்சு தூணாய் ஆல மரத்துக்குப் பலம் சேர்க்கிறமாதிரி, அன்பா ஆரோக்கியமா நடக்கணும்," என்று ஆசீர்வதிப்பார். அவரைச் சூழ்ந்து எதிரும்புதிருமாக மரங்கள் – முதிரை, சமலை, காட்டுக் கொய்யா, ரானை, ஆலை என்பன சீராகக் கிர்கிர்ரென்று அசைவதைச் சில வினாடிகள் அப்பா பரவசத்துடன் பார்ப்பார்.

அருவியில் குளிப்பவர்களையோ துவைப்பவர்களையோ யாரையும் காணவில்லை. காயப்போட்டிருந்த துணிகள் மட்டும் கேட்பாரற்று அப்படியே கரையில் பரவிக் கிடந்தன. நான் யோசனையோடு பார்த்துக்கொண்டிருக்கும்போது அப்பா வந்தார். அந்தரமாய் மேலெழும்பிக் காற்றில் சிறகை விரித்துச் செல்லும் பறவைகள்போல் வண்ண வண்ணத் துணிகள் சடசடக்க "இங்கு காவலுக்கு யாருமில்லையா" என்றேன்; "தேவையில்லையே ஆமணக்கு மரங்கள் இருக்கும்வரை, எந்த மிருகமோ பட்சியோ நெருங்க ஏலாது; மனிதர்கள்கூடச் சிலவேளைகளில் பயந்து ஓடிவிடுவார்கள். வெயில் ஏற ஏற வெடில் பறிவதுபோல் அதன் விதைகள் வெளியாகித் தெறித்து அச்சமூட்டும்" என்கிறார். எனக்கு அன்று ஆச்சரியமாகவே இருந்தது. கண்ணுக்கெட்டிய தூரம்வரை ஆமணக்கு மரங்களே வரிசையாக நின்றன.

வீட்டின் உள்பக்க மூலையிலிருந்து வரும் குழந்தைகளின் அழுகுரல், வளையல் ஓசைகள், தெருநாய்க் குரைப்பு, மாட்டுத் தொழுவத்தில் நிற்கும் மாடுகளின் மூச்சு என்பவை சில இரவுகளில் துல்லியமாகக் கேட்கும். தூக்கம் வராத இரவுகளில் தடியைப் பிடித்தபடி உலாவிவிட்டு வரும்போது, சூ! சூ! சனியன், அப்படி தர்வீஷ் அப்பா போட்ட சத்தத்தில் எல்லோரும் எழுந்துகொண்டோம். அந்தக் கருவேப்பம் மரத்தில் அமர்ந்து யாரோ அழுவது கேட்கிறது என்றார். சடசடத்துப் பறந்து வந்து, எதிரில் நின்ற கழுகு இருட்டுக்குள் தாவணியை இடுப்பில் சுற்றி இழுத்துக் கட்டியிருக்கும் ஒரு பெரிய மனுஷிபோலத் தெரிந்தது. அதன் ஒரு கந்தின் முனையில் தொத்தி உட்கார்ந்திருந்த கருப்புநிறக் குருவியொன்று ஊஞ்சலாடிக் கீச்சிட்டது. பாதித் தூக்கத்தில் கண்கள் பிதுங்கியிருந்தன. எரிச்சலோடு கலைந்தோம்.

பூவரசம் மரத்தின் இலைகள் பழுத்து உதிர்ந்து கிடக்கும். தோழர்கள் பீப்பீ செய்து ஊதுவது ஆடு கனைப்பதுபோல் கேட்கும். தூரத்திலிருந்து பார்த்தால் வளைந்து குனிந்திருக்கும் காட்டு வம்மி அப்பா மாதிரியே தெரியும். காமணக்கா மரம் பூத்துக் காய்க்கும் உருவம் உம்மாவின் கொசுவம் வைத்த முந்தானை போல் அசையும். வாய் நிறைய உப்பிய கூழை உள்ளுக்கு விழுங்கிவிட்டு "ம்" என்று தலையை ஆட்டும் வாப்பா போலவே நிமிர்ந்து நிற்கும் சமலை மரம். எங்கள் சீனிக்காக்காவின் முதுகை நினைத்தால் கோப்பத்தம் பட்டைகளைத் தன் சருமம் வழியே அவிழ்த்துவிடும் கமுகு மரம்போல்தான் வளைந்தாலும் கம்பீரம் தெரியும். எங்கள் பக்கத்து வீட்டு மம்மசன் காக்காவைப் பனைமரம் என்றுதான் அழைப்போம். சூபியா மாமியின் வீட்டைப் "பூமரத்து வீடு" என்று அடையாளப்படுத்துவோம்.

வம்மியடி, கட்டையடி, மயர் பற்றை, பலாச்சோலை, மருத நிலம், பிச்சிப் பிலாவடி, அத்தியடி, விழிணையடி, கூழாவடி, ஆமணக்குச் சந்தி, ஆலையடி, அரசையடி, முந்திரிக் காடு என்றெல்லாம் மரங்களை வைத்தே இடங்களுக்குப் பெயர்கள். வீதியைவிட்டு ஒதுக்குப்புறமாய் ஓடை உள்வாட்டமாகவே கொஞ்சத் தூரம். ஓரத்தில் உயரஉயரக் குறிஞ்சா மரங்கள், இலுப்பை, அருகம்புல், லாமிச்சையென்று சின்னச் சின்னக் கன்றுகள். பாதத்தில் குளிர்ச்சி தட்டும் குளுமை பரவிய நெருக்கமான புதர். ஒரே ஒரு தென்னை மரம் அதுவும் கப்பு விட்டு நின்றிருக்கும். என்ன ஏது என்று சொல்ல முடியாத அதிசயமாகக் கப்புத் தென்னை தோணா வாய்க்கால் ஓரமாக நின்றிருந்ததாக அப்பா சொல்லக் கேட்டிருக்கிறேன்.

மாமரத்தின் கீழே பூக்கள் சிந்திக் கிடக்கும்; மரத்தில் கட்டெறும்பு ஊரும்; அருகில் பாய்போட்டுக் காலைப் பின்னிப் பதமாகப் படுப்பதென்பது அலாதிதான். அந்நேரம் நீலநிறக் குருவியொன்று வாலை ஆட்டியபடியே விட்டுவிட்டுக் கத்திக் கொண்டிருக்கும். அடர்ந்த மரம்; அசையும் நிழல் உச்சி வேளையிலும் தழுவி அப்பும் காற்று. நல்ல நித்திரையில் மூழ்கிக் கண் விழிக்கும்போதில் பின் தலையிலும் முதுகிலும் பொடி மணல் உறுத்தும். புறங்கைகளால் தட்டிவிட்டு எழுந்ததையும் பாயை எடுத்துப் பழையபடியே இடுப்பில் வைத்துக்கொண்டு நடந்ததையும் நினைக்கச் சந்தோசமாக இருக்கிறது.

பலா, முருங்கை, வேம்பு, தோடை இந்த மரங்கள்தான் மட்டைப்பந்து விளையாட்டின் எல்லைகள். ஒவ்வொரு மரமாகத் தரித்து ஓடுவோம். மேகத்திடையே சூரியன் நகர்ந்து வந்தபோது மத்தியானமாயிருந்தது. வீட்டுத் தெருப்பக்கம் கண்களை இறுக்கிக்கொண்டு ஒருவர் "ஆளக் காணல்லயா..." என்று பதறுவது தெரிந்தது. ஒரு பத்தே பத்து நிமிடம்தான்; முகத்துக்குள் சுற்றிச்சுற்றிவந்த கொசுவை விரட்டிக்கொண்டே சிலர் கூடினார்கள். அந்த ஆலமரத்தில் தொங்கிக்கொண்டிருந்த கயிறு ஆடி முடித்திருக்கவில்லை. அதற்கிடையில் தங்கராசாவின் உயிர் பிரிந்திருந்தது; சனங்கள் அவர் தூக்குப் போட்ட காரணத்தை என்னவெல்லாமோ சொல்லி முணுமுணுத்தாலும் சில ஆண்டுகளோடு கதை நின்றுபோனது. அந்த ஆலைக்கு மட்டும் 'தூக்காலை' என்ற பெயர் நிலைத்தேவிட்டது.

45

காலண்டர் என்பது...

வலது கை ஆட்காட்டி விரலால் மூக்கின் கீழே பக்கவாட்டில் ஊன்றியபடி அவன் உடல் பாவனை இன்னும் அழகாக இருக்கும். சாரனை மடித்துக் கட்டாமல் தழையவிட்டிருந்தான். வெளிறிப்போன பச்சைநிறத்தில் சுருங்கிய சட்டை; கொலர் மடியாமல் ஒரு பக்கம் தூக்கிக்கொண்டு நின்றது; வரிசைகட்டிக் கோர்த்ததுபோல் அத்தனை அழகான பற்கள். கறுத்துத் தடித்த உதடுகள்.

பெருநாளையொட்டி வரும் பள்ளி விடுமுறைக் காலத்தில் மாமாவின் ஊருக்குச் செல்வேன். என் வயதை ஒத்த மாமா மகனுடன்தான் தூங்குவேன். எதிரே சுவரில் வானவில்போல் ஆரமிட்டுக் காற்றில் ஆடிக்கொண்டிருக்கும் காலண்டரில் அந்தச் சிறுவன் தானாக அசைவதுபோல் தெரிவான்.

காலண்டர் அது அவ்வளவு மலிவான பொருள் அல்ல என்பது எனக்கு மாமாவின் வீட்டில் இருந்தபோதுதான் தெரிந்தது. அவர் அறையில் லீலா, மெய்கண்டான் பஞ்சாங்கம், அதிர்ஷ்ட லக்ஷ்மி என்ற காய் காலண்டர்கள்* தொங்கும்; மாமா பழைய காலண்டர்களை உருட்டி உருட்டிப் பத்திரமாக வைத்திருப்பார். கூடுதலாக இந்திய நாட்டின் 'சிவகாசிப் பிரிண்டிங் பிரஸ்' என்றுதான் அதில் பதித்திருப்பார்கள்; படங்கள் என்ற இடங்களில் எம்.ராமலிங்கம், டி.எஸ். பட்டணம் பொடி; சி.கொண்டைய ராஜூ, ராஜாரவிவர்மா,

---

* தேதிக் கூடு.

ஏகலைவன், கே.மாதவன், டி.எஸ்.சுப்பையா, மீனாட்சி சுந்தரம் பிள்ளை, எஸ்.எம். முத்து எனப் பெயர்கள் குறிக்கப்பட்டிருக்கும்.

குட்டி ஜப்பான் என்றழைக்கப்படும் சிவகாசியின் காலண்டர் படவுலகில் மிக முக்கியமானவராகக் கருதப்படுபவர் ஓவியர் எம். ராமலிங்கம்; இதற்குப் புதுப்பொலிவும் எழுச்சியும் அளித்தவர். காலண்டர் உலகிலேயே அதிக எண்ணிக்கையில் அச்சிடப் பெற்றவை இவரது ஓவியங்களே. சமூகக் காட்சிகளைக் காலண்டர் படங்களில் கொண்டுவந்தவர் டி.எஸ். பட்டணம் பொடி. தெய்வீகப் பக்திப் படங்களை அதிகம் வரைந்தவர் சி. கொண்டைய ராஜூ; பலநாட்கள் பேசாதிருந்த ஊமைப்பிள்ளைகள்கூட இவர்கள் வரையும் படங்களைப் பார்த்து வெறித்துப் பின் பேச ஆரம்பித்திருக்கிறார்களாம். குறித்த வர்ணங்களுக்குக் குறிப்பிட்ட குணங்கள் இருப்பதாக ஐதீகம்.

இருந்தாலும் காலத்துக்கு ஏற்றவாறு பல்வேறு வண்ணங்களில் ஓவியத்தைத் தீட்டித் தீர்மானிக்கும் சக்தி அச்சக உரிமையாளர்களுக்கு இருந்தது; மதுரை கலைமகள் ராஜலட்சுமி காலண்டர்ஸ், லட்சுமி பிரேமிங் பிக்சர்ஸ், ஸ்ரீராம் போன்ற கம்பெனிகள் ஒவ்வொரு வருடமும் புதிய புதிய யூகங்களை உரிய இடங்களுக்குச் சென்று அறிமுகம்செய்தன; இந்தப் பெயர்களையொட்டிய காலண்டர்கள் பளிச் பளிச் கலர்களில் நெல்மணிகள்போல் அசைந்தன.

நான் பாடசாலை போகும் காலங்களில் அதிபர் அறையில் நீளப்பாடான – மார்பளவான காலண்டர்களைக் கண்டிருக்கின்றேன். ஓவியங்களைச் சுவரில் மாட்டி அலங்கரிக்கின்ற இன்றைய பழக்கங்கள் ஆங்கிலேயரினாலேயே அறிமுகமாயின. பொதுவாக அன்றைய வர்த்தக சமூகம், மக்கள் ஆகிய இரு பிரிவினரின் தேவைகளை – விருப்பங்களை நிறைவேற்றும் புதிய கலாச்சார வடிவமாகப் பிறந்ததே காலண்டர். விக்டோரிய மெய்ப்பண்புவாத அடிப்படைகளையொட்டிய உயர் கலை ஓவியங்களும் எண்ணெய் வர்ணங்களும் கான்வாசுகளும் ஆங்கிலேயர்களின் வர்த்தகத்தினூடே இங்கு குடியேறின.

காலண்டர் படங்களை நவீனத்துவத்தின் வெளிப்பாடாக, ஜனரஞ்சகக் கலையாகக் கருத இடமுண்டு. தனவந்தர்களின் பிடியில் இருந்த அருமந்த ஓவியங்கள், படங்கள் என்பன ஒருவகையில் விடுதலையாகிப் புதுவடிவம் பெற்று, அச்சு இயந்திரங்களின் உதவியுடன் சாதாரண வீடுகளிலும் காலண்டர் உருவில் இடம் பிடித்தன.

வர்த்தக விளம்பர யுக்தியின் ஒரு பகுதியாகக் கருதப்பட்ட காலண்டர் படங்கள் கொழும்பு ஆட்டுப்பட்டித் தெருவில் மட்டுமே அதிகமாக அச்சிடப்பட்டு இலங்கை முழுவதற்கும் விற்பனையாகியது. கொழும்பில் வண்ண அச்சுக்கூடங்கள் தொடங்கிய பின்பு ஜவுளிக்கடை, கார் விற்பனை நிலையம், வங்கிகள், நகைமாளிகைகள், பல சரக்கு முகாமைகள், சகோதரப் பன்மடிக் கூட்டுக்கம்பனிகள் விளம்பரம் தாங்கிக் கிராமத்துப் பெண்கள், குழந்தைகள், இயற்கைக்காட்சிகள் கொண்ட புத்தாண்டுக் காலண்டர்கள் பல்வேறு உருவங்களில் வெளிவரத் துவங்கின; ஆரம்ப காலத்தில் பொதுவாக மூன்று வண்ணங்கள் நீலம், மயில் நீலம், மெஜந்தா; இவைகள் சேர்ந்தே காலண்டர்கள் பிறந்தன. இந்த மூவர்ணங்கள் கலந்த ஓவியங்கள் கண்களையும் மனதையும் திருடின. அப்படியான காலண்டர்களை ராஜு, தோமஸ், செபஸ்தியன், மைக்கல் என்ற ஆர்ட் நிறுவனங்கள் தயாரித்துப் பொதுவெளியில் விட்டன.

வினோலியா, வைட் றோஸ் சோப், சன்லைட், யானை மார்க் தீப்பெட்டிகள், கங்கா பீடி போன்ற கம்பெனிகள் பெரிது பெரிதாக அழகு அழகாக வருடம் தோறும் ஒவ்வொரு வசீகரக் காட்சிகளைக் குளுமையான நிறங்களில் மினுமினுவென்று பதித்து வெளியிடும்; ரவி வர்மா ஓவியங்கள், அன்னை தெரேசா, மாதா கோவில், மேரி, இயேசுநாதர், கருடன்மீது உட்கார்ந்திருக்கும் திருமால், லக்ஷ்மி, சரஸ்வதி, ஊஞ்சல் மோகினி, சீதேவி பூதேவியோடு, புல் தரைமீது எழிலாகச் சாய்ந்து, தாமரை இலைமேல் ஆசையோடு அன்புக் கடிதம் எழுதும் சகுந்தலை இப்படி அச்சாகி வந்திருக்கும். சில வீடுகளில் கண்ணாடியும் சட்டமும் போட்டுச் சுவர்களில் மாட்டியிருப்பார்கள்.

அந்நாளில் பாடப் புத்தகங்களுக்கும் கொப்பிகளுக்கும் உறைபோட இந்தப் பேப்பர்கள்தான் உதவின. வீட்டுப் பாடத்தை அரைகுறையாய் முடித்துவைத்திருந்தாலும் கொப்பி களுக்கு மெழுகுபோல் உறையிட்டு வைத்திருப்பேன். சிலர் கை எழுத்தில் பெயர் எழுதிக் கசங்கிய மாட்டுத் தாளில் உறைகள் போட்டிருப்பர். அவைகளைக் கழற்றவைத்து எங்கள் வீட்டில் மேலதிகமாய் இருக்கும் கடைநிலை ஆண்டுக் காலண்டர்களை வெட்டி உறைகள் போட்டு மகிழ்விப்பேன்.

அன்றைக்கென்று வகுப்பாசிரியை கரும்பலகையில் ஐந்து வாக்கியங்களை எழுதிப் போட்டுவிட்டு ஒரு டப்பாவைத் திறந்து இலேசாகத் தனது மாம்பழக் கன்னத்தை அலங்கரிக்கத் தொடங்கினார். அந்த முகப்பூச்சுடப்பாவின் உட்புறக் கண்ணாடி வழியே அவரது கன்னக் கதுப்புச் சற்றே உப்பியிருப்பதுபோல்

தென்னம் படல் மறைப்பு

தென்பட, மன உளைச்சல் மறுபுறம் அவரை வறுத்தெடுத்தது. போன வாரம், "யாரிடமாவது ஒரு காலண்டர் இருக்குமா?" என்று கேட்டதற்கு நான்தான் ஏருவப்பட்டிருந்தேன்; அந்த வாக்குறுதி எனக்கு மறந்துபோகத் திடீரெனக் கேட்டுவிட்ட ஆசிரியைக்கு என்னால் எந்தப் பதிலையும் நறுக்காகச் சொல்ல முடியவில்லை. அவர் ஏதோ ஒன்றைத் தேடி விளைவதுபோல் அக்கம்பக்கம் பார்த்தார். எல்லா வகுப்பறைகளிலும் நாட்காட்டிகள் புது மாதிரியான இறக்கைகள்போல் கிளம்பி அடித்தன. இறுக்கமான என் காற்சட்டையின் பிடிமானம் தளரும்வரை கைகளைச் சுவரில் ஊன்றி நிற்கவேண்டி ஆயிற்று. தண்டனை முடிந்து திரும்பிப் பார்த்தேன். அத்தனை அராத்துகளும் என்னையே வட்டமிட்டிருந்தன.

வாப்பா கட்டிலருகில் எப்போதும் மெய்கண்டான்தான் கொழுவியிருப்பார். வயல் விதைப்புநேரம் வானம் குழம்பி உச்ச நிலை அடைந்திருந்தால் அந்தத் தேதிக்கூட்டில் எழுதியிருக்கும் வாசகத்தைப் படிப்பார். இராகு, குளிகை, எமகண்டம், கேது, அட்டமி, நவமி, மழை, வெயில் என்பதை அதனைப் பார்த்ததும் அறிந்துகொள்வார். தேய் பஞ்சமி கா.06.57 – ஷஷ்டி. கா.04.52 – பூரம் மா 07.09 என்ற நேரங்களுக்குக் கீழே "அகல உழுகிறதை விட ஆழ உழு" என்றிருக்கும்.

இஸ்லாமிய நாட்காட்டிகளான ஹிஜ்ரி காலண்டர் பெரும்பாலும் படங்களைப் பிரசுரிப்பதில்லை. பன்னிரெண்டு ஒற்றைத் தாள்கள் மாத்திரமே அதிலிருக்கும். கார்ட்போர்ட்டு மட்டைகளில் வரும் காலண்டர்கள் மக்கா மதினாப் படங்கள், குழந்தைகள் குர்ஆன் ஓதுவதும் பிரார்த்திப்பதும் அரபு எழுத்தணிக் கலையை மையமாக வைத்துமே வெளிவந்தன. இதில் மாதங்கள் ஒவ்வொன்றும் அரபு மொழியில் இருப்பதை எண்ணி மனனமிட்டு வைத்திருக்கிறேன். பெரியார்களின் நல்லுரைகள், விஷேச தினங்கள், நோன்பு தொழுகை நேரங்கள் அடங்கலாக இந்தக் காலண்டர்கள் காட்டி நிற்கும். மாதத்தாள் காற்றுக்குப் படபடத்துக் கிழிபடும் ஓசையைக் கேட்டு ஆச்சரியத்தில் ஆழ்ந்திருக்கிறேன்.

சில நாட்காட்டிகள் சூரிய வெளிச்சத்தை உள்வாங்கியது போல் பிரகாசமானவை. விலைமதிப்பான கோப்பைகள், வெள்ளிக் கரண்டிகள், ஒளிவீசும் கிண்ணங்கள், மெல்லிய காம்பின்மேல் நிற்கும் பூங்கொத்துகள் சேர்ந்து வீட்டுக்கு வருவோரை மனம் விட்டு அழைப்பதுபோல் கைகாட்டிக் கொண்டிருக்கும். அவை மேடு பள்ளங்கள் தெரியும்படி அழுத்தமாக அச்சாகி வழுவழுப்பாக மின்னும். இவைகளின்

மேலே பெரும்பாலும் திகதிக் கூடுகள்தான் பொருத்தப் பட்டிருக்கும். சலூன் கடைகளில் அநேகமாக நடிகர்களின் படங்களோடு கூடிய காலண்டர்களையே பார்த்திருக்கிறேன். மூன்று அடி நீளம். முற்றிக் கோடுவிடாத சுரைக்காயின் நிறம். மார்பு, தோள், இடுப்பு எல்லாம் ஒரே அளவில் இருந்ததால் "அவருக்குக் கண்களை மூடிக்கொண்டே ஆடை தைத்து விடலாம்" என்று அந்தச் சிறுவயதிலும் என்னை அப்படிச் சிந்திக்கத் தூண்டிய காலண்டர்கள் அவை; எம்ஜிஆர், சிவாஜி போன்றோரின் டோப்பா முடிகளில் வந்த படங்களுக்குக் கீழேதான் ராஜா சலூன், சாந்தி சலூன் எனப் பெயர்களும் பொறித்திருப்பர்.

46

மாப்பிள்ளட கார்

அயிரை மீன் ஞாபகம் வந்தது. மாறிமாறிக் குதித்ததைப் பார்த்துக்கொண்டிருந்தேன்; நிக்கல் கலர். வந்த புதிதில் பந்தயக் குதிரைபோல் 'ஸ்டார்ட்' அடிக்கப் பறக்கும் ஹொண்டா 125; சிவப்பு, பச்சை, கறுப்புக்கோடுகளில் சைக்கிள்கள் இருந்தன; ஒவ்வொன்றாக விற்றுப் புதிய மொடல் வரவர மாற்றி எடுப்பதில் தாவூத் மாமா சமத்தர்; "சில ராசிக்கு இரும்பு அயிட்டம் ஒத்துவரும்; எல்லா ராசிக்கும் எல்லாம் ஒத்துழைக்காது; நம்மாளுக்கு நம்பிக்கை இல்லாவிட்டாலும் அதைப் பார்த்துத்தானாக வேண்டும்; முன்னோர்கள் கணித்துச் சொன்னது ஒன்றும் பொய்யில்லை" அவர் நண்பர் அல்லாப்பிச்சை அக்கறையாகக் கூறுவார்.

காலம் காலமாகக் கிராமங்களில் வேரோடி வாழ்ந்த மக்களைப் பட்டணங்களை நோக்கிய நகர்வை முடிந்த மட்டுக்கும் கொண்டுசேர்த்தது இந்த மோட்டார் சைக்கிள்கள்தான். ஜவுளி விற்பவர்களோ, பித்தளை, பொன் வியாபாரிகளோ, ஓரளவுக்குக் கால் நடைகள் மூலம் சம்பாதிக்கும் பால் கலன் கட்டுபவர்களோ தபால் 90 சைக்கிள்களில் வருவார்கள்; சிவந்த மேனியுடைய இதன் பாகங்களில் எனக்குப் பிடித்தது அந்தத் தில்லான கரியல்தான்.

இந்தப் பட்டியலில் BSA, நோட்டன், ட்ரேம்ப், சுசுகி என அழகிய ரகங்கள், ரசனைகள் உள்ளீடான சைக்கிள்கள் விற்பனைக்கு வந்தன. இவற்றில் நீண்ட காலம் பாவனையில் வைத்திருப்பவர்களுக்குப்

பரிசில்கள் வழங்கும் திட்டம் பத்திரிகைகளில் பிரசுரமாகும்; எங்களூர் மோட்டார் சைக்கிள்களில் அந்நாளில் பெண்கள் ஏறிச் செல்வது மிகமிகக் குறைவு. சொந்தமாக உணவகம் ஒன்றை நடத்திவந்த நேந்தம்பி, வைக்கலப்பா, சீனவெடியரு, சுறுமாப்போடி இவர்களே அன்றைய மோட்டார் சைக்கிள் மைனர்கள். எங்கள் வீட்டின் அருகேதான் சீனவெடியரின் வீடும் இருந்தது. அவர் வீடு தேடிப் போய் அந்தச் சைக்கிளைத் தொட்டுப் பார்ப்பேன்; புன்னகை சுடரும் உதடுகளோடு நின்றிருக்கும் அவர் ஒருமுறை "ஸ்டார்ட்" எடுத்துக் காட்டுவார். மரத்தில் அடையும் பறவைகளின் இரைச்சல்போல் அதிலிருந்து ஒலிகள் கேட்டன.

அப்படித்தான் கார்களும்; "ஸ்டாண்டட் வை வேன்" பெரும் வேட்டைக்காரன். நூற்றுப்பதினேழு வயதுவரை அதன் நாமம் கார் விற்பனை உலகில் நிலைத்திருந்ததாகக் கூறுவார்கள். மட்டு நகர் பிரதேசத்தில் இந்தக் கார் ஒரு 'லைட் போஸ்ட்' டில் மோதியபோது எந்தச் சொட்டை சோரமும் இல்லாமல் போஸ்ட் மட்டுமே உடைந்து சிதைவுற்றதாம். முட்டையின் வடிவில் பேபி ஒஸ்டின் கார் உற்பத்தி ஆனது. நெப்டியூன் கிரகத்திலிருந்து வானில் பறக்கும் மயில் ஊர்தி என்பர். சிறு சிறு உருளைகளைப்போல் அதன் சக்கரங்கள். நீள் நிலப் பரப்பில் புதையாமல் ஓடியது ஷவ்லட் கார். தூரத்தில் நின்று பார்த்தால் ஆரத்திதான். இதன் பெயரிலும் 'டொச்' எனும் நாமத்திலும் லொறிகளின் இருவேறு வர்க்கப் பெயர்கள் இருந்தன. ராட்ஷச உருவங்கள் அவை; சில வீதிகள் அவற்றுக்கு விதிவிலக்கே. திருப்பி, நிமிர்த்தி எடுப்பதில் சாரதி களைத்துப்போவார்.

ராசா ரைவர் வயதை நிர்ணயமாகச் சொல்ல முடியாது; அறுபது இருக்கலாம். ஆறாயிரமும் இருக்கலாம். ஆனால் அத்தனை வருஷமும் சாப்பாட்டுக் கவலையே இல்லாமல் கொழுகொழுவென்று வளர்ந்த மேனி வனப்பம். அந்த ஸ்ரேரியங் வீலைக் கைப்பிடித்துச் சுழற்றும்போது வியர்வை தண்ணீர்க் குவளையை எடுத்துக் கவிழ்த்தது போலிருக்கும். இன்ஜின் பெட்டியை எட்டிப் பார்த்து எவருடனோ பேசுவதுபோல் முணுமுணுப்பார். மேல் 'சன் வைஸ'ரில் லைசன்ஸ் பத்திரங்களுடன் நிறையக் காதல் கடிதங்கள் வைத்திருப்பார். அவற்றை யாரும் காணாத நேரங்களில் எடுத்துப் படிப்பதைக் கண்டிருக்கிறேன். மீண்டும் மடித்துச் சரிசெய்து வைக்கும்போது கண்ஓரங்களைத் துடைத்துக்கொள்வார். சிலதை நானும் திருடி வாசித்திருக்கிறேன். குண்டு குண்டான எழுத்து. மனம், குழப்பம்,

காதல், சந்திப்பு, கொஞ்சம், மச்சான் என்ற வார்த்தைகள் பல இடங்களில்வரும். எங்கள் வெட்ட வளவில்தான் அந்த லொறியை நிறுத்தியிருப்பார்.

சின்னதாக ஒரு வீடு; முழுப்பச்சை நிறப் 'பெய்ண்ட்' அடித்துப் பக்கத்துச் சுவரில் வளைபொருத்தி ஒரு 'கராஜ்' இறக்கியிருப்பார்கள்; அதனுள் மொரிஸ் கவ்லி கார் பின்புறத்தைக் காட்டிக்கொண்டு கிடக்கும். *CE – 356* அதன் இலக்கத் தகடு, பொன் எழுத்தில் மினுங்கும். பெரும்பாலான கார்களின் ஆங்கில எழுத்துகள் '*CELON*' என்பதன் சுருக்கமாகவே அமைந்தன. *CE, CY, CN, EN* தளதண்ணீர் மனப்பாடம்போல் ஊரே அறிந்திருந்தது.

போர்ட் அங்கிலியா என்றால் சீனி முகம்மதுதான். காட்டீச்சை மர நிழலில் ஒதுங்கிப்போய் நிற்கும் அந்த வெள்ளைக் காரின் அழகுக்கு ஏற்றாற்போல் அவரும் ஆடை உடுத்திருப்பார். பிஜாமாச் சாரனுக்குள் சேர்ட்டை உள்வாங்கி வெளியில் கருப்புப் பட்டி அணிந்திருப்பார். துடுப்புப் படகில் இறங்கிப்போய் நடை பாலத்தில் ஏறுவதுபோல வளைத்து ஒரு சுற்றுப் பார்த்துவிட்டுக் கதவை அடைக்கும் சத்தம் மூன்று வீடுகளுக்குக் கேட்கும். கெழுத்தி மீன்கள் குளத்தில் முதுகு தெரிய மூழ்கி நீந்தும் வடிவில்தான் தூர நின்று பார்க்க 'ஸ்டூனிபேக்கர்' பாதையின் வளைவில் நகர்ந்து, நகர்ந்து பள்ளங்களில் அமர்ந்து வருவது தெரியும். யாருக்கோ தலைகுனிவதுபோலப் பணிந்து பணிந்து உயர்ந்து கார் ஊர்வதை ரசிப்பது ஆனந்தம்தான்.

போர்ட், மொரிஸ் ஒக்ஸ்போர்ட், கிளைனோ, ஒஸ்டின், ஹில்மன் இவை வரிசையாக இறக்குமதியான கார்கள். வெளியில் பரவி நிற்கும் அசுத்தக் காற்றுகள் உள்ளே நுழைந்துவிடக் கூடாது என்கிற கவனத்தில் தடுப்புக் கருவிகள் பொருத்தப் பட்டிருந்தன. அதனால் கிராக்கி அதிகம். வாழைக்குருத்துப் பச்சை, கருஞ் சிகப்பு, வெள்ளைக் கோடுகளுடன் கரும்பச்சை இந்த நிறங்களில் 'கெனடியன் போர்ட்' வந்தது. இதன் 'டேஷ் போர்ட்'டில் சிறிய மின்விசிறியொன்றைப் பொருத்தி அது எந்நேரமும் ஒட்டுநரின் முகத்தைப் பார்த்தபடியே திரும்பியிருக்கும்.

ஏதும் அவசரமென்றால் மூத்தம்மா தலையில் முந்தானையைப் போட்டுக்கொண்டு கார் பிடிக்க ஓடுவார். 'கார் பிடித்தல்' என்றே இப்போதும் அழைக்கிறோம். எங்களூரில் முட்டியப்பா என்றால் "கார் வைத்திருப்பவரா" என்று கேட்பார்கள்; அந்தளவு பிரபலம். சின்ராசா, முருகேசு, பால்குடி மகேந்திரன், கார்ச் செயின், தண்டையல்ர மகன், சைது, பனையோலைக் கொத்துட லாபிர், புகாரி, மரியத்துட பேரன்,

மரிக்கொழுந்தரு, திருகு தாளம், மல்லிகா, கக்குசம், கார்க்கார மீரா, அச்சியம்மது, மம்மசன், சீமான், வால்முட்டி, இவர்களில் யூனிஸ் புதுமையானவர். குள்ளமான உடலமைப்பு. அவருக்கும் காருக்கும் பொருத்தமில்லை. அவர் இருக்கையில் ஒன்றுக்கு இரண்டு தலையணை வைத்தே கார் ஓட்டுவார். அப்போதும் முகம் பணிவாகவே இருக்கும். சாரதி இல்லாத கார் எப்படித் தெரியுமோ அப்படி. பன்னீர்ர வடுவா என்பவரும் அந்நாளில் கார் வைத்திருந்தார். அதன் ஹோர்ன் பாடிப் பாடி அடிக்கும். மாப்பிள்ளை, மாப்பிள்ளட மகன், பேரன் என்று தொடர் சங்கிலியாக வாடகைக்கார் வைத்திருந்தார்கள்.

கரைவாகுப்பற்று வயலை முந்நூறு ரூபாய்க்கு விற்று 'மொரீஸ் மைனர்' கார் வாங்கி ஓட்டியதாக மாமா சொல்லுவார். இதனையே "ஆமைக்கார்" என்பர். தனது கோட்டை முனைக் கிராமத்துக்குக் குடும்ப சகிதம் அந்தக் காரில் செல்லும் வழியில் பெற்றோல் தீர்ந்து போனதால், வேறுவழி தெரியாமல் அருகில் இருந்த சில்லறைக் கடையில் மண்ணெண்ணெய் வாங்கி ஊற்றிச் செலுத்தியதாக ஒரு கதை இப்போதும் வைத்திருக்கிறார். அந்த நிகழ்வின்பின் 'மொரீஸ் மைனர்' தன் இயல்பை மாற்றிப் புகையத் தொடங்கியதால் 'ஸ்டார்ட்' இடையிடையே நின்றுபோனது. அதனால் தெருவில் வைத்து அதட்டினால்தான் விசை வருமாம். சிறுவர் பட்டாளம் வீதி நெடுகிலும் தொடர்ந்து தள்ளிச் செல்வதை அவர் விரும்பாததால் காரை நாடார் கடையில் ஒப்படைத்ததாக மாமி கதைப்பார்.

47

புள்ள லெக்கா

தெருவுக்குத் தெரு, வீட்டுக்கு வீடு, அறைக்கு அறையாய் இரவும் பகலும் பல நாள் தொடராக விட்டுவிட்டு மெய் மறந்து மனங்குழம்பும் நேரங்களில், உற்சாக வேளைகளில் வட திசையிலிருந்து ஒரு குரல். தென்புறத்திலிருந்து எதிர்க் குரல் வயல், வாடி என்று பாடப்பட்டதே இந்த நாட்டார் பாடல்கள். இதன் ஓட்டத்தில் இடையிடையே பண்டைச் சான்றோரின் சொற்றொடர்கள் – குறியிட்டுக் காட்டியும் காட்டாமலும் – கையாளப் பட்டிருப்பதைக் காணலாம். ஒரு கையில் பீடிக்கட்டு, நெருப்புப் பெட்டியும் காதில் பென்சிலும் வாயில் அகடவிகடப் பேச்சுமாய் நடமாடும் தச்சர்கள் (ஓடாவி) தமது கம்மாலைகளில் பணிசெய்யும் போதும் ஓசைக் குரலெழுப்பிக் கவி பாடுவர்.

வட்டக்கடை, கிட்டங்கி, பரண், அருவிக்கரையென்று மக்கள் கிராமியக் கவி பாடுவதில் கலந்திருந்தனர். மொத்தத்தில் தொழிலாளர் வர்க்கத்தின் குரலாகவும் இவை ஒலித்தன. சமூக நீர்மைகளும் உராய்வுகளும் அன்றாட உரைநடையில் சிறைப்பட்டு நம்மைக் கவர்ந்திழுத்தன. வங்காள விரிகுடாக் கரையோரங் களிலும் வயல பிராநதிய விவசாயிகள் வாழும் நெடிய குடியிருப்புகளின் அகங்களிலும் வரலாற்று எச்சங்களுடன் நாட்டாரியல் கலந்துள்ளதை தென் கிழக்கின் கிராமங்களுக்குப் பயணம் செய்யும் ஒருவர் எளிதில் கண்டுணரலாம்.

கடலின் முதுகுப்புறத்தில் தோணிகள் ஓட்டிவரும் பொழுதுகளில் கரையின் மீதிருந்து வலைகளில் சிக்கிக் கழுத்துடைந்து, தாவிப்பாயும் மீனினத்தை வளைந்து சாடி இழுத்து வந்து, மாயவித்தைபோல் மல்லடிக்கும் மீனவர் நாவுகளில் முளைத்துப் பறியும் சொற் சிதறல்கள் அடுக்கு மொழியாகிப் பாணிபோல் வழியும்.

வண்டழுத சோலையிலே
மரையழுது போறதுபோல்
நின்றழுதோம் அல்லாஹ்வே...

நினைவு வந்த நேரமெல்லாம்...
ஏலேலோ ஏலேலோ...
ஏலேலோ ஏலேலோ...

கடலினிலே கிளுறு நபி...
ஏலேலோ ஏலேலோ...
கப்பலிலே ஹயாத்து நபி...
ஏலேலோ ஏலேலோ...
கரையினிலே முகைதீன் அலை...
ஏலேலோ ஏலேலோ...

உணவுப் பண்டங்களும் துணிமணி முதலியனவும் வழிப் பயணத்தின்போது வந்துசேரும். ஆனால் வாணிப நிலையங்கள் பெருமளவில் அன்று காத்தான்குடியில்தான் இருந்தன. கறுப்புடலும் எஃகு நெஞ்சமும் கொண்ட துடுக்கர் செய்கு அப்பாவின் மாட்டுக்கரத்தைதான் சரக்குப் போக்குவரத்துத் துறையில் ஈடுபடுத்தப்பட்ட வாகனம். எங்கள் குடும்பத் தேவைகளுக்கும் அதுவே பயன்பட்டது. இரண்டு ரூபாக் கொடுத்தால் ஒருவரே ஏறலாம். சுற்றி அடைக்கப்பட்ட வண்டியில் எப்போதாவது ஆமைபோல் முகத்தை நீட்டிச் "சரியா" என்பார்; வாப்பா "ம்" என்றதும் கரத்தை ஒல்லியான இருவரையும் ஒரு வில்லங்கம் இல்லாமல் உலுக்கிவிட்டு ஏற்றிக்கொண்டு ஓடும்.

உடுப்பு வரும் கனவில் உம்மா காத்திருப்பார். அதே நாள் பின்னேரம் வந்திறங்கும் வாப்பா வண்டியை விட்டுக் கீழிறங்கும் முன்னே புடவைப் பொதியை உம்மாதான் தூக்குவார். அப்போது, "உனக்கு ஒன்றுமில்ல புள்ள," என்பதுபோல் செய்கு அப்பாவின் முன் கண்ணைக் காட்டிவிட்டுக் கனைப்பார்; புரிந்தும் புரியாதபடி.

"காத்தான் குடிக்குக்
கரத்தை கொண்டு போன மச்சான்
சீத்தை இரண்டு முழம்
அந்தச் சீமையிலே பஞ்சமாமோ ?"
என்ற உம்மாவுக்கு...

“பச்சவடச் சிறுவாலும்
படம் உள்ள பெனியனும்
நாலு சோடி மயில் குடமும்
நைலக்சும் இருக்குமணி...

என்பார்.

மாலை வேளைகளில் தொழுதுவிட்டு வந்திருக்கும் பூட்டிம்மா, தலையணையைச் செத்தையில் நாட்டி, முதுகை அதனில் ஊன்றிப் பிரார்த்தனைபோல் காலாட்டிக் காலாட்டிப் பாடும்போது அவர் நினைவில் முக்கி, முகிழ்ந்து எழும் பாடல் பதிவுகள் அபாரமானவை.

“குத்து விளக்கெரியக்
குமரன் குர்ஆன் ஓதப்
பாலன் விளையாட
ஒரு பாக்கியம்தா ஆண்டவனே...”
“அல்லையிலே பன்புடுங்கி
அலங்காரப் பாயிழைச்சி
படுக்கப் போட்டிருக்கன் – என்ர
பாலரசக் கார் இறைவா...”

“பாக்குப் பழுத்திருக்கு
பாளையில பூவிருக்கு
சின்னாரை காய்ச்சிருக்கு –அல்லாஹ்
சிறு வயலில் விளைச்சலை வை...”

“குருவிச்சம்பா நெல்லும்
கோழிச் சூடன் குலையும்
பாலும் கலந்து றப்பே
பாத்திஹாவும் ஓதிடுவேன்...”

“சக்கராத்து வேளையில
சள்ளுப்பட்டுப் போகாம
மலக்கல்மௌத்தை அல்லாஹ் நீ
மனமிரங்கச் செய்திடுவாய்...”

மண்ணும் மணலும் கலந்த எங்களூரில் காற்று அவ்வப்போது ஊளையிட்டு வீசும். தொடரும் இடி முழக்கம்; மின்னல் வானைப் படமெடுக்கும்; அந்த மரமரப்புக்குள்ளும்...

“புள்ள லெக்கா புள்ள லெக்கா – உன்ட
புருசன் எங்கே போனதுகா
கல் வீட்டுத் திணையில – அவர்
கதைத்திருக்கப் போனதுகா...”,

“இந்த மழைக்கும்
இன்னா வாற கூதலுக்கும்

சொந்தப் புருஷனென்றால்
சுணங்குவாரோ வாடியிலே...”

முழங்காலைத் தலைக்கு வைத்து உறங்கும் மைமூன் மாமி பாடிக்கொண்டிருப்பது கேட்டு இடுக்குகளில் பல்லிகள்கூட இச்சாக் கொட்டும்.

விளையாட்டுகளும் இப்படித்தான்; சாந்தமாமா இது எங்களூரில் வாழ்ந்திருந்த ஒருவரின் பெயராகவும் இருந்தது. இலகுவில் வெளியில் வரமாட்டார். அவர் ஆடைகளைக்கூட வெயிலில் உலரவிடுவதில்லை. எல்லாமே வீட்டுக்குள்தான்; கடற்கரை வீதி வழியாகப் பதுங்கிச் சென்று படலைத் திறந்து மெல்ல நுழைவார். நாங்கள் விளையாடிக்கொண்டிருப்போம். சாந்தமாமா வருவதைக் கண்டதும் இரு பிரிவுகளாகப் பந்தி சேர்வோம்.

“சாந்தமாமா சாந்தமாமா
எங்கே போறாய்?
மண்ணுக்குப் போறன்...
மண் என்னத்துக்கு?
ஊடு மொழுக...
ஊடு என்னத்துக்கு?
புள்ளப்பொற...
புள்ள என்னத்துக்கு?
தண்ணீர் குடத்தில துள்ளிப்பாய...”

கேள்வி பதிலாகப் பாடி முடிந்ததும் கண்ணாடி வளையல்கள் குலுங்கி ஒலிக்க எங்களுடன் தோழிகளும் கைகொட்டி நகைப்பார்கள்.

தலையிலே துளிகூடக் கறுப்பில்லாமல் நரைத்த சிகை, கோதிக் கட்டாமல் சிங்கத்தின் பிடரிமயிர் மாதிரி கழுத்தில் விழுந்து சிலிர்த்துக்கொண்டு நிற்கும் தாஜுன் மாமா சிரித்தா ரென்றால் கண்ணும் கன்னங்கரேலென்று நாலு திசையிலும் சுழலும். இடது சொக்கிலே நட்டநடுவில் பெரிய கறுப்பு மறு.

“நாணல் புல்போல
நரைத்த கிழவனுக்கு
குங்குமப்பூப்போல
குமர்தானோ வாழுறது...?”,

“சூட்டட்டை போல
சுடு காட்டுப் பேய் போல
மாட்டட்டை போல – உம்மா
அவரும் ஒரு மாப்பிள்ளையா?”,

"கச்சான் அடித்த பின்பு
காட்டில் மரம் நின்றதுபோல்
உச்சியிலே நாலு மயிர் – தலை
ஓரமெல்லாம் தான் வழுக்கை..."

விவரிக்க முடியாத ஓர் உறுத்தல் ஒவ்வோர் உணர்விலும் பட்டது. மேகப்பொதிகள் பரந்து திரண்ரொன்றிக் கும்மிருட்டாய் இறுகி நிற்கும் அந்த இரவில் விளக்கின் நிழல் எண்ணெய் பூசியதுபோல் செத்தையில் நெளிந்தது. எனக்குத் தூக்கமே வரவில்லை. இருந்திருந்துவிட்டு உம்மாவின் வாயில் பறியும் அந்தக் கவிகள்தான் தாஜுன் மாமாவுக்கும் பொருந்துமோ என்று உழன்றுகொண்டிருந்தேன். ஏனென்றால் பிறரின் வற்புறுத்தலின் பேரிலேயே பக்கத்து வீட்டு ஆயிசா மாமி மணம் முடிக்கச் சம்மதம் என்றிருந்தார். தாவிக் குதித்து வந்து பம்பரம்போல் சுழலும் மாமி மடியில் தவழ்ந்து கிடந்தவன் நான். அவரின் திருமண நாளன்று காற்றையே காணோம்; ஒரே இறுக்கம். தாஜுன் மாமா ஆடிக் குதித்துக் கெக்கலிப்பதுபோல் தெரிந்தார்.

48

சலூன் கடை

பிரதான வீதியிலிருந்து பிரியும் இடத்தில் வலது கைப்பக்கம் கிழக்கைப் பார்த்த வீடு. தெற்குப்புற வாசல் இருந்தும்கூட ஏதோ அங்கு சா மூலை அடிப்பதாகப் பேசிக்கொள்வார்கள். அந்த வழியால் தொடர்ந்து பயணித்தால் நோய் நொம்பலம் தொற்றிவிடும். ஆதலால் அதைத் திறக்க வேண்டாமென்று எங்களுக்கு அறிவுறுத்தப் பட்டிருந்தது.

மேற்கு, வடக்கு முறையே பரந்து, தென்னந் தோப்பும் பள்ளிக்கூடமுமாக வகிடெடுத்தது போல் தெரிந்தது. அந்தத் தாழ் நிலத்தின் பாதையின் ஓரத்தில் ஒட்டியதாக அங்கொரு 'கொழுந்தன் சலூன் கடை' இருந்தது. சுற்றிலும் திறந்த வெளி. அங்கு இறைக்கும் வெயிலுக்குப் பெண்கள் தலையில் வேடு கட்டிக்கொண்டு நெல் அவித்துக் காயப்போடுவார்கள். அடிக்கடி இந்தக் கடைசியிலிருந்து அந்தக் கடைசிவரை கைகளால் திலாவிக்கொண்டிருப்பது சலூன் கடையிலிருந்து பார்த்தால் செப்பமாகத் தெரியும்.

அந்தக் குடியிருப்பிலும் தெருவிலும் தொழிலாளர்கள்தான் அதிகம். கிராமப் பெருக்கத்தின் காரணமாக நாவிதர் வண்ணார்களின் தேவையும் அதிகரித்திருந்தது. மரம் தறிப்போர், தெங்கு பறிப்போர் எந்நேரமும் கூவித்திரிவர். கூடுதலாகத் தென்னை, மா மரங்களின் சிலுசிலுப் பும் அசைவும் மனத்தைக் கிறங்கவைக்கும். ஒவ்வொரு வீட்டுக்குமிடையில் ஒரு இருக்கை

போன்ற சமமான கல் “நானும் இருக்கேன்” என்று காட்டிக் கொண்டிருக்கும். அதில்தான் நடக்க இயலாத முதியவர்களை அமரச்செய்து அவர்களுக்கு முடி சிரைப்பார்கள்.

சிகையை அலங்காரமாக வெட்டி வில்லுக்கரத்தையில் பயணிக்கும் ஒருவர் எனது கிராமத்திலும் வாழ்ந்திருக்கிறார். அவரை மக்கள் அன்றைய நாளில் “சிலுப்பாக்காரர்” என்று அழைத்திருக்கிறார்கள். காக்கி அரைக்கால் சட்டையில் எண்ணெய் முழுக்காட்டியதுபோல் வியர்வை சொரசொர வென்று ஊற்ற, முகம் சுண்டி வேகமாய் சலூனுக்குள் எட்டு வைக்கும் வயல்கார மாமா தலைப்பாகையை அவிழ்த்துக் கொழுந்தன் கையில் கொடுக்கும்போது வாங்கில் முடிவெட்டக் காத்திருக்கும் வதக்குப் போடி “பெரிய மயிராண்டி” என்று மெல்ல முணுமுணுப்பார்.

குடுமி வைத்துக்கொண்டு முன் மண்டையைச் சிரைத்துக் கொள்ளுதல் அந்நாளில் புழக்கத்தில் இருந்தது. ஆனால் மீசையை மட்டும் மழிக்க வேண்டுமாம். அப்படி மீசை வைத்துக்கொள்ள விரும்பினால் வரி கட்டும் வழக்கம் பேணப்பட்டதாம். மீசையை அடகுவைத்துப் பணம் பெறுபவர்களும் வாழ்ந்திருக்கிறார்கள்.

இந்த மீசை அதிகாரக்குறியாக மாறிப் பல்வேறு பரிணாமங்களைக் கடந்து செல்கிறது. அருவா மீசை, கொடுவா மீசை, கொடுக்கு மீசை, துள்ளு மீசை, துடி மீசை, கடா மீசை, கீரி மீசை, முண்டு மீசை, பூச்சி மீசை, மொசுக்கொட்டான் மீசை, குண்டு மீசை, ஹிட்லர் மீசை என்பதான வடிவங்களில் ஒதுக்கப்பட்ட இந்த மீசைகள் பார்ப்போரை அச்சமூட்டுவதாக இருந்தன; அரும்பு, ஒத்த மீசை, குறும்பு, பக்கடா, அய்யனார் மீசை, செண்டு, குச்சி எனப்பெருகிப் பெயர்போன உதட்டின்மேல் மீசைகள் கிளுகிளுப்பூட்டுவதாகவும் இலகுவாகப் பிடித்துப் பிய்த்துப் பிடுங்கி எறியும் பூனை ரோமங்களாகவும் சிலருக்கு வளர்கின்றன.

இவைபோல இன்னும் நிலவில் கிடக்கின்ற சிறு கறுப்பு அழகு சேர்ப்பது மாதிரி, சிலர் தலை முடிகளும் வளர்ந்துபோய் தொட்டவன் பழியில் நிற்கும். கோபம் கொண்ட கடாயின் வளைந்த கொம்புபோன்ற கேசம், “தாறு மாறாய்” தலையில் அஞ்சாறு மயிர், திருகுமுடி இவை பதின் பருவ உடலுக்கு நகைச்சுவை உணர்வைப் பறைசாற்றும் மெல்லிய அடையாளங்களாகும். சிலருக்கு இது அடர்த்தியாகி ஆண்மைக்குரிய மிடுக்கைக் கொடுக்கும். தசை இறுக்கமாகி இளமைப் பொலிவு கூடும். குரலும் மாறிவிடும்.

வீடுகளுக்குச் சென்றும் ஆற்றோரங்களில் இருந்தும் முடி களைந்த முறை மாறிப் பின்னர் சலூன் கடைகள் உருவாகின. மழிக்கும் செயலும் கத்தரிக்கும் தொழிலும் மயிர் என்ற மையத்தி லிருந்துதான் தொடங்குகிறது. அழகிய முடியுடையவளைக் குண்டலகேசி, நீலகேசி என்கின்றோம். கருங்கூந்தலை வண்டார் குழலென்றும், நீண்ட நெடிய சுருண்ட முடியினைக் கூந்தல், கதுப்பு எனவும் பல பதிலிப் பெயர்களுடன் அழைக்கின்றோம். உரோமம் என்பது வடமொழிச் சொல்லாகவும் இவைகளுள் மயிர் என்ற பதம் மட்டுமே சுத்தமான தமிழாகவும் விரிந்துள்ளது. இதற்கு மேலும் பல திருமுடிப் பெயர்கள் இருக்கலாம்.

மயிர் ஒரு கௌரவம் என ஒருமுகப்படுத்தப்பட்டிருக்கும் சமூகத்தின் மத்தியில் சமணர்களும் பௌத்தர்களும் நாடிமுடி, தலை முடியினை மழிப்பதால் கெட்ட ஆவிகள் வெளியேறு கின்றன என்று நம்பினர். வெண்மையான ஆடை அணிந்து உச்சியில் குடுமி வைத்து இதர பகுதிகளைச் சிரைத்து வெறும் தலையில் எண்ணெய் தடவி எங்கள் வீட்டுக்கு வெள்ளை வெளுக்க மாராப்புத் தூக்கிவரும் பெரியண்ணன் அன்று முதல் என் நினைவில் பதிந்திருக்கிறார்; மற்றவர்களிடமிருந்து தன்னைத் தனித்துக் காட்டவே முஸ்லிம்கள் தாடியினை வளர்த்துக் கொண்டு மீசையினைக் கத்தரித்துக்கொள்வதை, "மீசையை ஒட்டக் கத்தரியுங்கள்; (மஜூசி – நெருப்பு வணங்கிகள்போல் அல்லாது) தாடியை வளர விடுங்கள்" என்று அறிவிப்பவர் அபூஹுரைரா (ரலி).

"ஒரு மயிரும் புடுங்க ஏலாது", "நீ வழிச்சது போதும்"; "மயிரப் புடுங்கின கதை"; "என்ன மயிருக்கு", "அந்த மயிரெல்லாம் எனக்குத் தெரியும்", "சிரைக்கப் போகவேண்டியதுதான்", "ஆசை நரைக்கல்ல", இந்த மான்மியத் தொடர்களை எங்கள் கிராமியச் சண்டை, வாய்த் தர்க்கங்களில் கேட்டிருக்கிறேன்; அன்றையத் தர்மப் பள்ளிகளில் முடிவழிப்புச் சட்டம் இருந்தது. பருவ மடைந்த மாணவர்கள் மீசையினை வைத்துக்கொள்ளல் கூடாது எனும் நிலையில் முடி அதிகம் வைத்திருந்தவர்களை அழைத்துவந்து எண்ணெய் பூசி வெயிலில் நிற்கவைப்பதோடு நாவிதர்கள் சுற்றிநின்று வெட்டுவார்கள். இடையிடையே வாத்திமார் பிரம்பினால் பின்புறத்தில் இழுத்துவிட, வலியில் நெளியும் கொண்டைக் குபேரர்கள் தலைகள் பளபளப்பாய் இலங்கும்.

மரபுவழிப் பரம்பரையில் மருத்துவர்களான நாவிதர்கள் பல பிரிவினர்களாக—அம்பட்டர், பண்டிதர், நாசுவர், பரியாரி,

பண்டுவர், குடிமகன் என அறியப்பட்டனர். எங்கள் அயல் கிராமம் ஒன்றிற்கு நாவிதன்வெளி என்னும் பெயர் இருக்கிறது; திருமணத்துக்கு முந்திய நாள் மணமகன் மயிர் வெட்டி முகச் சவரம்செய்ய அவ்வூருக்குப் போய்வருவது வழக்கம். இதனை அன்றைய நாளில் "மாப்பிள்ளைச் சவரம்" என்று அழைத்தனர்.

அந்த உயரமான கதிரையில் அமர்வதென்றால் விருப்பம் தான். கழுத்துவரை வெள்ளைத் துணியால் போர்த்தி நிலைக் கண்ணாடிமுன் இருத்தப்படுவேன். தலையில் ஆங்காங்கே ஊர்ந்து ஊர்ந்து பயணிக்கும் சீப்பும் கத்தரிக்கோலும் எந்த இம்சையையும் தருவதில்லை. இடை நடுவில் நுழையும் நட்டுவக்காலி கை மெஷின் அதன்மேல்தான் எனக்குக் கோபம். புடுப்புடுவென்று தலை முடியை நோண்டி இடுங்கி விடும்போது சுள்யென்ற நோவுக்கு அதிகம் அஞ்சுவேன்...

சவரக்கத்தி பிடரிமயிரை வழித்துச் சீர்படுத்தும்போது, கூச்சம் உடலெங்கும் பரவும்.

49

பஸ் போகுது

கிராமத்திலிருந்து துண்டாக வெட்டப் பட்ட பழமையான முடுக்கொன்றில் பிரிந்து செல்லும் ஏதாவதொரு பஸ்ஸுக்காக நாங்கள் காத்திருந்தோம். பெரிய பள்ளியைத் தொட்டுவரும் பஸ், நிறுத்தத்துக்கு வந்தது. வழக்கமாக அமரும் சாளரத்தை ஒட்டிய இருக்கையை அமைதியாகச் சென்று பிடித்துக்கொண்டேன். அருகில் வாப்பா அமர்ந்ததும் சீட் மூச்சுவிட்டது. பின்னிரு இருக்கை யில் ஒரு கிழம் சோடி, இவர்கள் குந்திக்கொள்ள உள்ளூர்வாசி ஒருவர் இடம்பிடித்துக் கொடுத்தார். பழைய புளியடியைக் கடந்து, அரிமானமான ஆற்றுப் படுகையில் திரும்பும்போது பேருந்து சில கணங்கள் சமநிலையைக் குலைத்துவிடும்.

கரைச்சல் பாலம் முடியும்வரை ஆட்டம் தொடர்ந்திருக்கும். நாசியைப் பிடுங்கி எறிவது போன்ற காற்றின் நவிச்சைகளால் அவதிப்படாம லிருக்க முன்னேற்பாடாக வாப்பாவின் சால்வை யின் ஒரு பகுதியை முகத்தில் சுற்றிக்கொள்வேன். இருக்கையின் முன்புறத்தில் குறத்திப் பெண்களின் மூக்கு, கழுத்து என்பன அணிந்திருக்கும் ஒளி மின்னும் சிவப்புக் கற்களும் செய்நேர்த்தி நிறைந்த பவள மாலைகளும் என்னைத் தூங்க விடாமல் துன்புறுத்தின. அவற்றின் ஒளி வெட்டுகளை உற்றுப் பார்த்திருந்த என் கண்களும் மஞ்சள் நிறமாக மாறிவிட்டிருந்தன.

ஆற்றங்கரை ஓரம் இடிந்த பிள்ளையார் கோயில் நிறுத்தத்தில் பேருந்து நின்றது. இரண்டு முதியவர்கள் ஏறிக்கொண்டார்கள். "இந்தப் பையக் கொஞ்சம்

பிடிமன" பையைக் கைமாறிக்கொண்டபோது, நினைத்ததற்கு மாறாக பஸ் தரிப்பில் கூட்டம் அதிகமாக இருந்தது. நடையின் வேகத்துக்கு பஸ் வண்டி முக்கி முக்கி நகர்ந்தது. அப்போதுதான் எங்கள் மான்குட்டிப் பெரியப்பாவின் பெட்டிக் கடை இருந்த அவ்விடம் என் ஞாபகத்தில் வந்தது. அது அடையாளம் தெரியாமல் அழிந்துபோனதை எண்ணி மனம் நொந்துகொண்டது.

பள்ளத்தில் விழுந்து எழுகின்ற பயமுறுத்தல் எல்லோரையும் ஒருமுறை ஏறிட்டு முகம் காணவைத்தது. வாப்பா ஒரு துணி மூட்டைக்குள்ளிருந்து முகம் முளைத்ததுபோல் சீட்டின் மீது கால்களைத் தூக்கி வைத்துக்கொண்டு ஒட்டுமொத்த உடம்பையும் ஒரு பெரிய சால்வையால் போர்த்தியபடி தாடையுடன் சேர்த்துக் கட்டியிருந்தார்; உட்கார இடம் தேடி ஏறியவர்களிடம் பல்வேறு விசாரிப்புகளைத் தொடுக்கி விட்டிருந்தார். பேருந்தின் உள்ளே முன்னும் பின்னுமாகக் கட்டியிருந்த கயிறு இழுக்கப்பட்டு பெல் ஓசை கேட்கும் போதெல்லாம் நெஞ்சுக்கு ஆறுதல் போலிருக்கும். இறங்கிச் செல்பவர்களைவிட ஏறிக்கொள்பவர்கள்தான் அதிகரித்தனர். ஓர் ஓரமாகத் தொங்கிக்கொண்டிருந்தவர்கள் போக, தெரிந்தோ தெரியாமலோ உட்கார்ந்திருந்தவர்கள் கால்களைப் பலரும் மிதித்துக்கொண்டே நகர்ந்தனர்.

நெரிசலை வரிசைப்படுத்தி வந்தார் நடத்துநர். ஏறுவதற்கு முன், இரக்கம் வழியும் உணர்வுகளின் இழைகளைப் பின்னித் தன் கழுத்தில் சரமாகத் தொடுத்துக்கொண்டார். விருப்பப்பட்டு ஒவ்வொரு பயணிகளும் ஏறும்போது முதுகை ஒருமுறை தடவிவிடுகிறாரோ என்று நினைக்கத் தோன்றியது. இப்போது பார்க்க முடியாமல் இருக்கிறது; மிகவும் அலுப்போடு தெரிந்தார். படிக்கட்டின் மேலே நின்றவாறு உள்ளுக்குள்ளேயே வதங்கிய முகம், இறுகிப் பழுத்து விழுந்த மரப்பட்டையாக மாறிக் கொண்டிருந்தது. துயரம் கவ்விய உடலோடும் மனதோடும் அவர் தெரிந்தார். இனி ஒரு பத்து ஆண்டுகளுக்கு அந்த வழியாகப் பேருந்துப் போக்குவரத்து இல்லை என்பது போலத்தான் பலர் அதிலேறப் பலப்பிரயோகம் செய்தனர்.

ஒவ்வோர் இறக்கத்திலும் சாறனை வழுகாமல் ஒரு கையில் பிடித்துக்கொண்டு முன்னேறி நகர அவர்கள் சட்டையின் ஒரு பகுதி வியர்வையில் நனைந்து தொப்பமாகித் தெரிந்தது. சிலர் குடையைக் காணாமலும் ஒற்றைச் செருப்பைத் தவற விட்டும் தேடிக்கொண்டிருந்தனர்; அதற்கிடையில் கிசுபுசுவெனக் கதைகளும் தொடரும். பொண்ணுக்கு மாப்பிள்ளை தேடியது முதல், அந்தக் கலியாணம் கைக்கூலி, சீதனம் மேலிட்டுப் பாதியில் முறிந்த சங்கதிகளும் பண்ணை மாடு காளங்கன்று ஈன்ற கதைகளும் கேட்கக் கோபமும் வரும். சிரிப்பும் எழும்.

ஆஸ்துமாக்காரன் மூச்சு வாங்கிற மாதிரி பஸ் நடுக்கத்தில் நின்றது. இரண்டு இரண்டு படிகளாகத் தாவித்தாவி ஏறும் ஒரு சிறுமி முன்னே வரப் பின்னால் "ஐயாமாரே!" என்ற குரலோடு அதேவேகத்தில் நுழைந்தவள் அந்தச் சிறுமியின் தாய்போல் தெரிந்தாள். கையில் பால்மா டின்னில் நீளப் பொருத்தி மேலிருந்து கம்பியால் இணைத்த யாழ் இருந்தது. அல்லாடுவது போல் பாடத் தொடங்கினாள். எனக்குத் தெரியச் சில தெருப்பாடகர்கள் குரல் மாற்றம் தந்து, அவர்களுக்கு வரும் ஏப்பத்தைச் சுருதியோடு சேர்த்துவிடக் கேட்டதுண்டு. கொஞ்சத் தூரம் பஸ் கலகலப்பாக நகர்ந்தது.

முகத்தின் ஒரு பக்கம் அடித்த வெயில் இப்போது அடக்க ஒடுக்கமாகச் சின்னச் சின்ன அளவுகளில் புள்ளிகளும் கோலங்களும் என்று மாறி மாறி விழுந்தது; எங்கள் பஸ்சோடு ஓடிக்கொண்டிருக்கும் கிராமங்கள்தோறும் ரேடியோக்கள் பாடக் கேட்கும்; மரங்களின் இறக்கைகளில் தொற்றிக்கொண்டு மனிதர்கள் ஆங்காங்கே பஸ்ஸை வழிமறிக்கப்பார்ப்பார்கள்; வேகமாகும் காற்றில் கலையும் தலைமுடியை ஒழுங்குசெய்து கொள்வதும் விலகும் ஆடைகளை மீண்டும் சரியாகப் பொருத்தி விடுவதுமே மிதிபலகையில் நிற்பவர்கள் கடமையாக நினைப்பர். நேர்கோட்டு வீதிகள் திடீரென மடங்கி இரண்டு பாம்புகள் எங்களை முந்திச்செல்வது அதிசயம்தான்; ஜன்னல் வழியே கடக்கும் காற்றில் ஏதோ புதுவாசம் இருப்பதை உணர்வேன்.

வாகனமில்லாத ரூட்டில் ஒருபுறமாக பஸ் ஒருக்களித்து நின்றது. சாரதி காற்சட்டையின் முன் பட்டனை அவிழ்த்துக்கொண்டு ஒரு மரத்தில் மறைய எல்லோரும் அவரையே பார்த்தனர். வெட்கத்தில் தலையை உள்ளிழுத்துக் கொண்டார். மண்டி போட்டிருந்த பையன்கள் எழுந்து வந்து பின் கண்ணாடியில் எதையோ எட்டியெட்டி எழுதினர். அந்த வசனம் "என்னைக் கழுவு" என்றிருந்தது. இரண்டு நிறுத்தங்களில் பஸ் தரிக்காமல் ஓடியது.

மேற்கே இருட்டிக்கொண்டு வந்த கருந்திரளான மேகங்கள் மேல், பேருந்து ஏறுவது போலிருக்கும். ஒருபுறம் நீறும் சீமெந்தும் கலந்த வெள்ளை உருவங்கள் விற்பனைக்காக முன் வாசலில் நிற்பது தெரிந்தது. மன்னரைச் சுமந்துவந்த போர்க்குதிரை, அவரை இறக்கிவிட்டு ஒரு வருடமாக இங்கேயே நிற்கிறது. மிக அருகிலிருந்தும் குடிக்க முடியாத தண்ணீர்க் குவளையினுள் தலையை நுழைக்கும் வெண்கொக்கு, ஓர் இசைக்கருவியின் தந்திகளை மீட்டிப் பார்க்கின்ற இளம்பெண், அரசியின் கிரீடத்தின் ரத்தினங்களைக் கொத்திக்கொண்டே சிறகுகளைச் சிலிர்த்துப் பறக்கும் கிளிகள், வெள்ளை யானைகள் என அந்த

மொத்தப் பரப்பையும் ரதம்போல் நகரும் பஸ்ஸின் ஜன்னலருகே இருந்து ரசிப்பேன்.

எங்கள் பஸ்ஸை எதிர்கொள்ளும் பாவனையில் இரண்டு மூன்று சிறுவர்கள் ஒருவரை ஒருவர் பரிதாபமாகப் பார்த்து நிற்பர். ஒருகையில் பனங்கிழங்கு இன்னொன்றில் சிறுசிறு பழப்பைகள் தொங்கும். பஸ் நெருங்கியதும் ஆனந்தம் பொங்க அதனை நீட்டுவார்கள். தூரத்திலிருந்து ஓடிவந்து ஒரு சிறுமி "நல்ல பழம் தின்றுபாருங்க அண்ணா." கண்களைச் சுருக்கியபடி சத்தமாகச் சொல்கிறாள். ஐந்து பத்து ரூபாய்கள் கொடுத்து வாங்கிக்கொள்வோம். பழத்தை உணர்த்திவிட்டுக் கோதினைத் துப்பும்போது படுத்துக் கிடந்த நாய் நிமிர்ந்து பார்த்துவிட்டு மீண்டும் கால்களுக்கிடையே தலையைப் புதைத்துக் கொள்கிறது.

"தம்பி இதே வேகத்தில பஸ் போனா ஊர் போய்ச் சேர்றத்துக்கு எவ்வளவு நேரமாகும்?"

"நீங்க படிச்ச ஆள் மாதிரித் தெரியுது, இருந்தாலும் புரியாமப் பேசாதீங்க!"

"காலையில இருந்து நாங்க இன்னும் பச்சத் தண்ணிகூட வாயில வைக்கல!"

"கொஞ்சம் பொறுங்க, இந்த ஊரைத் தாண்டினா நல்ல கடையொன்று வரும், அங்க சாப்பிடலாம்."

"குறிப்பிட்ட நேரத்தில இந்த பஸ் வராததால முக்கால் மணித்தியாலம் பிந்திட்டு!"

"குப்பைக் கரத்தை மாடுதானோ, என்ன இது கண்ட கடிய இடத்திலெல்லாம் நிற்குறதா?"

வாதப்பிரதி வார்த்தைகள் நொடிக்கு நொடி தொடர்ந்தன. பஸ் நடத்துநர் பச்சை மிளகாயை நறுக்கென்று கடித்தவர்போல் பார்த்தார்.

பஸ் மூக்கைச் சீறியபடி நின்றது. அல்லது நிறுத்தப்பட்டது; அடர் மீசையோடு ஒரேவித காலணிகள் கழுத்துப்பட்டிகள் அணிந்த நாலைந்து ஆசாமிகள் சீருடையுடன் ஏறினர். எல்லோரும் கசங்கிய டிக்கெட்டைக் கையில் எடுத்துக் கொண்டு எரிச்சலுடன் பொசுக்குப் பொசுக்கென்று நீட்டினர். வாப்பா காதுமடலில் சுருட்டிச் செருகிவைத்திருந்தார். சிலர் டிக்கெட் வைத்த இடம் தெரியாமல் அங்குமிங்கும் தலையைச் சுழற்றினர். ஒருவாறு செக் பண்ணி முடிந்ததும் முன்வழியாக இறங்கியவர்களே "ஹரே" என்றனர். கொட்டாவியொன்றை விட்டு பஸ் கனைத்துக்கொண்டது.

50

பேய் வரும்

யாரேனும் இறந்துவிட்டால் குறைந்தது ஒரு மாதத்துக்கு ஊரே பீதியில் உறைந்துவிடும். இது கிழடு கட்டைகள் என்றால் அங்கு வீதிகளில் அவர்களையொத்த எவரையுமே காணக் கிடைக்காது. ஏதேனும் புதினமென்றாலும் படலைக்குள் மறைந்து நின்றுதான் பார்ப்பார்கள். திட்டுத் திட்டாகக் கருங்கல் குவியல்கள்மேல் வெயில் பட்டு மினுங்கத் தண்ணீர்போல் தெரியும் இடத்தைக் காட்டி, “ம்... இப்பதான் அவ குந்திக் கிட்டு வெத்திலை போட்டா, இன்னா ஆளக் காணல்ல” என்பார்கள். வாழ வேண்டிய வயதில் யாராவது இறந்துவிட்டால், அடுத்த இரண்டாவது நாளில் ஊருக்குள் வலம் வரும் செய்தி “ஓலைக் கூந்தலோட ஒழுவம் இழுத்துப் போகுது.”

இரவு எட்டு மணிக்கெல்லாம் கதவடைத்து விடுவார்கள். அப்படியிருந்தும் “இந்தா ராத்திரி அங்க வந்திருச்சு – அவளப் போட்டு அமுக்கிடுச்சி – அவரக் கூப்பிட்டதாம்” என ஆறு மாதத்துக்கு ஊரே அல்லோலப்பட்டு விடும். அவர்களைப் பொறுத்தவரை ஓர் இளம் வயதுப் பேயின் ஆயுட்காலம் என்பது ஆறு மாதமே. அதன் பிறகு புதிதாக ஒரு பேய் வந்தால் பழைய பேயை மறந்து விடுவார்கள். எப்போதும் எங்கள் காசிம் தெருவில் மட்டும் இதுபோன்ற பேச்சுக்கள் எழுந்ததில்லை. பிரம்புப் பரிகாரி நடமாடும் தெரு என்பதால் அவர் பேய்களைக் கட்டிவைத்திருப்பதாகப் பலரும் நம்பினர்.

ஒருநாள் நள்ளிரவில் கறுத்த நாயொன்று பரிகாரியை நோக்கிவர அங்கேயிருந்த மரத்தில் ஏற நினைக்கிறார். மரத்தை விடப் பெரிதாக இருக்கும் நாய் எளிதில் இவரைப் பிடித்து விடும் என்பதால் மரத்தைப் பிடித்துக்கொண்டே நிற்க, நாய் இவரைக் கடந்து சென்று ஓர் அடர்வான நிறத்திலிருந்த சுவரில் மோதித் திரும்பி வந்தது. "உன் காதில் துளையிட்டுக் கடுக்கன் போட்டுக் கையில் பிரம்பு வைத்துக்கொள்" என்று உறுக்கி விட்டுச் சென்றதாக அவர் பலரிடம் சொல்லியிருக்கிறார். அதேபோல் கோலம் தரித்தே இறுதிவரை நடமாடினார்.

"நாய் ஊளையிடக் கூடாது; வீட்டுக்கு ஆகாது" என்று லெக்கும்மா அடிக்கடி திட்டும். "செக்கன்ட் ஷோ படம் பார்த்திட்டுப் போறவனுகளக் கண்டு கொலைக்குது எவனாவது குருட்டுப்பய படுத்திருக்கிறது தெரியாம அதுமேல சைக்கில ஏத்தியிருப்பான்" வாப்பா சலிப்போடு சொன்னது லெக்கும்மாவின் காதுகளில் கேட்டுவிடும், "கொலைக்கிறத் துக்கும் கத்துறத்துக்கும் வித்தியாசம் தெரியலையா" லெக்கும்மாவின் குரல் மேலும் நீளும். "வீட்டுக்கு ஆகாத காரியம் மனுஷன்கிட்டையும் ஆயிரம் இருக்கு அதுக்காக..." இப்படி இருவருக்குமான விவாதம் விடிந்தும் தொடரும்.

இரவுச் சாப்பாடு என்பது அந்தக் காலத்தில் லேசான வெளிச்சம் இருக்கும்போதே முடிந்துவிடும். தூங்கும்போது நிலைக்கதவின் சல்லடை வழியே கண்களை நுழைப்போம். தூரத்தில் ஆங்காங்கே இருளுக்குள் மின்மினிப் பூச்சிகள் நடுங்கியவாறு திரியும். நிமிர்த்திவைக்கப்பட்டிருக்கும் மண்குடங்கள்மேலே செந்தேள்கள் கொடுக்கை நீட்டி ஊர்வது எதுவோபோல் தெரியும். நாங்கள் ஆளுக்கு ஆள் ஆகாயத்தை நோக்கி, எதோ இரண்டு வெள்ளியாய் உனக்குத் தெரிகிறதா என்று மெய்சிலிர்ப்போம். அருகில் யாரோ பேசுவதுபோல் உணர்ந்து திரும்பினால் அங்கு லெக்கும்மா நின்றிருப்பார். அவரிடம் இந்தக் காட்சிகளை ஒப்புவிப்போம். பொந்துக்குள்ளிருந்து எறும்புகளும் கலக்கைகளும் கலைந்து அலைவதுபோல் அவர் "கேளு கேளு" என்று கதையொன்று புனைவார். பனை மரங்களுக்கு நடுவான தடத்தில் பேய் ஒரு கையில் வேல்மணி கட்டி மூன்று விரல்களால் கல் படிகளில் நடந்து வருவதாகக் கதை வளர்ந்தது.

சதா பேச்சுக் குரலும் அழுகையும் கருநாகத்தின் விசிலும் கேட்கும் அந்த மயானத்தில் எந்நேரமும் ஆடித்தெரியும் இத்தி மரத்தில் தொடர்ந்து கத்திய காடையின் குரல் திசையைத் திருப்பியது; இருள் புள்ளிபுள்ளியாய் நல்லெனை ஆய்ந்தது; சடாரெனக் குறுக்கே பறந்துபோகும் சிட்டுக்குருவிகள்; அங்கு

மிங்கும் ஆலமரங்கள், அதன் அங்கங்கள் அறுந்தறுந்து விழுவது போல் விழுதுகள் பிரண்டு தெரியும். இவ்வளவுக்கும் அங்கே சாதி சனங்கள் மயானத்தின் வீதியிலிருந்து கொஞ்சம் உள்ளே தள்ளியே இருக்கும். ஆனாலும் ஏதோ ஒரு பயம். அந்த வயதிலும் ஒருநாள் துணிந்து "அது என்னை எங்கே முழுங்கியா விடும்" என்று சைக்கிளைச் செலுத்திவிட்டு, வீட்டுக்குச் சென்று, "என்னைத் தவிர ஆள் அரவமே இல்லை; மிச்ச நேரம் தனியாய் நின்று விட்டு வந்திருக்கிறேன்" எனப் பெருமிதம் பேசியிருக்கிறேன்.

அன்று இரவு எங்கள் மூஸா மாமா பொட்டணி வியாபாரம் முடிந்து திரும்புகையில் அந்த மணல்வீதியில் சைக்கிள் சுரித்திருக்கிறது. இறங்கிச் சைக்கிளை அவசரமாகத் தள்ளியபோது அது சற்றுக் கிறுகியது. யாரோ தன்னையும் சைக்கிளையும் பின்னுக்கு இழுப்பதுபோல் பிரமை. திரும்பிப் பார்க்கவே தெரு ஓரமாய் ஒரு பச்சைக் குழந்தையும் தாயுமாய் எங்கோ ஒரு கதவுக் கம்பையில் கிடந்த சாம்பலை மேனியில் பூசி ரத்தச் சிவப்புடன் நின்றிருந்த கோலம் மாமாவைத் திகிலூட்டியது. அன்றிரவு கட்டிலில் படுத்திருந்த மாமா உதறிக்கொண்டு எழுந்திருப்பதும், காய்ச்சலால் நடுங்குவதுமாக இருந்தார்; "நல்ல காலம் அதுக்குள்ள நான் முந்திட்டேன்."

அருகில் இருந்தவர்கள் துண்டால் முகத்தை அழுத்தித் துடைத்தனர். காய்ச்சல் அவரை விட்டபாடில்லை. மூஸா மாமா நடுக்கத்துடன் பேசினார். "இருபத்தைந்து வருசமா இப்படி ஒன்னு நடந்ததில்லை; நேற்றுத்தான் இது... எங்களுக்கு விளங்க வைத்திடுங்க தம்பி" மூஸா மாமாவின் குரலுக்குத் தேசிக்காய் மைதீன் கண்களைத் திறந்தார். அவர் ஆக்ரோஷமடைந்திருப்பது போல் தெரிந்தது. ஒரு தேசிக்காயின் மத்தியில் துளைத்து மெல்லிய ஊசிக் கம்பியொன்றைச் செலுத்தி முனைகளை இரு கைகளாலும் பிடித்து கிழக்கும் மேற்குமாக அசைக்கத் துவங்கினார். "இவர் உடலில் என்ன இருக்கிறது பாருங்கள். யாரால் இவருக்கு என்ன நடந்தது?" விட்டுவிட்டுச் சொம்பை வாங்கி அண்ணாந்து கவிழ்த்தார். நீர் மடக் மடக்கெனத் தொண்டைக்குள் இறங்கும் சத்தம் கேட்டது. பாதி நீருக்கு மேலே கடைவாயில் ஒழுகியது.

தேசிக்காய் மைதீனுக்குப் பேச வந்த சொற்கள் தட்டுத் தடுமாறி நிற்கத் தன்னைச் சுதாரித்துக் கூறினார்; "ஆளு ஆரென்று தெரியல்ல, உங்கள் வளவில் ஒரு கறுப்புக் குதிரையின் மாமிசத்தால் ஒரு வைரவனைக் கட்டி..." அவர் சொல்லுகின்ற போது எனக்குச் சிரிப்பு உமிழ்நீரைச் சிலாகித்துப் பறந்து விட்டது. என்னருகில் நின்றிருந்த மூஸா மாமா தனது கைக்குட்டையை என் வாயில் வைத்துப் பொத்திவிட்டார்.

அப்போது ஒரு சிராம்பு போன்றவர் தலையை நீட்டி "அவகளுக்குத் திடீர்ன்னு கணக்கு மாறிப் போச்சு; ஆராச்சும் தண்ணிக் கொடத்தத் தூக்கிட்டு வாங்க..." கட்டளையைத் தொடர வளவெங்கும் நீர் தெளிக்க ஆரம்பித்தனர். நீர் வளவின் நான்கு மூலையிலும் பலம் கொள்ளு மட்டும் விசிறப்பட்டது. வேகத்தில், விண்ணாங்கு மரத்தில் கொழுவித் தொங்கிய பெட்ரோமெக்ஸ் லைட் நீர் பட்டு கப் கப்பென ஒளி துடித்து எங்கும் இருள் மூடிக்கொண்டது. அப்போதே வளவில் நின்ற வைரவன் அகன்றிருப்பான் என்று பேசிக்கொண்டார்கள்.

சற்றே கரிபடர்ந்த முகம். புகையுடன் போராடியதுபோல் கண்ணிலிருந்து வடியும் நீர் காட்டியது. ஊதாச்சேலை அணிந்திருந்தாள். காலில் மாட்டியிருந்த தண்டை மெல்ல மெல்ல வழுகும். விரித்துப்போட்ட கூந்தல் அதில் ஈரம் சொட்டுச் சொட்டாய் வடியக் காற்றில் பறக்கும் ஒற்றை முடி; தலையெல்லாம் வேம்பு இலைகளால் சுற்றிக் கட்டப்பட்டிருந்தது. சீலைத் தலைப்பாகை. இடையிடையே கீழ்தொங்கும் ஒன்றிரண்டு தொங்கட்டான்கள் காதுமடல்களைச் சுற்றிலும் ஆடின வதனமார் பிடித்தவளாம். அவளைத் தெரியாத சனமே இருக்க முடியாது. சானையரின் வெட்டை வளவு இதன் சகல மூலைகளிலும் அலைந்து திரிவாள். அரிதாரம் பூசி, உடலெங்கும் கமகமவெனப் பரவும் மஞ்சள் வாசம் நாசியை இழுத்துவிடக் கண்களிரண்டையும் உருட்டி உருட்டி அழைப்பாள். சூழ்ந்து நிற்பவர்கள் ஒவ்வொருவராக அணுகி அவளிடம் குறி கேட்பார்கள். சிலரின் பதுங்கியிருக்கும் அல்லது மறந்துபோன ஞாபகங்களை மீட்டிப் பேசுவாள்; அவள் தொனியில் வெளியாகி வரும் சில கதைகள் கேட்கக் கோமாளிபோல் இருக்கும். ஒரு தினம் சிறுவர் பட்டாளத்தோடு கோத்திருந்த எனது கைகளைப் பிரித்து வளவின் நடுமையத்துக்கு இழுத்துச் சென்றாள். "பூமியைத் தூக்கிக்கொண்டு கடல் கடந்துபோகும் சூரியனிடம் உன்னை ஒப்படைக்கப் போகிறேன்" என்கிறாள். இதனைக் கேட்டதும் ஈரல் குலை பதறியது. அழுத என் கண்களைத் துடைக்க முயற்சித்தாள். அந்தத் துயர் மிகுந்த நேரத்தில் வாப்பா நேரே வந்து என்னை அவளிடமிருந்து பிடுங்கிக்கொண்டு போனார்.

மாலை வெயில் ஊரில் ஊர்ந்தலைந்தது. கொள்ளையில் போய் சுரக்காய் பறிப்பதென்றால் மனம் விருவிருவென விஷக்கடி மாதிரி ஊறும். அதைப் பிடுங்கிவந்து குழம்பு வைக்கத் துடித்துக்கொண்டிருப்பார். சுரக்காய்க்கும் உம்மாவுக்குமான பந்தம் சிறு வயதிலிருந்தே ஒட்டிப் பிறந்ததோ தெரியாது; இந்த முறை தப்ப முடியாது; பார்த்தேவிட்டார். நெருக்கமான

இலைகளுக்குள்ளே புகுந்து கிடந்தது. சுற்றும் முற்றும் பார்க்கத் திடுக்கிட்டு இது யாருடைய குரல், இன்னுமொரு எட்டு வைக்கப் பேய் அறைந்தவர்போல் நின்றார். கண்களால் தேடினார்; சுரக்காய் உருண்டு பள்ளத்தில் குதித்தது. வாசனை வேறு கிறுகிறுக்க வைத்தது. கிழக்கு மூலையில் தெரிந்த அந்தப் பெரிய உருவம் என்ன? ஆ! அங்கிருந்து அவசரமாய் வெளியேறினோம்.

51

பீங்கான்

என் பதின் வயதில் உலகம் முழுக்கவும் நல்லவர்களால் நிரம்பியது என்றும் ஒழுக்கமும் ஈகையும் தன்னம்பிக்கையும் வாழ்வில் என்றுமே கைவிட முடியாதவை எனவும் உறுதி கொண்டிருந்தேன். ஆனால் "அறிமுகமில்லாத ஆட்களுக்குப் பீங்கான் வாடகைக்குக் கொடுக்கப் படுவதில்லை" என்பதைப் போலத்தான் உலகமும் இயங்கிக்கொண்டிருக்கிறது என்பது சீக்கிரமே புரிந்துவிட்டது. தனித்து விடப்பட்ட குழந்தைகளை – மூப்பின் தள்ளாமை நிறைந்த மூதாதைகளை – எங்கோ சூனியத்தில் பார்வை நிலைகுத்தி, வற்றிய முலை வெளித்தெரிய தெரு முனையில் குந்தியிருக்கும் பெண்களின் கள்ளம் படியாத பார்வைகளைக் காண்கையில் என் மனம் குமுறும். உலகம் இவர்கள் வாழ முடியாத இடமாய் மாறிவிட்டதை நினைக்கையில் கண்ணீர் மேலிடும். இந்த மாபெரும் சதிக்கெதிராய் எதுவும் செய்ய முடியாததை நினைந்து குற்றவுணர்வும் கழிவிரக்கமும் சூழும். மூன்று வேளை உணவும் பகிர்ந்து கொள்ள இன்னொரு உயிரும் உறுதியானால் என் கனவில் இருக்கும் அத்தனை பீங்கான்களிலும் உணவு படைத்து நனவில் முகம் காட்டுவேன். இப்படித்தான் ஒருமுறை என் ஓதற் பள்ளியில் நடந்த பேச்சுப் போட்டியில் பங்கெடுத்து அதில் கிடைத்த பீங்கான் பரிசைக் கோடை வெயில் தகித்தெடுத்த ஒரு மதியத்தில் சீமெந்துக் கட்டில் வைத்து உணவைப் பகிர்ந்து உண்டுகொண்டிருந்த அந்தக் குடும்பத் தலைவனிடம் நீட்டிவிட்டு வந்தேன்.

கரிப்புகை படிந்த சுவர்கள் ஓவியமாய் இன்னும் மனசிலிருக்கிறது. உம்மா அட்டாளை* கட்டி அதில் அடுக்கி வைத்திருக்கும் சபைப் பீங்கான்கள் ஒவ்வொன்றாய் எடுத்து வீடுதேடிப் பிச்சை கேட்பவர்கள் கையில் திணித்து அனுப்பியிருக்கிறேன். அப்படி உணவுண்ணும் பீங்கான்களைக் கொடுப்பதால் பெரும் ஈகையொன்றை அளிப்பதான நிறைவு என்னில் அப்பிக்கொண்டது. வீட்டில் ஊதாரி என்று பெயரெடுத்தாலும் சின்னச் சின்னதாய் பொருளால், உடலால், மனத்தால் எப்போதும் இன்னொருவருக்குப் பயன்படும்படி என்னை ஆக்கியிருந்தேன்.

தோசைக்கு அரைக்கின்ற ஆட்டுரல் அடுப்படி முடுக்கில் தரையோடு தரையாகப் பதிந்திருக்கும். கொஞ்ச நேரம் சத்தமில்லாமல் அதில் குந்திக்கொண்டிருந்தேன். என் காதில் கூட விழாமல் உம்மாவிடம் பக்கத்து வீட்டுச் சல்மா மாமி என்ன சொன்னாவோ, உம்மா “அட அநியாயமே...” என்றது மட்டுமே கேட்டது. கண்ணீர் பெருகி வழிய முந்தானையால் கண்ணைத் துடைத்துக்கொண்டு தேம்பித்தேம்பி அழுதது என்னை எதுவும் பேசாமல் ஆக்கிவிட்டது...

கொஞ்ச நேரம் கழித்து மூக்கைச் சிந்திக்கொண்டே கதைக்கத் துவங்கினார்; “வெயில் அடிக்குதா, மழை பெய்யுதாண்ணுகூட வாசலை எட்டிப் பார்த்திருக்கமாட்டாய், நீ போய் இப்படிச் செஞ்சிட்டயே? வீட்டுக்க இருந்த லச்சுமியச் சும்மா தூக்கி யாருக்கெல்லாமோ கொடுத்திட்டியே...” நான் எதிரே நின்ற மஞ்சணத்தி மரத்தடியில் போய்க் குனிந்து கொண்டு அழத் தொடங்கினேன். என் வெப்புசாரம் பொறுக்க ஏலாது அருகில் வந்தவர் அணைத்தபடி அண்ணாந்து பார்த்தார். தலைக்கு மேலே ஒரு விமானம் பறந்து போனது; “இது எந்த நாட்டுக்குப் போகுதோ...” பழுப்பு நிறக் குட்டான் பழம்போல் நீர் நிறைந்த கண்களைச் செருகி “தெரியல்லம்மா” என்றேன்; “ஈச பறந்த மாதிரி ஒரு நாளைக்கு எத்தனை பறக்குது...” என்மேல் குழைந்த உம்மாவின் பாசப்பிணைப்பை எந்தப் பீங்கானை இழந்தபோதும் தாங்கிக்கொள்ள முடியவில்லை.

பெருநாள் காலங்களில் வீட்டின் அடுக்குமாடாவில் வகை வகையான பீங்கான்கள், பீரிஸ்கள், கிளாஸ்கள் என மினுக்கி வைத்திருப்பார்கள். வயலட் ராஜமுடி தரித்த குண்டாலக் கோப்பை, சவுத்ரா பீங்கான், ஜோக்கின் அடையாளமிட்ட வெள்ளைத் தட்டம், மேன்ஷன் என்ற முட்டை வடிவச் சோஷன், ருக்மி, கிங் பிரிட்டீஷ் மகாராணியின் குறுக்கு வெட்டு

* உயரத்தில் கட்டப்பட்ட தட்டி.

முக றோல் பீங்கான், ஷாம்புப் பிளேட், மேக்குறி வேஷன், மணித்தாடை, மங்குனி, மரகதம், மாநில், எழுத்துக்கள் பதித்த சாத்தியப் பீங்கான், அலைக்கோணி, ஆவட்டம், அலங்கார், கிராணி, மோஸ்மா, தாம்பாளம், தறிப்பாஸ் என்றெல்லாம் மட்பாண்ட உற்பத்திகள் வீடு வீடாக அமர்ந்திருக்கும். மார்ட்டின் என்ற ஒரு வட்ட நிலவுப் பீங்கான் கை தவறிச் சில சமயம் தரையில் விழுந்துவிட்டால் தட்டுச் சுழன்று தெரு முழுக்க அதிரும். சில விளக்கின் வெளிச்சம்போல் ஒற்றைக்கோடு இழுத்துப் பட்டையாக ஒளிவிடும். ஆல்ப்ஸ் மலையின் பள்ளத்தாக்கின் சரிவுகள், பலவகைப் பூக்கள் அலர்ந்த மேய்ச்சல் நிலங்கள், மஞ்சள் ரோஜாக்கள் மண்டிய பாதைகள், அதனருகில் மரவீடுகள் என்று இயற்கையின் பேருணர்வோடு வெகு இயல்பாகக் கலந்து அப்பழுக்கற்ற தூய வெள்ளைப் பீங்கான்களில் படங்கள் அச்சாகியிருக்கும். பெரும்பாலும் துருக்கி, இங்கிலாந்து, இத்தாலி, ஜெர்மன் நாடுகளின் தயாரிப்புகள் அவை. நொண்டிக்கோடு விளையாட்டில் உடைந்த சிறிய பீங்கான் ஓடுகளைப் பெரும் கடல் போடும் முத்தாகவும் சேர்த்தெடுப்போம்.

பீங்கான் குழிவுக்குள் சோப்பு நுரை கழன்று இறங்கிக் குதித்தது. சொல்லப்போனால் சிந்துகிற ஒவ்வொரு ஈரச் சொட்டையும் பொறுக்கியபடி வருகின்றமாதிரி அவருடைய கை லாவகம் அசையும்; பாத்திரம் விளக்கிக்கொண்டிருந்த பாட்டிமாவின் முதுகுக்குப் பின்னால் நான் முகம் ஒட்டிக் கொஞ்சுவேன். தும்பு மற்றும் சாம்பல் போட்டுத் துலக்கி எடுத்த பின்னும் அவர் கரங்களில் சில தம்ளர்களின் வாசம் பல நாட்களுக்கு நீடித்திருந்ததை நானும் அவதானித்திருக்கிறேன். அத்தகு தரமும் மணமுமான பாத்திரங்கள் அன்று புழக்கத்தில் வந்தன. வெட்டவெளியில் எந்தத் தடுப்பும் இல்லாமல் கேட்கின்ற சொற்களைவிட, இப்படிப் பீங்கான் கோப்பை கழுவுகின்றபோது, ஒன்றோடொன்று அமுங்கிப் புதைந்து, கொஞ்சம் பிடிபட்டு மீதி தப்பிவருகின்ற சத்தங்களின் நெருக்கம் எனக்கு எப்போதும் பிடிக்கும்.

அவசர அவசரமாகச் சாதத்தைக் குடித்துவிட்டு முடியடர்ந்த முரட்டுக் கையால் என்னை மென்மையாய் அணைத்திருக்கும் மீராய்வு மாமா எப்போதும் பொன்னெழுத்துப் பீங்கானில்தான் தயிர் கரைப்பார். அதில் எனக்கும் ஊட்ட மறப்பதில்லை. சாறன் கட்டியிருக்கும் மாமாவின் மடியில் அமர்ந்து அவர் மீசை என் காது மடலைத் தொட்டு உரசியவாறிருக்க அந்தப் பீங்கான் வரையை ரசித்திருப்பேன். கரைக்கும்போது எழும் எருமைத் தயிரின் வாசம் எம்மைச் சுற்றியிருந்த காற்றின் மணத்தை மாற்றியிருக்கும். சுவாசிப்பின் வழி நான் மயங்கியிருப்பேன்.

விடியற்காலை வயலுக்குப் போய்வந்தால் தண்ணிச்சோறு அதுவும் தண்ணீரில் ஊறவிட்டால் மல்லிகைப்பூப்போல மலர்ந்திருக்கும்; கூடவே மணமான சாம்பார் பிசைவு. கருவேப்பிலை வாசமுள்ள ரசத்தின் தாளி மணம். உம்மா, சீனப் புள்ளிப்பீங்கானில் படைத்து வைத்திருப்பார். வாப்பா மனசு நிறையத் தின்பார். ஈற்றில் கொதிக்கஞ்சியைப் பளிங்குப் பீங்கானில் ஊற்றி, ஊதிஊதிக் குடிக்கின்றபோது, எனக்கும் எச்சில் முட்டி நிற்கும்.

அரை நெல்லிக்காய் தாகத்துக்கு நல்லது என்று பெரியப்பா எங்கோ போய் ஒரு கொத்து அளவிற்குத் தோள் சால்வையில் கட்டிக்கொண்டு வந்திருப்பார். அவிழ்த்துப் பெரியம்மாவிடம் தருவார். அவர் முந்தானையை ஏந்தி வாங்கிக்கொள்வார். நெல்லிக்காயைப் பார்த்த நான் ஓடிவந்து பல் இளித்தபடி ஒரு கை நிறைய எடுத்துக்கொள்வேன். “இவனுக்குக் கூடுதலாக் கொடுக்காதே வயிற்று வலி வந்துரும்” என்று பயமுறுத்துவார். பெரியப்பாவிடம் தாமரைப் படம் குத்திய ஒரு வாய் அகன்ற ‘மக்’ இருக்கும். அதில் காய்களை வெட்டிப் போட்டு நீர் ஊற்றிக் குடிப்பார்.

அதிகம் சந்தோசமாக இருந்தால் எனக்குச் சிரிப்பில் உதடு உள்பக்கமாக மடங்கும். அன்றைக்கும் அப்படித்தான். தினமும் என் தெருவில் பன்கட்டோடு நடந்துபோகும் சவரி லாத்தா நீண்டகாலத்துக்குப் பின் சில பீங்கான்களோடு வந்திருந்தார். நான் தெருவில் நண்பர்களோடு விளையாடும் சமயங்களில் களிசான் அங்கே இங்கே விலகியிருந்ததோ என்னவோ நேரே என்னிடம் வந்து சரிசெய்துவிட்டு ஒன்றும் சொல்லாமல் போவார். அந்தச் சவரி லாத்தா கொஞ்சம் கொஞ்சமாகக் காணாமல்போய் இப்படிச் சத்தே இல்லாதவர்போல் இங்கே நிற்கிறாரே என்று ஞாபகம் அசைந்தது.

பீங்கான் வாங்கி விற்பதுதான் அவரின் இப்போதைய தொழில். சீனத்துப் பீங்கான், சோலா, முறைஸ், செம்பு முட்டி என்று உம்மா அவர்முன் அடுக்கி வைத்துக்கொண்டிருந்தார்; பீங்கானின் பின்புறம் பார்த்து ஒவ்வொன்றிலும் பொறித்திருக்கும் இலட்சினைக்கு ஒவ்வொரு விலை வைத்தார். நூற்றுக்கு மேலான பீங்கான் இருப்பில் எல்லாமாகப் பத்துப் பீங்கான்கள் மட்டுமே விற்பதற்கு உம்மா ஒதுக்கியிருந்தார். மொத்தம் முன்னூறு ரூபாய் வந்தது. அடுத்த தெருவில் ஐந்து வயதில் அனாதையாகி விட்ட சிறுமி அவர் உம்மம்மாவின் தயவில் வாழ்கிறாள் என்பதை அறிந்திருந்த உம்மா அந்தப் பணத்தை அவர்களிடம் ஒப்படைத்துவிட்டு வந்திருந்தார்.

நல்லுணர்வு என்னும் சுவாசம் மனித மனதின் பல அடுக்குகளையும் கோர்த்தபடி, சகல நிகழ்வுகளையும் உறிஞ்சியபடி சதா தன்னைப் புதுப்பித்துக்கொண்டே இருக்கிறது. நல்மனம் என்பது புத்தம் புதிதாக எல்லாக் குழந்தைகளுக்குள்ளும் அரவம் கொள்கிறது. அது என் உம்மாவிலும் கரைந்து நின்றதால் ஒரு விதை நெல் அளவுக்காவது அந்தப் பீங்கான்கள் உதவியிருக்கின்றன என்ற நினைவோடு மிகச்சிறந்த படுக்கையில் இனிமையான கனவுகளில் மூழ்கியபடி தூங்கப்போனேன்.

52

குஞ்சுச்சோறு

மௌஜுனின் குரல் மறுபடியும் ஒலித்தது. அவன் கூப்பிடும் வேகத்தில் நானும் தயாரானேன். புறவளவில் நாய்த்துளசிகள் பூத்துக் கருகியிருந்தன. நடுவே பெரியதொரு கிணறு; அதன் துருவேறிய கம்பிகளில் குருவிகளின் எச்சம் ஒழுகிக் காய்ந்திருந்தன. எல்லை வேலியோரம் புளிய மரம் ஒன்று தான்தோன்றித்தனமாக முளைத்து வளர்ந்திருந்தது. அதனடியில் குப்பையும் அடுப்புச் சாம்பலும் கொட்டப்பட்டுக் கிடந்தன. இரண்டு நாய்களும் சற்றுத்தூரத்தில் சில கோழிகளும் நின்றன. கரப்பான் பூச்சிகளும் எலிகளும் பெருச்சாளிகளும் அந்தக் குப்பைகளைக் கிளறிக் கீழ்மேலாகப் போடுகின்றன. நிலத்தின் மேற்பரப்பிலிருந்து வெயில் பூச்சிகளின் இடைவிடாத சத்தம் கேட்டுக்கொண்டே இருந்தது.

அதனைத் தாண்டி இருவரும் போனோம்; மூங்கில் காடு. இலைகளின் அரவம் நாலா திக்கிலுமிருந்து சரசரவென்று கேட்டது. தூசிகளின் வாடை உள்நுழையும் காற்றில் பரவி நாசியை அடைத்திற்று. ஆனாலும் மூங்கிலின் பச்சை வாசனை காட்டை அலாதியாக மூடியிருந்தது. மூங்கில் கணுவொன்றை வானவில்போல் வளைத்து நுனியைச் சிக்காராய்ப் பிடித்துக் கொண்டிருந்தேன். கண்கள் துழாவியபடி மௌஜுன் என்னை நெருங்கினான். கையில் பிடித்திருந்த மூங்கில் இரண்டாகத் தெறிக்க ஒரே வெட்டு. இருவரின் மூச்சுக் காற்றின் ஓசை நயமாகக்

கேட்டிற்று. ஒட்டு ஓடிப் பழையபடி நிமிர, நல்லவேளை கண் தப்பிற்று; பலத்த விசையுடன் மூங்கில் கீழே இறங்கியது.

மதியத்தின் புழுக்கம் தணியவில்லை. நெற்றியில் வழிந்த வியர்வையை அணிந்திருக்கும் சேர்ட்டை உயர்த்தித் துடைத்துக் கொள்வோம். இன்று அந்த மூங்கில் கம்பத்தில் கொடி ஏற்றப்படும். அதற்கான வேலைப்பாடுகளில் இன்னும் சில தோழர்கள் இணைந்திருந்தார்கள். டிஷ்யூப் பேப்பர்கள் ஆறு நிறங்களில் இருந்தன. இரண்டுநிறத் தாள்களை இருபுறங்களுக்கும் பசை பூசி எடுத்தோம். நடுவில் ஈர்க்குகளை வைத்து ஒட்டினோம். மேற்புறத்தில் முட்டை வடிவில் துளைகள் இட்டு ருசுவை நேர்த்தி செய்தோம். பின் சிறுகொடிகள் பல வண்ணங்களில் வெட்டி ஈர்க்கில்களின் பக்கத் தொங்கல்களில் மடித்துச் சிறுசிறு கொடிகளாக ஒட்டிக் கால் பகுதியில் '*V*' வடிவில் வெட்டிவிட்டோம். கொடி ஆறு அடி உயரத்தில் செய்யப்பட்டாயிற்று. இனி மூங்கில் கம்பில் ஏற்றுவதுதான்.

ஜூம் ஜூம் ஜூம் ஜூம்...

ஜூம் ஜூம் ஜூம் ஜூம்...

நண்பர்களில் ஒருவர் றபான் ஒலியை வாயால் கொட்டுவார். வஸீரா, மர்யம், உமீரா விரல்களை வாய்களுக்குள் அமர்த்திக் குரவை ஒலிப்பர். அமீசா ஈர்க்குகளை ஒரு பட்டுத்துணிமேல் அடுக்கிவைத்து ஊதுபத்தியைக் கொளுத்தி அதன்மீது தடவிக் கொண்டிருப்பான். அர்ஜில் அந்த ஈர்க்குகளில் ஒன்றைக் கையில் எடுத்துக்கொண்டு குதித்துக் குதித்து ஆடுவான். ஈற்றில் தலைமுடிக்குள் ஈர்க்கிலைப் புகுத்தி "ஏய்க்... ஏய்க்..." என்று சத்தமிடுவான். கொடி ஏறும் ஆரவாரம் கேட்டு அல்லசல் சனங்கள் கிடுகு வேலிக்கு மேலே தலையை நீட்டுவார்கள்.

பொதுவாகவே அர்ஜிலின் உடம்பு நோஞ்சலானதுதான். பருத்திக் கொட்டைகளும் காஞ்சிரம் விதைகளும் பூமித்தங் காய்களும் பரப்பி, ஒரு கடை போட்டிருப்பான். வஸீரா தென்னோலையில் செய்த பம்பரம், காப்பு, தொங்கட்டான் வைத்து விற்பனை செய்வாள். உமீரா பூசணி இலையைப் பப்படமென்று விற்க ஒரு மூலையில் குந்துவாள். கலவான் ஓடுகளும் டொபித் தாள்களுமே அன்றைய காசுகள். அமீர், ஹாரூன், சபீனா, குயினா, ஷிபான் அந்தக் கடைகளின் நுகர்வோராய் மாறிவிடுவர். ஒரு நாள் அர்ஜில், வாப்பா சமையலுக்கென்று வாங்கி வந்த புடலங்காய்களை அப்படியே டியூப் பல்ப்போல் கடையில் தொங்கக் கட்டிவிட்டான்; அதையறிந்து எடுத்துச் செல்ல அந்த மனிதர் புறப்பட்டு வந்த வேகம்—இப்போது நினைத்தாலும் தொண்டைக் குழி வறள்கிறது.

சூரியன் தலைநிமிர்ந்து மர உச்சியால் சாயும்போது காய்ந்து கருவாடாகி நிற்போம்.

பக்கத்து மாந்தோப்பின் உள்ளே கொஞ்சம் நடந்தால் கிணறு உண்டு; வற்றாத நீர். அங்கிருந்துதான் சமைக்கவும் குடிக்கவும் தண்ணீர் எடுக்க வேண்டும். மாந்தோப்பைச் சுற்றிப் போனால் ஓடை. எப்போது தண்ணீர் வருமென்று சொல்ல முடியாது. அதன் அருகில் எந்நேரமும் சீட்டாட்டம் நடந்துகொண்டிருக்கும். மூன்று நான்கு குழுக்களாகப் பிரிந்து ஆட்டம் சூடாகும்போது அது வழி போவது சரியாகாது. அதில் சிலபேர் போதையில் இருப்பதாகவும் தோன்றும். மாந்தோப்பு முதலாளி சில ஆண்டுகளுக்கு முதல் மரங்களில் ஒன்றிரண்டை விட்டுவிட்டு மீதியெல்லாம் வெட்டிவிட்டார். பின்னர், மரவள்ளிக் கிழங்கு நட்டார்; இப்போது நிறைய இடம் காடுபிடித்துக் கிடக்கிறது.

பார்த்துக்கொண்டிருந்தால் இருட்டாகிவிடும். தோப்பு வழியில் ஊர்வன எதாவது சுற்றக்கூடும். முன்னொருநாள் இப்படித்தான் இருட்டு நேரம் யாரின் கண்ணிலும் படாமலிருக்க வேலிப் பக்கமாக நடந்தபோது, அந்த வழியில் ஒரு பாறாங்கல் மேல் முதலையொன்று படுத்திருந்ததும் விழுந்தடித்து ஓடிச் சென்றதும் எல்லாம் எங்களுக்குள் நினைவில் வந்தன.

நானும் ஹாரூனும் அவசர அவசரமாக நான்கைந்து நடையில் ஒரு பரல் நீர் நிரப்பிவிட்டோம். வஸீரா வீட்டிலிருந்து கொழித்துக் கொண்டுவந்திருந்த குறுநெல் அரிசிதான் இன்று குஞ்சுச் சோறாகப் போகிறது. சபீனா அவள் உதவிக்குப் போகும் வீட்டிலுள்ள செல்வாக்குமிகுந்த பெரியவரைச் சந்திக்க வருபவர்கள் கொண்டுவரும் மீன், மரக்கறி வகைகளில் ஒரு பங்கு அவளுக்கும் கிடைக்கும். அதனையும் சேகரித்து இங்கு கொண்டுவந்திருக்கிறாள். இதில் ஷிபானி எப்போதும் அவள் நடை உடை பாவனைகள் எல்லாம், மேட்டுக் குடியினரதைப்போல் இருக்கும். எனக்கு அவளோடு பேசப் பிடிப்பதில்லை. இரண்டு அறைகள் மட்டுமுள்ள ஓட்டு வீடுகளிலிருந்து வருகின்ற ஏனைய தோழர்களுக்கு ஷிபானியின் பேச்சு வியப்பாக இருக்கும். சமையல் வகைகளில் ஆங்கில மரக்கறிகளின் பெயர்களைத்தான் உச்சரிப்பாள். சிலுக்குத் துணிக்கு எந்த ரகப் புடவையை லைனாகப் பிடிக்கலாமென்பது குறித்துப் பேசும்போது உமீரா முகத்தைச் சுருக்கிக்கொள்வாள். அவள் பேச்சில் ஐஸ்கிரீம், சொக்லேட், ஆப்பிள், ஒரேஞ் என்ற வார்த்தைகள்தான் அடிபடும். எங்கள் சமையல் எடுபிடிகளிலிருந்து விலகிச் சென்றுவிட்டாளா என்றறிய அடிக்கடி அவளைத் திரும்பிப் பார்த்துக்கொள்வேன்.

வட்டக்களரி போடுவோம்; சோறு வாழை இலையில் பரிமாறும்போது, ஒருவித வாசம் மூக்கைப் பீறும். அது இலையில்

சுடுசோறு இறங்கும் மணம். மௌஜூன் அள்ளி ஓரிரு வாய் உண்ணும்போது இதுதான் "கொடிச் சோறு" என்பான். காற்றின் வேகமும் கொடியின் அசைவும் சோற்றில் இன்னுமின்னும் ருசி சேர்க்கும்.

திண்ணையில் உட்கார்ந்து குயினாவுக்குத் தலைவாரிப் பின்னலிட்டுக்கொண்டே சித்தி மாமி சொன்னதையெல்லாம் மர்யம் நினைத்துக் கதைப்பாள். "பாட்டிம்மா பண்ணும் ரசம், பழைய சாதமெல்லாம் உம்மாவுக்குக் காய்ச்ச வராது; எப்போதும்போல் சோறு தின்னப்போனால் வாப்பா உப்புப் புளியில் குறைகண்டு பேசுவார்; அந்நேரம் பாட்டி அப்பாவுக்கு ஆக்கின கறியில எடுத்துக்கு ஓடிவருவார்" வஸீரா சோற்றைக் கொதுப்பிக்கொதுப்பிக் கதைப்பாள்.

"இந்தத்தடவை கூப்பன்கடைப் பருப்பு நல்லாவே இல்ல; வேகுதே இல்லை..." அமீசா சொல்ல, "உங்க உம்மாவுக்குப் பருப்பு வேக வைக்கத் தெரியல்ல..." ஹாரூன் சிரித்தபடி சொல்வான்; பல சமயங்களில் இந்தச் சோறு கறி வாழ்வின் சுவாரஸ்யம் என்பன குறித்துப் பேசுவது கேட்கவே இஷ்டமில்லாத மாதிரி ஷிபானி வேறெங்கோ பார்த்துக்கொண்டிருப்பாள்.

வஸீரா வேலைபார்க்கும் வீட்டில் தாயும் தந்தையும் மட்டும் இருக்கிறார்களாம். "அவர்களது இரு மகன்களும் வெளிநாட்டிலிருந்து வந்தபோது,'எனக்கு நிறையத்துணிமணிகள், பணம் எல்லாம் தந்து 'எங்க உம்மா, வாப்பாவை நல்லாப் பார்த்துக்கணும்' என்று சொல்லிச் சென்றாங்கதான். ஆனா பேசியவள் முடிக்கவில்லை. "ஆனா என்கிறாயே அது என்ன?" என்றேன். "எனக்கு வேலைக்குப்போக விருப்பமில்ல; நான் ஸ்கூல் போகணும்; நீ என்னடா சொல்றாய்" என்பாள். "வேலைக்குப் போகலேன்னா உங்க வாப்பா பாடு; ஓம் பாடு ..!" "அவருதான் 'எம் பொண்ணு வேலை செய்றா. அதுவும் பெரிய பணக்கார வீட்டுல வேல'ன்னு ஊரு பூராப் பெரும அடிச்சுக்குறாரு... அவரக் கேளு" கழுத்தை நொடித்துக்கொண்டு வஸீரா நகர்ந்து விடுவாள். மனதில் சுரீர் சுரீரென்று அவளின் சொற்கள் வந்து தைக்க விழியோரங்களில் மெல்லக் கசியும் நீர், முத்தாகத் திரண்டு உதிர்ந்துவிடப் பார்க்கும். மலைத்து நிற்பேன். "என்னடா அஞ்சு மணியாச்சு கொடி இறக்கிறதில்லையா?" மௌஜூன் கேட்டுவிட்டுக் கிறுகிறுவென நடந்து நூலை அவிழ்த்துவிடக் கொடி ஆடி ஆடிக் கீழிறங்கிக்கொண்டிருக்கும்.

53

சந்தை

ஒவ்வொருமுறையும் அவரது அப்பாவித் தனமான முகத்தைப் பார்க்கும்போதெல்லாம் எனக்குப் பரிதாபமாக இருக்கும். எப்படி இந்த வஞ்சகமான உலகத்தில் பிழைப்பை நடத்தினாரோ என்று இன்று நினைக்கின்றபோது வியப்பு எழுகிறது. சாச்சி நிற்கின்றபோது விழுந்து தொங்கும் அவரின் சேலைத் தலைப்புஎன் பற்களுக்குள் சிக்கி இழுபடும். அப்போது தோளில் இருபக்கமும் கூடைகள் பொருத்திய உறியோடு துடிக்கத் துடிக்க மீன் நிறைத்து வந்திருக்கும் கிளிக்காக்கா, "மீன் மீனே..." என்று போடும் சத்தத்தில் அப்படியே மண்ணுளிப் பாம்புபோல் பலரும் வேலிக்குள்ளால் தலை நீட்டி "என்ன மீன்" என்பார்கள். எப்போதும் ஒல்லியாக மரங்கொத்திபோல இருப்பார். கழுத்து நரம்புகள் ஜிவ்வென்று இழுத்திருக்கும். இடுப்பில் சீன வார் அணிந்து அதன் பக்கெட்டில் திரிரோஸ் சிகரெட்டுடன் தீப்பெட்டியும் வைத்திருப்பார். கொளுத்தி வாயில் சிக்கியிருக்கின்ற சிகரெட்டி லிருந்து வருகின்ற புகையை அவர் கண் புருவத்தின் மீது படர விட, அந்தப் புகை மேலுயர்ந்து சுருள் சுருளாகப் பறப்பதைப் பார்த்து ஆனந்தப்படுவேன்.

மூடியிருந்த செட்டையின் உட்பரப்பில் இரத்தத்தின் சிவந்த நிறம் வியாபித்திருந்தது; "இப்ப பிடிபட்ட மீன், அடர்த்தி நீர்த்துப்போகுமுன் ஆக்கினாத்தான் ருசியாயிருக்கும் எடுங்க கிளி" என்பார். குரைச்சியோடு நின்றிருக்கும் சாச்சி, எப்போதும்போல புன்னகையைச் சந்தனம்போல்

தென்னம் படல் மறைப்பு

தடவினாலும் இடையிடையே பிதுக்கிக்கொண்டு கிளம்பும் புலால் மணத்தை மறைத்துக்கொள்ள முடியாமல் தவிக்கவும் செய்வார். ஒரு தட்டில் ஆத்து மீன், மறு பக்கம் கடல் மீன்கள் தராசில் போடும்போதே மீன் பக்கமே கதிக்கும்படி எடை போட்டுத் துண்டுகளாய் வெட்டி அனுப்பிவிட்டுக் காசு கிடைக்கும்வரை எதிரே வேலியில் ஓர் ஈர்க்கிலை முறித்துக் கொண்டு சாய்ந்து 'ட' வடிவில் மடங்கி உட்கார்வார்.

வாப்பாவோடு சந்தைக்குப் போவதென்றால் படு குசியாகவே இருப்பேன். வழியில் புகழ்பெற்ற ஆனைக்கோயில் வரும். அங்குள்ள முன்சுவர் இரண்டிலும் வெள்ளை யானைகள் கழுத்தில் மாலைகளோடு நிற்கும். இன்னும் கொஞ்சம் தள்ளிப்போக மாதா கோயில் நேரிடும். தாய் தன் குழந்தையை அரவணைத்து வைத்திருப்பது கண்களில் மங்கலாகத் தென்படும். அதனைக் கடக்கும் சைக்கிளை வாப்பா ஒரு சர்க்கஸ்காரனைப்போல் ஓட்டிக்கொண்டு போவார். ஒரு கெட்ட பிசாசு எதிரிலுள்ள புளிய மரத்தின் உடம்புக்குள் புகுந்துகொண்டு, காற்றில் ஆட வைக்கிறதோ என்ற எண்ணம் சிலிர்க்கும்; அதே மரத்தில், சைக்கிளைச் சாத்திவிட்டு சற்றுத் தூரம் நடப்போம்.

உபயோகிக்கப்பட்டதற்கான புராதன சாட்சியைப்போல காகக் கூட்டம் சந்தையை மூடியிருந்தது. வேர் நுனியொன்று எப்போது வேண்டுமானாலும் முளைத்துவிடுவதற்கான உயிர்ப்பை உள்ளடக்கியபடி அங்குள்ள இயல்பு மாறியிருந்தது. மனிதர்களின் வாய்வழிச் சத்தங்கள், பொருட்கள் ஏற்றி இறக்கும் நடவடிக்கைகள்; சில நேரங்களில் பழியுணர்வு கொண்ட மிருகங்கள் உறுமலுடன் உடலைச் சிலிர்க்கின்ற பேரிரைச்சல்; குற்றம் சாட்டுவதைப்போல தீர்க்கமாகச் சொல்லுகின்ற தொனிகள்; கூர்முனை கொண்ட கத்திகளைஒருவரை நோக்கி ஒருவர் பிரயோகிக்கிறார்களோ; ஒருவர் காயப்பட்டவர் போலவும் மற்றவர் எழுந்து நிற்பதாகவும் எனக்குத் தோன்றியது. அப்படித்தான் அன்று யாரோ கடாமாடுகளைச் சந்தைக்குள் சாய்த்துவிட்டார்கள். அவை வெளியேறப் பட்ட அவதி பெரும்பாடாய் ஆனது.

கூந்தலைக் கோதிய விரல்களிலிருந்து குச்சிக்குச்சியாய் எலும்புகள் துருத்தித் தெரிந்தன. மெலிந்து நலிந்து கண்ணீர் காய்ந்துபோய் ஒரு மாதிரியான சோர்வில் வள்ளியம்மா எப்போதும் தெரிவார். வெங்காயம், அவரை, பொன்னான் என்று மரக்கறியில் மூழ்கிப்போன வாப்பா தலையை நிமிர்த்தும்போது ஒரு குரல் கேட்கும்; "எதுக்காகம்மா இப்படித் தொண்டையக் கத்தி வளைக்கிறீங்க... பாவக்காய், புடலங்காய், பீக்கங்காய்." என்ற அவரிடம் இப்படிக் கேட்க வேண்டுமென்று

தோன்றும். வாப்பா சந்தைக்குப் போகும் எந்த நாளிலும் வள்ளியம்மாவிடம் எதையாவது வாங்காமல் திரும்பமாட்டார்.

அடர் சாம்பல்நிற மாபிள் கல் பதிக்கப்பட்டிருந்த நீண்ட மீன் தட்டு 'பளிச்' சென்றிருந்தது. "வருத்தப்படாதே! எப்பொழுதும் உன்னைப் பிரியமாட்டேன்" என்கிற நம்பிக்கையைத் தருவதைப் போன்ற முகபாவனையை வாப்பா அந்த மீனின் பக்கம் காட்டியிருந்தார். வியாபாரி மீனை இழுத்துக் கட்டையில் ஏற்றிக் கழுத்தை வளைக்கிறான். இப்போதும் அதே பார்வையோடு நினைவிழக்காது விழித்திருக்கும் மீன் மேல் எனக்கு எப்போதும் ஓர் அனுதாபம்தான். அமைதியாகத் ததும்பும் வருத்தம். மிக நேரம் நீண்டுவிடாத நொடிக்குள் மீன் தயாராகி எங்கள் கைப்பையை அடைகிறது. இருவரும் கைகளைக் கோத்தபடி நெருக்கமாக நடக்கிறோம். என்னை உற்றுப் பார்த்த வாப்பாவின் செயல்கள் எனக்குள் நிகழ்ந்த நெருடலைச் சமவிகிதத்தில் ஏற்றுக்கொண்டதைப் போலிருந்தது.

கீழ்வானில் இளஞ்சிவப்பொளி படர்ந்திருக்கும். அதன் எதிர்த் திசையில் நீளும் குறுகலான சந்தில் திரும்பி நடந்தால் அங்கிருந்த உயர்ந்த நாவல் மரத்தடியில் எங்களூர் அல்லங்காடிச் சந்தை. பக்கத்தில் தார் வீதி. பின்னேரம் படும் விரால் மீன் பிரம்புக் கூடையில் துடிக்கத் துடிக்க வைத்திருப்பார்கள். மாசி மாதம் பனிமூட்டமாகத் தெரிந்தது. மண்ணெண்ணெய் வற்றிப்போய் அரிக்கேன் லைட்டு அணைந்து வெகுநேரமாயிற்று. அடுத்த படியிருந்த வேப்பெண்ணெய் விளக்குத்தான் கை கொடுத்தது. அந்த வெளிச்சத்தில் உம்மா அடுப்படியில் சோறு எடுத்து வைக்கும் போதே சொல்லுவா, "இந்த விரால நான் கமுகு மரத்தில கட்டி வைத்து உரிச்ச..." வாப்பா நா கொட்டிச் சாப்பிடுவார்.

தைலப் போத்தல், சில ஊசிகள், ஒரு டால்கம் பவுடர் டப்பா, சின்னச் சீப்பு, பெரிய சீப்பு, கொண்டைப் பின், கைக்கு அடக்கமான ஒரு நடுஅளவுக் கண்ணாடி. ஆ! அந்தக் கூந்தலை வார்ந்து கட்டுவதென்றால் வேண்டும்தானே! உம்மாவின் இந்தச் சீப்பு எத்தனை அகலம், இடுப்புக்குக் கீழே தொங்கும் செழிப்பான கருங்கூந்தலின் அடர்த்திக்கு. உம்மா தலையை அவிழ்த்து வாரிக் கொள்ளும்போது நான் பார்க்க நேர்ந்தால் உடனே அந்தத் தலை மயிரை விரல்களால் தடவி அணைத்துக் கொள்வேன். இந்தச் சந்தைச் சாமான்களோடு நிறைந்து வருகின்ற வாப்பாவின் சைக்கிள் கூடையில் முதலில் ஆராய்வது தக்காளிப் பழம் கிடைக்காதா என்றுதான். அந்தப் பழங்கள் மேல் எனக்குக் கொள்ளை விருப்பம். அதன் தளதளவென்ற தோலும் சாந்தமான கவர்ச்சியும் என்னை வசீகரித்திருந்தது. ஓடிப்போய்ச் சின்ன மேசையில் குவிந்திருக்கும் தக்காளியைப் பந்து உருட்டுவதுபோல் எடுத்து வாயில் விடுவேன்.

புகையிலைக்கென்றே பெரியம்மா வாசல்வரை காத்திருப்பார். பெரியப்பா சந்தையிலிருந்து வாங்க மறந்து விட்டால் போதும், அவருடைய பொக்கைவாய் ஒரு சாணாக விரியும். மெல்ல நகர்ந்து அவர் மடிமீது சாய்ந்தாற்போல் உட்கார்ந்து, தலையைக் குனிந்து சள்ளையோடு ஒட்டிக் கொள்வேன். குழம்பு வாசனையுடன் புகையிலையின் வாடையும் கூடவே உலர்ந்துபோன வெற்றிலை, பாக்கின் மணமும் சேர்ந்து வருவது எனக்கு எப்போதுமே அருவருப்பைத் தரவில்லை.

முழங்கால்வரை கிழிந்த காற்சட்டை. அகன்ற நீலநிறக் கண்கள். வளர்ந்து சுருண்ட செம்பட்டை முடி. எவ்வளவோ உழன்று களைத்திருந்தாலும் எப்போதும் ஒருவிதப் புன்னகை. அவன் போட்டிருந்த சட்டையோ பலவிடங்களில் கிழிந்து நார்நாராகத் தொங்கியது. வலது காலில் பெண்கள் அணியும் செருப்பு. இடது காலில் பள்ளி மாணவனின் சப்பாத்து. இரண்டும் அளவுக்கு மிஞ்சிய நீளம். அவை பின்பக்கம் குதிகால்கள் தெரியும். எப்படி விழுந்துவிழுந்து மீன் பெட்டிகளைத் தூக்கிச் சுமக்கிறான். "நீ யார்ர மகன்" என்று கேட்பவர்களிடம் "எங்கம்மா மகன்... எங்கம்மா மகன்..." இப்படித்தான் சொல்லுவான். ஒரு குளிர் காலத்து மாலை. ஆனால் அன்று அவனுக்குக் குளிர் மட்டுமல்ல. பசியையும் பொறுக்க முடியாமல் சந்தைக்குப் போன வாப்பாவின் பின்னால் தொடர்ந்துவந்து எங்கள் வீட்டின் படியில் தூங்கிவிட்டிருந்தான்.

வாப்பா, "பசியாற எழுந்திரு" என்றார்; "உம்மாவுக்கு கொஞ்சம் கஞ்சி தாங்க" அவன் கேட்டது, கண்ணுக்குத் தெரியாத வேறு யாரிடமோ சொல்வதுபோல் இருந்தது. புசுபுசென்று உம்மா கஞ்சிக்கான அடுக்குகளில் இறங்கினார். வாப்பா அவன் தலையை மெல்லத் திருப்பினார். கண்கள் சிந்திக் கன்னங்களில் நீர்க்கோடு; "நான் நல்லாச் சாப்பிடுவேன்; நேற்று உம்மா எதுவும் உண்ணல்ல... பசியில்லன்னு சொன்னா." நாங்கள் அவனைச் சுற்றி நின்று ஒவ்வொரு கேள்வியாக விடுத்தோம். "இரண்டு நாளாக உம்மா படுத்த படுக்கைதான்; இப்போ காலையில எழுப்பினேன்; அவ எழும்பல்ல; எப்போதும்போல அவ முகத்தில முத்தம் கொடுத்தேன்; அப்போ அவங்களுக்கு மூச்சு இருக்கல்ல... நேற்று உம்மா கஞ்சி கேட்டது அதுதான்..."

ஆவி பறக்கப் பறக்க உம்மா கஞ்சிக்கொளுக்கோடு நின்றிருந்தார். அதனைக் கண்ட மகிழ்ச்சியில் அவன் அழகாக இருந்தான். வாப்பா நடுங்கிய குரலில் கேட்டார்; "நீ முத்தமிடுகையில் உம்மா அசையவே இல்லையா..." இதற்குப் பிறகும், அவனது கதையைப் புரிந்துகொள்ள எங்களில் எவருக்கும் போதுமான மன உறுதி இருக்கவில்லை.

54

கனவின் ஒளி

ஒவ்வொரு நாளின் தூக்கத்திலும் குறைந்த பட்சம் எத்தனையோ கனவுகள் வருகின்றன. அத்தனையும் வாழ்தலோடு ஒட்டி வருவதில்லை. பலிப்பதும் மிகக்குறைவு. அனுபவத்தில் பகல் கனவுகள் சில எனக்குப் பலித்திருக்கிறன. ஒருமுறை நாய்க்கூண்டுக்குள் அகப்பட்டமாதிரி இருந்தது. எப்படியோ திறந்துகொண்டு ஓடிவந்த பதற்றத்தில் விழித்திருக்கிறேன். ஜன்னல் வழியே இதமான காற்று வீசியபடியிருக்க, வீடெங்கும் ஒரு சுகந்த மான மணம் பரவிக்கொண்டிருக்கும். பக்கத்து வீட்டு வானொலியில் புல்லாங்குழல் இசை ஒலிபரப்பாகும். தரையின் மேலெழும் காலையொளி கண்களை உறுத்தாது படரும். ஒருவேளை இசகு பிசகாக நேரம் தப்பி எழுந்து விட்டோமோ என்றால் இல்லை, அன்புமயமான உம்மா தலையில் முக்காடிட்டு ஓதிக்கொண்டிருப்பதைக் காண "சரியான நேரம்தான்" என மனம் சமாதானப்படும். தூங்கும்போது நல்ல வசனங்களை உச்சாடனம் செய்துகொண்ட நாட்களில் பெரும்பாலும் கனவுகள் தோத்துவதில்லைதான். நைநைன்னு அலைந்துவிட்டுத் தூக்கத்துக்குப் போனால் ஒரே கனவுகள் மனத்திரையை விரித்துக் கண்களுக்குப் பின்புறம் மூளையில் சுட்ட முடியாத புள்ளி ஒன்றில் கண் குழிகளின் ஆழம்வரை பரவும்.

பூமியின் மேற்பரப்பிலுள்ள நீர்நிலைகளிலும் தாவரங்களின் இலைகளிலும் ஓடிக் கொண்டிருக்கும் நீர், சூரியனின் வெம்மையால்

ஆவியாகி, மேகங்களாகத் திரண்டு, வானிலையைப் பொறுத்து மழையாகப் பெய்வதை உணர்ந்து, நான் மேலும் போர்வையைத் தலைவரை இழுத்துக்கொள்வேன்.

மழைநீரின் ஒருபகுதி ஓடைகளிலும் ஆறுகளிலும் தரையின் மேற்பரப்பிலும் வழிந்தோட மீதமான நீர் கடினத் திட்டிகளிலுள்ள பிளவுகளிலும் வெடிப்புகளிலும் விரிசல்களிலும் தேங்க ஆரம்பிக்கும். தோட்டங்களில் கமலைகளின் ஓசையும் வயல் வெளிகளில் ஏற்றப்பாட்டுகளும் ஒலிக்கும். மழை நீர் ஓடி, மணலரிப்பு நிகழ்ந்து, நான் படுத்திருக்கும் கட்டில் சரிவதுபோல் உருவாகிக் கெழியவே, அலறிக்கொண்டே எழுவேன். கூடுதலாகப் பாதாளலோக வாழ்க்கையே கனவில் வரும். நீட்டு மூக்கு மனிதர்களும் ஆமை முகத்திற்கு மூடி போட்டவர்கள் வாழும் சிறு வீடுகளும் என் ஆமைக்கண்களுக்குள் புகைக்கோடுகளாக வந்தன.

ஆட்டுமந்தைபோல சாய்க்கப்பட்டுப் பட்டியில் அடைக்கப் படுவதும் பின்னர் நிச்சயமான சித்திரவதைகளை நோக்கிக் கனரக ட்ரக்குகளில் ஏற்றி அனுப்பப்படுவதுடன், நான் மட்டும் தனியாளாகத் தப்பிவிட முனைந்து, இடிந்துபோன கட்டடங்களுக்கிடையே பதுங்கிப் பதுங்கி ஒவ்வொரு நிமிடத்தையும் கடத்துவதும் விலங்கினங்கள்போன்று வயிற்றுக்கு உணவு தேடுவதும் இரையாகாமல் தப்பிப்பதுமே என் தூக்கங்களை ஆட்சி செய்தன. அது நிகழ்த்தும் ஒவ்வொரு சேதாரத்தின் பிரமாண்டமும் முகத்தில் வந்து அறையும். அப்படிப் பார்க்க முற்படுகின்ற வேளைகளில் களிசான் ஈரமாகிப் படுக்கையை விட்டு வீரென்று எழுந்து நடுங்கியிருக்கிறேன்.

வலது செருப்பை இடக்காலிலும் இடது செருப்பை வலக் காலிலும் அணிந்து கனவின் பிரதிபோல் நடந்திருக்கிறேன். நீண்ட நேரத் தூக்கத்திலும் புளிப்பும் துவர்ப்பும் கலந்த காரைப் பழங்களைச் சுவைத்தபடி வளைந்து வளைந்து செல்லும் வீதிகள் வழியாக அலைந்து திரிந்தது ஞாபகம் வருகிறது. எங்கே போகிறோம் என்ற இலக்கே தெரியாமல் இருசக்கர வாகனத்தில் கிளம்பியிருக்கின்றேன். தூரத்தில் பயணிக்கும் என்னிடம் தெரு ஓரங்களில் படர்ந்திருக்கும் செடிகொடிகள் பேசும். குன்றிமணிகளையும் ஜன்னலுக்கு வெளியே காற்றில் ஆடிக் கொண்டிருக்கும் போகன் வில்லாபூக்களையும் வெடித்து விதை தள்ளும் பருத்திக்காய்களையும் தடவித் தடவிப் பறப்பேன்.

மின்னணுச் சாதனங்களால் மட்டுமான ஓர் உலகுக்குள் பிரவேசித்ததைப் போலிருந்தது. இங்குள்ள மனிதர்களும் நிரல் செய்யப்பட்டவர்கள்போல் இயங்குவார்கள். நீண்டநடையில்

கால்கள் தாளமுடியாமல் வலியெடுத்தன. அப்படியே நடை பாதியில் நின்று உட்கார்ந்துவிடுவேன். என்னைச் சுற்றி வட்டக் களரி போட்டுப் பலர் சூழ்ந்துகொண்டார்கள். என் கைகளில் இருக்கும் காசை அவர்கள் பறிக்கின்றபோது, “என் பணம்... என் பணம்” என்று அழுவது நித்திரையில் அசரீரிபோல் அனுங்கும். காசு பறிபோனதைப் பாதையில் போகின்ற எவருமே பொருட்படுத்தியதாக இல்லை. தொலைத்ததைக் கண்டிப்பாகக் கண்டுபிடித்துவிடலாமென்று தேற்றிக்கொண்டு முழிப்பேன்.

நாட்கள் நீளப் பஞ்சதந்திரக் கதைகளில் வரும் அப்பிராணி மிருகமாக மாறியிருக்கிறேன். காடுகளில் சிக்கி வேறு மிருகங்கள் என்னை வேட்டையாடுமுன் ஒட்டகச்சிவிங்கியின் வீட்டுக்குச் சென்று அதனிடம் சரணடைந்திருக்கிறேன். “இன்று இரவு மட்டும் தூங்கவிடுங்கள். என்று மன்றாடி அது என்னுடனே இணைந்திருக்க வேண்டுமென்று கேட்டதற்கு நாளைக்கு ஊருக்குப் போயிற்று வரலான்னு நினைக்கிறேன்...” – “உடனே வந்திடுவீங்களா..?” – “ஆமா, சாயந்தரம் திரும்பிடுவேன்...” – “அப்ப சரி” என்று அதன் குட்டியோடு என்னை வழியனுப்பி வைத்ததை எப்படி மறப்பேன்?

செம்போந்தின் துணைகொண்டு, வெளவாலின் கிரீச்சிடல் சத்தமும் கெளதாரியின் பதில்களும் என்னை அசைக்க முடியாது. கோட்டானெல்லாம் தூசு. மயிலின் அகவும் வான்கோழியின் கூவலும் நெருங்கவே நெருங்காது. சிறகினரெல்லாம் எம்மாத்திரம். செம்போந்தின் உறவை நினைந்து நினைந்துத் தூங்குவேன்.

மாடப்புறாவாகச் சிறகு விரித்துக் கூவலுக்கான சிற்சில சுதிகளைக் கற்றுக்கொண்டேன். இப்போது அண்டங் காக்கைகளிடம் வந்துசேர்ந்திருக்கிறேன். அதன் அதிர்வூட்டும் கரைதலில் பயந்திருக்கிறேன். சிறகுடனிருந்தாலும் தத்தித் தத்தி வந்து காகத்திடம் இரை கேட்டும் குயிலிடத்தில் மூன்றாவதான குஞ்சென்று எண்ணிப் பின்னே, கருங்குயிலுக்குச் சிறகு முளைத்துப் பறத்தலையும் தொடக்கநிலைக் கரைத்தலையும் அறிந்து கண்ட செந்நிலத்துக் காக்கைகள் கருங்குயில்களைக் கூட்டை விட்டும் விரட்டுவதையும் கனவில் கண்டு அழுதிருக்கிறேன்.

ஒவ்வொரு கீரைக்கன்றுகளையும் பச்சைக் குழந்தையைப் பார்த்துக்கொள்வதுபோல் உம்மம்மா கவனித்துக்கொள்வார். ஒரு கன்று வாடினாலும் மனசு பொறுக்காது. வெயில் ஏறுவதற்கு முன்னே தண்ணீர் ஊற்ற வேண்டும் என்று அதிகாலையிலிருந்தே கிணற்றிலிருந்து கன்றுகளுக்கு அவர் நீர் வார்க்க ஆரம்பித்து விடுவார். கோடைகாலத்தில் கிணற்றில் தண்ணீர் வற்றி நிலம்

தெரியும். ஒரே மூச்சில் நீரள்ளி இறைக்க முடியாது; கொஞ்ச நேரம் விட்டுவிட்டுத்தான் நீரள்ளுவார். அவரோடு நானும் கூடவே திரிவேன்; சூடுதாக்கிய அலுப்புத் தட்ட ஓடிப்போய்த் தூங்கிவிடுவேன்.

அன்றொரு நாள் மத்தியானம் உம்மம்மா வந்து பாத்திரம் விளக்கிச் சோறுபோட்டுத் தந்தது ஒரு பெரிய ஆச்சரியம்தான். அவர் மறைந்துபோன தினம் சரியாக நினைவிலில்லை. “எப்படி வந்தீர்கள்...” என்று கேட்டதற்கு, “வானவர்கள் உன் வேண்டுதலை நிறைவேற்ற என்னை அழைத்து வந்தனர்” என்றார். என்னிடம் பேசிக்கொண்டிருந்த உம்மம்மா “என்னடா தங்கம் நம்ம பக்கத்து வளவு காடு பற்றிப் போச்சே; ஏதாச்சும் பயிர் பச்சை நடக் கூடாதா; உன் வளவுக்குக் கீழ் வளவுக்காரனப் பார்த்தாயா; மாங்கா மரம் நட்டு இரண்டு வருஷம்தான் ஆச்சு, இப்ப எப்படி வளர்ந்து நிற்குது; ஏதாச்சும் நாட்டிப்போடு, உன் வளவ நான் காவல் காக்கிறேன்டா...” உம்மம்மா பேசியது ஏதோ நிழலுருவில் ஒலிப்பது போலிருக்க, “எந்த லூசிப் பய சொன்னான்; இப்பதான் ஒட்டு மா, ஒட்டுப் பலா மரமென்டு மூணு நாலு வருஷத்தில பலன் தார மாதிரி விவசாயக் கந்தோரில விக்கிறாங்ளே, அத வாங்கி வந்து நாட்டுவோமே.” உம்மாவிடம் வாதிக்கும் வாப்பாவின் குரல் கேட்டுத் துணுக்குற்று எழுந்தேன்.

அங்கங்கே இருக்கைகளில் பயணிகள் தூங்கி வழிந்து கொண்டிருந்தார்கள். ஒருவர் கால் நீட்டிப் படுத்திருந்தார். பேருந்து முழுவதும் அரையிருட்டு. நான் தனியாகவே ஓர் இருக்கையில் அமர்ந்திருக்கிறேன். பேருந்தின் இரைச்சல் மட்டுமே கேட்கிறது. தூரத்தில் இருந்த ஒருவர் என்னருகில் வந்து மண்டியிட்டார். மூன்று விரல்களால் என் நெற்றியில் கோடிட்டார். அவர் கையில் ஒரு இளநீர் இருந்தது. அதை என் தலையின் மேல் சுற்றி வெளியில் எறிந்தார். அப்போது கண்கள் திறக்கமுடியாமல் அழுத்தின. நாக்குத் துருத்தியது. காற்றின் ஓசை ஆழ்ந்த இருளில் சுழன்றது. சற்று நேரம் அமைதி நிலவியது. எங்கும் பேச்சுச் சத்தம். பேருந்து ஆட்களை இறக்கிவிட்டுத் திரும்பிப்போகும் முறைச்சல் கேட்டது; “இடத்திற்கு வந்துவிட்டோமா?” மனம் கேவியது; நாட்டுக் கோழிகள் கொக்கரித்தன. எச்சக் கவிச்சி வீசியது. அந்த நாற்றம் பொறுக்க முடியவில்லை. மெல்ல மெல்ல அசைந்தேன். தேகம் சுடுவது தெரிகிறது. கைகளால் முழங்கால்களை ஊன்றி எழுந்திருந்தேன். வீட்டின் ஜன்னல் வழியாக வந்த வெயில் கன்னத்தில் ஏறியடித்தது.

55

கிடுகு வேலிகள்

நீண்ட மரங்கள் முடிவில்லா வானைத் துழாவப் பார்த்தன. அதனருகே எத்தனை தடித்த கிளைகள்? எங்கள் வளவின் எல்லையில் அடர்ந்து பிடித்திருக்கும் மரங்கள் குளிர்கால மழைக்காற்றில் வளைந்தும் ஒடிந்தும் அள்ளுண்டு போகக் கூடியவை. கிட்டத்தட்ட நானூறு முழங்கள் வீட்டைச் சுற்றி வரும் வேலி அவைதான். மண்ணைப் பிளந்து வேரின் நுனியைத் தொடர்ந்துசென்றால் ஐந்தாறு வளவுகளையும் தாண்டி ஓடி அங்கேயும் ஒரு தளையை நீட்டியிருக்கும்.

வீட்டுக் கூரைக்குக் கிடுகு வேயும் நாளும் வந்தது. கூரை ஒழுக்கால் கரைவதாக உம்மா புகார் கூறி இரைவார். மழை பெய்தால் ஒவ்வொரு பொத்தலுக்கும் பானை, சட்டி, மரைக்கால் என்று வைத்து நீரை அள்ளி இறைப்பார். இந்த அவலம் பொறுக்காது போக வாப்பா தென்னோலை பறித்துவரக் கொலனிப் பக்கம் சைக்கிளைத் திருப்புவார். அவர் அமர்ந்ததுமே முனகலோடு சைக்கிள் தள்ளாடியது. நானும் ஏறிக்கொண்டேன். கிட்டங்கிப் பாலம் சற்று மேடானது. முன்பெல்லாம் என்னை வைத்து இதே பாலத்தில் சர்ரென்று சைக்கிளை இறக்கிக் கொலனிக்குள் நுழைவார். இறக்கத்தில் வரும் வேகத்திற்குக் காற்று மோதுவதைத் தாளாமல் நான் மகிழ்ச்சியுடன் திணறுவதைப் பார்க்கவே இவர் பெடலைப் போடுவார். இப்போ இறங்குமுகம். பெருகும் வியர்வையைத் துண்டால் ஒற்றினார். துடைத்த இடத்தில் மீண்டும் பொடிக்கவே

அப்படியே விட்டார்; "ஏத்தமாத் தெரியுதே; நான் இறங்கி நடந்து வரவா" என்றேன். "ம்ஹூம்" என்றபடி உந்தி மிதித்தார்.

எப்படியோ ஒரு கரத்தையில் ஓலைகளை ஏற்றிக்கொண்டு சேர்த்துவிட்டோம். கிணற்றடியில் குவிந்து சரிந்துகிடக்கும் ஓலைக் கும்பம்மேல் வாளியில் நீரள்ளித் தனக்கும் ஓலைக்குமாக வார்ப்பார். மூன்று நான்கு தினங்கள் ஓலைகள் நீரில் ஊறிப் பச்சை நிறம் மங்கிப் பழுப்பாகத் தெரியும். அப்போது மட்டைகளை இரண்டாகப் பிளந்து ஓர் ஓலை மட்டையில் இரு கிடுகுகள் வீதம் உம்மா பாதி வாப்பா மீதியுமாய் இழைக்கத் தொடங்குவார்கள். கருப்பட்டி மிட்டாய்ப் பொட்டலமும் தேயிலைக் கேத்தலும் அருகருகே வீற்றிருக்கும். "முட்டாசை மொதல்ல தின்னு பொறகு தேயிலையைக் குடிக்கலாம்" வாப்பாவின் ஏவலுக்கு உம்மா ஓர் இலந்தைச் செடியருகில் அசைவார்.

முறுக்கேறி நேராய் வளர்ந்த தென்னையில் குருத்தோலை வெட்டுவார்கள். அவற்றைக் கட்டுக்கட்டாக்கி இளநெருப்பில் வாட்டியெடுப்பது கிடுகு கட்டும்போது கைக்கு இலகுவாகவும் அதன் ஈர்க்குகள் உடையாமலும் இருக்கத்தான். பெரும்பாலும் கயிறு, சணல்களை விடத் தென்னோலைகள்தான் கிடுகு கட்டுவதற்கு எடுப்பார்கள். திடீரெனக் கூரையில் தீப்பிடித்து விட்டால் ஒரே இழுவையில் பிய்த்து எறிந்துவிடலாம் என்ற நல்ல நோக்கமாகவும் அது இருக்கலாம். பிணையல் பிணையலாகக் கிடுகுகளைச் சொருகி வீட்டின் மேல் வளையில் இருப்பவர்களுக்கு கீழேயிருந்து எறிவார்கள். ஐந்து இணையன்கள் ஒரு கட்டு. நூறு கட்டுகள் ஒரு சிப்பம். அன்று எண்ணூறு சோடிகள் எங்கள் கூரைக்குப் போதுமாய் இருந்தன. கிடுகு கூரையில் ஏறும்போதே மூத்த வாப்பா இடையில் குரல் எழுப்புவார்; "அந்த நடு மோட்டில தொங்கிற பிள்ளைக்கயிறை மாற்றிவிடுங்கப்பா" என்பார். நமது தாய்மார்கள் குழந்தை கிடைக்கின்ற பொழுதில் அந்தக் கயிற்றைப் பிடித்துக் கொண்டுதான் முக்குவார்களாம். பிள்ளை கிடைத்ததும் கயிறைச் சுற்றி உயரத்தில் தொங்கவிட்டுவிடுவார்கள்.

குறுக்கும் நெடுக்குமாக வளவெங்கும் விழுந்துகிடக்கும் கிடுகு உதிரங்களின் மணம் மூக்கைப் பிதுக்கின. வேலி கட்டுதலின் மூலாதாரமே இந்தப் பெற்றோல் மெக்ஸின் வெளிச்சக் கீற்றுகள்தான். காற்றுப் பொறுத்து மெண்டில் எரிந்து சாம்பலாகும்.

மீள மாற்றும் வரைதான் இருள் உலாவும். அந்த இரவுகளை மறப்பது கடினம். ஒவ்வொரு கிடுகு வரிக்கும்

வைக்கும் கிட்டிகளை அடுக்கு லாவண்யங்களை மனதுக்குள் ஒட்டிப் பார்த்தபடி கண்கள் தூங்காமலே விழித்திருந்தன.

வேலிகளை அடைத்து அதற்கும்மேல் படைக்கிடுகுகள் வரிசைபிடித்துச் சாத்தப்பட்டன. உல்லு என்ற குச்சியால் ஒருவர் வேலியின் வெளிப்பக்கம் நின்று கிடுகை அணைத்து வடிவம் பார்த்துக் குத்துவார். உள்புறம் நிற்பவர் கயிற்றைக் கொழுவிக் கொடுத்து வாங்கிமுடிவார். புறா அடுக்கு, மயில் வரிசை, சீர் மேனி, பிறை, தாரகை என்றெல்லாம் பல்வேறு கோணங்களில் கிடுகு சாத்திக் கிட்டி இடுக்கி வேலிகள் புது வண்ணம் பெற்றன.

இது தவிர வீட்டையும் அதன் முன், பின் புறங்களையும் அடக்கிக் கட்டிய புற வேலியிலும், முன் வளவை நோக்கிச் சுற்றிவரும் வேலியின் நடுவிலும் இரட்டைக்கிராதி என்ற வாயிற் கதவுகள் அகலத் திறக்கப்போட்டிருப்பர்; இதற்கான வேலிக்கால்கள் பெரும்பாலும் காட்டுக் கம்புகளால் ஆனவை. சில வைரக் கட்டைகள். மேல்நுனி பென்சில்போல் கூர் செய்யப் பட்டு நடப்பட்டன. அதில் பெரிய பொந்துகளும் இருக்கும். பல நூறு ஆண்டுகள் வாழ்நாளுடையன. இந்தப் பொந்துகளுக்குள் காகங்கள் எத்திவந்து போடும் தங்கச் சங்கிலிகள்கூடக் கிடைத்திருக்கின்றன.

மாடுகளின் குடில்கள் வைக்கோற்போர் போன்றவை தெருவிலிருந்து பார்க்கின்றபொழுது புறவளவில் கற்கள் பரவப்படாத அடுத்தடுத்த தொடரான விசால முற்றங்களுடன் எங்கோ அதன் மறுகோடியில் ஒரு வழியும் இருப்பதுபோல் தெரியும். இன்னுமொரு தலைவாயில் உள் வளவுக்குள் திறந்து மூடும் படலைகளால் ஆனவை. அதனூடே இரட்டை மாட்டு வண்டில்கள் நுழையும். இதில் போடியார் வீட்டு வேலிகள் தனித் தனி அடையாளங்களைப் பகிர்வன. விஷேடமாகக் காடுகளிலிருந்து தறித்துவரப்பட்ட சங்குலம் கம்புகள் இதற்குப் பயன்பட்டன. அவர்கள் வேலிகள் கிடுகுகளை மறுக்கி அணிந்திருந்தன. மாவிரையின் மேலே விசிறிகள்போல் கிடுகுகளால் சிப்பம் கட்டியிருப்பர். அவை மான் கொம்புகள் முளைத்திருப்பதுபோல் தெரியும்.

“சுத்திவர வேலி
சூழவர முள்வேலி
எங்கும் ஓரே வேலி
எதால புள்ள வாறதுகா...”

“காவல் அரணோ
கள்ளனுக்கு முள்ளரணோ

வேலி அரணோ மச்சான்
வேணுமெண்ட கள்ளனுக்கு..."

"ஆமணக்க வேலியோரம்
அண்டு வந்து போன கிளி
பூமணத்தைக் கண்டா – இப்ப
பொறத்த வரக் காணயில்ல..."

இப்படி வேலி குறித்த வாய்வழிப் பாடல்கள் புழக்கத்தில் இருந்தன.

ஓடும் நீர் தேய்த்து உருட்டிய கூழாங்கல்லைப்போல் பல தலைமுறையைச் சேர்ந்த மனிதர்கள் தொடர்ந்து நேர்த்தி செய்துவந்த கிடுகு வேலிகள் திருமணத்தை – ஒரு விழாவை முன்னிட்டு நடும் தருணத்தில் தலைகளைச் சுற்றிக் கட்டியிருந்த தலைப்பாகைகளும் மூடியிருந்த நீளமான கந்தல் ஆடைகளும் மேலும் மிருதுவான மனிதர்களாக அவர்களைக் காட்டின. அந்த நேரத்தில் வெண்தாடி கொண்ட கறுத்த முகங்களை நிமிர்த்துவர். நிந்தனை வசனங்களால் நிறையாத ஒரு சொல் தொடரைப் போலான கதைகளும் அவர்கள் மொழிப்பேச்சும் அழகுதான்.

வீடுகளின் அடித்தளம் நன்கு உயர்த்தப்பட்டுக் களி மண்ணினால் மெழுகப்பட்டிருந்தன. சுவர்கள் ஒப்புரவாகப் பூசப்பட்ட காவிக் கலவையில் பனிப் பொழிவுக்குப் பின்னான நிசப்தமான இரவிலும் பளபளக்கும். இவ்வாறு ஒளிர்வதற்குத் தீந்தை பூசும் தூரிகையாகச் சிரட்டை அல்லது காட்டுத் தேங்காய் எடுப்பார்கள். கதவுகளும் பூட்டுகளும் உறுதியானவை. வெளியில் திரும்பும்போது ஐந்து அங்குலம் கொண்ட இரும்புத் திறப்புக் கோர்வை இடுப்பில் ஆடிக்கொண்டிருக்கும். கிட்டத்தட்ட நாற்பது ஐம்பது வருடங்களாகத் தன்னோடு இந்தத் திறப்புகளைச் சுமந்து திரிந்து பள்ளிப்பணி செய்தவர்கள் என்னூரில் வாழ்ந்திருக்கிறார்கள்.

வீட்டின் பின்புறம் கோடி, கொல்லை, புழக்கடை என்ற பெயர்களால் அழைக்கப்படும். அந்நாளில் ஒன்று இரண்டுக்குப் போகின்றவர்கள் ஒத்தாப்பாகக் கிடுகினால் ஒரு புறம் இறக்கியிருப்பார்கள். உள்தசை விரிந்து மூட, மனதுக்குள் ஒளிந்திருந்த அழகியலை மீட்டெடுக்கும் முயற்சியில் நானும் அங்கு கிடுகின் ஒவ்வொரு ஈர்க்குகளாக முறித்து முறித்துக் குந்தியிருப்பேன்.

முகில்கள் நிரம்பிய வானத்தின் பகல் நேரங்களில் சிறகு விரிந்த பனை ஓலைகள் அதன் மட்டைகளுடன் சேர்ந்து சில வேலிகளில் தொங்கிக் கிடக்கும். பனைகளை வாரி அணைத்தபடி

விழும் ஓலைகளைச் சீராக வெட்டிச் சாப்புத் தாழ்வாரத்துக்கு மூத்த வாப்பா ஒரு தட்டி கட்டுவார். மிகுதியென்றால் குடிநீருக்கான குடங்கள் குவிந்திருக்கும் சள்ளை வளவில் ஓர் ஆலமடம் கட்டி சுற்றிவரப் பனை ஓலை சார்த்துவார். கிணற்றடி மறைப்புக்கும் இந்த ஓலைகள் ஓர் இல்லியும் தெரியாமல் அடைக்க நல்ல பொருத்தம்.

பசுந்தரையில் கிடுகு வேய்ந்த மண் வீடுகள் எந்நேரமும் குளிர்ச்சியை நல்கின. அதன் இடுவலை ஊடுருவி வரும் ஒளியை மூத்தம்மா மூலிகை வெளிச்சம் என்பார். அங்கு பாய் விரித்து மோட்டை விலக்கி, ஒருக்களித்துத் தூங்கும் ஆசுவாசம் எனக்கும் கிடைத்தது. கிடுகுகளின் வாசம் உணர்வுகளைத் தூண்ட வல்லது. வெயிலை வழியவிட்டுக் காற்றின் மிதமான தழுவலின் அடியாழத்தைக் கிடுகுகள் தொடச் செய்கின்றன. ஒரு பனிமலையை உருவாக்கும் போகிகள்தான் கிடுகுகளோ எனப் பலமுறை வியந்திருக்கிறேன்.

56

கிறுக்குச் சித்திரம்

அந்தப் புளியமரத்தின் கீழ்தான் நாதன் இப்போது சலூன் கடை போட்டிருப்பது. அதற்கு அருகே வடக்குப் பக்கம் நின்றிருந்த உயர்ந்த மாமரத்தின் கொப்பில்தான் இந்த ஊரே ஆடி மகிழ்ந்த ஊஞ்சல் கட்டியிருந்தார்கள். இந்த ஊஞ்சலில் நான் ஆடாதுவிட்டிருந்தால் பல நல்ல நண்பர்களை இழந்திருப்பேன். அவர்கள் மூலம் பெற்ற பயிர் நடும் கலை அதன் தொடரான அனுபவங்கள் கிடைத்திருக்காது. கொய்யா மரத்தின் பட்டை உரிப்பைத் தேமல் என வர்ணிக்க எனக்கு வாய்ப்பே வந்திருக்காது. நான்காம் வகுப்புப் படிக்கையில் நான் விவசாயி ஆனது அவர்களால்தான்.

மூத்தம்பி ஓடாவியின் தோட்டத்தில் எதேச்சையாய் கிளைபரப்பிப் பாலித்து நின்ற பூ மரவள்ளி மரத்தின் பெரும் கிழங்கு சமையலுக்கு ஆகாது என்பது அப்போதே எனக்குத் தெரிந்திருந்தது. அந்தப் பால்ய வயதில் என் பழைய வீட்டின் தாழ்வாரமெங்கும் நெல் விதைத்துப் பயிராகிக் கதிர்தள்ளும் தறுவாயில் ஒரு பட்டி எருமைகள் நுழைந்து ஒன்றையும் மிச்சம் வைக்காது சப்பிக் குதறித் துவைத்துவிட்டுப்போன கணங்களில் நான் பதறி அழுத கோலம் வெளித்திண்ணையில் இரவு அமர்ந்திருக்கும்போது ஞாபகமாய் துளிர்த்தது.

இவைகளின் பின்னால் விளங்கும் என்னைப் பாதித்த மகிழ்வித்த தோற்றங்களை சுவர்களில் வரைந்து வைப்பேன். இப்படி வரைவது எனக்கு அன்று ஆறுதலைத் தந்தது. எனக்கும் வீட்டின் சுவர்களுக்குமுள்ள உறவு மிகவும் நெருக்கமானது.

உருவங்களைத் தீட்டுவதின் மூலம் தன்னைச் சுற்றிய உலகை நினைவில் இருத்திக்கொள்கிறேன் என்ற எண்ணமோ காகிதங்களில் திருப்தியற்றுப்போய் சுவர்களை எழுதும் தாள்களாக மாற்றிக்கொள்கிறேன் என்றோ அன்று எதுவுமே தோன்றாமல் தான் படங்கள், எண்கள், எழுத்துக்கள் எனக் கீறித்தள்ளினேன்.

நாள் துரத்த, வெயில் ஓடிக்கொண்டிருந்தது. உடல் முழுவதும் வியர்வை வழிந்திருக்க, வாழைமரம் நட்டு வாப்பா பாத்தி கட்டி நீர் பிரித்து முதுகு நிமிர்ந்தார். நான் தேடி வந்ததை அவர் புரிந்துகொண்டு அங்கிருந்தபடியே "என்னவாம்?" என்றார்.

"உம்மா உங்களைக் கூட்டிட்டு வரச் சொல்லிச்சு..."

"சரி – போ வாறேன்."

கால்களைச் சுடு மணலில் தட்டி உள்ளே நுழைந்தவர்,

"என்ன..." என்பதுபோல் உம்மாவைப் பார்த்தார்.

"மகனுக்குச் சோக் வேணுமாம்..."

நேற்று ஹெட் மாஸ்டரின் தயவில் வாங்கிவந்த வெண்ணிறச் சோக்குகளில் இரண்டை எங்கிருந்தோ எடுத்துவந்து தந்தார். எனக்கு கலர் என்றால் மிகவும் பிடிக்கும். அந்த அடம்பிடிப்பின் நிமித்தம் வாப்பா வைத்திருந்த பேனைக்கு ஊற்றும் பாக்கர் மைக் குடுவைக்குள் சோக்கைத் தாட்டு "இன்னா கீறு..." என்று நீட்டினார். ஊறவைத்த எச்சிலை அப்போதுதான் தொண்டை விழுங்கியது.

மழை மெல்லிய ஓர் ஆடைபோல் மரங்களை மூடிப் பெய்துகொண்டிருந்தது. வீட்டுக்குள் தூவானம் விசிறாமல் சொருகியிருக்கும் வட்டியம் தகட்டில் தொடர்ந்து தண்ணீர் சிதறும் ஒலிக்குறிப்புகள் கேட்டபடியிருக்க, புணர்தலின் அழைப்புக்குரிய மொழி பேசும் குயில், என் முன்னே நிற்கும் மாமரத்தின் கிளையொன்றில்கொடுகிப்போய் ஒதுங்கும். இக்காட்சியைக் கணக்குப் புத்தகத்தின் கோடுகளிடப்படாத காகிதங்களில் வரையத் தொடங்குவேன். ஆகாயத்தில் மேகங்களுக்கிடையில் தெரியும் அரைவட்ட நிலவு. காற்று மேகக்கூட்டங்களைத் தொலை தூரத்துக்கு அள்ளித் திரிகின்ற அழகைப் பார்த்திருந்து கீறுவேன். வாப்பா எங்கள் குசினிச் சுவரின் புகையைக் கிழித்துக் கலவன் ஓட்டால் கீறி வைத்திருந்த முயல் படம் என் சந்தோசத்தின் பரப்பை நீட்டியிருந்தது.

வீட்டுக்கு வருகின்ற ஒவ்வொரு பொழுதிலும் மாமா சுவரில் கிறுக்கக் கூடாதென்று சொல்லிவிட்டுப் போவார். அவர் இருக்கும்வரை தன்னை ஒளித்துக்கொள்ளும் கலர் பென்சில்கள் அவர் நகர்ந்த பின்பு வேலைகளை இன்னும் சுறுசுறுப்பாக்கி

விடும். வீட்டு முகப்பில் எங்கள் குடும்ப உறுப்பினர்களின் பெயர்களை வரிசையாக எழுதி வைத்து அதன் எதிரெதிரே அன்று கடைகளில் கிடைத்த தண்ணீர்ப் படங்களைப் பதித்து வைப்பேன். ஒருமுறை தாய் மாமாவின் பெயருக்கு முன்னே நட்டுவக்காலியின் படத்தை ஒட்டிவிட்டேன். வீட்டில் ஒரு புரளியையே மாமா கிளப்பிவிட்டார். எனது கீறலுக்கு எப்போதுமே சிவப்புக் கொடி அசைக்கும் அவர் மனநிலையில் என்னில் அதிகப்படியான கோபத்தைக் காட்டிக்கொண்டார்; சிலர் அடங்காத தனமென்றும் கட்டுப்பாடற்ற பிள்ளையென்றும் இவன் தாயின் பேச்சைக் கேட்பதில்லையா என்றும் உம்மாவிடம் பேசிவிட்டு நகர்வார்கள். எந்தப் பதிலும் பாதிக்க முடியாத சித்திரங்களோடு சிக்கிக்கொண்ட என்னை ஒரு வினோத ஜந்துபோல் பார்த்தவர்களும் இருந்தார்கள். கூடுதலாகச் சுவர்களில் பட்டங்கள், நட்சத்திரங்கள், மீன்கள், முக்கோணம், வட்டம், மிருகங்கள், பறவைகள், சூரியன் என்று வரைவேன்.

சாதாரண நூல்புடவையையே மிக நேர்த்தியாகக் கட்டிக் கொண்டு வாசல் திண்ணையொன்றில் கட்டில் போட்டு அதிலமர்ந்து உம்மா சொல்லும் பிள்ளைக் கதைகள் எனக்கு ஆதரவான அணைப்போடு மீளமுடியாத கிறக்கத்தைத் தந்தன. அதுபோல் தனக்கான பாதுகாப்பாக உம்மம்மாவை உணரத் தொடங்கினேன். இரவுத் தூக்கத்தில் புரள்கையில் என் கை அவர்மீது பட அந்த ஆழ்ந்த உறக்கத்திலும் மெல்லிய சந்தோசம் இதழ் கோடியில் புன்னகை பூசி விலகும். எவ்விதக் கவலைகளுமின்றிக் கனவுகளுடன் தூங்க உம்மம்மா தந்த உத்தரவாதமான ஸ்பரிசம் நிகழ்ந்த அந்த இரண்டு ஜன்னல்களும் கூரையில் ஒளிவரத் துவாரமும் உடைய அறையும் அதன் சுவர்களும்தான் என் கிறுக்கல் படங்களைப் பிரசுரித்த கடைசியும் முதலுமான பத்திரிகைகள்.

பழங்காலப் பேய்க் கதைகளின் நாயகிபோல கன்னத் துடிப்பில் இரத்தச் சிவப்பு. கூர்ந்து கவனிக்கும்போது மட்டுமே தெரியும் மூக்கின் கீழிருக்கும் செம்பட்டுநிற ரோமங்கள். மேலுதட்டின் ஓரத்திலிருந்த சிறு கறுத்த மச்சம். அந்தச் சுவரின் நிறத்துக்கு என் கிறுக்குச் சித்திரம் பொலிவேற்றிக்கொண் டிருந்தது; மனித உடல்களில் மூக்கு வைப்பதுதான் எனக்குச் சிரமமாயிருந்தது; மேலும் இடதுமான இருகோடுகளைப் போட்டு மூக்கின் நெளிவைச் சரிசெய்துகொள்வேன். மலைகளுக்கு நடுவே எழும் சூரியனின் உதயக் காட்சியை எல்லாக் குழந்தைகளையும் போலவே நானும் வரைந்திருந்தேன்.

ஒரு குழந்தையை வரைந்தால் சின்னப்பாவைப் போலவே கறுப்பாகக் கண்மூடிச் சிரித்திருக்கும்; அவ்வளவுதான். குழந்தைமீது அளவுகொள்ளாத வெறுப்பு ஏற்படும். வேறு யார்

மாதிரியாவது என் சித்திரம் பிறந்திருக்கலாம். இப்படிச் சின்னப்பா மாதிரி யார் பிறக்கச் சொன்னது. சின்னப்பா என்றால் ஒருவர்தான். சின்னப்பா மட்டும்தான் அப்படி இருக்க வேண்டும். அவர் நகலோ சாடையோ கூடாது. எனக்கு எரிச்சலாக வந்தது. அங்கேயே அடுப்பில் எரிந்து முடிந்த கொள்ளிக்கட்டையின் கரியை எடுத்து அந்தக் குழந்தை உருவின்மேல் தாறுமாறாகக் கீறினேன்.

எனக்கென்று பிரத்தியேகமான வார்த்தைகள் சின்னப்பா விடம் இருந்தன. அவை எனக்கு மட்டுமே விளங்கும்படி பகிரும்போதெல்லாம் மனம் நிறையும். இவர் ஊருக்கு வந்து எங்கள் வீட்டில் தங்கும் நாட்களில் இருவருக்குமான பகிர்தல்களில் குறைவே இருக்காது. அன்றிரவு முற்றத்தில் பாய் விரித்து இருவரும் படுத்திருந்து பேச நினைத்ததையெல்லாம் பேசினோம். நான் வரைந்திருந்த கிளிக்கூடு அவரை மிகவும் கவர்ந்திருந்தது, “மைனா, புறா, காகம் போன்ற நிழலற்ற உயிரினங்கள் சுவர்ப் பரப்பில் எந்நேரமும் விழித்திருக்க நீ மட்டும் தூங்குகிறாயா” என்று நமுட்டாகச் சிரிப்பார். நான் கீறிய பட்டங்களுக்கு மொச்சை வைத்துவிடுவார். சில பறவைகளுக்குக் கொண்டை சூட்டுவார். சொண்டும் செதுக்குவார். பெண்பிள்ளைகளுக்கு முடி வைப்பதில் அவர் விரல்களின் நடனத்தில் என்னை இழந்துபோய் நின்றிருப்பேன்.

முற்றத்துக் கம்பி இடுக்கின் வழியே கசிந்த நிலா வெளிச்சத்தில் மெலிதான குறட்டை ஒலியுடன் நித்திரையான சின்னப்பாவின் முகத்துக்கு மீசை கீறி நிறைய சதைவிழுந்த அவர் மேனியில் சின்னச் சின்னத் தீட்டல்கள் போட்டு அவர்மீது விளையாடும்போது கண்களைத் திறந்தால் புன்னகைப்பார்.

இசை முடிந்ததும் கிரீச்சிடும் கிராமபோன்போல் அந்த டுவர்பஸ் நின்றது. அன்று ஒரு குறுந்தூரச் சுற்றுலா வந்திருந்தோம். கரும்பச்சை அடர்த்தியில் வெளிர்நீலச் செண்டாகப் பூத்திருக்கும் மலை வேம்பின் நிழலில் இருந்த எங்களிடம் தூரத்தே குத்திட்டே நெடும்பாறைகள் நிறைந்த உயர்ந்த மலைமுகட்டைக் காண்பித்து “வரையுங்கள்,” என்று எங்கள் பள்ளிக்கூட சித்திரப் பாட ஆசிரியர் கட்டளையிட்டார். அண்ணாந்து பார்த்த எனக்குப் பாறைகள் சூட்டுக்கோல்போல் கொதித்து நின்றிருந்தன. ஒரு பக்கத்தில் ‘கங்கா பீடி’ என்று எழுதியிருந்த வாசகம் கண்களை உறுத்த அதனையும் சேர்த்தே மலையின் உருவைக் கீறிமுடித்தேன். அந்தச் சித்திரத்தைப் பார்த்து ஆசிரியர்கள் தமக்குள் சிரித்துக் கொண்டார்கள். திறமைக்கான பாராட்டு வழங்கிய அதே வேளையில் கொஞ்சம் கிறுக்கு என்ற பட்டமும் கிடைத்தது.

57

தேநீர்க் கடை

தேக்கு மரம் இன்னும் நெடு உயரம் வளர்ந்தது. அது பூவெடுத்துக் காய்க்கத் தயாரானபொழுது காலிதீன் மாமா அதனருகில் ஒரு தேநீர்க் கடை போட்டு விடுவார். சுற்றி வர வயல் அதன் விதைப்புக் காலம் முதல் அறுவடை நாட்கள் வரை கடை தொடர்ந்து நடக்கும். பாடசாலை லீவு நாட்களில் வாப்பாவோடு மாமாவின் கடைக்குப் போய்த் தங்கிவிட்டது எனக்கு இன்றும் நினைவிருக்கிறது. பஸ்ஸில் பயணம் செய்துதான் அந்தக் கடைக்குப் போக வேண்டும். மணல் கும்பங்களும் தாவரக்காடுகளும் இடை வழிகளில் தென்படும்போதெல்லாம் வெள்ளாவி மணக்கும். சுவாசத்தை நிதானமாக ஒரு தடவை ஆழ்த்தி இழுத்துவிடுவேன். வாப்பா ஒரு சாக்கில் நிலக்கடலை நிறைத்து வந்திருப்பார். மாமாவின் கடையைச் சுற்றி வெட்டவெளியாகத் தெரியும் நிலத்தில் பதித்துவிடுவதே அவரின் நோக்கம். சிறு முளை வருகின்ற பொழுதில் நான் சின்னச் சின்னக் குச்சிகளால் செய்கின்ற பொம்மை வீடுகள்போல தட்டாச் சுள்ளிகளால் குட்டி குட்டியாய் குடிசைகள் போடுவார். நிழலுக்கும் பாதுகாப்புக்கும் அது சாலப் பொருந்தும்.

அந்தக் கடை நிலத்தின் விலாவில் விவசாயி ஒருவர் கயிற்றுக் கட்டிலில் மல்லாந்திருந்தது கடையின் பொத்தல் வழியாகத் தெரிந்தது. அவர் இயற்கையுடன் இயைந்து நிம்மதியான உறக்கத்திலிருந்தார். பக்கத்திலிருந்தவர்களை உற்றுப் பார்த்தேன். அந்தரத்தில் கைகள் உயர்ந்திருந்தன. நாவுகளும் கட்டுப்பாடில்லாத அசைவுகளுடன்

மாமன், மருமகன் என்ற வார்த்தைகளும் அடிபட்டன. அவர்களால் மழுப்பலான புன்னகையைக்கூட என்னை நோக்கி வீச முடியாமல் பேசிக்கொண்டிருந்தனர்.

நடுவில் இன்னும் கொஞ்சப்பேர் "காலம் மாறுது இல்லையா அதுக்குத் தக்கபடி மனுஷனும் மாறிக்கறான்... என்ன தம்பி நம்ம நாட்டுக்கு டீ, கோப்பி வந்து நூறு வருஷம் இருக்குமா? அதுக்கு முன்னால ஆக்கள் எதக் குடிச்சான் கிளி? மோரு, தயிரு, இளநீரு என்றிருக்குமோ? சர்பத் எப்படா வந்த? ஆ சோடா... இஞ்சப் பாரன் பசுப்பால் கடும் தட்டுப்பாடே... அதன நம்பியிருந்தவன் பொழப்பும் நாறிப்போச்சு." நீட்டிக் கிடந்த வாங்கில் ஆள் மாறி ஆட்கள் கதையும் கேள்விகளுமாய் இருப்பார்கள்.

முன்பெல்லாம் தெருவில் ஏதாவது நடந்தால் பக்கத்திலுள்ள தேநீர்க் கடைகள்மூலம்தான் செய்திகள் பரவும். தினமும் காலையில் நடைபயிற்சிக்குப் போனவர்கள்போல் கூடுவார்கள். மூலை முடுக்குச் சந்துபொந்துகளில் நடப்பவைகளை அங்கு கொட்டி அலசுவார்கள். ஈரைப் பேனாக்கிப் பேனைப் பெருமாளாக்கிப் பேசி முடிப்பார்கள். வேறொரு நினைப்பாகப் போனால்கூடக் கூப்பிடுவார்கள். அவர் விஷயம் என்னாச்சு ஏதாச்சுன்னு துருவி எடுப்பார்கள். "அதெல்லாம் நமக்கெதற்கு; நம்ம நம்ம கதைக்கு வருவோம்..." என்பவரோடு "அவரே பாடி ஆடட்டும்" என்ற தொனியில் வாய்த்தர்க்கம் முற்றிச் சண்டையிலும் முடியும்.

கறுவல்ர சந்தி, அங்கேதான் ஒரு கீற்றுக் குடிசையில் எங்கள் முஸ்தபா மச்சான் கடை வைத்திருந்தார். அதிகாலை ஐந்து மணிக்கு அடுப்பைப் பற்றவைத்தால் இரவு பத்து மணிக்கு அணைக்கும் வரைக்கும் வேலையிருக்கும். பாத்திரங்கள் கழுவிக் கவிழ்த்து விட்டுப் பொயிலரில் சிரட்டைக் கரி கொட்டித் தணல் மூட்டுவார். அப்பம் சுடுபவர்களுக்கு இன்றைக்கு எத்தனை தேவையென்று அறிவிக்கவும் அவரே ஓடுவார். இத்தனைக்கும் திருமணம் செய்துகொள்ளாமல் ஒண்டிக்கட்டையாகவே ஐம்பதைத் தாண்டியிருந்தார்.

இவர் தேநீரின் முதல் மிடறை உறிஞ்சியவர்கள் அப்படியே கண்களை மூடிக்கொள்வார்கள். மூடிய கண்களைத் திறக்காமலேயே அடுத்தடுத்த மிடறுகளை இறக்கி அனுபவிப்பது தெரியும். இப்படி நாக்கை அடிமைப்படுத்தி வைத்திருப்பவர்கள் கடைக்குத் தொடர்ந்து வருவார்கள். அங்கு இரு சக்கர வண்டிகள் அதிகம் சாத்தப்பட்டிருக்கும். தேநீர் போடும் முஸ்தபா மச்சானுக்குக் கொஞ்சம் ஞாபக மறதிதான்.

இல்லையென்றால் நேற்றுக் கடைக்கு வந்து போனவரிடம் "எங்க தம்பி மிச்ச நாளாக் காணலயே" என்பாரா...

ருசியான தேநீர் குடிப்பதற்கு எவ்வளவு தொலைவு வேண்டுமானாலும் அலுப்பில்லாமல் சுகமாக நடக்கலாம். அதற்குப் பழக்கப்பட்டவர்களே அவரின் வாடிக்கையாளர்கள். பால் டீ போட்டாலும் கும்முன்னு மணக்கும். அதன் வாசத்தில் பறந்து வருபவர்களில் சுறாத் தண்டயலும் ஒருவர். "நாவு கேட்கிறதுக்கு ஒரு தேயிலைத் தண்ணி கூடப் போடத் தெரியாமல் வாழ்ந்தென்ன பயன்?"

"ராங்கிக்காரிகள்" என்று வீட்டில் உள்ளவர்களுக்குத் திட்டிக்கொண்டே கடைவாசலில் ஏறுவார்.

எனக்கு அரை கிளாஸ் அளவுக்குத்தான் டீ குடித்துப் பழக்கம். இது போதுமென்று கொஞ்சமாய் எடுத்துக்கொண்டு மீதத்தை வைத்திருந்து குடிப்பேன். மச்சானின் கடைக்கு வந்தால் வீட்டுக்குப்போகும் நினைவு கூட இல்லாமல் அங்கு ஓர் ஓரமாகச் சீட்டாடுபவர்களைக் கண்டு அவர்கள் கதைகளையும் ரசித்திருப்பேன். கம்பியினால் ஒட்டப்பட்ட தூக்கு. அதன் நடுவில் பெரிய ஒரு தண்ணீர் கிளாசும் பக்கத்தில் நான்கு சிறிய பூப்போட்ட கிளாஸ்களும் சொருகலாம். பால்டீ, தேநீர் என்று கேட்பவர்களுக்கு உடனுக்குடன் கொண்டுசென்று கொடுப்பதை நான் அதீதக் கொண்டாட்டமாய் எண்ணுவேன்.

அந்தக் கண்ணாடி அலுமாரிக்குள் இடவலமாகத் தெரிகின்ற தேயிலைப் பக்கெற்றுகளில் ஒரு பெண் கட்டிலில் உட்க்கார்ந்திருப்பாள். அவள், வளர்ந்திருக்கும் தலையணையைத் தொடுகின்ற முடியுடன் மெலிவாகத் தெரிவாள். அன்றைய எல்லாப் பக்கெற்றுகளிலும் *'Transporte de - Ervas - Aromalsicus'* என்று எழுதப்பட்டிருக்கும். இந்த மூன்று வார்த்தைகளின் முதல் எழுத்துக்களும் இணைந்தே *TEA* என்று வந்திருக்கலாம். சிலோன் டீ, டன்கூன் டீ, ராணித்தேயிலை, எலிசெபத் டீ, மகாலிங்கம், தோமஸ் டீ, மோட்ஷா, கேத்தரின் குயின், டீ டைம், ஆப்ரகான்ஷா, ஷென்னோங், விவசாயி, கொழுந்து என்றெல்லாம் தேயிலைகள் கிடைத்தன. இவை பொதிசெய்யப்பட்ட டின்கள் திறக்கின்றபோது உள்ளிருந்து வாசம் உச்சியில் ஏறும்.

முஸ்தபா மச்சான் தேயிலையைப் பாகம் பாகமாகப் பிரித்து அதன் உள்ளீடுகளை விதவிதமாக ஒப்புவிப்பார். கறுப்பான தேயிலைத்தூள் ஆகாது என்பார். அதில் சுண்ணாம்பு கலந்திருப்பதாக அடித்துக் கூறுவார். துகள்கள் கையில் ஒட்டக் கூடாதாம். அரிந்த இலைகள் இருவிரல்களுக்கிடையே உருள வேண்டுமாம். நாசிக்கு நேரே கம்மென வாசம் எழும்பினால்

கலப்புத்தூள் என்பார். எப்பவும் இவர் கதை கேட்டபடி உள்ளங்கைகளுக்கிடையே கிளாஸை உருட்டி உருட்டி அதன் இதமான சூட்டைத் தோல்களில் ஊடுருவ விட்டு மிடறு மிடறாய்க் குடிக்கும் தேநீர்ப் பிரியர்கள் அழகே தனிதான்; இதனை விட அவர்கள் எதிர்பார்ப்பிற்கு ஒரு பெரிய கதாலாட்சேபமே பண்ணுவார். நல்ல தேநீருக்குப் பால் காய்ச்சுதல் மிக முக்கியம் என்பதுபோல் டீயை இழுத்து ஆற்றுவார். நுரை மேலெழுந்து கிளாஸின் ஓரம் வழியே வண்டு கட்டியதுபோல் தெரியும். அவரையே இமை வெட்டாது பார்த்திருப்போர் டீ குடிப்பதையே மறந்துவிடுவர்.

முதலில் தண்ணீர் சேர்க்காது பசுப் பாலை நன்றாக முறுகக் காய்ச்சுவார். பொங்கிக் கதகதத்து வரும் பால் பாத்திரத்தை அவர் கையில் கட்டித்தொங்கும் துணியால் பிடித்து சற்று ஆறும்படி சுழற்றி ஆவியை வெளியேற்றுவார். பால் கருகாமல் இரண்டு மூன்று முறை துழாவிவிட்டுப் பிறிதாக ஓரிடத்தில் தள்ளிவைப்பார். பிறகு ஓர் ஏனத்தில் அளவாகத் தண்ணீரும் தேயிலைத் தூளும் எடுத்து அடுப்பில் சாட்டிக் கொதிக்கவிடுவார். நன்றாகச் சாறு ஊறியதும் ஏலவே காய்ச்சிய பாலை ஊற்றிப் பொங்கும் தருணத்தில் எடுத்துப் பரிமாறுவார்.

எங்கள் பாடசாலை அருகில் சுருட்டர் என்பவர் ஒரு தேநீர்க் கடை வைத்திருந்தார். அவர் கைமுடியிலிருந்த வியர்வையைத் துடைத்துக்கொண்டே பணீஸ் தருகின்றபோது இடைவேளைக்குப் பிறகு பாடசாலை விட்டு பணீஸ் கொதுப்ப வேண்டும் போலிருக்கும். எந்நேரமும் சுருட்டுத்தான் புகைப்பார். அதனால்தான் சுருட்டரின் கடை என்று பெயர் வந்திருக்கலாம். அவர் தீவிர எம்ஜிஆர் ரசிகர். அவர்மீது கொண்ட பற்றில் சரோஜாதேவியின் தோளோடு கையைப் பிடித்து நிற்கின்ற பெரிய போஸ்டர் ஒன்றுடன் விதவிதமான புகைப்படங்களையும் கடை முழுவதும் ஒட்டிவைத்திருந்தார். எம்ஜிஆர் நடித்த படங்களில் ஜோடிப்பாடல்களை மட்டுமே அங்குள்ள டேப் செட்டில் ஒலிக்க விடுவார். கடையின் வெளிப்பக்கத்தில், கழுத்தில் வளையமாகச் சிவப்பு நிறத்தில் ஆரம் போட்ட பச்சைக்கிளியொன்றைக் கூட்டில் அடைத்து வைத்திருந்தார். அது இருந்துவிட்டுப் போடும் முதல் ஒலிப்பு “அன்பே அன்பே” என்பதுபோல் கேட்கும்.

இவரும் பொதுவாக வியாபாரத்தில் பேய் பிடித்த மனிதராக எனக்குத் தெரியவில்லை. “எப்போதுமே கொழுக்கில் கொதிக்க ஊற்றிய தேநீரை மீளவும் ஆற்றக் கூடாது; சுவை மங்கிவிடும்” என்பார். பால் தேயிலையென்றால் “அப்படியே ஆவி வெளியேறி ஆடை படரவிடவேண்டும். ஆடையை எடுத்துப் போட்டு விட்டுப் பிறகு குடித்துப் பார் சொர்க்கம் தெரியும்” என்பார். முதன்

முதல் கலர் தொலைக்காட்சிப் பெட்டியை அவர் கடையில்தான் பார்த்த ஞாபகம். சிறிய போத்தல்களில் குட்டான், சர்க்கரைத் துண்டுகள் நிறைந்திருக்கும். அதனைப் பல்லிடையே வைத்துக் கடித்துக்கொண்டு ஊதி ஊதி அவர்கள் சூடாற்றித் தேநீர் குடிக்கின்ற அழகில் சொக்கியிருப்பேன்; நண்பர்களோடு சேர்ந்து அவர் கடை முன்றலில் கூடுகின்றபோதெல்லாம் "என்ன டிவி பிடிச்சிருக்கா" என்பார். அருகில் நின்றிருக்கும் தோழர்களோடு சேர்ந்து "உங்க டீயும் பிடிச்சிருக்கு" என்போம்.

58

கக்கூஸ்

அண்ட வாசல் ஆயிரம்; பிரசண்ட வாசல் ஆயிரமென இல்லிகள் மலிந்து, திறந்த ஆகாயத்துடன் என் பாடசாலைக் கழிப்பறைகள் இணைந்திருந்தன. தன்னைக் கட்டிக் கொண்டிருக்கும் கொந்தராத்துக்காரர்களின் கைவண்ணம் அது. மூச்சை அடக்கி வாழ்ந்தால் மூன்று யுகம் வாழலாம்; அப்படித்தான் மலமும் சலமும் ஒன்றுசேர நாங்கள் அங்கு குந்தியிருப்போம். அங்கிருந்து கொசுக்கள் மூட்டம் மூட்டமாக வெளியேறவும் கண்,வாய்களிடத்தில் மொய்க்கவும் ஆலவட்டமடிக்கவும் இருந்தன. சில பல்லிகள் பற்றிய சித்திரமாகத் தொடக்கி நீர் வாழ் தவளைகளின் குதிப்பினோடே ஒரு தகரப் பேணி குபறக் கிடக்கிறது. உடுக்கை இழந்தவன் கைபோல ஒருவருக்கொருவர் அதனால் உதவிக்கொள்வோம். ஆசிரியர், அதிபருக்கென்று தனியாக அமைத்திருப்பார்கள். அதில் சிறு பூட்டொன்று தொங்கும். வாரத்தில் நான்கு தினங்கள் பாடசாலைக்கு வராத மாணவரை வைத்துக் குடம் குடமாய் தண்ணீர் எடுத்து ஊற்றி, இறைத்து விளக்குமாற்றால் அடித்துச் சாத்திக் கழுவி குளோரின் பவுடர்,கிருமிநாசினியென அள்ளிவீசிச் சவர்க்கார நுரையும் தெளிப்பார்கள்.

இப்படியொரு இக்கட்டான தருணத்தை நான் எதிர்பார்த்திருக்கவில்லை. எனக்கு உடம்பு வற்றிக் கொண்டு வந்தது. குழி ஓணான்போல் மெலிந்து நெளிந்துகொண்டிருந்தேன். என் இருப்பிடத்தை விட்டு வெடுக்கென மாறிக்கொண்டாலும் அந்த

வகுப்பின் சக மாணாக்கரின் கொச்சை வசைகளான தூற்றுதலையும் நச்சரிப்புகளையும் தாங்கவியலாது. கொறட்டையரின் கடையில் பியாண்ரோல் வாங்க நிற்கும்போதே வயிறு குமைய ஆரம்பித்துவிட்டது. இப்போது எழுந்தால் என்ன நடக்குமோ? பாடசாலையின் ஒவ்வொரு பாடத்திற்கும் விட்டு விட்டுக் கேட்ட அவ்வொலிகள் எனக்கு அபசகுனமாகவே பட்டது. முறுக்கு மீசையும் சிவந்த கண்களையும் கொண்ட வாத்திமார்கள் எந்நேரமும் என்னை எழுப்பிக் கேள்வி கேட்கலாம். வலைக்குள் பதுங்கும் எலியைப்போல் முன்னுள்ள மாணவனின் தலைக்கு நேரே நான் மறைந்து இருந்தாலும் பரபரப்புத் தொற்றிப் பிட்டத்தோடு கீழ்த் தொடைகளுக்கிடையே வழுவழுப்புக் கசிவதை உணர்ந்தேன். “கொஞ்சம் கூடப் பொறுப்பு இல்லையே” என்று பக்கத்து மாணவன் எனக்குக் கொடுத்த அழி இரப்பரை வாங்கும்போது நான் ஒன்றும் சொல்லவில்லை. லேசாக இளித்துக்கொண்டேன். பாடசாலை விட மீள மணி ஒலிக்கிறது. இப்போதுதான் புதிதாகப் பார்ப்பதுபோல் விழித்தேன். என் மீதான கண்டனங்களை எனக்குள் நானே பொழிந்து மெல்ல எழுந்தேன். உட்காந்திருந்த கதிரை அவசர கதியில் நசுக்கிய மூட்டைப் பூச்சிபோல் கிடந்தது.

ஒரு திங்கட்கிழமை “என்ன நாற்றம் இது” அதிபர் இருக்கையிலிருந்து எழுந்து ஜன்னல் வழியே பார்த்து ஓங்களித்துக் கொண்டார். அவரது கேள்விக்கு அங்கே நின்றிருந்த ஊழியர்களும் ஆளுக்கொரு பதிலைச் சொன்னார்கள். அதை அவர் காது கொடுத்துக் கேட்டதாக இல்லை. கழிப்பறையின் அதே மூலையில்தான் அதிபரின் அலுவலகமும் இருந்தது. புகைந்து கொண்டிருந்த சாம்பிராணி வாசனையை மீறி அவரது பச்சை மை நான்கு பக்கங்களைத் தாண்டி ஊர்ந்தது. மேலிடத்துக்கு எழுதிய ‘கழிப்பறைகள் சுத்தம் செய்ய வேண்டுமென்ற கோரிக்கை’ மூன்று மாதங்கள் கழிந்தபின்தான் அமுலுக்கு வந்தது.

தீர்மானம் ஏதும் இலாமலேயே வாப்பா அந்தக் வேலிக் கிடுகில் சொருகி வைத்திருக்கும் உடைந்த கண்ணாடித் துண்டின் முன்னே நிற்கிறார். நேற்றைய அழகை முகம் இன்று இழந்துவிட்டதாகக் கவலைப்படுகிறார். வருத்தமுற முகத்தைத் தேய்க்கிறார். நன்றாகத் தண்ணீர் விட்டு முகத்தில் அடித்துச் சவரக்கத்தியை ஓரமாகப் பதிக்கிறார். கண்ணாடியின் பளபளப்பும் வெள்ளையான அதன் ஒளித்தெறிப்பும் மேவச் சொரசொரப்பான சத்தத்துடன் கன்னத்து மயிர்கள் துண்டாடப்படுகின்றன. அதை நான் எப்போதும் ரசித்துப்பார்ப்பேன். முடித்துக் கன்னத்தைத் தடவுவார்; “நம்மட கிணற்றுத் தண்ணீருக்குக் கமுகு, வாழை மட்டுமல்ல சேவிங்கும் மழுமழு என்று வரும்” என்பார். “தெறந்து போட்டுப் போயிட்டே

உனக்குக் கொஞ்சம் கூடப் பொறுப்பு இல்லியே...” “நீங்க பல் தேக்கப் போனவுடன் நான்தான் கதவச் சாத்தினேன். என்ன அந்தத் திரவியம் திருட்டா போகப்போகுது” உம்மாவின் பதிலுக்கு வாப்பா ‘கப்சிப்’ ஆகிவிடுவார். மறுபடியும் உம்மா இரண்டு செங்கல் இறுக்கிக் கதவை அடை அடையென அடைப்பார்.

கதவைத் தள்ளி நுழையும்போதுதான் கறார் என்ற ஓசையும் வருகிறது. மீண்டும் தள்ளிப் பார்க்கிறேன். கதவின் அடர்த்திக்கு தென்றலின் மென்மை போதுமானதுமல்ல. ஏதேனும் ஆவி அறையில் இருக்குமோ? மேற்கொண்டு யோசிக்க வழி தெரியாமல் அப்படியே கவட்டுக்குள் முகம் வைத்து ஒரே முக்கு முக்கினேன்; “டேய் டேய் டேய்... தரி தரி தரி...” என்ற ஒரு கலப்புக் குரல் கேட்டது. அப்போதுதான் விளங்கியது; கக்கூஸ் வாளியைச் சுத்தம் செய்ய வந்தவரின் தலையில் என் பொருளாதாரம் சரிந்து விழுந்து விட்டது. மின்கம்பியில் நின்றிருந்த சிட்டுக்குருவி திடீரெனப் பறப்பதுபோல் வக்காவை ஒரு கையால் பொத்திப் பிடித்தபடி கதவை விரித்துக்கொண்டு பாய்ந்து ஓடினேன். சே! இதை எப்படி ஈடுகட்ட முடியும்? என்ன காரியம் பண்ணிவிட்டோம்? மனசு உளைந்தது.

அன்றைய நாட்களில் வாளிக்கழிப்பறைகள்தான் அதிகம். சூட்கேசு தூக்கிட்டுப் போற மாதிரி ஒற்றைக் கையில் வாளியும் அடுத்ததில் பலநூறு ஈர்க்குகளை ஒன்று சேர்த்துக் கட்டிய தூரிகையோடும் வருபவர்கள்தான் அதன் சுத்திகரிப்பாளர்கள். வெளிவீதியில் இரண்டு றோதைகள்* பொருத்திய வண்டி ஒன்று முட்டில் நின்றிருக்கும். வரிசை வரிசையாக மூடியும் தாயுமான வாளிகள் அங்கிருந்துதான் போய்வரும். பெரிய சப்பாத்து, நசுங்கிய பானைகள், விறகு எனப் பலதையும் பொறுக்கிவந்து அந்த வண்டிலுக்குள் பதுக்கி வைப்பர். இவர்களில் ஒருவர் ஒரு நாள் எங்கிருந்தோ ஒரு நாய்க் குட்டியைத் தூக்கி வந்து உள்ளே கட்டிவைத்திருந்தார். பிறழ்வான சிறுவர்கள் தள்ளி நின்று இந்த வண்டிக்குக் கற்களால் எறிவார்கள். பெரியவர்கள் இதனைக் கண்டிக்கும் வகையில் அவர்களைப் பிடித்து நையப் புடைப்பார்கள்.

இந்தத் தொழிலில் இருப்பவர்கள் தெலுங்கு மொழி கலந்து பேசுபவர்கள். கலைந்த தலைமயிர்களுடன் குறுகிச் சிறுத்த உருவத்தினராக முதுமையினால் உலர்ந்த சருகுபோல் அசைவார்கள். பெருநாள் காலங்களில் எங்கள் வீட்டுத் திருமண நாட்களில் இவர்களுக்கென்று ஆடைகள் பட்சணங்கள் காத்திருக்கும். போடியார் வீட்டுக் காரியங்களில் இவர்களும் எடுபிடி வேலைகளில் ஈடுபட்டிருப்பர். மூத்த வாப்பா அணியும்

* டயர்கள்

இடுப்பு வார், தோல் செருப்பு என்பன அறுந்துவிட்டால் தைத்துக்கொள்வதற்கு அவர் இவர்களைத்தான் தேடி அலைவார்.

அந்நாளில் குளத்தின் கரையில் அடிகள் பெருத்து உடல் அகன்ற மரங்கள் நிற்கும். ஒன்றுக்கு இரண்டுக்குப் போவதென்றால் அம் மரங்களில் இரண்டு மூன்றுபேர் மறையலாம். தன் கிளைகளைப் புயலுக்குக் கொடுத்து வேர்களை விடைத்து நின்றன. அங்குதான் ஊர் ஆண்கள் பலர் 'குளத்தை' போவார்கள். அப்படிப் போய் வருகின்றவர்கள் "யாரோ ஒருவன் அங்கு முக்கால் வயிற்றை இறக்கி வைத்திருக்கின்றான்" என்று பேசக் கேட்டிருக்கின்றேன். ஒரு நாள் மூத்த வாப்பா குந்திவிட்டு வருகின்ற இடத்தில் "இது புனிதமான இடம் இங்கு அசுத்தம் செய்யாதீர்கள்" என்ற சுலோகம் எழுதித் தொங்கவிட்டிருந்ததால் தொடர்ந்த காலங்களில் அவரும் எங்கள் புழக்கடையையே பயன்படுத்தி வந்தார். அங்கு புதையுண்ட சரக்குகள் போக பனைப் பூக்கள் காய்ந்த கறுவல்கள்போல் நான் வீட்டைச் சுற்றி ஓடிவிளையாடும் போது கால்களில் மிதிபட்டதை உணர்ந்திருக்கிறேன்.

தன் வீட்டை அவ்வப்போது மாற்றிக்கொள்ளும் நிர்ப்பந்தத்தில் இருப்பவர்கள் சில மாதங்களுக்கு முன்பு அங்கு குடில் அமைத்துக்கொண்டு வந்திருந்தார்கள். வெகு இயல்பான தோரணையோடும் மகிழ்ச்சியோடும் அவர்கள் வாழ்க்கை கழிந்தது. எங்கள் கூரை வேய்ந்த வீட்டின் கொல்லையிலிருந்து பார்த்தால் புதர்கள் மண்டிக்கிடக்கும் அந்தக் காட்டுப் பற்றைக்குள் மனிதர்கள் அலையோட்டமாக அசைவது ஒரு திரை விம்பமாகத் தெரியும். சில வளவுகளில் அந்தப் பக்கம் கிடையான மறைப்புக்கு ஏதுதான் பூட்டு? முள்பற்றைச் செடிகளைக் கொண்டு மறைத்திருப்பார்கள்; சுற்றத்தார் கோழிகள் அதைக் கால்களால் சீய்க்கவும் கொத்திப் பாதி தின்னவும் உதறவும் ஏதுவாகின. ஆங்காங்கே மனிதக் கண்களுக்கு அகப்படாத எங்கோ ஓர் மூலையில் பல மைல்களுக்கப்பால் நகரத்தை நோக்கிய வழியில் சில கழிப்பறைகள் இருந்ததாக அறிந்தேன். மனித உடலின் ஒன்பது ஓட்டைகள் உள்ளதை மறுக்கின்றவர்கள்தான் அவற்றை நிர்மாணித்திருப்பார்களோ?

கழிப்பறையின் இருண்மையும் குறுகலான அடைசலும் அவரது விரிந்த உடலுக்கு இதமாக இருந்திருக்க வேண்டும். அல்லது அது கட்டப்பட ஏதுவான ஆலோசகர் அவர்தானோ நானறியேன். அதனையே நாடி எங்களூர் விதானையார் ஒருவர் தினமும் போய்வருவார். அவரைத் தேடிச்செல்பவர்கள் முதலில் அவர் மனைவியின் வாசகங்களைத்தான் கேட்பர்; "எங்கே விதானையார், இருக்கிறாரா..?" என்பவருக்கு "அவர் கக்கூஸில்..." என்றுதான் பதில் கிளம்பும். அவரே பின்னாளில் எங்கள் ஊர் மக்களால் "கக்கூஸ் விதானை" என்று அழைக்கப்பட்டார்.

59

லக்ஸ்பிறே பசு

மண்ணெண்ணெய் விளக்கில் இருந்து எழும் புகையும் நாற்றமும் அறை முழுக்கச் சுற்றி வந்தது. காற்றில் எப்படி வாசம் நிரம்பி இருந்தாலும் ஆழ்ந்த நித்திரையில் எதுவும் தெரிவதில்லை. உம்மா சிமினி விளக்கின் ஒளிஅளவைக் குறைத்து வைக்கும்போது வாப்பா கால்களை நீட்டிச் சுவரில் தலை சாய்த்து அண்ணாந்து விட்டத்தைப் பார்த்துக் கொண்டிருப்பார்.

"ஏன் தூக்கம் வரலியா?"

"எங்க கண்ண மூட முடியுது? பசு காணத்து ஆறு நாள்; இண்டைக்கும் வரலேன்னா..."

வாப்பா பேசி நிறுத்துவற்குள் உம்மா தலையை உயர்த்தி, "நரி கொண்டு போயிருக்குமா?" என்பார். இருவரும் ஒவ்வொரு நாளும் தூங்கப் போகும் முன், தீவிரமாக யோசிப்பார்கள். ஆனால் எந்த முடிவும் எடுக்க முடியாமல் உறங்கிப்போவார்கள்.

எங்கள் வளவில் ஐந்து பசு மாடுகள் இருந்தன. மடிநிறைந்து கிடந்த பசுக்கள் பாத்திரம் நிரம்பி வழியப் பால் தரும். அந்த ஐந்து பசுக்களையும் குளிப்பாட்டுவதிலிருந்து தீவனம் வைப்பது, தொழுவத்தைச் சுத்தம்செய்வது, சாணம் அள்ளி வேறு ஒரு மூலையில் ஒரே இடத்தில் குவித்து வைப்பது பட்டிக்கார மாமாதான். அவர் அன்றாட வாழ்க்கை மாடுகளோடு இருந்தது. பால், சாணம், கோமியம் எல்லாம் கலந்த ஒருவித வாசம் அவர் உடம்பில் எப்போதுமிருக்கும்.

பட்டிக்கார மாமா வாப்பாவின் தூரத்துச் சொந்தக்காரர் தான். கொஞ்ச வருசமாக எங்கள் வளவில்தான் பசு வளர்த்தார். கறுப்புக்கு அதிக இடமில்லாமல் பழுப்பு, வெள்ளை, செவலை என்று வண்ணங்களாய் நடமாடிய பசுக்களில் வெள்ளையில் கறுப்பு மறை போட்ட லக்ஸ்பிறே பசுதான் காணாமல் போனது. வாப்பாவின் முதலீட்டில் வாங்கப்பட்டது. அவர் செல்லமும் அதுதான். சந்தையிலிருந்து வரும்போது, சைக்கிள் கூடையின் பக்கம் முகத்தைத் திருப்பிக்கொண்டு நிற்கும். அதற்கென்று தரம்வாய்ந்த கிராமத்து இலை வகைகள் தேடித் தேடி வாங்கியிருப்பார். பூனைக் கண்கள், செம்பழுப்பு நிற ரோமங்கள் படர்ந்திருக்கும் 'ஜேசு' என்ற நம் நாட்டுமாடு; கேப்பை மாடு என்பது 'ஜேசு' மாடுகளுக்குச் சம்பந்தமில்லாத பாம் மாடுகள். பணி என்றால் பணியும். நட என்றால் நடக்கும். சொல்லுப்படி கேட்கும். முக்கியமாகப் பாலுக்காகவே இவைகளை வளர்ப்பார்கள். ஊர்ப் பசுக்கள் அப்படியல்ல அதன் சாம்பல் கழுத்தில் தன் நீண்ட நாக்கினால் அடிக்கடி நீவிக்கொள்ளும்.

இருள் பிரிவதற்கு முன்னமே, எருமைகளுக்கு வைக்கோலும் பசுக்களுக்குத் தவிட்டுப் புண்ணாக்கும் வைத்துப் பிணங்கிய மாடுகளை அடித்தும் சுணங்கிய மாடுகளை அதட்டியும் அனைத்தையும் தன் விசைக்குள் அடக்கி ஆற்றுப் படுக்கைக்குச் சாய்த்துச் செல்லும் பட்டிக்காரர் அவர் வேகத்துக்கு மாடுகள் விரைவது தாமதிப்பின் "ஹோவ்... ஹோவ்... ஆவ்... ஆவ்..." சத்தம் போடுவார்; வராத மாட்டின் கயிற்றைத் தரதரவென்று இழுத்துக்கொண்டுபோக இன்னொருவர் பின்தொடர்ந்து சென்று கயிற்றின் பிடியைப்பற்ற முனைவார். கன்று துள்ளிக் குடைந்துகொண்டிருக்கும்.

பண்ணை வீடுகளில் மனிதர்கள் போலவே மிருகங்களும் பறவைகளும் இயக்கத்தில் தானாகத் திரியும். மாலை ஆறு மணிக்கு எல்லாப் பகுதிகளிலும் இருக்கும் விளக்குகளைப் போடுவார்கள். கட்டப்பட்டிருக்கும் நாய்களை அவிழ்த்து விடுவார்கள். அந்த நாய்கள் ஒன்றுக்கும் பிரயோசனம் இல்லாதவை. ஏதாவது ஒரு திசையைப் பார்த்துத் தலையை உயர்த்திக் குரைத்துக்கொண்டிருக்கும். கிளைவிட்ட பெரிய மரங்களில் ஆந்தைகள் மெல்லத் தொடங்கிப் படிப்படியாகக் குரல் எழுப்புவது, கிள்ளி வைத்தால் குழந்தை விம்மி விம்மி அழுமே அது மாதிரித்தான், தனியாக ஆந்தை இருப்பதில்லை. எப்போதும் ஒன்றுக்கு மேற்பட்டவை சேர்ந்துதானிருக்கும். எந்தப் பண்ணையிலும் மரங்களின் கீழ்க் கிளையில் பசுக்கள் தங்குமானால் மேல் கிளையில் பறவைகள் வருவதில்லை. இரவில்

பசு விழித்திருப்பது பறவைகள் 'சந்தோசம்' கெட்டுவிடுவதாக நம்புகின்றன.

இரவு முழுக்கப் பண்ணைகளைச் சுற்றிவரும் காவலர்கள் கைகளில் டோர்ச்லைட் வைத்திருப்பார்கள். பக்கத்தில் மாட்டுக் குடில். பால்காரர்கள், காய்கறிச் சந்தை வியாபாரிகள் கூடும் நேரங்கள் தவிரப் புது மனிதர்களை அங்கு பார்க்கவும் பழகவும் வாய்ப்பே இல்லை. சுற்றிவர மண் பாதைகள். நுழைவாயில் காட்டுக் கம்புகளால் வரிந்த பெரிய இரு தட்டிகள்தான். மேற்குப் பக்கம் எட்டு மட்டும் தெரிந்த வயல்வெளிகளைப் பார்த்தால் கரும் பச்சை போர்த்திய உளுந்துச்செடிகள் அறுவடைக்குப் பின்னர் ஒட்டுகள் விட்டிருக்கும். "இங்க மேய்கிற பசு மாடுகள், ஈத்துக்கு ரெண்டு போடும்; கறந்தா ஏழூலிட்டர்தான். பச்சப் புள்ளகூடக் கறக்கலாம்; மடி இறுக்காது." இப்படிச் சொல்லும்போது அவர் ஒருபுற மீசை கீழ்நோக்கித் தாழ்ந்தும் மறுபுறம் முறுக்கி மேல் நோக்கியும் அசையும். என் விரலைப் பற்றி அங்கு அழைத்துவந்த மாமா குழப்பமும் மகிழ்ச்சியும் கொண்டவராகச் சில நிமிடங்கள் ஸ்தம்பித்து நிற்பார், தோளில் தொங்கிய ஈர வேட்டியை இடுப்பில் கட்டிக்கொண்டு கீற்றுக் கொட்டகைக் கருகில் நின்ற பசுவின் முதுகில் செல்லமாகத் தட்டிவிடுவார். பசு தானாகக் கால்களில் ஒன்றை மடக்கித் தன் பேருடலை வளைத்துக் கொடுக்கும். அப்போது, கையிலுள்ள செம்புக் குடத்தை வைத்து மடியை வருடிப் பால் கறக்கும் அழகை ஓரக் கண்ணால் ரசித்து நிற்பேன்.

கொல்லைப்புறம் தாண்டி இறங்கும் தொழுவத்தில் சோகையாய் எரிந்துகொண்டிருக்கும் சிமினி விளக்கு காற்றில் ஆடியது. தன் உடம்போடு அச்சாய் பதிந்துபோன பாயின் அடையாளம் பட்டிக்கார மாமா திரும்பி முதுகைக் காட்டி எழுந்திருக்கும்போது தெரிந்தது. பசுவின் தீனமான கதறல் தாங்க முடியாததாயிருந்தது. கால் மாறிநின்று மேய முடியாமல் எழும் குரல்தான் அதுவென்று உம்மா சத்தம் போடவும் பட்டிக்காரர் பறந்துபோனார். அவர் கைகள் பசுவின் வயிற்றைத் தடவிப் பார்த்தன. விடிவதற்குள் கன்று ஈன்றுவிடும் என்று வைத்தியரை அழைத்துவர வேகமாக அங்கிருந்து விலகினார்.

பசு மூத்திரம் பெய்வதும் சாணம் இடுவதுமாய் உழன்றது. "நிறைமாதக் குட்டித்தாச்சி குளிர் தாங்காது" இப்படிச் சொல்லிச் சொல்லியே குதிரைவாலி எண்ணெயை ஒரு பெரியகரண்டியில் ஊற்றி எடுத்துக்கொண்டு ஒரு மிடறாவது பருக்கிவிடலாமென்று பிரயத்தனம் செய்தார். முடியவில்லை. பசுவின் சுவாசம் உரத்துக் கேட்டது. நான் கையில் மீதி எண்ணெய்ப் போத்தலுடன் தூர நின்றிருந்தேன்; களைப்பு மேலிட உறக்கம் கண்களை இழுத்தது.

அதிகாலைப் பறவைகள் கூட்டமாக வானில் பறந்துசென்ற ஓசை குறைவதுபோலவே அது நிகழ்ந்தது. வழுக்கிக்கொண்டு வெளியே விழுந்த பசுவைப் பட்டிக்கார மாமா கையில் ஏந்தி மெல்லப் பூமியில் இறக்கினார். கன்றின் பிசுபிசுப்பும் மணமும் காற்றில் ஒட்டிக் கலந்தது. இமைக்காமல் பார்த்துக்கொண்டிருந்த எனக்கு பசுக்கன்றின் சுருங்கிய ரோமங்கள்மீது விருப்பம் ஏறியது. அதன் பால்நகங்கள் நெஞ்சில் அப்படியே பதிந்துவிட்டன. கண்களை மூடினால் பலநாட்கள்வரை ஞாபகம் இருந்தது.

60

திரையின் கரையில்

பிரதான பாதையின் ஓர் ஓரமாக வெளியில் கம்பிச் சட்டங்கள் போட்ட கேற்; உள்ளே நுழைவதற்கு முன் மரப்பலகையொன்றில் அடர்த்தியான வெள்ளை நிறப் பின்னணியில் ரத்தச் சிவப்பில் அன்று திரையிடப்படும் போஸ்டர் ஒட்டப்பட்டிருக்கும்; அதன்மேல் தாஜ்மஹால்.

எனக்கு மிகவும் விருப்பமான கனவாய் மட்டுமிருந்த அந்தப் பெயரினைத் திரும்பவும் மனதுக்குள் உச்சரித்தபடியே உள்ளே நுழைந்தேன். வரவேற்பு பீடத்துக்கு நேரெதிரே இருந்த வலப்புறச் சுவரில் சட்டமிடப்பட்ட வர்ண ஓவியங்கள் அலங்கரித்தன.

அடர் மஞ்சள் மரங்களுக்கிடையே ஒரு காலை மடக்கிக் கையைத் தூக்கி இரண்டு விரல்களை மட்டுமே காட்டும் எம்ஜிஆர், பின்னால் புள்ளி மானாக நிற்கும் ஜெயலலிதா; இன்னொன்றில், சிறு ஓடையாய்ப் பிரவகித்துச் சரேலெனச் சரிந்து அருவியாய் வழிந்தோடும் நீல ஆறு; அங்கே பச்சையம் பொங்கும் தாமரை இலைகளால் தன் அந்தரங்கம் மறைத்து நிற்கும் லதா; நீளவாக்கில் அமைந்திருந்த நீச்சல் தடாகத்தில் பொழியும் ஒளியில் இளநீலம் பாய்ந்த கண்ணாடி அணிந்து,தலைநிமிர்ந்து பார்க்கும் ஜெமினி கணேசன், விளிம்பில் செங்காந்தள் நிற அங்கியில் அமிழக் காத்திருக்கும் பாரதி; ஒற்றையடிப் பாதையில் நடந்துபோகும் கே.ஆர். விஜயா, பின்தொடரும் முத்துராமன் இவற்றைப் பார்த்தபடி நடந்தபோது, அவை முடியுமிடத்தில் கீழிறங்கிப்

படிகளைக் காண உள்ளே கெண்டீன் தெரியும். என்னைப் படம் பார்க்க அழைத்துவந்த சீனப் பெரியப்பாவுடன் வலது பக்கம் திரும்பி டிக்கெட் கிழிப்பவர் ஒவ்வொருவராய்க் கவனித்து விட நாங்களும் நகர்ந்தோம்.

தெருவில் பறந்துகொண்டிருந்த வாகனங்களின் ஓசை, ஏனைய இரைச்சல் தேய்ந்து போகக் காது கேளாதவராய் ஒரு கணம் இருந்தோம். தனித்தனியாகப் பிரித்து அடுக்கப்பட்ட வரிசையில் மரநிறத்தில் மேலுறைகள் ரெக்சின் துணியில் அணிவிக்கப்பட்டு, மோஸ்தரிலான கதிரைகள் நீண்டிருந்தன. அதில் ஆர்வமாகத் தலையைச் சாய்த்து அண்ணாந்து பார்த்தேன். கூரை, நடுவில் எந்தத் துணையுமின்றிப் பிரமாண்டமாய் நின்றிருந்தது. நிமிர்கையில் மின்விளக்குகள் அணைந்து சாம்பல், வெள்ளை, ஊதா நிறக் கதிர்கள் கற்றையாகச் சென்று திரையில் விழுந்தன. எங்கள் தலைக்குமேல் கீச் பூச் என்ற உராய்வோடு சுழன்று கொண்டிருந்த மின்விசிறியைப் பார்க்கப் பயமாக வந்தது.

முதலில் ஒரு பிங்க்நிறத் தேவதையெனத் திரையில் அவள் பிரவேசித்தாள். பச்சை நிறத்தில் மெலிதாயிருந்த சேலை ஒரு புறம் காற்றில் மிதக்க அதேநிறத்தில் சதுர வளையல்களைக் கையிலும் காதுகளிலும் அணிந்திருந்தாள். அவளது கைகளில் ஏந்தியபடியிருந்த ட்ரேயில் தேயிலைப் பக்கெட்டுகள். சின்னதொரு புன்னகையோடு அவற்றை வெட்டி, அவள் தேநீர் ஊற்றிப் பரிமாற நாங்கள் இருக்கும் கதிரைகளை நோக்கி வருவதுபோல் இருந்தது. அடுத்த கட்டமாக ஒரு சிலைட் விழுந்தது. பெருவிரலையும் அடுத்த ஆட்காட்டி விரலையும் வளைத்துக் காட்டிக் கீழே மூன்றெழுத்துகள் சரிந்த நிலையில் தெரிந்தன. பருவ வயதை அடையும்வரை எனக்கு அதன் அர்த்தம் புரியவே இல்லை.

மணமகள் புத்தக நிலையம், சொர்ணம் நகை மாளிகை, லத்திபா ஃபுட் வெயர், சொய்ஸ் பலஸ், பாவா டெக்ஸ்டையில், சிலோன் ஜுவலர்ஸ், ராணிசோப், சிங்கம்'ஸ், ராணி ஸ்டூடியோஸ், பென்ஸி ஹவுஸ் என்று விளம்பரங்கள் தொடரும்.

சட்டென்று இளமஞ்சள் நிறத்தில் காய்ச்சிய பசும்பாலாய் மெர்க்குரி வெளிச்சம் தோன்றி மறையக் கறுப்பு நிறத்தில் ஒன்று இரண்டு மூன்று என்ற இலக்கங்கள் விழும். பொரிபொரியாய்ப் புள்ளிகள் பறந்து கவிதாலயா மூவிஸ் என்ற வாசகம் இடமிருந்து விரைந்து திரைநடுவே நிற்கும். படம் தொடங்குகிறது என்பதை அதிரும் பெல் ஒலி நிரூபிக்கும். ஒவ்வொரு கட்டங்களும் வெவ்வேறு அசைவாய்ச் சிரிப்பும் துயரமும் மடை உடைத்துக் கொண்டு வெளிவரப் படம் ஓடுகிறது. உருண்டை முகம்; கதாநாயகன் நெற்றியில் பாம்பாய் சுருண்டு கிடக்கின்ற கேசம்;

குதித்துக் குதித்து நடக்கின்ற அசைவில் கை தட்டல்கள்; அவன் எதாவது பேசும்போது எதிரே நாயகி நின்று, ஏங்கி ஏங்கிப் பெருமூச்சு எறிகையில், நானும் அவரும் நடந்துவந்தபோது விழாத தூசெல்லாம் இப்போது விழுந்து கரிக்கிறது. சீனப் பெரியப்பா அடிக்கடி கண்களைக் கைக்குட்டையால் ஒற்றிக்கொள்கிறார்.

கோணியைக் குவித்துத் தலைக்கு வைத்துக்கொண்டு உடம்பைத் தளர்த்தி ஒருவர் உள்ளே நுழைய இடைவேளை மணி ஒலிக்கிறது. காற்றுவாக்கில் வடை மணம். தூரத்தில் இரண்டு மூன்று வாண்டுப் பயல்கள் எங்கள் கதிரைகளைக் கடந்து குதி போட்டு நடந்துகொண்டிருந்தார்கள். ஒரு பெரியவர் ஆங்காரமாய் ஓடிவந்தார். ஓடிசலான ஒருவனின் முதுகில் மொத்திவிட்டு இடது கையைப் பிடித்துப் பரபரவென்று இழுத்துக்கொண்டு போனார்; அவர் அவன் வாப்பாவாக இருக்கும்; வீட்டில் அனுமதி பெறாமல் வந்திருப்பார்கள்.

அடுத்த நாள் படம் பார்த்த டிக்கெட்டை உள்ளங்கையில் வைத்துக்கொண்டு நண்பர்கள் முன்னே “இது என்ன? சொல்லுங்க பார்ப்போம்” என்பேன். எல்லோர் கண்களும் துள்ளும். என் காதைக் கிள்ளிப் புருபுருப்புக் காட்டி அதனைப் பறித்துப் பார்ப்பார்கள். அடுத்த நிமிடமே படம் பார்க்கின்ற ஆசை அவர்களையும் தூண்டிவிடும். எங்காவது எதற்காவது யாரும் அனுப்பினால் கிடைக்கும் சில்லறைகளைச் சிறுகச் சிறுகச் சேமித்துப் படத்துக்குப் போவோம்.

வெயில் ஏறஏற மரங்களுக்கடியில் சிதறிக் கிடக்கும் நிழலில் இளைப்பாறி நடப்போம். பள்ளித் தெற்குக்குள் நுழைந்து பீச் றோட்டில் ஏறினால் கடற்கரை மணல் நீளமாய் உலரப் போட்டதுமாதிரித் தெரியும். தூரத்தில் கடல் புரளுகின்ற ஓசை. குறுக்கே திரும்ப ஹரிசன் தியேட்டர் கண்ணுக்குள் மறுக்கும். மகா ஆனந்தமாய் மெட்னி ஷோ பார்த்துவிட்டு வெளியில் வந்தால் எப்படியும் கிழங்குப் பொரியல் வாங்குவோம். பத்து, இருபது சதமென்று பிதுங்கிப் பிதுங்கிச் சில்லறையைச் சேகரித்துக் கொடுப்பேன்.

இப்படித்தான் ஒரு நாள், ஆளுக்கொரு பொரியல் துண்டைக் கடித்துக்கொண்டு தெரு தாண்டி மெயின் றோட்டைத் தொடுகின்ற வளைவு, வழியில் முன்சந்தில் இரு பசுக்கள்; இப்படியும் அப்படியுமாய் குறுக்கே படுத்துக் கிடந்தன. அப்பால் ஒரு நாய். எதையோ வெறித்துக்கொண்டிருந்தது. மெல்ல அருகில் போனோம்; பசுக்கள் நகரவில்லை; “த்தா” அதட்டல் போட்டோம். நாய் விழித்துக்கொண்டது. ஒரு கல்லை எடுத்து வீசி அடித்தோம். இடது பக்கம் இருந்த பசு சுவரோரமாய் உடம்பைத் தேய்த்துக் கொண்டது; அடுத்த பசு தலையை அசைத்தது. கல் நடுவில்

தாவி நாயின் நாசியில் பட்டதும்தான் தாமதம் "ம்" என்று நாய் முனகியது காதில்கூட விழவில்லை. இடுப்பைச் சுருட்டித் தரையில் அடித்துக் காலை உதறிற்று. வெறி அடங்கு மட்டும் எங்களைத் துரத்தியதை நினைத்தால் உடல் இன்னமும் நடுங்குகிறது.

முதல் வகுப்பு, இரண்டாம் வகுப்பு, அடுத்தது வெல்கனி என்ற மேல்மாடி. எதுவாக இருந்தாலும் எல்லோரும் நல்ல சூழலைத் தரும் தியேட்டர்களைத்தான் விரும்புவார்கள். அதிலும் காதலர்கள் மறைவாகக் காதலிக்க அமைதியும் இருளும் நிறைந்த பிரத்யேகமான தியேட்டர்களைக் கொண்டாடினார்கள். அன்றிருந்த பல அரங்குகளில் போதிய காற்று வசதி கிடையாது. மூட்டைப்பூச்சிகளை ரசிகர்களின் ஆடைகளுக்கு ஏற்றுமதி செய்யும் இருக்கைகள் அதிகம். புகை பிடிக்கக் கூடாது என்கிற சட்டம் இருந்தாலும் படம் ஆரம்பித்தவுடன் ப்ரொஜக்டரிலிருந்து திரைச்சீலை நோக்கிப் பாயும் ஒளிப்பாதையில் புகை வளையங்கள் முடிவில்லாது தென்படும். திரைக்கு மிக அருகில் நீளமான வாங்குகள் போடப்பட்ட களரி. அதில் ரசிகர்கள் அமர அந்நாளில் ஒரு ரூபாய்தான் டிக்கெட்; தள்ளுமுள்ளுடன் உள்ளே நுழைந்தால் சற்றே தலையை உயர்த்தி, நிமிர்ந்துதான் திரையைப் பார்க்க வேண்டும். இந்தச் சௌகரிய மீறலில் சிக்கி நான் பல முறை பிடரி வலியால் அவதிப்பட்டிருக்கிறேன்.

பிரேம் மஹால், கல்யாணி, அசோகா, ஹரிசன், புவனா என்ற திரையரங்குகளில் தமிழ்ப் படங்கள் ஓடின. கமல்ஸ் திரைஅரங்கில் ஈ ஓட்டினாலும் ஓட்டுவார்களே தவிர, வசூல் வேண்டி ஒருபோதும் தமிழ்ப் படங்களைத் திரையிடமாட்டார்கள். படித்தவர்கள், சம்பள வேலைக்காரர்கள், அவற்றின் ஆதாரப் பார்வையாளர்கள். ஆங்கில வசனங்கள் புரியாதவர்கள்கூட இங்லீஸ் படங்களைக் கிரகித்துக்கொள்கிறவர்களாக இருப்பார்கள்.

தமிழ்ப் படங்கள் திரையிடும் தியேட்டர்களில் மூளும் சிறுசிறு சண்டைகள் மிகவும் வேடிக்கையானவை. வன்முறைகள் அப்பாவித்தனம் நிரம்பியவை. படம் நன்றாக இல்லையென்றால் ரசிகர்கள் நாற்காலிகளை உடைப்பார்கள். குஷன் வைத்த சீட்டுகள் பிளேடால் கீறப்படும்; எம்ஜிஆரும் சிவாஜி கணேசனும் சேர்ந்து நடித்த ஒரே படம் 'கூண்டுக்கிளி' (1954); அதை நான் 1977இல் பார்த்தேன். இந்தப் படம் எப்போது திரையிட்டாலும் அங்கே ரசிகர்களுக்கிடையே அடிதடிதான். அதில் ஒரு காட்சியில் எம்ஜிஆர் சிவாஜியின் கழுத்தை நெறிப்பார். அதன் பின்னர் திரையரங்கில் அகமகிழ்ந்து கை தட்டிய எம்ஜிஆர் ரசிகர்களின் கழுத்தை, சிவாஜி ரசிகர்கள் நசுக்காத குறைதான். பல தியேட்டர்கள் அப்படத்தைத் திரையிடவே தயங்கின. திரையிட்ட சமயங்களில் ரசிகர்கள் உணர்ச்சிவசப்படாமல் இருக்குமாறு அறிவிப்புப் பலகைகள் வேண்டின.

சினிமா ரசிகர்களை சினிமா உலகினரும் அரசியல்வாதிகளும் நன்கு பயன்படுத்திக்கொண்டார்கள். தமிழ்ப் பாடல்கள் அவர்களுக்கு மேலும் கைகொடுத்தன. "புதிய வானம் புதிய பூமி" என்று தொடங்கும் பாடலில் வரும் "உதயசூரியனின் பார்வையிலே உலகம் விழித்துக்கொண்ட வேளையிலே..." இந்த அடிகள் தேயுமட்டும் லவுட்ஸ்பீக்கரில் ஒலிக்கவிடுவார்கள்; மறுபுறம் "அன்னமிட்ட கை நம்மை ஆக்கி வைத்த கை..." என்றால் இன்னொரு அரசியல்வாதியின் முகாமிலிருந்து, "நான் நாட்டைத் திருத்தப் போறேன்; அந்தக் கோட்டையைப் பிடிக்கப் போறேன்" பாடல் ஒலிக்கும். ஒருவரின் மக்கள் செல்வாக்கை மற்றவர் இறக்கிவைக்க வடிகால் தேடுகின்ற உபாயமாகச் சினிமாவை அவர்கள் நாடினார்கள்.

இதுபோல், குணச்சித்திரங்களில் சிவாஜி, ஜெமினி, முத்துராமன் என்று பலர் திகழ்ந்தாலும். அநேகமாக அந்நாளில் தமிழ் ரசிகர்களால் எந்த நடிகருக்கும் இல்லாத வரவேற்பு எம்ஜிஆருக்கே கிடைத்தது. இவரும் தமிழ் ரசிகர்களை அதுபோலவே நேசித்தார்; எம்ஜிஆரின் எதிரிகள் அவர் மலையாளி என்பதால் தமிழர்கள் விரும்பக் கூடாது எனப் பிரச்சாரம் செய்தது தோல்வியில் முடிந்தது. தற்செயலாகவோ என்னவோ அவர் தமிழ் தவிர வேறு மொழிப்படம் எதிலும் நடித்ததில்லை. அவர் விரும்பியிருந்தால் ஒரு மலையாளப் படத்திலாவது நடித்திருக்கலாம். ஆனால் செய்யவில்லை. தனது புகழுக்கும் பதவிக்கும் முழுக்க முழுக்கத் தமிழர்கள் மட்டுமே காரணம் என்பதை அவர் அறிந்திருந்தார்.

எதிலும் தனித்தன்மை வாய்ந்த ஊடகமாக சினிமா அன்று விளங்கிற்று சினிமாவில் பல பதிவுகள் சாத்தியமாயின. காடு, மலை, அருவி, குதிரைகளின் ஓட்டம், மோட்டார் வாகனம், ரயில் வண்டி, விமானங்கள் போன்றவற்றை மக்கள் கதைகளினூடே பார்த்தார்கள். ஜப்பானைப் பார்த்திராதவர்கள் அதனைச் சினிமாவில் கண்டார்கள்.

ஹில்மென் கார், பின் டிக்கி திறந்திருக்கும். அங்கு நீண்ட பலகைச் சட்டம் நிறுத்தப்பட்டு அதில் படப்போஸ்டர் ஒட்டப் பட்டிருக்கும்; அநேகமாக வெள்ளிக் கிழமைகளில்தான் படங்கள் மாற்றப்படும்; அந்தக் காரினுள்ளே மக்பூல் என்பவர் அமர்ந்திருப்பார். அடிக்கடி "உஃப்... உஃப்..." என்று ஒலி வாங்கியைச் சரிசெய்ய ஊதிக்கொள்வார். வேகத்தைக் கூட்டியும் குறைத்தும் பார்த்து – ரசிகர்களின் உள்ளார்ந்த துடிப்பைப் பிரச்சாரப்படுத்தும் திரைப்படத்துக்கு அமைய உள்ளடக்கத்தையும் அதன் உருவத்தையும் அவர் பல்வேறு லயத்துக்கும் தொனிக்கும் ஏற்பக் கட்டமைத்துத் துண்டு துண்டாகப் பேசிப் போவார். நகரும் காரில் அன்றையப்

போஸ்டர்கள் குவிந்திருக்கும். கூடவரும் ஊழியர்கள் ஒவ்வொன்றாக அதனைத் திரும்பும் உரிய சுவர் மூலைகளில் ஒட்டி நகர்வர். பின்னால் நாங்களும் ஓடுவோம்.

நான் அறிந்தவரை சில திரைப்படங்கள் ஐம்பது நாள் முதல் நூறுநாட்கள்வரை தொடர்ந்து வசூலாக ஓடியிருக்கின்றன. அவள் ஒரு தொடர்கதை, கீத், ஆராதனா, மனோகர், சீர்காழி கோவிந்தராஜன், எனப் பலர் நடித்திருந்த 'அகத்தியர்', 'எங்க வீட்டுப் பிள்ளை' என்பன என் ஞாபகத்தில் வருகின்றன. இவை அந்நாளில் தேசிய பத்திரிகைகளின் சினிமா விளம்பரங்கள் பக்கத்தில் தனக்கான ஒரு சில இடங்களைத் தொடர்ந்து பிடித்திருந்தன.

உலகெங்கிலுமுள்ள தமிழ்சினிமா விரும்பிகளை அக்கால நடிகர் நடிகையர் இடத்தில் படையெடுக்கப் *பேசும் படம், பிலிமாலயா, பொம்மை, சினிமா எக்ஸ்பிரஸ்* போன்ற சஞ்சிகைகள் ஊக்கமளித்தன. ஆரம்பத்தில் இருந்த, யானை போன்ற பழைய ஒளிப்பதிவு இயந்திரங்கள், அதன் பின்னரான ஒளியையும் ஒலியையும் தனித்தனியாக மின்சாரத்தில் பதிவு செய்யலாம் என்ற கருவிகளின் படங்கள் அதில் வெளியாகின. எங்கள் குடும்பத்தைச் சேர்ந்த அப்துல் கரீம் காக்கா இந்தச் சினிமா ஆவணங்களோடு மிதந்திருப்பவர். சில படச்சுருள்களும் அவரிடமிருந்தன. கேட்டால் அதிலிருந்து நீளமாக ஒருதுண்டை இழுத்து வெட்டித் தருவார். படப்பெட்டிகளில் வழமையாக ஆறு, ஏழு படச் சுருள்கள்தான் இருக்கும். அப்படியென்றால் இரண்டு இரண்டரை மணித்தியாலங்கள்ஓடும் படங்கள். எட்டு, ஒன்பது படச்சுருள்கள் அடங்கினால் மூன்று மணித்தியாலங்கள் படம் ஓடும் என்பார். இந்தப் படப்பெட்டிகள் ஒவ்வொரு தியேட்டரின் முன் வாசலில் கிடக்குமானால்அதனருகில் சென்று உற்றுப் பார்த்து அடுத்த புதிய படம் இதுதானென்று ஊகித்துக்கொள்வோம்.

வாரத்தில் இருமுறையாவது படம் பார்க்கச் செல்வோம். அப்பொழுதெல்லாம் படம் முடிந்து கூட்டமாக ரசிகர்கள் கலைந்து வரும்பொழுது அது நன்றாக இல்லையென்றால் அடுத்த காட்சிக்காகக் காத்து நிற்பவர்களிடம் வலியச்சென்று எங்கள் கருத்துகளைத் தெரிவிப்போம். மௌனப்படக் காலத்துச் சினிமா ரசிகர்கள் முதல் பேசும் படம் வந்து பல ஆண்டுகளுக்குப் பின்னும் நான் பிறந்து வளர்ந்து சினிமா பார்க்கத் தொடங்கிய நாட்கள் வரை, ஜனரஞ்சகமான பொழுதுபோக்கான சினிமா – ரசிகர்களின் கூடலில் உள்ள வடிகால் இன உறவுகளை மேலும் வளர்த்தது. சக ரசிகர்களுக்கிடையிலான – மற்றவர்களுடன் கலந்து உறவாடாத அந்நியத்தன்மை அன்று காணப்படவில்லை.

61

கடல்வாடி

கிழக்கே தொலைவில் அலைகள் உரசிக் கொண்டிருக்கும் நீண்டதொரு தென்னந்தோப்புக்கு மறுபக்கம் வள்ளங்களும் கட்டுமரங்களும் இழுவை, விசை மோட்டார் படகுகளும் ஒன்றிரண்டு கூரைப்பாய் தோணிகளும் எங்கள் கடற்கரையை நிறைத்திருந்தன. மேற்கே நூற்றுக்கணக்கில் மீனவக் குடும்பங்களுண்டு. நிறையத் தெருக்களுண்டு. அதிலும் பெரிதும் நடுத்தரமுமாய் வீடுகளுண்டு. வீட்டு முற்றங்களில் சுஸுகி, எவின்ரூடு, யமஹா இன்ஜின்களும் எண்ணெய் பீப்பாய்களில் நிறுத்தியிருந்தார்கள். ஆயிரங்கால் தூண்டில் ஏற்றினங்களும் பல்லாயிரம் கண் நைலோன் வலைகளும் மிதப்புகளும் நிரம்பியிருந்தன. நீண்ட தென்னை மரங்களில் வலையைப் புழங்குவதற்கோ சிக்கல் வராமல் தள்ளித்தள்ளி ஓலைப்புரைக் குடில்களும் வாடிகளும் எழுந்திருக்கும். அவைகளை வளைத்துக் கிடுகுமட்டைகளால் வேய்ந்திருப்பார்கள். காற்றின் வீச்சுக்கு அவை கலைந்து சிற்பங்கட்டித் தெரியும். நவீன நோய்த்தடுப்பு முறைகள் எட்டியிராத அந்தக் காலத்தில் பலர் கொள்ளை நோயில் சிக்குண்டிருந்தனர். அவர்களை மாந்தீவு முகாம்களுக்கு அனுப்பி வைப்பதாக உம்மா சொல்லியிருக்கின்றார். அங்கு போனவர்கள் போனவர்கள்தானாம்; திரும்பி வந்தால் கண்டுகொள்ள வேண்டியதுதான்.

ஆரவாரமும் சந்தடியும் மோதல்களும் சண்டைகளும் மலிந்திருக்கும்; பொதுவாகத் தெருவுக்கொரு சண்டியர்கள் மண்டையை உடைத்துக்கொள்ளக் கூடியளவு பொருதிக் கொள்வார்கள். தவறிப்போனாலும் பிள்ளைகளும்

வாயாடி வருவார்கள். அவர்களில் நிறையப்பேர் எனக்குப் பள்ளிக் கூடத் தோழர்களாய் வாய்த்தவர்கள். பள்ளிக்குப் போகாமல் அவர்களோடு கூடிப் புத்தகத்தை தோணியின் கொல்லாக்குள் மறைத்துவைத்து நின்றிருக்கின்றேன்.

சோர்வில்லாமல் அடித்துக்கொண்டிருக்கும் உப்புக் காற்றும் வெயிலும் பனியும் பருவ மழையுமாய் கூடச் சேர்ந்த நெய்தல் நில வாழ்வு குருத்து மணல்போல் ஒரே மாதிரியானதே. ஒரு சமயத்தில் கரிபடிந்த மண்பானைச் சட்டிகளின் நொறுங்குண்ட மிச்சங்களும் பீங்கான் உடைந்த கலவான் கட்டிகளும் குப்பியோடுகளும் புகை படிந்த பூசண மரங்களின் கந்து கிழிந்து நாரான துண்டுகளும் குவிந்து கிடக்கும்.

கிடுகிடுக்கும் இடி முழக்கத்துடன் மின்னல் கீற்றுகள் வானைப் பிளந்தன. வானம் உடைந்து கொட்டுக்கொட்டென்று வெள்ளம் கொட்டியது. அப்படியும் இப்படியுமாய்த் தாவித் தத்தளித்த வானுடன் கடல் கலந்துவிட்டிருந்தது அந்தக் கடற்கரையோரம் இதனை ரசிப்பதற்காகவே தோழர்களுடன் செல்வேன். ஊருக்குள் வெள்ளமென்றால் நடராசா வாய்க்காலை ஊரார் கூடித் தோண்டுவார்கள். மழையில் கரைந்து வழிந்தோடும் ஊனமோடு வெள்ளநீரும் கொப்பளித்துப் பாயும். காலூன்றி யிருக்கும் வேலிகளுக்குக் கீழே வெண்மணலைத் தழுவி ஓடும் நீரோட்டம் மேலே, பேப்பர் தோணி விட்டு மகிழ்வோம்.

சிப்பி பொறுக்குவதும் அலை வந்து மேவிச் சிப்பிகள் மாயமாய் மறையும் சங்கதிகளும் மிகச் சுவாரசியமானவை. கரையில் பளபளக்கும் மீன் சிப்பி அதன் அருகில் சென்றதும் மறைந்துவிடும். ஆனைச்செவியன், கோபுரம், சங்கு, முத்து, மான், ரசிகன், ஆண்டான், அரிமடி, பாவைச் சிப்பி என்றெல்லாம் சொல்வார்கள். சுளகு போன்ற சிப்பிகளை நாட்டுவைத்தியர்கள் மருந்துகள் அரைக்கத் தேடி எடுப்பர். ஆண் சிப்பிகளை விடப் பெண் சிப்பிகள் சற்று அளவில் பெரியன. மரம்போல வளர்ந்த வெள்ளைச் சுண்ணாப் பாசி பார்க்கவே அழகுதான். குஞ்சிமுருகை, சிறுநத்தை சேகரித்து மாலைகளாய்க் கோத்து அணிந்து மகிழ்வோம். மணல் குவித்து மண்வீடு கட்டிச் சிப்பிகள் பதித்து விளையாடும் இளவல்களுக்கு அங்கு பஞ்சமே இல்லை. மம்மலான நேரமென்றால் பெரும் சூறைக்காற்றில் அகப்பட்டவர்போல மருளாட்டமாடுவோம். நொறுநொறுத்த ஒலியிடையே துலங்கும் மின்கம்ப ஒளியில் தெரிந்துகொண்டிருப்போம். வானும் கடலும் வளியும் மழையும் மீண்டும் ஒன்றுகூடிக் கொந்தளிக்கும் பொழுதுகளைக் கிடுகுவாடிகளின் தாழ்வாரங்களில் சாய்ந்திருந்து ரசிப்பதென்பது எம்மை இன்னும் விட்டு அகலவில்லை.

வானோடு வானாய்க் கடலோடு கடலாய் நீலக்கவிழ்ச்சியில் முட்டிக்கிடக்கும் கடலைப் படம் பிடித்து நிற்கும் கொப்பறாத் தண்டயலின் வாடி, பின்புறத்தே நின்றிருக்கும் வாகை மரம், குழந்தைகளோடு சுழலும் ராட்டினங்கள் என நீளும் எங்கள் நிலக் காட்சி ஒரு மாலைப் பொழுதை ரம்மியமாய் நெய்யும். கடலுக்குப் போனவர்கள் மீன்களோடு திரும்பிவந்த கதைகளும் மீன்கள் படாமல்போன துயரங்களும் கேட்டிருப்போம். எப்போதும் சுகமான காற்றை உள்வாங்க வரும் கிழவர்கள் கூட்டம் அங்கே முண்டியடித்துக்கொண்டிருக்கும்.

மின்னல் வானைக் கோடு கிழித்துப் பிளந்து வெடிப்பேற்றி நிற்கையில் என் கடற்கரை மணலில் திகிலுற்று "நொய்ங் நொய்ங்" கென்று புரண்டு உருண்டு புதைந்து எழுவதென்பது சுகமோ சுகம்தான். ஆளையாள் தலை மட்டும் வெளியில் தெரியும்வரை கடற்கரை மணலில் புதைப்போம். இரண்டு முண்டங்கள்போல் முகத்தில் முகமுதறி விழித்திருப்போம். உப்புக் காற்று உடலை வருடப் பகல் இரவாகி இரவு பகலாகும். நண்டுக் கூட்டம் முதுகு நெளித்து மூழ்கி நீந்தும். அந்த ஜீவராசிகளின் கடல் விளையாட்டுகளைவிட எங்களது கூத்துக்கள் கடல் மணலைக் கிளப்பிற்று. நண்பர் ஒருவர் சிகப்பு நிறம் கறள் கட்டி எங்குமே இனித் துருப்பிடிக்க இடமில்லாத ஓர் இரும்புச் சட்டகத்தில் தென்னோலையில் கிளி நடந்து தெத்துவதாக அவர் சைக்கிள் கீச்சுப் பூச்சு என்ற ஓசையுடன் ஓர் ஆலையில் சாயும்.

கழுத்தில் நெடிய வாருடனான ஒரு பிலிப்ஸ் ட்ரான்சிஸிடர் ரேடியோ கொண்டு வருவார், அது மின்சாரத்தில்தான் இயங்கும்; பட்டரி அதற்கு ஒவ்வாமை. அதன் இணைப்பைக் கடற்கரையில் குறுக்கறுக்கும் மின்கம்பியில் தொடுத்து வானொலியைப் பாடவைப்போம். அநேகமாக *பீ பீ சி* செய்திகளும் இலங்கை வானொலியில் ராஜேஸ்வரி சண்முகம் வரும் இரவின் மடியிலும்தான் அதில் ஒலிப்பது; டி.எம்.எஸ்.ஸின் பாடல் தேடி என்னோடு கூடும் நண்பர் லாபிரின் ஆசை நிறைவேறாமலே கழியும். ஹம்ஸார், ஸவாஹிர், அன்சார், ஹலால்தீன், மர்சூக், அர்ஜீல் என்று வெதுவெதுப்பாய் இதமூட்டிய அன்றைய கால முக்கியத் தோழர்களின் அடையாளங்களைக் கடலையும் கரையையும் கழித்துவிட்டுச் சொல்ல முடியாது.

அந்நாளில் பாடசாலை விழாக்கள் வருகின்றதென்றால் கடற்கரை மணலில் பல ஒத்திகைகள் நடக்கும். அப்படி ஒரு மாலை நேரத்தில் கப்பலோட்டிய தமிழன், பாரதி, பாரதிதாசன், ஒவ்வை, பெரியார் என்று பாடசாலை ஒப்பனை வேடங்கள் பழக்க மாணாக்கரை அழைத்துவந்து நல்லம்பி வாத்தியார்

புனாறு பிடுங்குவார். பிள்ளைகளோ எம்ஜிஆர், சிவாஜி, ரஜனி என்று வசனம் பேசி நடித்துக்கொண்டிருக்க, ஆத்திரம் கொண்டு வாத்தியார் பிரம்பால் நாலு இழு இழுப்பார். அப்படியே குருத்து மணலை அள்ளி எறிந்துவிட்டுப் பிள்ளைகள் ஓடுவார்கள். இதில் நானும் ஒருவனாய் இருந்திருக்கின்றேன்.

சில வளவுகளில் நிற்கும் உயர்ந்த தென்னை மரங்களில் வலையை இழுத்துக்கட்டி ஓட்டைகளைப் பொத்துவதைக் கண்டிருக்கின்றேன். றாங்கியான வலைகள் இளம் வெயிலுக்குப் பளபளக்கும். மீன் வலையை உறுதியான கயிறுகளால் முடிச்சிட்டுப் பின்னியிருப்பார்கள். கொண்டடி வலை – கரைவலை, மாய வலை, வீச்சு வலை, காட்டு வலை, பெரிய வலை, மணி, பரு, சூடை, மத்தி என்றெல்லாம் பெயர்கள். ஆழக்கடலில் வலை போடுகின்றபோது தண்டயல் தோணியின் முகரியில் நின்று மீன்கள் கொதிக்கும் இடங்களைச் சமிக்ஞை செய்வார். அவர் கையசைக்கும் பாங்கு இசையமைக்குறாரோ என எண்ணத் தோன்றும். மேலும் உற்சாகப் படுத்தும் நபரும் அவர்தான். முடிச்சு வலை – தாய்வலை – சுருக்கு வலை என நீண்டு கடைசியில் மடித் தொங்கலில் முடியும். தண்டு வடம் பிடிப்போரிடம் மடிக்கயிறு இருக்கும். வளைந்த வலையின் சள்ளையூடாக மீன்கள் பிரிந்துவந்து மடிக்குள் புகும். தரையில் இருக்கும் ஒரு காலோடு (கயிறு) மடிக்காலும் சேர்ந்து வலை இழுக்கப்படும். பெரிய மீன்கள் பட்டு மடிவெடிக்கும் என்று நினைத்தால் மேலால் ஒரு மடி தாங்கி விரித்து அதனையும் வேறாக இழுப்பார்கள்.

அப்படித்தான் தென்மேற்காய் கிளைத்துக் கிடுகிடுவென்று இறங்கும் அந்தக் கிறவல் பாதையின் தொங்கலில்போய் நின்றால் வலையிழுக்கும் சத்தம் கோரமாய்க் கேட்கும்.

வான முட்ட ஏலேலோ
நிற்கிறானே ஐலசா
ஓடி ஓடி ஏலேலோ
இழுக்க வேணும் ஐலசா

மண்ணநம்பி ஏலேலோ
மரமிருக்க ஐலசா
மரத்த நம்பி ஏலேலோ
கிளையிருக்க ஐலசா
கிளைய நம்பி ஏலேலோ
இலையிருக்க ஐலசா
இலையநம்பி ஏலேலோ
பூவிருக்க ஐலசா
பூவநம்பி ஏலேலோ

பிஞ்சிருக்க ஐலசா
பிஞ்சநம்பி ஏலேலோ
காயிருக்க ஐலசா
காயநம்பி ஏலேலோ
பழமிருக்க ஐலசா
பழத்த நம்பி ஏலேலோ
நானிருக்கேன் ஐலசா
உன்னை நம்பி ஏலேலோ
நானிருக்கேன் ஐலசா

உச்சி வெயில் ஏலேலோ
உருகிறேனே ஐலசா
உள்ளம் மட்டும் ஏலேலோ
உன்னிடமே ஐலசா

இப்படி ஒருவர் பாட மற்றவர்கள் பதிலிறுப்பதுபோல் அமையும்.

இதேவழியில் மீன்களை ஓலை ஈர்க்கிலில் மாலைபோல் கோத்தெடுத்துச் செல்லும் மீனவர்கள் என்னைச் சற்றே புதிராகப் பார்த்தனர்; "நீ பள்ளிக் கூடம் போகல்லியா" என்பதுபோல் இருந்தது.